# சீதா(வின்)பதி

யத்தனபூடி சுலோசனாராணி

தமிழாக்கம்

கௌரி கிருபானந்தன்

வானவில் புத்தகாலயம்
உங்கள் வண்ணக் கனவுகள் நனவாக...

**வானவில் புத்தகாலயம்**
10/2 (8/2) போலீஸ் குவார்ட்டர்ஸ் சாலை
(தியாகராயநகர் பேருந்து நிலையத்திற்கும்
காவல் நிலையத்திற்கும் இடைப்பட்ட சாலை)
தியாகராயநகர், சென்னை – 600 017
தொலைபேசி : 24342771, 65279654
கைபேசி: **72**00**73** 0**82**
மின்னஞ்சல்: vanavilputhakalayam@gmail.com

Publisher
**P. Karthikeyan**

Editor
**R. Muthukumar**

Layout
**P.S. Sukumar**

Printed at :
**Ganapathi Enterprises**
Chennai - 600 005.

No part of this book may be reproduced or transmitted in any form without permission in writing from the author or publisher

நீங்கள் Smart Phone உபயோகிப்பவராக இருந்தால் QR Code Reader Application மூலம் இதை Scan செய்தால் நேரடியாக எமது இணையதளத்திற்கு சென்று மேலும் எங்கள் வெளியீடுகள் பற்றிய விவரங்களைப் பெறலாம்.

ISBN : 978-93-82578-77-2

Title:
**Seetha(vin) Pathi**
Author:
**Ethnapudi Sulochanarani**
Translator:
**Gowri Kirubanantham**
Address:
**VANAVIL PUTHAKALAYAM**
10/2(8/2) Police Quarters Road,
( Between Thiyagaraya Nagar Bus Stop & Police Station)
Thiyagaraya Nagar, Chennai - 17
Phone: 24342771, 65279654
Cell: **72**00**73** 0**82**
6 th sense_karthi
e-mail : vanavilputhakalayam@gmail.com
Edition:
**First : Sep 2015**
**Price : 250**

தலைப்பு
**சீதா[வின்]பதி**
ஆசிரியர்
**யத்தனபூடி சுலோசனாராணி**
தமிழில்: **கௌரி கிருபானந்தன்**
பக்கங்கள் : 312
விலை : ரூ.250
முதற்பதிப்பு
செப்டம்பர் 2015
**வானவில் புத்தகாலயம்**
10/2 (8/2) போலீஸ் குவார்ட்டர்ஸ் சாலை
( தியாகராயநகர், பேருந்து நிலையத்திற்கும் காவல் நிலையத்திற்கும் இடைப்பட்ட சாலை)
தியாகராய நகர், சென்னை – 600 017
தொலைபேசி : 24342771, 65279654.
கைபேசி: **72**00**73** 0**82**
மின்னஞ்சல்
vanavilputhakalayam@gmail.com
இந்தப் புத்தகத்திலுள்ள எந்த ஒரு பகுதியையும் பதிப்பாளர் மற்றும் எழுத்தாளர் அனுமதியை எழுத்து மூலம் பெறாமல் பதிப்பிக்கக் கூடாது.

## பதிப்புரை

ஒவ்வொரு மனிதனின் இதயத்திலும் ஏதாவது ஒரு சமயத்தில் காதல் அரும்பத்தான் செய்கிறது. அதில் சிலரின் காதல்கள் மட்டுமே காயாகிக் கனியாகி முழுமையடைகிறது. பெரும்பாலான காதல்கள் அரும்பிக் காயாகிக் கனியாவதற்கு முன்பே ஜாதி, மதம், அந்தஸ்து போன்ற காரணங்களால் அவற்றின் வாழ்வு முடிந்து விடுகிறது.

இந்திரா, வித்யாபதி இவர்களின் காதலும் இப்படிப்பட்டதுதான். அவர்கள் கனவுகளையெல்லாம் கலைத்து விட்டு அது காற்றோடு காற்றாகக் கலந்து போகிறது. அதனால் அவர்கள் அலைக்கழிக்கப்படுகிறார்கள். இதனால் காதலிக்கும் கட்டிய மனைவிக்கும் இடையே வித்யாபதியைத் தன்பக்கம் ஈர்த்துக் கொள்வதில் ஒரு மௌனப் போராட்டம் கதை முழுவதும் நடந்து கொண்டேயிருக்கிறது. மனசாட்சியுள்ள ஒரு மனிதன் எப்படிக் காதல், கல்யாணம் இவற்றுக்கிடையே ஊசலாட நேரும் என்பது பற்றியும் அவர்களின் மனஉணர்வுகள் எப்படிப்பட்டது என்பது பற்றியும் மிகத் துல்லியமாக தெலுங்கு உலகின் ராணி என்று கொண்டாடப்பட்டுவரும் எண்ணற்ற எழுத்தாளர்களுக்கு ஆதர்சமாக விளங்கும் யத்தனபூடி சுலோசனா ராணி மிகவும் நுணுக்கமாக விவரித்துள்ளார்.

செல்வச்செழிப்பில் வளர்ந்த சீதா தன் கணவனைத் தன்னிடம் தக்கவைத்துக் கொள்ளப் போராடுகிறாள். தன்னுடைய நிலையிலிருந்து பல அடிகள் இறங்கிவருகிறாள். சாம, பேத, தான, தண்டங்களையெல்லாம் பயன்படுத்திப் போராடிப் பார்க்கிறாள். காதலி இந்து நிதர்சனத்தை உணர்ந்தாலும், தன் காதலனைக் கைவிடமுடியாதவளாய் மனப் போராட்டத்துக்கு ஆளாகிறாள். அவளது மனம் காதலுக்கும் நியாயத்துக்கும் இடையே ஊசலாடுகிறது.

இதனால் அவளுக்கு ஏற்படும் அவமானங்கள், சுற்றத்தாரின் ஏசல்கள், உலகத்தாரின் கேலிப்பார்வை இவையெல்லாம் சேர்ந்து

அவளைச் சித்திரவதைப்படுத்துகின்றன. தன் குடும்பத்தின் நிலை கருதி தன் தாயின் அன்புக்குக் கட்டுப்பட்டு தன் உடன்பிறந்தவர்களின் நலன் கருதி தன் காதலை விட்டுக் கொடுத்துவிட்டு கட்டிய மனைவிக்குத் துரோகம் செய்யவும் மனம் வராமல் உயிருக்குயிராய்க் காதலித்த காதலியையும் நிராதரவாகத் தவிக்க விட மனமில்லாமல் மனசாட்சியின் உறுத்தலுடன் நிம்மதியற்ற வாழ்க்கை வாழ்கிறான் வித்யாபதி.

இந்த இரு பெண்களின் போட்டியில் வென்றது யார்? காதலியா? கல்யாணம் செய்து கொண்டவளா? என்பதை...திருமதி கௌரி கிருபானந்தன் அவர்கள் மொழி பெயர்ப்பு நூல் என்ற உணர்வே வராத வகையில் தமிழிலேயே எழுதப்பட்ட ஒரு நாவலைப் படிப்பதைப் போன்ற உணர்வை ஏற்படுத்துகிற வகையில் எழுதியுள்ளார்.

கார்த்திகேயன் புகழேந்தி
வானவில் புத்தகாலயம்

# 1

பறவைகள் கூட்டுக்குள் அடைந்து ஆரவாரமிட்டுக் கொண்டிருக்கும் வேளை. சூரியன் தன்னுடைய ஆட்சியை முடித்துக்கொண்டு ஓய்வு எடுத்துக் கொள்வதற்காக இருள் திரைக்குப் பின்னால் மறைந்து கொண்டிருக்கும் நேரம்.

வேலை அழுத்தத்தினால் அலுவலகத்தில் ஏற்பட்ட தாமதம். வீட்டுக்குப் போகும் அவசரத்தில் அரக்கப் பரக்க ஓடும் ஜனங்கள். இருளும் வெளிச்சமும் கலந்த சூழ்நிலை.

இரவில் வானத்தில் பௌர்ணமி நிலவு ஆட்சி புரிய மெல்ல மேலே எழும்பிக் கொண்டிருந்தது. நடேசன் பூங்காவில் மரங்கள் அடர்த்தியாக இருந்த இடத்தில், அந்த மரங்களைப் போலவே நிசப்தமாய், பதுமைகள் போல் ஒரு இளைஞனும், இளம்பெண் ஒருத்தியும் அமர்ந்திருந்தார்கள்.

அவன் மரத்தில் சாய்ந்தபடி அமர்ந்திருந்தான். அந்தப் பெண்ணின் கன்னம் அவன் முழங்காலில் பதிந்திருந்தது. அவன் கைவிரல்கள் அவள் முன் நெற்றியில் அலைபாய்ந்து கொண்டிருந்த கேசங்களை வருடிக் கொண்டிருந்தன. அவள் கைவிரல்கள் தரையில் பசும்புல்லை அளைந்து கொண்டிருந்தன.

ரொம்ப நேரமாய் நீண்ட யோசனையில் மூழ்கி மௌனமாய் அமர்ந்திருந்த அவ்விருவரில் அந்த இளைஞன்தான் முதல் முதலாகப் பேசினான்.

''இந்தூ''

''ஊம்! ''

''இனி வீட்டுக்குக் கிளம்புவோமா?''

''அதற்குள்ளேயா?''

''இருட்டிவிட்டது.''

''சந்திரன் முழுவதுமாக மேலே வரட்டும். பார்த்துவிட்டுப் போகலாம்.''

அவன் சிரித்தான். சிரித்துக்கொண்டே அவள் தலையைப் பிடித்துத் தன் பக்கம் திருப்பிக் கொண்டான். ''சற்று முன் சூரியன் அஸ்தமிக்கட்டும், போகலாம் என்றாய். இப்போ சந்திரன் முழுவதுமாக வரட்டும் என்கிறாய். திரும்பவும் சூரியோதயம் ஆகட்டும் என்பாயோ என்று பயமாக இருக்கிறது.''

இந்திரா அவனையே பார்த்துக் கொண்டிருந்தாள். அவனை அப்படிப் பார்த்துக் கொண்டிருப்பதே அவளுக்கு ரொம்ப சந்தோஷமாக இருந்தது. கல்மிஷமற்ற அந்தச் சிரிப்பு, மங்கலான வெளிச்சத்தில் மின்னும் அந்தப் பற்கள், காற்றில் அலைபாயும் அவன் கேசம், வலிமை மிகுந்த தோள்கள், அகன்ற மார்பு. இந்திரா குனிந்து அவன் மார்பில் தலையை சாய்த்து, எல்லையில்லாத சந்தோஷத்தை அனுபவித்துக் கொண்டிருப்பவள் போல் கண்களை மூடிக் கொண்டாள். அவனும் எதுவும் பேசவில்லை. மௌனமே ஒரு மொழியாய் ஒருவர் மனதில் இருப்பது அடுத்த நபருக்குப் புரிந்து போய்க் கொண்டிருந்தது.

இந்திராவின் கழுத்தைச் சுற்றிலும் கையைப் போட்டு மார்போடு அழுத்திக் கொண்டான்.

''இந்து! நீ எவ்வளவு சீக்கிரமாக என்னை வீட்டுக்குப் போக விடுகிறாயோ அவ்வளவு சீக்கிரமாக அம்மா அப்பாவிடம் நான் இந்த நல்ல செய்தியைச் சொல்லி விடுகிறேன்.''

''உன்னை மறுபடியும் எப்போ சந்திப்பது?''

''நாளை காலையில் ஒன்பதுமணிக்கு. நீ ஆபீசுக்குக் கிளம்பும் நேரத்தில் பஸ்ஸ்டாண்டில் சந்திக்கிறேன்.''

''நாளை காலையில் ஒன்பது மணி என்றால்..'' இந்திரா விரல் விட்டு எத்தனை மணி நேரம் என்று கணக்கிட்டாள். ''அப்பப்பா! எத்தனை யுகங்கள்?'' என்றாள்.

அவன் சிரித்தான். ''போகட்டும். நான் உங்கள் வீட்டுக்கு வந்து விடட்டுமா?''

''உன்னால் வர முடியுமா?''

''ஏன் முடியாது? ஆனால் ஒரே ஒரு தயக்கம். உங்க அக்காவின் மாமியார் இருக்கிறாள் இல்லையா. அந்த அம்மாளைப் பார்த்தால் எனக்கு ரொம்ப பயம். என் சந்தோஷமெல்லாம் அந்த அம்மாளின் ஒரே பார்வையில் ஆவியாகிவிடும்.''

''அதுவும் உண்மைதான். அது மட்டுமே இல்லை. நாம் மறுபடியும் சந்தித்துக் கொள்ளும் போது நாமிருவர் மட்டுமே இருக்க வேண்டும். நம்முடைய தனிமைக்கு யாரும் இடைஞ்சலாக இருக்கக் கூடாது.''

''நானும் அதைத்தான் நினைக்கிறேன். இனிக் கிளம்புவோம் வா.'' அவன் எழுந்து கொண்டே அவளையும் எழுப்பிவிட்டான்.

இந்திரா எழுந்துகொண்டாள். ரொம்ப நேரமாக ஒரே இடத்தில் உட்கார்ந்திருந்ததால் கால் மரத்துப் போனாற்போல் இருந்தது. அவன் அவளைப் பிடித்துக் கொண்டான். இந்திரா காலை உதறினாள்.

''உன்னால் நடக்க முடியவில்லை என்றால் சொல்லு. பஸ்ஸ்டாப் வரையிலும் தோளில் சுமந்து போகிறேன்'' என்றான்.

''அவசரப்படாதே. தோளில் சுமந்து போக வேண்டிய நாட்கள் எதிர்காலத்தில் எத்தனையோ இருக்கு.''

அவன் நடந்து கொண்டிருந்தான். அவன் பக்கத்தில் நடந்து கொண்டிருந்த இந்திரா திடீரென்று நின்றுவிட்டாள்.

''என்ன?'' என்றான்.

''அதோ பார்.'' வானத்தில் நிலாவை விரலால் சுட்டிக் காட்டினாள்.

அவன் ஆழமாய் நிலாவையே பார்த்தான்.

''எப்படி இருக்கிறது?'' என்று கேட்டாள்.

''நம்மைப் போலவே சந்தோஷத்தால் பொங்கிப் பூரிப்பது போல் தோன்றுகிறது.''

''எனக்கும் அப்படித்தான் தோன்றுகிறது. இந்த மரங்கள் கூட சந்தோஷமாகத் தலையாட்டுவது போல் தோன்றுகிறது.''

''நம் மனம் எப்படி இருக்கிறதோ உலகமும் அப்படித்தான் நம் கண்ணுக்குத் தெரியும் இந்து.''

''அப்படியா! அப்போ நாம் எப்போதுமே சந்தோஷமாக இருந்துவிட்டால் போகிறது.''

''எல்லோரும் அப்படித்தான் விரும்புவார்கள். ஆனால் கடவுள் அந்த அதிர்ஷ்டத்தை எல்லோருக்கும் கொடுத்து விட மாட்டார்.''

இந்திரா அவன் கையைப் பற்றிக் கொண்டாள். ''என்னவோப்பா. மற்றவர்கள் விஷயம் நமக்கெதற்கு? நம்மைப் பொறுத்தவரையில் கடவுள் நம்மை சந்தோஷமாகத்தான் வைத்திருக்கிறார். உண்டா இல்லையா?''

அவன் தலையை அசைத்தான்.

இந்திரா அவன் கையை உற்சாகமாக ஆட்டிக் கொண்டே சொன்னாள். ''நீ நம் விஷயத்தை இன்றைக்கே உன் பெற்றோரிடம் சொல்லப் போவதாய்ச் சொன்னாய் இல்லையா. அவர்களுடைய சம்மதம் வாங்கி வந்ததுமே நான் உன்னிடம் இன்னொரு நல்ல செய்தியை சொல்லப் போகிறேன்.''

''என்ன அது?''

''ஊஹூம். இப்பொழுதே சொல்ல மாட்டேன்.''

''இப்போ சொல்லாவிட்டால் அதை எப்போதுமே நான் காது கொடுத்துக் கேட்டுக் கொள்ளமாட்டேன்.''

''வித்யா! ப்ளீஸ்.'' இந்திரா கெஞ்சுவதுபோல் பார்த்தாள்.

''ஆல்ரைட். அப்படியே ஆகட்டும்.'' என்றான்.

இருவரும் பஸ் ஸ்டாப் அருகில் வந்தார்கள். இந்திராவும் வித்யாபதியும் சேர்ந்தாற்போல் நின்றால் ஜோடிப்பொருத்தம் ரொம்ப நன்றாக இருக்கும். எல்லோரின் கண்களும் அவர்களைப் பாராட்டுவது போல் பார்க்கும். அந்த விஷயம் அவர்களுக்கும் தெரியும். அதைப் பற்றிய பெருமை இருவருக்குமே உண்டு.

''நாளை நீ பஸ்ஸ்டாப்பில் தென்படும் வரையில் என் மனம் ஒரு நிலையில் இருக்காது.'' இந்திரா புடவையால் மறைத்துக் கொண்டே அவன் கையை அழுத்தினாள்.

''அந்தவிஷயத்தைப்பற்றிநீஎதையும்யோசிக்கவேண்டியதில்லை என்று ஏற்கனவே சொல்லிவிட்டேன். என்னுடைய படிப்பு முடிந்து விட்டது. அம்மா அப்பாவிற்கு நான் மூத்த மகன். என் பேச்சை அவர்கள் தட்ட மாட்டார்கள். அதோடு வேலைக்குப் போகும் பெண் மருமகளாக வரப் போவதாகச் சொன்னால் யார்தான் மறுக்கப் போகிறார்கள்? எங்க அப்பாவுக்குப் படித்த பெண்கள் என்றால் ரொம்பவும் பிடிக்கும்.''

அவன் சொல்லிக் கொண்டிருந்த போதே இந்திரா ஏற வேண்டிய பஸ் வந்துவிட்டது. இந்திரா சட்டென்று ஏறிக் கொண்டாள். அவள் எங்கே விழுந்து விடுவாளோ என்று அவன் கையைப் பற்றி ஏற்றிவிட்டான். இந்திரா பஸ்ஸில் ஏறிக் கொண்டதும் அவன் கையை விட்டான். இந்திரா பின்னால் திரும்பிப் பார்த்தாள். அவள் கண்களில் பிரிவாற்றாமையானது வேதனையாய் நிழலாடியது.

''குட்நைட்!'' முறுவலுடன் சொன்னான்.

''குட்நைட்!'' தெளிவற்ற குரலில் சொன்னாள்.

அவன் பார்வை அவளுக்கு அந்த இரவின் பிரிவைத் தாங்கக் கூடிய தைரியத்தை அளித்தது. பஸ் புறப்பட்டு விட்டது.

அவன் ஒரு நிமிஷம் அப்படியே நின்று விட்டான். பிறகு எதிரே தென்பட்ட மிட்டாய் கடையில் அரைகிலோ பால்கோவா வாங்கிக் கொண்டான். அதை வாங்கிக் கொண்டு வருவதற்குள் அவன் ஏற வேண்டிய பஸ் வந்துவிட்டது. கூட்டம் அதிகமாக இல்லாததால் அவனுக்கு உட்காரவும் இடம் கிடைத்துவிட்டது. அவன் பஸ்ஸில் பயணம் செய்துகொண்டிருந்தாலும் பக்கத்தில் இன்னும் இந்திரா இருப்பது போலவே இருந்தது. இந்திராவிடம் உள்ள மகிமை என்னவென்று தெரியாது. எதிரில் இல்லாத போதும் கண்ணுக்கு எதிரே இருப்பது போல் தோன்றுவாள்.

கையிலிருந்த ஸ்வீட் பாக்கெட்டைப் பார்த்தான். அதைப் பார்த்ததும் தாய் "எதுக்குடா? வேலை கிடைத்துவிட்டதா?" என்று கேட்பாள்.

"இல்லை அம்மா" என்று அவன் இந்திராவின் விஷயத்தைச் சொல்லிவிடுவான். தாய் முதலில் ஆச்சரியமடைந்தாலும் பிறகு சந்தோஷப்படுவாள். தம்பி தங்கை எல்லோரும் "அண்ணாவுக்குக் கல்யாணம்" என்று குதித்துக் கும்மாளமிடுவார்கள்.

மணியைப் பார்த்தான். நேரமாகிவிடவில்லை. அப்பா இதற்குள் சீட்டுக் கச்சேரியிலிருந்து திரும்பியிருக்க மாட்டார். அம்மா சமையலை முடித்திருப்பாள். குழந்தைகள் தட்டை எடுத்து வைத்துக் கொண்டும், டம்ளரில் தண்ணீர் எடுத்து வைத்துக்கொண்டும் இரவு உணவுக்கான ஏற்பாடுகளில் மூழ்கியிருப்பார்கள். அவன் பெருமூச்சு விட்டுக்கொண்டான். அவனுக்கு நினைவு தெரிந்த நாள் முதல் பார்த்துக் கொண்டுதான் இருக்கிறான். உழைப்பதற்காகவே பிறந்தவள் போல் அவனுடைய தாய் ஒரு நிமிடம்கூட ஓய்வு ஒழிச்சலின்றி பம்பரமாய்ச் சுற்றிக் கொண்டே இருப்பாள். இரவு நேரத்தில் தூங்கும் சில மணி நேரங்களைத் தவிர அவளுடைய கைகள் அரை வினாடி கூட சும்மா இருந்தது இல்லை. அந்த இரவு நேரத்திலும் மங்காவோ, சீனுவோ எழுந்துகொண்டால் அவர்களில் தாகத்தைத் தீர்த்து வைப்பதற்காகவோ அல்லது பாத்ரூமுக்கு அழைத்துச் செல்வதற்காகவோ விழித்துக் கொள்வாள்.

வித்யாபதிக்கு தாய் என்றால் ரொம்பப் பிரியம். சிறுவயது முதல் தாயின் பின்னாலேயே சுற்றிக் கொண்டு எல்லா வேலைகளிலும் அவளுக்கு உதவி செய்து கொண்டிருப்பான். அவன் அப்படி தாய்க்கு ஒத்தாசையாய் இருப்பதைப் பார்த்த உறவினர்கள் "சுபத்ரா! நீ ரொம்பக் கொடுத்து வைத்தவள். உன் மகன் பெரியவன்

ஆன பிறகு உன்னை ரொம்ப சந்தோஷமாக வைத்துக்கொள்ளப் போகிறான்'' என்று பாராட்டுவார்கள். அந்தப் பாராட்டுகளுக்கு சுபத்ரா பூரித்துப் போவாள்.

வித்யாபதி பெரியவன் ஆக ஆக படிக்க வேண்டிய நேரம் கூடியதால் தாய்க்கு உதவி செய்யும் வாய்ப்புக் குறைந்துவிட்டது. தன்னுடைய பொறுப்பை தம்பி, தங்கைகளிடம் ஒப்படைத்து விட்டான். இன்றைக்கும் தாய் காய்கறி நறுக்கிக் கொண்டிருந்தால் பக்கத்தில் அமர்ந்துகொண்டு பேசுவதோ, பேப்பர் வாசித்துக் காட்டுவதோ அவனுடைய பழக்கங்களில் ஒன்று. தந்தை வக்கீல் குமாஸ்தாவாக நன்றாகவே சம்பாதித்தாலும் சீட்டாடும் பழக்கம் இருந்ததால் அந்தக் குடித்தனத்தில் எந்த முன்னேற்றமும் ஏற்படவில்லை.

குழந்தைகள் எல்லோரும் வளர்ந்து பெரிய வகுப்புகளுக்கு வந்துவிட்டதால் சமீபகாலமாய் பொருளாதார ரீதியாய் ரொம்ப சிரமமாகத்தான் இருந்து வருகிறது. அப்படியும் அந்த வாழ்க்கையில் இனம் புரியாத ஒரு நிம்மதி இருந்தது.

வீட்டில் இருப்பவர்கள் ஒருவருக்கொருவர் உதவியாக இருப்பார்கள். பரஸ்பரம் அன்பும் பிரியமும் நிலவி வந்தன. இல்லாமையால் ஏற்படும் தொல்லைகள் அவர்களை ரொம்ப பாதித்ததாகத் தெரியவில்லை.

வித்யாபதியின் வாழ்க்கையில் ஒரே ஒரு லட்சியம்தான் இருந்து. தனக்கு மனைவியாக வரப்போகிறவள் தன்னைக் காட்டிலும் தன் தாயை சந்தோஷமாக வைத்திருக்க வேண்டும். அவனுடைய எதிர்பார்ப்புகளுக்கு ஏற்றவகையில் கடவுள் அவனுக்கு இந்திராவை அளித்திருந்தார்.

இந்திராவுக்கும் வித்யாபதிக்கும் இண்டர் படிக்கும் போது அறிமுகம் ஏற்பட்டது. அந்த அறிமுகம் கல்லூரியைப் பற்றி, லெக்சரர்களைப் பற்றி, சினிமாக்களைப் பற்றிப் பேசிக்கொள்வதில் முடிந்துவிட்டது. இந்திராவின் அக்காவின் கணவருக்கு விசாகப்பட்டிணத்திற்கு மாற்றலாகிவிட்டது.

இந்திரா அங்கே சென்று பட்டப்படிப்பை மேற்கொண்டாள்.

வருடங்கள் கழிந்துவிட்டன. ஒருவரைப் பற்றி மற்றவர் முற்றிலும் மறந்து போய்விட்டார்கள். ஆறு வருடங்கள் கழித்துப் போன வருடம் எதிர்பாராமல் ரத்னாவின் பிறந்தநாளன்று சந்தித்துக் கொண்டார்கள். ஏறத்தாழ ஆறு வருடங்கள் கழித்து சந்தித்துக் கொண்ட இருவரும் ஒருவரை பார்த்து மற்றவர் ஆச்சரியமடைந்தார்கள். முன் பின் அறியாதவர்கள் போல் வெட்கப்பட்டார்கள்.

இந்திரா பி.காம். முடித்துவிட்டு வங்கியில் வேலை செய்து கொண்டிருக்கிறாள். வித்யாபதி எம்.ஏ. முடித்து விட்டு வேலை தேடிக் கொண்டிருந்தான். இருவருக்கும் திருமணத்திற்காகப் பார்க்க ஆரம்பித்துவிட்டார்கள்.

பரஸ்பரம் விஷயங்களைப் பரிமாறிக் கொண்டார்கள். அந்த நிமிடமே இருவருக்கும் நடுவில் இனம் புரியாத ஏதோ ஒரு ஈர்ப்பு, நெருக்கம் தொடங்கிவிட்டது.

அதற்குப் பிறகு இருவரும் சந்தித்துக் கொள்வதில் பெரிய பிரச்னை எதுவும் இருக்கவில்லை. இந்திராவுக்கு தாய், தந்தை இல்லை. அக்கா வீட்டில் வசித்து வருகிறாள். அக்காவின் மாமியார் ரொம்பப் பொல்லாதவள். அத்தான் வாயில்லாத பிராணி.

இந்திரா பார்க்க லட்சணமாக இருந்ததாலும், வங்கியில் வேலை பார்த்து வந்ததாலும் அவளைத் திருமணம் செய்து கொள்ள நிறைய இளைஞர்கள் முன் வந்தார்கள். இந்திராவுக்குத்தான் அவர்களில் யாரையும் பிடிக்கவில்லை.

இந்திரா வித்யாபதிக்கு நடுவில் நெருக்கம் வளர்ந்தது, சங்கோசமும், தயக்கமும் விலகிவிட்டன. ஒருநாள் இந்திரா தனக்கு வந்த வரனைப் பற்றிய விவரங்களைத் தெரிவித்தாள். பையன் இன்ஜினியர். நல்ல சம்பளம். சொந்தவீடு. அவன் இந்திராவைப் பார்த்ததுமே சம்மதம் சொல்லி விட்டான்.

ஆனால் இந்திராதான் அந்த வரனை மறுத்துவிட்டாள்.

''ஏன்? உனக்குக் கணவனாக வரப் போகிறவனுக்கு இன்னும் என்ன தகுதி இருக்க வேண்டும்?'' ஆச்சரியமடைந்தவனாகக் கேட்டான் வித்யாபதி.

''எனக்குக் கணவனாக வரப் போகிறவன் என்னைப் பார்த்துக் கல்யாணம் செய்து கொள்ள வேண்டும். என் சம்பளத்தைப் பார்த்து அல்ல'' என்றாள்.

''அப்படி என்றால்?''

''அந்தப் பையனின் தாயார் இரண்டு வருடங்களாக சம்பாதித்துக் கொண்டு இருக்கிறாய். எவ்வளவு சேர்த்து வைத்திருக்கிறாய்" என்று கேட்டாள். எனக்கு உடல் பற்றி எரிவது போல் இருந்தது.''

அவன் சிரித்தான். அந்தச் சிரிப்பைக் கண்டால் இந்திராவுக்கு ரொம்பப் பிடிக்கும்.

''என் வருமானம், சேமிப்பைப் பற்றி அவர்களுக்கு என்ன வந்தது? நீயே சொல்லு.''

"நன்றாகச் சொன்னாய் போ. இந்தக் காலத்தில் கல்யாணம் ஆக வேண்டிய பெண்களுக்கு அழகுடன் வருமானமும் ஒரு முக்கியத் தகுதியாகிவிட்டது.''

"பெண்களின் வருமானத்தை ஒரு தகுதியாக நினைக்கும் ஆண்மகன் எனக்குத் தேவையில்லை சாமி.''

"அது உன்னுடைய விருப்பம்.''

நான்கு நாட்கள் கழிந்தன. வித்யாபதி அடுத்த முறை தென்பட்டபோது இந்திரா கேட்டுவிட்டாள். "இரண்டு நாட்களுக்கு முன்னால் பெண்பார்க்க போகப் போவதாக சொல்லி யிருந்தாயே? போய் விட்டு வந்தாயா?''

போனேன் என்பதுபோல் அவன் தலையை அசைத்தான்.

"பெண் எப்படி இருக்கிறாள்?''

"நன்றாகத்தான் இருக்கிறாள்.''

"அப்போ சம்மதம் சொல்லிவிட்டாற் போல்தானா?''

அவன் குறுக்காகத் தலையை அசைத்தான்.

"சம்மதம் சொல்லவில்லையா? என்ன காரணம்?'' வியப்புடன் கேட்டாள்.

"அவர்களைச் சேர்ந்தவர்கள் எல்லோரும் வெளிநாட்டில் இருக்கிறார்களாம். எனக்கும் அங்கே ஏதாவது வேலை வாங்கித் தருவார்களாம். கல்யாணம் முடிந்ததும் நான் மனைவியை அழைத்துக் கொண்டு அங்கே போய் விட வேண்டுமாம்.''

"உண்மையாகவா? எவ்வளவு நல்லவாய்ப்பு? நீ ரொம்ப அதிர்ஷ்டசாலி'' உற்சாகத்துடன் சொன்னாள்.

அவன் பதில் எதுவும் சொல்லவில்லை. அவன் கண்களில் சந்தோஷம் போன்ற உணர்வு எதுவும் தென்படவில்லை.

"என்ன பதில் சொன்னாய்?'' ஆர்வத்துடன் கேட்டாள்.

"அந்த சம்பந்தம் எனக்குப் பிடிக்கவில்லை என்று சொல்லி விட்டேன்.''

"ஏன்?''

"எனக்கு மனைவியாக வரப் போகிறவள் என்னுடைய அம்மாவை சந்தோஷமாக வைத்துக் கொள்ள வேண்டும். எனக்கு அதுதான் ரொம்ப முக்கியம்.''

இந்திரா தலையை அசைத்தாள். "ஆமாம். அந்த விஷயத்தை நீ ஏற்கனவே பலமுறை சொல்லியிருக்கிறாய்."

இந்திராவுக்கு அந்த நிமிடம் முதல் அவனிடம் இருந்த மதிப்பு இரு மடங்காகிவிட்டது. பிரியம் மேலும் கூடியது. வாழ்க்கையில் பணத்திற்கு முக்கியத்துவம் தராமல் மனிதர்களுக்கு மதிப்புத் தருபவர்கள் ரொம்ப நல்லவர்கள் என்பது இந்திராவின் நம்பிக்கை.

இருவருக்கும் இடையே நெருக்கம் வளரத் தொடங்கியது.

ஒரு நாள் இந்திரா கேட்டுவிட்டாள். "உன்னைப் பார்க்காமல் இருக்க முடியவில்லை. என்ன செய்யலாம் நீயே சொல்லு."

"இது யோசிக்க வேண்டிய விஷயம்தான்." சீரியஸாகச் சொன்னான்.

"நாமிருவரும் கல்யாணம் செய்து கொண்டால்?"

அவன் வியப்படைந்ததாகத் தெரியவில்லை. ஒரு வினாடி இந்திராவை ஆழமாகப் பரிசீலிப்பது போல் பார்த்தான். பிறகு சட்டென்று கையைப் பற்றி அருகில் இழுத்துக்கொண்டு ஆழமாக முத்தம் பதித்தான்.

அவனுடைய பதில் இந்திராவுக்குப் புரிந்துவிட்டது. அவனுடைய சம்மதம் தைரியத்தை அளித்தது.

"இரண்டு மாதங்களுக்கு முன்பே நான் இதைப் பற்றிக் கேட்போம் என்று நினைத்தேன். ஆனால் என்னுடையது வேறு இனம் என்று..."

"நான்சென்ஸ்! இந்தக் காலத்தில் அந்தவிதமான ஆட்சேபணையை யாரும் வைத்துக் கொள்வதில்லை. நானே கேட்கலாம் என்று இருந்தேன். ஆனால் எனக்கு இன்னும் வேலை கிடைக்க வில்லை."

"என்னுடைய கண்ணோட்டத்தில் அது ஒரு தடங்கல் இல்லை."

"தாங்க்யூ!"

அந்த நிமிடம் முதல் அவ்விருவருக்கும் நடுவில் இருந்த எல்லைக்கோடு நீங்கிவிட்டது. நட்புக்குக் காதல் துணையாயிற்று. பிரியமும் நெருக்கமும் கூடின. இந்திராவுக்கு வாழ்க்கையில் நிம்மதியும் நம்பிக்கையும் ஏற்பட்டன.

இந்திரா உடனே திருமணம் செய்துகொள்வோம் என்றாள். ஆனால் அவன் சம்மதிக்கவில்லை. "எனக்கு வேலை கிடைத்த பிறகுதான் நம் திருமணம்."

"உனக்கு எப்போ வேலை கிடைக்குமோ என்னவோ?"

"கொஞ்சம் பொறுமையாய் இரு. அவசரப்பட்டால் எப்படி? இந்த உலகத்தில் எல்லாவற்றுக்கும் ஒரு வேளை வர வேண்டும்."

"இது வரையில் எப்படிப் பொறுத்துக் கொண்டேனோ தெரியவில்லை. வரவர அக்கா மாமியாரின் தொல்லை தாங்க முடியவில்லை." சிணுங்குவது போல் சொன்னாள்.

"சில நாட்கள்தானே. கொஞ்சம் பொறுமையாய் இரு." தோளில் தட்டிக் கொடுத்தான்.

வித்யாபதி இந்திராவை வீட்டுக்கு அழைத்துப் போய் தாய்க்கு அறிமுகம் செய்து வைத்தான். படித்து வேலைக்குப் போகும் பெண்ணாக இருந்தும் அடக்கமாக இருந்த இந்திராவைப் பார்த்ததும் சுபத்ராவுக்குப் பிடித்துவிட்டது.

"இந்தப் பெண்ணை எனக்கு ரொம்பப் பிடித்திருக்கு. ரத்னா என்ற பெண் வருவாள் பார்த்திருக்கிறாய் இல்லையா.

வெறும் சண்டிக் குதிரை" என்றாள்.

தாய் சொன்னதை வித்யாபதி தெரிவித்த போது இந்திராவின் மனம் சந்தோஷத்தில் திளைத்துவிட்டது. அவனுக்குத் தாயிடம் பிரியம் அதிகம். அந்தத் தாய்க்கு அவளைப் பிடித்திருக்க வேண்டியது மிகவும் முக்கியம்.

வித்யாபதிக்கு ஃபுட்கார்போரேஷனில் இண்டர்வ்யூ வந்தது. இந்திரா ரொம்ப முயற்சி செய்து யாரிடமிருந்தோ சிபாரிசு கடிதம் வாங்கி அந்த வேலை அவனுக்குக் கிடைக்க வேண்டும் என்று முயற்சி செய்து கொண்டிருந்தாள்.

"இந்தூ! உனக்கு இவ்வளவு சிரமம் ஏன்? நீ இப்படி முயற்சி செய்வது எனக்கு ரொம்பத் தலைக் குனிவாக இருக்கிறது" என்றான் அவன்.

"நீ அந்தமாதிரி பைத்தியக்காரத்தனமான யோசனை எதுவும் வைத்துக் கொள்ளாதே. என்னால் முடிகிற காரியம் என்பதால் செய்கிறேன். அதோடு உனக்கு வேலை கிடைப்பதில் உன்னைவிட என்னுடைய சுயநலம்தான் அதிகம்."

அவனால் பதில் பேச முடியவில்லை.

இந்திரா அடிக்கடி வித்யாபதியின் வீட்டுக்கு வரத் தொடங் கினாள். தாய் ஜாடைமாடையாக விஷயத்தை புரிந்து கொண் டாலும் கணவனிடம் சொல்லவில்லை. இந்திரா ஒரு நாள்

வித்யாபதியிடம் கேட்டாள். ''நமக்குத் திருமணம் ஆனபிறகு அந்த வீட்டில் நம்முடைய படுக்கை அறை?''

அவன் தலையைச் சொறிந்துகொண்டான். அந்த வீட்டில் தனியாகப் படுக்கையறை என்று எதுவும் இல்லை. ரயில் பெட்டி போன்று அறைகள் வரிசையாக இருந்தன.

''நான் நமக்காக வேறு வீடு பார்த்துக் கொண்டிருக்கிறேன்.''

அவன் கண்களில் தென்பட்ட கேள்விக்குறியைப் பார்த்து பக்கென்று சிரித்துவிட்டாள். ''கடவுளே! பயப்படாதே. நமக்காக என்றால் நம் இருவருக்காக என்று இல்லை. எல்லோருக்குமாகச் சேர்த்துதான்னு அர்த்தம். வீட்டு வசதி வாரியத்தில் நான் வீட்டுக்காக அப்ளிகேஷன் போட்டிருந்தேன். அலாட் ஆகும் போல் இருக்கிறது. அது வந்துவிட்டால் நம் எல்லோருக்கும் நிம்மதி. ஏன் அப்படிப் பார்க்கிறாய்? நான் சொன்னது உனக்குப் பிடிக்கவில்லையா?''

''அது இல்லை இந்து. உன்னைப் போன்ற மருமகளை அடையப் போகும் எங்க அம்மா எவ்வளவு அதிர்ஷ்டசாலின்னு யோசிக்கிறேன்.''

''சரிதான். உங்க அம்மா இதைக் கேட்டால் என்ன சொல்லுவாங்க தெரியுமா?''

''என்ன சொல்லுவாள்?''

''என் மகனைப் போன்ற ஒருவனைக் கணவனாக அடையப் போகிற உன்னைவிட அதிர்ஷ்டசாலி இந்த உலகத்தில் வேறு யாரும் இல்லை என்பாள்.''

நான்கு நாட்கள் கழித்து இந்திரா அவனிடம் லேடஸ்ட் ஹேச்.எம்.டி. வாட்ச் கொண்டு வந்து காண்பித்தாள். ''எப்படி இருக்கு?''

''ரொம்ப நன்றாக இருக்கு.''

இந்திர அவன் கையில் வாட்சைக் கட்டிவிட்டாள்.

அவன் முகத்தில் வேதனை படர்ந்தது. எதுவும் பேசாமல் இருந்துவிட்டான்.

''ஏன் இந்த மௌனம்?'' என்று கேட்டாள்.

''இந்து! இது போன்றவை எனக்கு எவ்வளவு வேதனை தரும் என்று உனக்குத் தெரியாது. வேண்டாம் என்று சொன்னால் நீ வருத்தப்படுவாய். ஏற்றுக்கொள்ளணும் என்றால்...''

''உன் சுயகௌரவம் குறுக்கே வருகிறது. அதுதானே? வித்யா! உன்னிடம் எத்தனை முறை சொல்லியிருக்கிறேன்? நமக்கிடையே எந்தத் தயக்கங்களும் இருக்கக்கூடாது. போகட்டும், ஒரு காரியம் செய். இப்போ நான் உனக்காக எவ்வளவு செலவு செய்கிறேன் என்று எழுதி வைத்துக் கொள். நாளைக்கு உனக்கு வேலை கிடைத்ததும் வட்டியுடன் எனக்குக் கொடுத்துவிடு. சரிதானே?''

அவன் தலையசைத்தான்.

''நாளை நான் விசாகப்பட்டிணம் போகிறேன். வியாழன் அன்றுதான் திரும்புவேன்'' என்றாள்.

''விசாகப்பட்டிணமா? எதற்கு?''

''சித்திக்கு உடம்பு சரியாக இல்லையாம். ஒரு முறை வந்துவிட்டுப் போகச் சொல்லி எழுதியிருக்கிறாள்.

''மறுபடியும் எப்போ வருவாய்?''

''கூடிய சீக்கிரத்தில்.''

பதினைந்து நாட்கள் கழித்து,

ரத்னாவின் வீட்டில்......

இந்திரா வித்யாபதியின் முன்னால் உறுமும் வானம் போல் நின்றிருந்தாள். ''உனக்குத் தெரியாது என்று சொன்னால் எப்படி நம்புவது? நீ என்ன சின்னக் குழந்தையா உங்க அம்மா அப்பா வலுக்கட்டாயமாக அழைத்துச் செல்வதற்கு?''

இந்திராவைத் தேற்றுவதற்காகப் பல விதங்களில் முயன்று கொண்டிருந்தான் வித்யாபதி. ''இந்து! கடவுள் சாட்சியாகச் சொல்கிறேன். உறவுகாரர்கள் வீட்டிற்கு வா என்று கூப்பிட் டார்களே தவிர அங்கே பெண்பார்க்கும் படலம் இருப்பது எனக்குத் தெரியவே தெரியாது. நீ என்னை நம்பினால் நம்பு. நான் சொல்வது பொய் என்று நீ நினைத்தால் என்னால் ஒன்றுமே செய்ய முடியாது.''

அவன் முகத்தில் தென்பட்ட வேதனையைக் கண்ட பிறகு இந்திராவின் மனம் கொஞ்சம் சமாதானமடைந்தது. ''நாம் உடனே கல்யாணம் செய்து கொண்டு விடலாம். உங்க அம்மா அப்பாவிடம் சொல்லிவிடு'' என்றாள்.

அவன் இயலாமையுடன் பார்த்தான். இந்திரா அவன் அருகில் வந்து பேதையைப் போல் சொன்னாள். ''வித்யா! என் பயம் என்னவென்று உனக்குப் புரியாது. நீ அந்த சுவாமிநாதய்யரின் மகளைப் பெண் பார்த்துவிட்டு வந்ததாக ரத்னா சொன்னது முதல்

என் மனம் ஒரு நிலையில் இல்லை. பெண் பார்க்கப் போனதில் உன் தவறு எதுவும் இல்லைதான். நம் விஷயத்தை நீ உங்க அம்மா அப்பாவிடம் சொல்லாதவரையில் அவர்களிடமிருந்து உனக்கு இதுபோன்ற தொந்தரவு வந்து கொண்டேதான் இருக்கும். இதற்கெல்லாம் காரணம் நீதான். உங்க அம்மா அப்பா மீது எந்தத் தவறும் இல்லை. என்னைப் பற்றி நீ வீட்டில் சொல்லவில்லை. வேலை கிடைத்த பிறகு சொல்வதாகத் தள்ளிப் போட்டுக்கொண்டிருந்தால் இந்த மாதிரி சிக்கல்கள் வரத்தான் செய்யும். அதனால் இன்றைக்கே என்னைப் பற்றிச் சொல்லிவிடு.''

''அப்படியே ஆகட்டும் இந்தூ''

''பிராமிஸ்?''

நீட்டிய இந்திராவின் கரத்தில் அவன் தன் கையை வைத்தான். சட்டென்று இந்திரா அவன் தோளில் முகம் புதைத்துக் கொண்டு விம்மும் குரலில் சொன்னாள். ''நேற்றிரவு முதல் எனக்குப் பொட்டுத் தூக்கமில்லை. அதனால்தான் உடம்பு சரியில்லை. உடனே வான்னு ரத்னா மூலமாய் செய்தி சொல்லியனுப்பினேன்.''

''நானே வருவதாக இருந்தேன்.'' இந்திராவுக்குத் துன்பம் ஏற்படுவதற்குக் காரணமாக இருந்துவிட்டோமே என்று உள்ளூர வருந்தினான்.

''நாம் எங்கேயாவது கொஞ்ச நேரம் தனிமையில் உட்காரு வோம்'' என்றாள்.

''கிளம்பு'' என்றான் அவன்.

இருவரும் சேர்ந்து பூங்காவிற்கு வந்தார்கள். அன்று வீட்டிற்குப் போனதுமே வித்யாபதி தன் பெற்றோரிடம் திருமண விஷயத்தைச் சொல்வதாக முடிவு செய்யப்பட்டது.

யோசனை வெள்ளத்தில் மூழ்கித் திணறிக் கொண்டிருந்த வித்யாபதி வீட்டுக்கு எப்படி வந்து சேர்ந்தான் என்று அவனுக்கே நினைவு இல்லை. வெறுமே சாத்தியிருந்த கதவைத் தள்ளிக்கொண்டு உள்ளே நுழைந்தான். தம்பி தங்கைகள் சாப்பிடத் தயாராக உட்கார்ந்திருந்தார்கள்.

வித்யாபதியைக் கண்டதும் மங்கா ''அம்மா! அண்ணா வந்தாச்சு'' என்று பெரிதாகக் குரல் கொடுத்தாள். ''அண்ணா வந்தாச்சு. அண்ணா வந்தாச்சு'' என்று மற்ற குழந்தைகளும் ஓடோடி வந்து சூழ்ந்து கொண்டார்கள்.

SILKS

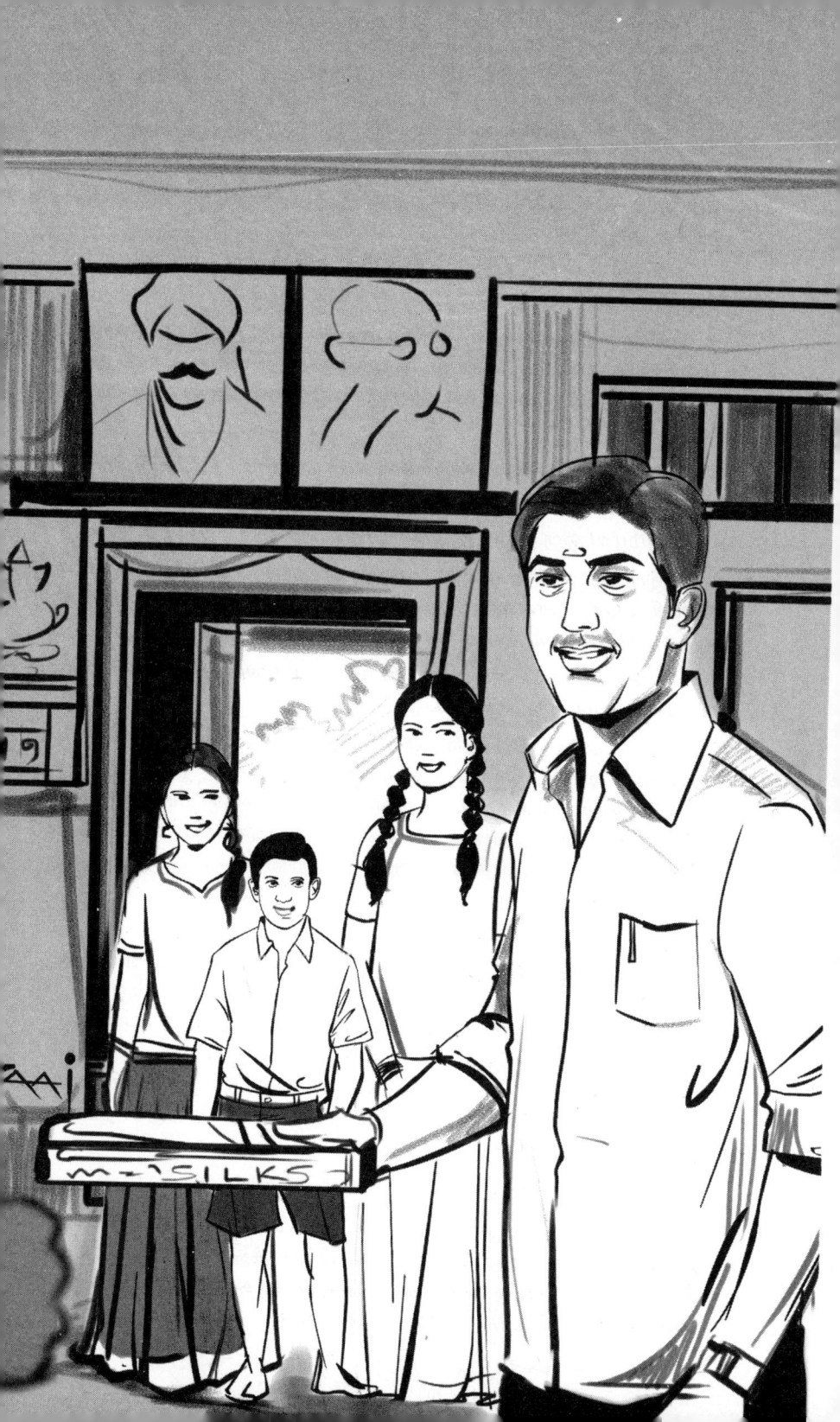

''எங்கேடா போயிருந்தாய்?'' கால்களை அலம்பிக்கொண்டு புழக்கடையிலிருந்து சாப்பிடுவதற்காக வந்து கொண்டிருந்த தந்தை கேட்டார்.

தாய் வெளியே வந்து அவனைக் கண்குளிரப் பார்த்துவிட்டு உள்ளே போய்விட்டாள்.

எல்லோரையும் பார்த்தான் அவன். எல்லோரின் முகமும் மலர்ந்திருந்தன. தந்தையும் சுமுகமாகத் தென்பட்டார். தான் சொல்லப் போகும் விஷயத்திற்கு சூழ்நிலை அனுகூலமாகவே இருக்கிறது.

தாய் சமையலறையிலிருந்து அவன் அருகில் வந்தாள். அவன் ஸ்வீட் பாக்கெட்டை உயர்த்திக் காட்டினான்.

''அம்மா! ஒரு நல்ல செய்தி'' என்றான்.

''இருடா. உன்னை விட முன்னால் நான் உனக்கு ஒரு நல்ல செய்தியைச் சொல்லப் போகிறேன்.'' உள்ளங்கையில் கொண்டு வந்த சர்க்கரையை அவன் வாயில் திணித்தாள் தாய்.

''என்ன செய்தி அம்மா?'' இனிப்பை சுவைத்துக் கொண்டே சந்தோஷமாக விசாரித்தான்.

''நீ எங்கே போயிருந்தாய்? உனக்காக மதியத்திலிருந்து அப்பா தேடிக் கொண்டிருந்தார். காலையில் நீ சாப்பிட்டு விட்டு அந்தப் பக்கமாய் போனதுமே சுவாமிநாதய்யர் நம் வீட்டுக்கு வந்தார். அவருடைய மகள் சீதாமகாலக்ஷ்மியுடன் உன் திருமணம் நிச்சயமாகிவிட்டது. வெற்றிலைப் பாக்கு மாற்றிக் கொண்டாகிவிட்டது.''

தாய் உள்ளே சென்று பெரிய பாக்கெட்டை எடுத்துக் கொண்டு வந்தாள். ''இதோ பார். நமக்குத் துணிமணி வைத்துக் கொடுத்திருக்கிறார்கள். எவ்வளவு விலை உயர்ந்தவை என்று பார்.'' மகனின் முகவாயைப் பிடித்துக் கொண்டு ஆட்டினாள். ''எனக்குத் தெரியும்டா நீ அதிர்ஷ்டசாலி என்று. நீ சிறுவனாக இருக்கும் போதே ஜோசியர் ஒருவர் சொன்னார். அடுத்த திங்கட்கிழமை விடியற்காலை நாலுமணிக்கு முகூர்த்தம் வைத்திருக்கிறர்கள். ரொம்ப நல்ல முகூர்த்தமாம்.''

வித்யாபதியின் முகம் வெளிறிப் போய்விட்டது.

''அவர்களுடன் சம்பந்தம் வைத்துக்கொள்ளப் போகிறோம் என்று செய்தி தெரிந்தது முதல் அக்கம் பக்கத்தில் பொறாமையால் வெந்து கொண்டிருக்கிறார்கள். அதற்காகத்தான் காதும் காதும் வைத்தாற்போல் யாருக்கும் தெரியாமல் தாம்பூலம் மாற்றிக்

கொண்டு விட்டோம்.'' தாய் உடைகளை கொண்டு போய் உள்ளே வைத்துக் கொண்டே சொன்னாள்.

"இனி ஊர் சுற்றுவதைக் குறைத்துக் கொண்டு வீட்டிலேயே இரு. ரொம்ப நாள் இல்லை. ஏகப்பட்ட வேலை இருக்கு. நான் ஒண்டியாய் எவ்வளவு செய்ய முடியும்?'' தந்தை தாயின் பக்கம் பார்த்துவிட்டு ''சாப்பாடு போடு. சீக்கிரம் போகணும் நான்'' என்றார்.

தாய் உணவு பரிமாற உள்ளே போனாள்.

வித்யாபதி சிலையாய் நின்று விட்டான். அவன் கையைப் பிடித்து இழுத்த தம்பி தங்கைகள் அவனைச் சுற்றிலும் குதித்துக் கும்மாளமிடத் தொடங்கினார்கள். ''அண்ணாவுக்குக் கல்யாணம்.''

"அண்ணா! இனிமேல் உன் பெயர் என்ன தெரியுமா? சீதாபதி.'' தம்பி தங்கைகள் கைகொட்டி ஆர்ப்பாட்டம் செய்து கொண்டிருந்தார்கள்.

அவர்களின் சிரிப்பும் கைத்தட்டல்களும் அவன் செவிகளைத் துளைத்தெடுப்பது போலிருந்தது.

காலடியில் நிலம் நழுவிக் கொண்டிருப்பது போல் வித்யாபதி கலவரத்துடன், குழப்பத்துடன் அப்படியே நின்றுவிட்டான்.

# 2

இந்திரா கட்டிலில் அமர்ந்திருந்தாள். ஒரு வாரத்திற்கு முன்னால் இந்திராவைப் பார்த்தவர்கள் இப்பொழுது மறுபடியும் பார்க்க நேர்ந்தால் அவள்தான் என்று நம்பவே மாட்டார்கள். கன்னங்கள் ஒட்டிப் போய், கண்கள் குழிவிழுந்து கிடந்தன. கனவுகள் காணும் அந்தக் கண்கள் இப்பொழுது அவற்றைத் தொலைத்துவிட்டாற்போல் ஒளியற்று இருந்தன. அம்முகத்தில் தற்பெருமையாய் மற்றவர்கள் நினைக்கும் சுய நம்பிக்கை இப்பொழுது முழுவதுமாகக் காணாமல் போயிருந்தது. தன்மீதே தனக்கு நம்பிக்கை இல்லாத மனுஷியைப் போல் அவள் தீனமாய்த் தென்பட்டாள்.

இந்திரா உட்கார்ந்திருந்த கட்டில் அருகில் வந்தாள் ரத்னா. கையில் ஹார்லிக்ஸ் டம்ளர் இருந்தது. ''காலை முதல் எதுவும் சாப்பிடவில்லை. கொஞ்சம் ஹார்லிக்ஸாவது குடி இந்து'' என்றாள் வேண்டுவது போல். இந்திரா விருப்பம் இல்லாதது போல் ரத்னாவின் கையைத் தள்ளிவிட்டாள். ரத்னா இந்த மறுப்பைக் கண்டு ஏமாற்றமடையவில்லை. மேலும் பிடிவாதமாக எப்படியாவது இந்திராவை ஹார்லிக்ஸ் குடிக்க வைக்கவேண்டும் என்று தீர்மானித்துக் கொண்டவள் போல் கட்டில்மீது உட்கார்ந்தாள்.

''இந்து! உன் போக்கே எனக்குப் புரியவில்லை'' என்றாள்.

''என்னையே என்னால் புரிந்துகொள்ள முடியவில்லை. உன்னால் எப்படிப் புரிந்துகொள்ள முடியும்?'' பற்றற்ற குரலில் வந்தது பதில்.

''இதற்கெல்லாம் காரணம் நீயேதானே? நீயே வரவழைத்துக் கொண்டுவிட்டு இப்பொழுது உட்கார்ந்து வருந்துவானேன்? வித்யாபதி எங்கேயாவது போய்த் திருமணம் செய்துகொள்வோம்

என்று உன்னை எவ்வளவுதூரம் கெஞ்சினான்? நீதான் வரமாட்டேன் என்று சொல்லிவிட்டாய். அப்பொழுதே உன்னை நன்றாக யோசித்துக்கொள்ளச் சொன்னேன். நன்றாக யோசித்துத்தான் சொல்கிறேன் என்றாய்.''

''நான் எடுத்த முடிவிற்கு ஒன்றும் நான் வருத்தப்படவில்லை ரத்னா.''

''பின்னே எதற்காக இப்படி வருத்தப்படுகிறாய்?''

''கடவுள் ஏன் இப்படிச் செய்தார் என்றுதான்.''

''இதோ பார். இந்த இடத்தில்தான் எனக்கு ஆத்திரம் பற்றிக் கொண்டு வருகிறது. நீயே முடிவு செய்துவிட்டு நடுவில் கடவுளை ஏன் பழிக்கிறாய்?''

''இந்த மாதிரியான சூழ்நிலையை ஏன் அவர் உருவாக் கணும்?''

''உன் கெட்டிக்காரத்தனத்தைச் சோதிப்பதற்காக இருக்கும். வித்யாபதி உன்னிடம் சொல்லாமல் தன்னுடைய பெற்றோர்கள் பார்த்த பெண்ணைக் கல்யாணம் செய்து கொண்டு இருந்தால் அப்பொழுது இந்த மாதிரி பேசுவது நியாயம். அன்றைக்கு அவன் முகத்தைப் பார்த்தால் எனக்கே ரொம்பப் பாவமாய் இருந்தது. எவ்வளவு வேதனையுடன் வந்தான்? எங்கேயாவது போகலாம் வா இந்து என்று எவ்வளவு கெஞ்சினான்?''

''வித்யாபதி தாயை, தந்தையை சம்மதிக்க வைத்துவிட்டு என்னை அந்த வீட்டுக்கு மருமகளாய் அழைத்துக்கொண்டு போவான் என்று நினைத்தேனே ஒழிய இந்த மாதிரி திருட்டுத்தனமாய் ஓடிப்போய் திருமணம் செய்துகொள்வோம் வா என்று கூப்பிடுவான்னு நினைக்கவில்லை.'' இந்திரா கட்டிலை விட்டு எழுந்துகொண்டாள். அவளைப் பார்த்தால் ஒரு நிமிடம் கூட உட்கார முடியாதவள் போல் நிற்க முடியாதவள் போல் சொல்லொண்ணாத துயரத்தில் துன்பத்தில் ஆழ்ந்திருப்பவள் போல் தென்பட்டாள். பக்கத்தில் இருந்த தையல் மிஷனின் சக்கரத்தைக் கையால் சுழற்றிக் கொண்டே சொன்னாள்.

''ரத்னா! உனக்குத் தெரியாது. வித்யாபதிக்கு தன்னுடைய தாய் என்றால் உயிர். தன்னுடைய தாயைச் சந்தோஷமாக வைத்துக்கொள்ளக் கூடிய பெண்தான் தனக்கு வேண்டும் என்று எப்பொழுதும் சொல்லிக் கொண்டே இருப்பான். அவன் மனதை நான் முழுவதுமாக அறிவேன். இப்பொழுது

ஆவேசத்தில் என்னை மணந்துகொண்டாலும் பிற்காலத்தில் கட்டாயம் வருந்துவான். நான் மருமகளாய் வருவதையே விரும்பாத அவன் தாயை என்னால் எப்படித் திருப்திப் படுத்த முடியும்?''

''அந்தப் பிரச்னை எல்லாம் அவன் பார்த்துக் கொள்வான் இல்லையா?''

''எனக்காக அவன் தன் குடும்பத்தைத் துறப்பதில் எனக்கு விருப்பம் இல்லை ரத்னா. நான் எடுத்த முடிவு சரியானதுதான் என்று நினைக்கிறேன்.''

ரத்னா தோள்களைக் குலுக்கிக்கொண்டாள். ''நீ இதைத் தியாகம் என்று நினைக்கிறாய் போலிருக்கு.''

இந்திரா அருவருப்பு அடைந்தவள் போல் பார்த்தாள். ''தியாகமா? ச்சீ ச்சீ.. நடைமுறைக்கு ஏற்றாற்போல் யோசித்துப் பார்த்தேன். அவனை நான் கல்யாணம் பண்ணிக் கொண்டால் வாழ்க்கை சந்தோஷமாக நிம்மதியாகக் கழியணும். அதில் எந்த அபசுருதியும் ஏற்பட்டு விடக்கூடாது. என்னைக் கல்யாணம் செய்து கொண்டதால் எதையோ இழந்து விட்டாற்போலவோ, தன் குடும்பத்தாரைப் பிரிய வேண்டியதாகி விட்டாற்போலவோ அவன் ஒரு நிமிடமாவது வருத்தப்பட்டால்...'' இந்திரா ஒரு நிமிடம் நிறுத்தினாள். ''அந்த மாதிரி திருமணம் நடப்பதை விட நடக்காமல் இருப்பதே நல்லது.''

ரத்னா இந்திராவைக் கூர்ந்து நோக்கினாள். ''இந்து! வித்யாபதி ரொம்ப சரியாகத்தான் சொன்னான். நீ ரொம்பப் பிடிவாதக்காரி. நீ பிடித்த முயலுக்கு மூன்றுகால்கள் என்று சாதிக்கிறாய்.''

''அப்படிப் பிடிவாதக்காரியாக இல்லாவிட்டால் இந்த உலகத்தில் வாழ்வது ரொம்பக் கஷ்டம் ரத்னா.''

அப்பொழுது பிலுபிலுவென்று இரு சிறுமிகளும், ஒரு சிறுவனும் உள்ளே வந்தார்கள். அவர்கள் வித்யாபதியின் தம்பி மற்றும் தங்கைகள். அவர்களைப் பார்த்ததும் ரத்னா ''வாங்க வாங்க'' என்று வரவேற்றாள். அவர்களைப் பார்த்ததும் இந்திராவின் முகம் ஒரு நிமிடம் மலர்ந்தாலும், பையனில் கையிலிருந்த அழைப்பிதழ்களைக் கண்டதும் கருத்த மேகங்கள் சூழ்ந்து கொண்டது போல் கறுத்துவிட்டது.

போய்க் கட்டில் மீது அமர்ந்துகொண்டாள். ''ரத்னா அக்கா! எங்க அண்ணாவுக்குக் கல்யாணம். பத்திரிகையை உங்களுக்குக் கொடுத்துவிட்டு வரச்சொன்னான்'' என்றான் சிறுவன் அழைப்

பிதழ்களில் ரத்னாவின் பெயரைத் தேடிக்கொண்டே. குழந்தைகள் புத்தாடை அணிந்துகொண்டு சந்தோஷமாக இருந்தார்கள். அவர்களில் பெரியப் பெண் சுமித்ரா இந்திராவைப் பார்த்ததும் உற்சாகத்துடன் "அட இந்திராக்கா! நீங்க இங்கேதான் இருக்கீங்களா? அப்படி என்றால் உங்க வீட்டுக்குப் போக வேண்டிய வேலை மிச்சம்" என்றாள்.

ரத்னா காபி கலந்து எடுத்து வருவதாகச் சொல்லி அவர்களை உட்காரச் சொன்னாள். டிகாஷனுக்காக தண்ணீர் வைத்துவிட்டு வந்தவள் அவர்களிடம் பேச்சுக் கொடுத்தாள்.

"உங்களுக்கு வரப் போகிற அண்ணியைப் பார்த்திருக்கீங்களா?"

"ஓ!"

"எப்படி இருக்கிறாள்?"

"அழகாக இருக்கிறாள். சிவப்பாய், கொஞ்சம் குள்ளமாய், கொஞ்சம் பருமனாய்."

"பருமன் இல்லை ஒல்லிதான்" என்றாள் சுமித்ரா.

"இல்லை. பருமன்தான்."

"எங்க அண்ணியிடம் எவ்வளவு நகைகள் இருக்கு தெரியுமா? கழுத்து, காது, கை எல்லாமே மேட்சிங் செட்தான்."

"உங்க அண்ணாவுக்கு வரதட்சணை தருகிறார்களா?"

"அதைப் பற்றித் தெரியாது. அண்ணாவுக்கு அவர்கள் வைர மோதிரம், ஃபாரின் வாட்ச் எல்லாம் தருகிறார்கள். உடைகள் எல்லாம் விலை உயர்ந்தவை. நீங்க பார்த்து கூட இருக்க மாட்டீங்க. எங்க அம்மாவுக்கு, எங்களுக்கு எல்லாம் காஞ்சீபுரம் பட்டுதான்."

தையல் மிஷன் சக்கரத்தின் மீது கையைப் பதித்துக்கொண்டு பதுமையைப் போல் நின்றிருந்த இந்திரா அவர்கள் முகத்தில் தென்பட்டுக் கொண்டிருந்த உற்சாகத்தைக் கண்ணிமைக்காமல் பார்த்துக் கொண்டிருந்தாள். அவர்கள் எவ்வளவு சந்தோஷமாக இருக்கிறார்கள்!

சுமித்ரா எழுந்து வந்து இந்திராவிடம் பத்திரிகையைக் கொடுத்தாள். "நீங்க கட்டாயம் அண்ணாவின் கல்யாணத்திற்கு வந்து விடுங்கள்." பெரியமனுஷியைப் போல் சொன்னாள்.

இந்திராவுக்குத் தொண்டையில் ஏதோ அடைத்துக் கொள்வது போல் இருந்தது. பேச முடியாதவள் போல் தலையை அசைத்தாள்.

"போய் வருகிறோம். இன்னும் நிறையப் பேர் வீட்டுக்குப் போகணும்" என்று சொல்லிவிட்டுப் போய்விட்டார்கள்.

ரத்னா காபி டம்ளர்களை எடுத்துக்கொண்டு உள்ளே போனாள். இந்திரா ஜன்னல் வழியாய் வெளியே பார்த்துக் கொண்டிருந்தாள். வெளியே காய்கறி வண்டி நின்றிருந்தது. ஒருவன் கையில் பையுடன் காய்கறிக்காரனிடம் பேரம் பேசிக் கொண்டிருந்தான். "உன்னால் வாங்க முடியாது சாமி. போய் வா" என்று வண்டிக்காரன் சலித்துக் கொண்டான். அதற்குள் கார் ஒன்று அங்கே வந்து நின்றது. வண்டிக்காரன் ரொம்பப் பணிவுடன் வண்டியைக் கார் அருகில் தள்ளிக் கொண்டு சென்றான். வேண்டிய காய்கறியை எடைபோட்டு பையில் போட்டுக் கொடுத்தான். காரில் இருந்த பெண்மணி ரூபாயை எடுத்துக் கொடுத்தாள். வண்டிக்காரன் பாக்கிச் சில்லரையைத் திருப்பிக் கொடுத்ததும் கணக்குக் கூடப் பார்க்காமல் பர்ஸில் போட்டுக் கொண்டாள். தன்மீது அந்த அம்மாள் வைத்திருந்த நம்பிக்கைக்கு வண்டிக்காரன் மிகவும் சந்தோஷப்பட்டான். கார் கிளம்பிவிட்டது. பையைப் பிடித்துக் கொண்டிருந்த ஒல்லி ஆசாமி திரும்பவும் வந்தான். "தக்காளி எட்டணாவுக்குக் கொடுக்கக் கூடாதா?" வேண்டுவதுபோல் கேட்டான். வண்டிக்காரன் அவனைப் புழுவைப் பார்ப்பதுபோல் பார்த்தவன் பதில் கூடச் சொல்லாமல் வண்டியைத் தள்ளிக் கொண்டு போய்விட்டான். இந்திரா அந்த ஒல்லி ஆசாமியின் முகத்தில் தெரிந்த தக்காளி வாங்க வேண்டும் என்ற அவனது விருப்பத்தையும், அதை வாங்க முடியாமல் போன இயலாமையையும் எரிச்சலுடன் பார்த்துக் கொண்டிருந்தாள். அவளுக்கு அவன்மீது கோபம்தான் வந்தது. தக்காளி வாங்கும் அளவுக்கு பணம் இல்லாத போது பேசாமல் அவன் அங்கிருந்து போயிருக்கவேண்டும். வண்டிக்காரனிடம் பிச்சைக்காரனைப்போல் கெஞ்சுவானேன்? விலையைக் குறைக்க மாட்டானா என்ற எதிர்பார்ப்பு அந்த ஆளுக்கு. அந்த மாதிரியான எதிர்பார்ப்பவர்களைக் கண்டாலே இந்திராவுக்கு அருவெறுப்பு.

இந்திராவின் பார்வை அழைப்பிதழின் மீது நிலைத்தது. அதைப் பார்த்ததும் அன்று வித்யாபதி வந்து எங்கேயாவது போய் விடலாம் வா என்று அழைத்த சம்பவம் நினைவுக்கு வந்தது.

இன்னும் வித்யாபதி எதிரே நிற்பது போலவே இருந்தது இந்திராவுக்கு.

''இந்து! வாதாடாதே. நாம் எங்கேயாவது போய் கல்யாணம் செய்துகொள்வோம்.''

''உங்க அம்மா? அவளுக்கு என்ன பதில் சொல்லப் போகிறாய்?''

''முதலில் கொஞ்சநாள் பேசாமல் இருந்தாலும், பின்னால் அம்மாவே புரிந்துகொள்வாள்.''

''உன் பெற்றோர்களை உன்னால் சம்மதிக்க வைக்க முடியவில்லையா?''

''இந்து! நான் எவ்வளவோ எடுத்துச் சொன்னேன். அவர்கள் கேட்டுக் கொள்ளவே இல்லை. அந்த சீதா மகாலக்ஷ்மியைத்தான் கல்யாணம் செய்துகொள்ளணும் என்று ரகளை செய்கிறார்கள். அவர்களுக்குத் தெரிந்தால் இந்தக் கல்யாணத்தை நடக்க விடமாட்டார்கள்.''

இந்திரா யோசனையில் ஆழ்ந்தாள்.

''இன்னும் என்ன யோசனை?''

''உன்னைப் பற்றித்தான் யோசிக்கிறேன்.''

''என்னதான் யோசிக்கிறாய்?''

''அம்மா என்றால் உனக்கு எவ்வளவு உயிர் என்று எனக்குத் தெரியும். உங்க அம்மாவை சந்தோஷமாக வைத்துக்கொள்ளும் நபர் மனைவியாக வரவேண்டும் என்ற உன் கனவும் எனக்குத் தெரியும்.

அந்தக் கனவை நினைவாக்கணும் என்று நினைத்திருந்தேன். அதை அழிக்க முற்படுவாய் என்று நினைக்கவில்லை.''

அவன் ஆவேசத்துடன் இந்திராவின் கைகளைப் பற்றிக் கொண்டான். ''இந்து! ப்ளீஸ்! எது நல்லது எது கெட்டது என்று எனக்கு ஒன்றுமே புரியவில்லை.

உன்னை இழந்து விடுவேன் என்ற பயம்தான் என்னைப் பைத்தியம் போல் ஆட்டுவிக்கிறது.''

''எனக்கு யோசிக்க அவகாசம் கொடு.''

''இப்போ யோசிப்பதற்கு சமயம் இல்லை.''

''நம் இருவரின் வாழ்க்கை சம்பந்தப்பட்ட மிக முக்கியமான விஷயம் இது. யோசிக்காமல் எப்படி?''

இருவரும் மறுநாள் சந்திப்பதாகப் பேசிக் கொண்டார்கள். அடுத்தநாள் இந்திரா எடுத்த முடிவைக் கேட்டு வித்யாபதி நிலை குலைந்துபோனான்.

''என்ன? நான் அந்த சீதா மகாலக்ஷ்மியைத்தான் கல்யாணம் பண்ணிகொள்ளணுமா? இதுதானா நீ எடுத்த முடிவு? உனக்கு மூளை கலங்கிவிட்டதா?'' ஆவேசத்துடன் கேட்டான்.

''மூளை இருந்துதான் பேசுகிறேன். இதோ பார். நான் வேலைக்குப் போகிறேன். வீடு வாங்கப் போகிறேன். என் வாழ்க்கை ஓரளவுக்கு செட்டில் ஆகிவிட்டது. நான் கல்யாணம் என்று பண்ணிக்கொண்டால் அதன் மூலம் நான் சுகப்படணுமே ஒழிய பிரச்னைகளிலும், சிக்கல்களிலும் மாட்டிக்கொள்ளக் கூடாது. நீ சொன்னது போல் நாம் இப்பொழுதே கிளம்பி ஏதாவது கோவிலில் யாருக்கும் தெரியாமல் கல்யாணம் செய்து கொண்டு விடலாம்தான்.

ஆனால் அதற்குப் பிறகு? உங்க அம்மா என்னை ஒரு திருடியைப் போல் அருவெறுப்புடன் கேவலமாகப் பார்த்தால் என்னால் எப்படிச் சகித்துக்கொள்ள முடியும்? கல்யாணம் என்று ஒன்று நடந்தால் எல்லோரின் சம்மதத்தின் பெயரில்தான் நடக்க வேண்டும். உங்கள் குடும்பம் முழுவதும் என்னுடைய குடும்பமாகணும். உங்கள் வீட்டில் எல்லோரும் என்னை நேசிக்கணும்.''

''இந்து! என்னைப் பற்றி நீ யோசிக்கவே இல்லை.''

''நான் உன்னைப் பற்றித்தான் யோசிக்கிறேன். இத்தனை நாட்களாய் உன்னைப் பார்த்து வருகிறேன். உன் பெற்றோருடன், தம்பி தங்கைகளுடன் உனக்கு இருக்கும் பாசப்பிணைப்பு நான் அறியாததா? அவர்களிடமிருந்து உன்னைப் பிரிப்பது என்றால் பந்தலிலிருந்து ஒரு கொடியைக் கத்தரித்தாற் போல்தான். போகப் போக நீ எனக்கு அண்மையில் இருந்தாலும் உன் மனம் மட்டும் அவர்களிடம்தான் இருக்கும்.''

''இன்னும் ஒரு முறை நன்றாக யோசித்துப் பார்.''

''நன்றாக யோசித்துப் பார்த்துதான் இந்த முடிவுக்கு வந்திருக்கிறேன்.''

''நீ என் பேச்சைத் தட்டமாட்டாய் என்று நினைத்தேன்.''

''இப்போதைய உன் ஆவேசத்தைவிட நம் எதிர்காலம் ரொம்ப முக்கியம்.''

''நீ இத்தனை பிடிவாதக்காரி என்று நான் கனவிலும் நினைக்கவில்லை. ஆகட்டும். இனி என்னைக் குற்றம் சொல்லாதே. இந்த முடிவு எடுத்தது நீதான்.'' இந்திராவைச் சம்மதிக்க

வைக்க முடியாமல் வித்யாபதி கோபத்துடன் அங்கிருந்து போய் விட்டான்.

''என்ன இந்திரா? அப்படியே நின்று விட்டாய்?'' ரத்னா வந்து விசாரித்தாள்.

''ஒன்றுமில்லை.''

இந்திரா கண்களைத் துடைத்துக் கொண்டாள்.

# 3

சுவாமிநாதய்யரின் மகள் சீதா மகாலக்ஷ்மியுடன் வித்யாபதியின் விவாகம் ஆடம்பரமாக நடந்தேறி விட்டது. சுவாமிநாதய்யரிடம் பணம் நிறைய இருந்தது. அத்துடன் செல்வாக்கும் இருக்கிறது. அவர் எது செய்தாலும் ஆடம்பரமாகத்தான் செய்வார். அவ்வளவு பணம் இருப்பவர் தம் மகளுக்கு எந்த ஃபாரின் ரிடர்ன்ட் வரனையோ பார்க்காமல் வித்யாபதியைப் போன்ற சாதாரணமான நபரை மாப்பிள்ளையாகத் தேர்வு செய்தது எல்லோரையும் வியப்புக்கு உள்ளாக்கியது. அதற்கு அவர் ஒரே பதில்தான் சொன்னார். ''நம்மைவிட பெரிய இடத்தில் வரன் பார்த்தால் அவர்களுக்கு நாம் அடிமையாக இருக்கணும். நம்மைவிடத் தாழ்ந்த நிலையில் இருப்பவர்களாக இருந்தால் நாம் சொன்ன பேச்சைக் கேட்பார்கள். நம் கண்ணசைவில் நடப்பார்கள். அதிலும் எங்க சீதா இருக்கிறாளே. ரொம்பப்

பிடிவாதக்காரி. அந்தப் பையன் கொஞ்சம் சாது. இதை எல்லாம் யோசித்துத்தான் நான் இந்த வரனை முடிவு செய்தேன்'' என்றார். அவர் எந்த வேலையைச் செய்தாலும் யோசித்துத்தான் செய்வார் என்று எல்லோருக்கும் தெரியும்.

திருமணம் விடியற்காலையில் என்பதால் ரொம்ப நெருங்கி யவர்களைத் தவிர வெளியாட்கள் வரவில்லை. மாலையில் ரிஷப்ஷனுக்கு நிறையப்பேர் வந்தார்கள். வித்யாபதியின் நண்பர்கள் எல்லோரும் மாலையில்தான் வந்தார்கள். மாநிறத்தில் உயரமாக இருந்த வித்யாபதியின் அருகில் சிவப்பாய, குள்ளமாய் பட்டுப்புடவையில், சர்வாலங்கார பூஷிதையாக சீதா பதுமையாய்க் காட்சி தந்தாள்.

சீதாவுக்கு சிறுவயது முதல் நகைகள் என்றாலும், பூக்கள் என்றாலும் ரொம்பவும் பிடிக்கும். தந்தையும் மகளின் விருப்பத்தை உடனுக்குடன் தீர்த்துவைப்பார். வித்யாபதியைப் பார்க்கும் போது தந்தை தந்த எல்லா அணிகலனையும்விட இந்த ஆபரணம் ரொம்ப நன்றாக இருப்பது போல் தோன்றியது. சிறுவயது முதல் தனக்குச் சொந்தமான எந்தப் பொருளாக இருந்தாலும் சரி ரொம்ப ஜாக்கிரதையாகக் காபந்து பண்ணுவது அவள் பழக்கம். உடைந்து போன பொம்மையாக இருந்தாலும் சரி அது பத்திரமாக ஒரு மூலையில் இருக்க வேண்டியதுதான். ஒற்றைக் குழந்தை என்பதால் பெரியவர்களிடம் பயபக்தி அதிகம். ரொம்பச் செல்லமாக வளர்ந்ததால் தான் நினைத்தது முடிய வேண்டும் என்ற பிடிவாதமும் அதிகம் உள்ளவள். கடவுளிடம் பயமும் பக்தியும் உண்டு. ஆசார விவகாரங்களிடம் நம்பிக்கை. சிநேகிதிகள் என்றாலும், உறவினர்கள் என்றாலும் சந்தேகம். தாயின் போதனையால் சிறுவயது முதல் சீதாவுக்கு இந்த உலகத்தில் எல்லோரும் தம்மைப் பார்த்து பொறாமைப் படுகிறார்கள் என்றும், தம்மிடம் உள்ள பணத்தை அபகரிப்பதற்காகத் திட்டங்களைத் தீட்டிக் கொண்டிருப்பார்கள் என்றும், அவர்களிடமிருந்து தம்மைப் பாதுகாத்துக் கொள்ள வேண்டும் என்ற அபிப்பிராயம் அவள் உடம்பில் ரத்தத்தோடு கலந்துவிட்டிருந்தது.

வித்யாபதியின் பக்கத்தில் புது மணப்பெண்ணாக நின்றிருந் தாளே ஒழிய சீதாவின் பார்வை தொலைவில் விருந்தாளிகளுக்குப் பரிமாறிக் கொண்டிருந்த வேலைக்காரர்களைக் கண்காணித்துக் கொண்டிருந்தன. இந்தக் காலத்தில் வேலைக்காரர்களை நம்பவே கூடாது. வேலைக்காரர்கள் செய்யும் தவறுகளைக் கண்காணித்துத்

தந்தையிடம் சொல்லிச் சம்பளத்தில் பிடித்துக்கொள்ளச் செய்வது அவள் வழக்கம்.

பெரும்பாலானவர்கள் வந்துவிட்டுப் போய்விட்டார்கள். ரத்னா வந்தாள். பரிசைத் தந்துகொண்டே "இந்திரா வருவதாகச் சொன்னாள். வந்துவிட்டுப் போய் விட்டாளா?" என்று கேட்டாள்.

வித்யாபதியின் முகம் சிவந்தது. "வரவில்லை" என்றான்.

"இந்திரா யார்?" என்றாள் சீதா. கொஞ்ச நேரமாய்ப் பார்த்துக் கொண்டுதான் இருந்தாள். வித்யாபதிக்கு நண்பர்களின் கூட்டம் அதிகமாகத்தான் இருப்பது போல் தோன்றியது. நிறையப் பேர் வந்தார்கள். அவர்களில் இரண்டு மூன்றுபேர் "இந்திரா வரவில்லையா?" என்று கேட்டார்கள்.

"உங்களவருக்குத் தெரியும்" என்றாள் ரத்னா குறும்பாக.

வித்யாபதிக்கு முள்ளின் மேல் நிற்பதுபோல் இருந்தது. எப்பொழுதுதான் இந்தச் சடங்கு முடியும் என்று நேரத்தைக் கணக்கிட்டுக் கொண்டு எரிச்சலை வலுக்கட்டாயமாகச் சகித்துக் கொண்டிருப்பது போல் நின்றிருந்தான்.

எப்படியோ அவன் பொறுமையை முழுவதுமாகச் சோதித்த பிறகு அந்த விழா முடிந்துவிட்டது.

வந்தவர்கள் எல்லோரும் போய்விட்டார்கள். நாற்காலிகளை அப்புறப்படுத்திக் கொண்டிருந்தார்கள்.

வித்யாபதியும் சீதாவும் உள்ளே வந்தார்கள். அதற்குள் சீதாவின் தாய் வந்தாள். "சீதா! கொஞ்சம் இப்படி வாயேன். சித்தி ஊருக்குக் கிளம்புகிறாளாம்" என்று அழைத்தாள். சீதா அந்த அறையைவிட்டு வெளியேறினாள்.

வித்யாபதி நாற்காலியில் களைத்துப் போனவாய்ச் சரிந்து உட்கார்ந்தான். அவனுக்குக் கழுத்திலிருந்த மாலையைப் பிய்த்து உதறிப் போட்டுவிட்டு இந்த விலை உயர்ந்த ஆடை களைக் களைத்துவிட்டு வழக்கமாகத் தான் போட்டுக்கொள்ளும் உடையுடன் கண்காணாத இடத்திற்குப் போய்த் தனியாய் உட்கார்ந்து அழ வேண்டும் போலிருந்தது.

"அய்யா! உங்களைப் பார்க்க யாரோ வந்திருக்காங்க." வேலைக்காரன் வந்து சொன்னான். கெஸ்ட் யாராவது வந்திருப்

பார்கள் போலும். அவன் முகத்தில் வலுக்கட்டாயமாகச் சிரிப்பை ஒட்ட வைத்துக்கொண்டு எழுந்து நின்றுகொண்டான்.

அறைக்குள் இந்திரா வந்தாள்.

அவன் சட்டென்று நிமிர்ந்து நின்றான்.

நீலவண்ண ஷிபான் புடைவையில் ஜரிகை வேலைப்பாடு செய்யப்பட்டிருந்தது. அந்தப் புடவையில் இந்திரா தந்தச் சிலையாய்க் காட்சியளித்தாள். கையில் வண்ணக் காகிதத்தால் சுற்றப்பட்டிருந்த பரிசுப்பொருளை வைத்திருந்தாள்.

அறையில் வித்யாபதி தனியாய் இருந்ததையும், தன்னைப் பார்த்ததும் அவன் விரைப்பாக மாறியதையும் கவனித்த இந்திராவுக்கு என்னவோ போல் இருந்தது.

வித்யாபதி இந்திராவையே பார்த்துக் கொண்டிருந்தான்.

இந்திராவும் அவனையே பார்த்துக் கொண்டிருந்தாள்.

''ஏன் அங்கேயே நின்று விட்டாய்? உள்ளே வா.'' தெளிவற்ற குரலில் சொன்னான்.

இந்திரா உள்ளே வந்தாள்.

அவன் இந்திராவுக்கு எதிரே வந்து நின்றான். பிறகு ஏளனமும், வெறுப்பும் நிறைந்த குரலில் சொன்னான். ''பார்.. என்னை நன்றாகப் பார்! இப்போ உனக்குச் சந்தோஷமாக இருக்கா?''

இந்திராவின் கண்களில் கிர்ரென்று நீர் சுழன்றது. எத்தனையோ சிரமப்பட்டுத் திரட்டியிருந்த அவளது தைரியமானது திடீரென்று காணாமல் போய்விட்டது. கையிலிருந்த பரிசுப்பொருளை அங்கிருந்த நாற்காலியில் வைத்துவிட்டுச் சட்டென்று திரும்பி வெளியேறப்போனாள். வித்யாபதி கையைப் பிடித்து அவளைத் தடுத்து நிறுத்திவிட்டான்.

அப்படியே அவளை அறையின் வாசலுக்கு திரைச்சீலைக்கு அருகில் இழுத்துச் சென்றான்.

''இந்து! ஏன் இப்படிச் செய்தாய்? உன் பேச்சை நான் ஏன்தான் கேட்டேன்? உன் மேல் கோபித்துக் கொண்டு நான் ஏன் இந்தப் பைத்தியக்காரத்தனத்தைப் பண்ணினேன்? எனக்கு ரொம்பப் பயமாக இருக்கிறது. எங்கேயாவது ஓடிப் போய் விடலாம் போலிருக்கிறது.''

''விடு என்னை. என்ன இது? யாராவது வருவார்கள்.'' இந்திரா கையை விடுவித்துக் கொள்ள முயன்றாள்.

சீதா பூமாலையை சரி செய்துகொண்டே வேகமாக அவ்வறைக்குள் வந்தாள். சித்தியிடம் பேசிக் கொண்டிருந்த சீதாவிடம் வேலைக்காரன் வந்தான். யாரோ விருந்தாளி வந்திருப்பதாகவும், அந்த விருந்தாளியைத் தான் வித்யாபதியின் அறைக்கு அனுப்பியிருப்பதாகவும் சொன்னான்.

அறைக்குள் அடியெடுத்து வைத்த சீதாவுக்கு அங்கே கணவனோ, வந்திருக்கும் விருந்தாளியோ கண்ணில் படவில்லை. பேச்சுக் குரல் மட்டும் கேட்டுக் கொண்டிருந்தது. ''விடு என்னை. என்ன இது? யாராவது வருவார்கள்'' என்று ஒரு பெண்ணின் குரல் கேட்டது.

சீதா புருவங்களைச் சுருக்கி அந்தக் குரல் எங்கிருந்து வருகிறது என்பது போல் அறை முழுவதும் பார்வையால் தேடினாள். வலது பக்கம் இருக்கும் அறையின் கதவுகள் லேசாகச் சார்த்தியிருந்தன. அதில் தொங்கிக் கொண்டிருந்த திரைச்சீலையின் கீழே திரைச்சீலையைத் தாண்டி நீலவண்ண ஷிபான் புடவை ஜரிகை வேலைபாடுடன் தெரிந்தது. வித்யாபதியின் பேண்டும், கால்களும் தென்பட்டன. அந்தப் பாதங்களும் புடவையின் கொசுவங்களுக்கு ரொம்ப நெருக்கமாக இருந்தன.

''இந்து! ஐ லவ் யூ. என்னால் இந்த வேதனையைத் தாங்க முடியவில்லை. நாம் எங்கேயாவது ஓடிப் போகலாம் வா. இப்பொழுதாவது என் பேச்சைக் கேள். அந்த சீதாவின் காற்றுப் பட்டாலே எனக்குக் கம்பளிப்பூச்சி ஊர்வது போல் இருக்கு. போய்விடலாம் வா.''

''உனக்கு மூளை கலங்கிவிட்டதா? என்ன பேச்சு இது? யாராவது வந்து விடப் போகிறார்கள். விடு என்னை.''

''விடமாட்டேன். யாராவது வந்தால் அவர்களிடம் சொல்லி விடுகிறேன். இந்தப் பெண்ணைத்தான் நான் காதலித்தேன். நாங்கள் இருவரும் திருமணம் செய்து கொள்வதாக இருந்தோம். எங்க அம்மா அப்பா என் உயிரை எடுத்து இந்த சீதா என்ற சனிக்கிரகத்திற்கு என்னை மணம் முடித்து வைத்து விட்டார்கள் என்று சொல்வேன்.''

''வித்யா! உனக்குக் கோடி புண்யம். என்னை விட்டுவிடு. அப்புறமாகப் பேசிக்கொள்வோம்.''

''பிராமிஸ்?''

''பிராமிஸ்தான். என்னை விடு.''

சீதா விருட்டென்று பின்னால் திரும்பி தன் அறைக்கு ஓடி வந்துவிட்டாள். அவள் முகம் பேயறைந்தாற் போலிருந்தது. முகம் சிவந்து உதடுகள் துடித்துக் கொண்டிருந்தன. வெள்ளம் பெருக்கெடுத்தது போல் அழுகை பொங்கிக் கொண்டு வந்தது.

சீதா தலையிலிருந்த பூக்களைப் பிய்த்து எறிந்தாள். கழுத்தி லிருந்த பூமாலையை, நகைகளைக் கழற்றிக் கட்டிலில் விட்டெறிந்தாள்.

நேரம் போகப் போகச் சீதாவுக்கு அழுகை வந்துவிட்டது. அவளால் தடுக்க முடியவில்லை. கட்டிலில் குப்புற விழுந்து பெரிய குரலெடுத்து அழத் தொடங்கினாள்.

# 4

சீதாவின் தாய் சுந்தரி பழக்கூடை, தேங்காய் முதலியவற்றை அந்த அறையில் வைப்பதற்காக உள்ளே வந்தாள். அறைக்குள் காலடி எடுத்து வைத்தவள் கட்டிலில் குப்புறப் படுத்து அழுது கொண்டிருந்த மகளைக் கண்டதும் திகைத்துப் போனாள். கையிலிருந்தவற்றைப் பக்கத்தில் இருந்த கூடையில் போட்டுவிட்டு கலவரத்துடன் அருகில் வந்து மகளின் தோளில் தட்டி ''என்னம்மா? என்ன நடந்தது?'' என்று கேட்டாள்.

சீதா தாயின் கையை உதறித் தள்ளிவிட்டு இன்னும் பெரிதாக அழத் தொடங்கினாள். அந்த அம்மாள் மகளை அருகில் இழுத்துக் கொள்ள முயன்றாள். ஆனால் சாத்தியப்படவில்லை.

''என்னதான் நடந்தது சொல்லு? இதென்ன அலங்கோலம்? இந்தப் பூக்களை எல்லாம் ஏன் பிய்த்து எறிந்தாய்? நகைகளையும்

விட்டெறிந்திருக்கிறாய்? உன்னை யாராவது ஏதாவது சொன்னார்களா?''

சீதா தாயின் கையை உதறித் தள்ளிவிடு, ''நீங்க எல்லோரும் சேர்ந்து என் கழுத்தை அறுத்துட்டீங்க. என் வாழ்க்கையை நாசமாக்கிட்டீங்க. ஒரு ஏமாற்றுப் பேர்வழிக்கு என்னைக் கல்யாணம் செய்து கொடுத்திட்டீங்க.''

சுந்தரிக்கு மகளின் வார்த்தைகள் எதுவும் புரியவில்லை. ''உன் போக்கே எனக்குப் புரியவில்லை. சரியாகச் சொல்லித் தொலையேன்.''

சீதா எழுந்து உட்கார்ந்துகொண்டாள். இடையிடையே விசும்பிக் கொண்டே நடந்ததை எல்லாம் எடுத்துச் சொன்னாள்.

''உண்மைதானா?'' சுந்தரி மூக்கின் மீது விரலை வைத்துக் கொண்டாள்.

''உண்மைதான் அம்மா. என்னைப் பார்த்தால் கம்பளிப்பூச்சி ஊர்வது போல் இருக்கிறதாம். நான் சீதா என்ற சனிக்கிரகமாம்.'' சொல்லச் சொல்லச் சீதாவுக்கு மேலும் அழுகை பொங்கிக் கொண்டு வந்தது.

மகளின் முகத்தைப் பார்த்த சுந்தரிக்கு வயிற்றைப் பிசைந்தெடுத்தது. அவள் இந்த வரனை வேண்டாம் என்று மறுத்துக் கொண்டுதான் இருந்தாள். ஆனால் சுவாமிநாதய்யர் கேட்டுக் கொள்ளவேயில்லை. சண்டையாக இருந்தாலும் சரி, திருமணம் செய்து கொடுப்பதாக இருந்தாலும் சரி சம அந்தஸ்தில் இருக்க வேண்டும் என்று சொன்னால் காதில் போட்டுக் கொள்ளவில்லை. அந்தக் குசேலர் குடும்பத்தில் போய்ப் பெண்ணைக் கொடுத்தால் எல்லோருமாகப் படையெடுத்து வந்து நம் வீட்டைக் கொள்ளையடித்து விடுவார்கள் என்று சொன்னால் ''உனக்கொன்றும் தெரியாது. நீ வாயை மூடிக் கொண்டிரு'' என்று அவள் வாயை அடைத்துவிட்டார்.

சீதா தாயின் அருகில் நெருங்கி வந்து மார்பில் தலையைப் புதைத்துக் கொண்டாள். ''அம்மா! என்னைக் கம்பளிப்பூச்சி என்று சொல்பவர் எனக்கு வேண்டியதில்லை. அப்பாவிடம் இப்பொழுதே சொல்லிவிடு. அந்தக் கணவன் எனக்கு வேண்டியதில்லை.''

சுந்தரி மகளைக் கட்டிக் கொண்டாள். ''உன் கையில் மருதாணி கூட இன்னும் அழியவில்லை. இந்த மாதிரி அபசகுனமாகப் பேசாதேம்மா. உனக்குப் போய் இவ்வளவு கஷ்டம் வருவானேன்?

என் கண்ணே! உன்னை நன்றாக வைத்துக்கொள்ளும் பையன் கிடைத்தானே என்று சந்தோஷப்பட்டோம்.''

''இதெல்லாம் என்னுடைய துரதிர்ஷ்டம் அம்மா'' என்றாள் சீதா.

''இல்லையம்மா. என் தலையெழுத்துதான் இது. மணப்பெண் கோலத்தில் இருக்கும் போதே என் மகளின் முகத்தில் இத்தனை வேதனையைப் பார்க்க வேண்டியிருக்கிறது.''

இருவரும் ஒருவரைக் கட்டிக் கொண்டு அழுது கொண்டிருந் தார்கள்.

அதற்குள் சுவாமிநாதய்யர் அந்த அறைக்குள் நுழைந்தார். ''இதோபார். உன்னைத்தான்..'' என்று குரல் கொடுத்துக் கொண்டே வந்தவர், தாயும் மகளும் ஒருவரையொருவர் கட்டிக் கொண்டு அழுவதைப் பார்த்துப் பதறிவிட்டார்.

''என்ன? என்ன நடந்தது?'' என்று உள்ளே வந்தார்.

அவரைப் பார்த்ததும் சீதாவும் சுந்தரியும் கட்டிலை விட்டு இறங்கினார்கள்.

சுவாமிநாதய்யர் ஒரு நிமிடம் அங்கே கீழே கிடந்த பூமாலையை, கட்டில் மீது தாறுமாறாகக் கிடந்த நகைகளை விநோதமாகப் பார்த்தார்.

''சீதா! என்ன விஷயம்? என்ன நடந்தது?'' என்று கேட்டார்.

சீதா புடவைத் தலைப்பால் முகத்தை மூடிக் கொண்டு மேலும் பலமாக அழத் தொடங்கினாள்.

''என்னடீ? சீதாவுக்கு என்ன நேர்ந்தது?'' அவர் பதற்றத்துடன் மனைவியிடம் விசாரித்தார்.

அவள் மூக்கைச் சிந்திப் போட்டுவிட்டு மௌனமாக இருந்தாளே தவிர பதில் சொல்லவில்லை.

அவருடைய பதற்றம் அதிகரித்துவிட்டது. பதற்றம் கூடிய போதெல்லாம் அவருக்குக் கோபம் பொத்துக்கொண்டு வரும். இப்பொழுதும் அதுதான் நிகழ்ந்தது. கண்களை உருட்டி மனைவியைப் பார்த்துக் கொண்டே ''எனக்குக் கோபம் தலைக் கேறிவிட்டால் நாலு அறை கொடுப்பேன்.

என்ன நடந்தது என்று சொல்லிவிட்டு அழுங்கள்'' என்றார்.

சுந்தரி மகள் சொன்னதையெல்லாம் ஒன்று விடாமல் கணவரி டம் ஒப்புவித்தாள்.

அதைக் கேட்டதும் சுவாமிநாதய்யரின் முகம் ஒரு நிமிடம் வெளிறிப் பொய்விட்டது. பந்தயத்தில் தோற்றுப் போனவன் போல் முகம் களையை இழந்தது. சாதாரணமாக என்றைக்குமே அவருடையகணிப்புத்தவறியதில்லை. வித்யாபதியைப்பார்த்ததும் நல்ல பையன் என்று தோன்றியது. இன்று அவருடைய கணிப்புத் தவறிவிட்டது. அவரால் அதைத் தாங்கிக் கொள்ள முடியவில்லை. எந்த விஷயத்திலும் சட்டென்று நிலைகுலைந்து போகும் ஆசாமி இல்லை அவர். தன் மனதில் ஏற்பட்ட வேதனையை, ஏமாற்றத்தை வெளியில் தெரியாமல் சமாளித்தார்.

''இந்தச் சின்ன விஷயத்திற்குதான் பிலாக்கணம் பாடிக் கொண்டு உட்கார்ந்து இருந்தீங்களா? அவள்தான் சின்னவள். ஒன்றும் தெரியாது. இத்தனை வருடங்கள் என்னுடன் குடித்தனம் செய்திருக்கிறாய். அந்த அளவுக்குக் கூட உனக்கு இங்கித ஞானம் இல்லையா? ஒரு பக்கம் வீடு கொள்ளாமல் உறவுக்காரர்கள் இருக்கிறார்கள். மாப்பிள்ளை வீட்டாரை வழியனுப்பி வைக்க வேண்டும். நேரமாகிவிட்டது. அவளுக்குத் தைரியம் சொல்ல வேண்டியது போய் நீயும் சேர்ந்து உட்கார்ந்து கொண்டு அழுகிறாயா? உனக்குப் புத்தியில்லை. நல்ல வேளை. என்னைத் தவிர இந்த அறைக்குள் வேறு யாரும் வரவில்லை. கிளம்பு'' என்று அவர் மனைவியின் மேல் எரிந்து விழுந்தார்.

''வழியனுப்பி வைப்பதா? நான் செத்தாலும் போக மாட்டேன்'' என்றாள் சீதா.

சீதாவின் பிடிவாதம் அவருக்குத் தெரியாதது இல்லை. ஒரு வார்த்தை சொன்னால் அதையே பிடித்துக் கொண்டு சாதிப்பாள். அதட்டினால் மேலும் வீம்பு பிடிப்பாள். அதனால் அவர் இப்பொழுது நயமாகச் சொன்னார். ''பாரும்மா சீதா. நீ சொன்ன இந்த விஷயத்தைக் காதாரக் கேட்டும் என்னால் நம்ப முடியவில்லை.''

''நம்பத் தேவையில்லை அப்பா. அதனால் பரவாயில்லை'' என்றாள் முகத்தைத் திருப்பிக் கொண்டு.

''அது இல்லை அம்மா. உண்மையில் நீ சொன்னதைக் கேட்டு என் வயிறு பற்றிக்கொண்டுதான் எரிகிறது. நான் உனக்கு நல்ல பையனாகப் பார்த்துத் தேர்ந்தெடுக்க எவ்வளவு கஷ்டப்பட்டிருக்கிறேன்? நான் பார்க்காத வரன் உண்டா? இந்த மாதிரி ஏன் நடந்ததோ எனக்குப் புரியவில்லை. நடக்கக் கூடாதது தான் நடந்துவிட்டது''

''என்னை ... என்னைக் கம்பளிப்பூச்சி என்று சொன்னான்.'' சீதா அழுதுகொண்டே சொன்னாள்.

''என்ன வார்த்தை சொல்லிவிட்டான்? இதுவே வேறு யாராவது சொல்லியிருந்தால் அவன் நாக்கை இழுத்து வைத்து அறுத்திருப்பேன்.''

''நீங்க போய் இதையெல்லாம் சொல்லிவிட்டு நாலு வார்த்தை கேட்டுவிட்டு அவர்களை நம் வீட்டை விட்டுப் போகச் சொல்லுங்கள் அப்பா.''

அவர் அடிவாங்கினாற்போல் பார்த்தார். எப்படியோ சமாளித்துக் கொண்டு சொன்னார். ''பாரும்மா. அப்படிச் சொல்லி விடலாம்தான். அதற்கு ஒரு நிமிடம்கூட ஆகாது. ஆனால் யாருக்கு நஷ்டம் சொல்லு? எல்லோரும் சிரிப்பார்கள். பார்த்துப் பார்த்து நல்ல வரனா பண்ணி வைத்தான் பார் மகளுக்கு என்று ஏளனம் செய்வார்கள். நம்மைப் பற்றிக் கதைக் கதையாகப் பேசத் தொடங்குவார்கள். நாம் செல்வாக்கு இருப்பவர்கள். நமக்குக் குடும்பக் கௌரவம் பெரிசு இல்லையா? உண்டா இல்லையா சொல்லு.''

சீதா ஆமாம் என்பது போல் பார்த்தாள்.

''பெரிய இடத்து மக்கள் தவறு செய்யக்கூடாது. அப்படியே செய்து விட்டாலும் காதும் காதும் வைத்தாற்போல் சரி செய்து கொண்டு விடவேண்டும். அதை விட்டுவிட்டு அதை நடுத்தெருவுக்குக் கொண்டு வரக்கூடாது.''

''இப்போ என்னை என்ன செய்யச் சொல்றீங்க? நான் மாமியார் வீட்டுக்கு அவனுடன் போக மாட்டேன்.''

''நானும் உன்னைப் போகச் சொல்ல மாட்டேன். மாப்பிள்ளை வீட்டாரை வழியனுப்பும் விழா மட்டும் முடியட்டும். உறவினர்கள் எல்லோரும் புறப்பட்டுப் போன பிறகு நாம் அதைப் பற்றி முடிவு செய்யலாம். நமக்குள் ஏதாவது ரகளை நடந்தால் அந்த ரகளை நமக்குள் மட்டுமே இருக்க வேண்டும். வேலைக்காரர்களுக்குக் கூடத் தெரியக்கூடாது.''

சீதா யோசித்துப் பார்த்தாள். கடைசியில் சரியென்று தலையை அசைத்தாள். தந்தை சொன்னது உண்மைதான். குடும்ப கௌரவம் முக்கியம். அதற்கு இழுக்கு வரக்கூடாது. அந்த விஷயம் சீதாவுக்கு நன்றாகத் தெரியும். வீசி எறிந்த நகைகளை ஒவ்வொன்றாக எடுத்து அணிந்துகொண்டாள்.

உறவினர்கள் யாரும் இல்லாத நேரமாகப் பார்த்து சுவாமிநாதய்யர் வித்யாபதியின் தந்தையிடம் இந்த விஷயத்தைச் சொன்ன போது அவர் திகைத்து நின்றுவிட்டார். மகனின் நடவடிக்கை அவருக்குத் தலைகுனிவாக இருந்தது.

"இந்த இந்திரா யார்? அந்தப் பெண்ணுக்கும் உங்க மகனுக்கு எவ்வளவு நாளாக சிநேகம்?" என்று கேட்டார்.

வித்யாபதியின் தந்தை சட்டென்று சுவாமிநாதய்யரின் கரங்களைப் பற்றிக் கொண்டார். "சம்பந்தி! எனக்கு ஒன்றுமே தெரியாது. இந்திரா என்ற பெண் இவன் கூடப் படித்தவள். வங்கியில் வேலை பார்க்கிறாள். ஓரிருமுறை நம் வீட்டிற்கு வந்திருக்கிறாள். ஆனால் இருவருக்கும் இடையில் பழக்கம் எவ்வளவு தூரம் இருந்தது என்று எனக்கு ஒன்றுமே தெரியாது."

அவர் முகத்தில் தென்பட்ட வேதனையில் பாதி நடிப்பாக இருக்குமோ என்ற சந்தேகம் வந்தது சுவாமிநாதய்யருக்கு. தலையை அசைத்துக் கொண்டே சொன்னார். "சரி விடுங்க. இதில் உங்களுடைய தவறு எதுவும் கிடையாது. நீங்கள் எங்களை ஏமாற்றவும் இல்லை. பிழை எங்களுடையதுதான். பிழை என்று தெரிந்துவிட்ட பிறகு சரி செய்து கொள்ளணும் இல்லையா? அந்தப் பொறுப்பை நானே ஏற்றுக்கொள்கிறேன். அவனை அந்த இந்திராவின் பிடியிலிருந்து நானே தப்பிக்க வைக்கிறேன். ஆனால் நீங்க மட்டும் என்னுடன் முழுமையாக ஒத்துழைக்க வேண்டும்" என்றான்.

"ஐயோ.. கட்டாயம். அவன் விஷயத்தில் நீங்க என்ன செய்யச் சொன்னாலும் செய்கிறேன்."

"மாப்பிள்ளை வீட்டாரை வழியனுப்பும் சடங்கு பெயருக்கு நடக்கும். பையனைத் தற்போதைக்கு இங்கே வைத்துக் கொள்கிறோம். கொஞ்ச நாள் என் கண்பார்வையில் இருந்தால் இந்த விவகாரத்திற்கு ஒரு முடிவு தானாகவே வரும்."

"சரி சரி" என்று தலையை அசைத்தார்.

"உங்க மகனிடம் ஒரு மாதத்திற்கு இங்கே இருக்கணும் என்று சொல்லிவிடுங்கள். எப்படிச் சொல்லி சம்மதிக்க வைப்பீங்களோ அது உங்கள் இஷ்டம்."

வித்யாபதியின் தந்தை தொண்டைக்குழியில் ஏதோ அடைத்துக் கொண்டாற்போல் பார்த்தார். "சரி அப்படியே ஆகட்டும்" என்றார்.

அப்படிச் சொல்லும் போது அவர் குரலில் சற்று முன் இருந்த உற்சாகம் இருக்கவில்லை.

"என்னது? நீங்கள் எல்லோரும் போய்...நான் மட்டும் இங்கே இருக்கணுமா? என்னதான் சொல்றீங்க?" வித்யாபதி எரிச்சலுடன் சொன்னான்.

"நான் எதற்காகச் சொல்கிறேன் என்று புரிந்துகொள். இத்தனை செல்வத்திற்கிடையில் பிறந்து வளர்ந்த பெண் நம் வீட்டிற்கு வந்து எந்த சுகத்தை அனுபவிக்கப் போகிறாள்? ஏதோ ஒரு மாதம் ..."

வித்யாபதி நடுவிலேயே சள்ளென்று எரிந்து விழுந்தான். "நீங்க இந்த மாதிரி சும்மாச் சும்மா நம்பளை இல்லாதவர்கள், ஏழைகள் என்றெல்லாம் சொல்வது எனக்குப் பிடிக்கவே இல்லை. நாம் ஏழையா, பணக்காரர்களா என்று இந்தத் திருமணத்தை முடிவு செய்வதற்கு முன்னால் அவருக்குத் தெரியாதாமா?"

"அது இல்லைடா. அவர்களுக்கு ஆண்குழந்தை இல்லை. மாப்பிள்ளையாய் நீ வந்ததும் வீட்டிற்கு ஆண் பிள்ளை வந்துவிட்டாற்போல் சந்தோஷப்பட்டுக் கொண்டிருக்கிறார்கள். அவர்களுடைய ஆசையை நாம் ஏன் பாழாக்கணும்? உன்னைப் பார்க்க யாராவது வந்து கொண்டே இருப்பார்கள். அவர்கள் எல்லாம் நம் வீட்டுக்கு வந்தால் உட்கார்ந்து கொள்வதற்கு நாற்காலிகள் கூட இல்லை. அது மட்டுமே இல்லை. அவர் உனக்கு வியாபார விஷயங்களை எல்லாம் கற்றுத் தருவாராம்."

வித்யாபதி வெறுப்புடன் முகத்தைத் திருப்பிக் கொண்டான். "எனக்கு வங்கியில் வேலை கிடைக்கப் போகிறது. அதில் சேர்ந்து கொள்கிறேன்."

இனியும் பயனில்லை என்று தாய் இடை புகுந்தாள். "வித்யா! அப்பா சொன்னபடி கேளுப்பா. அவர்களுடைய ஆசையை நாம் கெடுக்கக் கூடாது. நாங்க கிளம்பிப் போகிறோம். நீ இரு."

"அது இல்லை அம்மா. புது மனிதர்களுக்கு இடையில் எனக்கு என்னவோ போல் இருக்கும்."

"அவர்கள் எப்படிப் புது மனிதர்கள் ஆவார்கள்? அவர்கள் கூட இனிமேல் எங்களைப் போல் உன் மனிதர்கள்தான்."

"நீ என்ன வேண்டுமானாலும் சொல்லு. நானும் உங்களுடன் வந்து விடுகிறேன்."

"என் கண்ணில்லையா? நீ ஏதாவது எதிர்ப்பு தெரிவித்தாய் என்றால் உங்க மாமனாருக்குக் கோபம் வரும். அது எங்களுக்கு

ரொம்ப வருத்தமாக இருக்கும். நான் உன்னை எவ்வளவோ நன்றாக வளர்த்திருப்பதாகப் பெருமைப்பட்டுக் கொண்டிருக்கிறேன்.'' சொல்லும் போதே அந்தம்மாளின் கண்களில் ஈரம் கசிந்தது.

அதற்குமேல் வித்யாபதியால் பேச முடியவில்லை.

"அம்மா! பஸ் ரெடியாகிவிட்டது. எல்லோரும் ஏறியாச்சு'' என்றபடி குழந்தைகள் வந்தார்கள்.

வித்யாபதியின் தாய் மகனைப் பார்த்தாள். ''போயிட்டு வரட்டுமா?''

வேறு வழியில்லாதவன் போல் தலையை அசைத்தான். ''நானும் நடுநடுவில் வந்து போகிறேன்'' என்றான்.

"ஆகட்டும்'' என்றாள்.

தாய், தந்தை கிளம்பிப் போகும் போது புகுந்த வீட்டில் தனியாக விடப்பட்ட மணப்பெண்ணைப் போல் பார்த்துக் கொண்டிருந்தான் அவன். பெற்றோர்கள், உறவினர்கள், அவன் தம்பி, தங்கைகள் ஏறிக் கொண்டதும் பஸ் புறப்பட்டுவிட்டது.

"வாப்பா... உள்ளே வா. உள்ளே போவோம்'' என்று மருமகனை அழைத்தார் சுவாமிநாதய்யர்.

அவருடன் உள்ளே நுழையும் போது மாடியிலிருந்து கீழே இறங்கி வந்து கொண்டிருந்த சீதா தென்பட்டாள். ஒரு நிமிஷம் கணவன் மனைவி இருவரின் கண்களும் சந்தித்துக் கொண்டன. இருவரின் கண்களிலும் நாணமோ, ஆர்வமோ, புது மணத் தம்பதிகளுக்கு இடையே சகஜமாக இருக்க வேண்டிய ஈர்ப்போ கடுகளவும் தென்படவில்லை. வித்யாபதி சட்டென்று முகத்தைத் திருப்பிக் கொண்டான். அதைக் கவனித்ததும் சீதாவின் கண்கள் அடியுண்ட பெண்புலியைப் போல் சீற்றம் கொண்டன.

# 5

சுவாமிநாதய்யர் வித்யாபதியை அழைத்துச் சென்று ஓர் அறையைக் காண்பித்தார். ''இதோ பாருப்பா. இது உன்னுடைய தனி அறை. இந்த அறைக்குள் நீயாகக் கூப்பிட்டால் தவிர யாரும் வர மட்டார்கள், நாங்கள் உள்பட'' என்று சொன்னவர் ''ரங்கா!''என்று குரல் கொடுத்தார். அந்தக் குரல் கேட்டதும் அடுத்த வினாடி ''அய்யா!'' என்று பதினான்கு வயது மதிக்கத்தக்க பையன் ஒருவன் வாசலில் வந்து நின்றான். ''இதோ இவன் உனக்காக ஏற்பாடு செய்யப்பட்ட வேலைக்காரன். உனக்கு எது வேண்டும் என்றாலும் இந்த காலிங் பெல்லை அழுத்து. இவன் வந்ததும் சொன்னாய் என்றால் உடனுக்குடன் உனக்கு வேண்டியதைச் செய்து கொடுப்பான். அதோ புத்தகங்கள். உனக்கு இன்னும் ஏதாவது வேண்டும் என்றால் எழுதிக்கொடு. வரவழைத்துத் தருகிறேன். ரேடியோ இங்கே இருக்கிறது.'' ரேடியோவைக் கொண்டு காண்பித்தார். ''இதில் டேப்ரிகார்டர் கூட இருக்கு. வேண்டுமானால் ரிகார்ட் செய்து கொள்ளலாம். இது வெளிநாட்டிலிருந்து வரவழைக்கப்பட்டது. இதோ ஃபோம் பெட். உனக்கு வசதியாக இல்லையென்றால் சொல்லு. இலவம்பஞ்சு மெத்தைக்கு ஏற்பாடு செய்கிறேன். நீ இந்த வீட்டுக்குச் செல்ல மருமகன். எதற்கும் கஷ்டப்படக் கூடாது. நாங்கள் எல்லோரும் உனக்கு வேலைக்காரர்கள்.''

இதுவரையிலும் பொறுமையாக கேட்டுக் கொண்டிருந்த வித்யாபதி ''ச்ச... ச்ச.. என்ன பேச்சு இது?'' என்றான்.

''சும்மா ஒரு பேச்சுக்குச் சொன்னேன். உன்னை அவ்வளவு அபூர்வமாகப் பார்த்துக் கொள்ளணும் என்பது எங்கள் தவிப்பு. அவ்வளவுதான்.'' அதற்குள் ஹாலில் ஃபோன் ஒலித்தது. போகப் போனவர் நின்றார். ''இதோ பார். என் மகள் இருக்கிறாளே.

அவள் என்றால் எனக்கு உயிர். அவள் பிறந்த பிறகுதான் வாழ்க்கையில் எனக்கு எல்லாம் சேர்ந்து வந்தது. அவளுடைய சந்தோஷத்திற்காக நான் எதை வேண்டுமானாலும் செய்வேன். எந்தக் காரணத்திற்காகவாவது அவள் கண்ணீர் விட்டாள் என்றால் எனக்குக் கோபம் பொத்துக் கொண்டு வரும். என்னால் தாங்கிக் கொள்ள முடியாது. அந்த ஆவேசத்தில் நல்லது பொல்லாதது கூடப் பார்க்க மாட்டேன். வருகிறேன்'' என்று சொல்லிவிட்டு போய்விட்டார்.

வித்யாபதி அறைக்கு நடுவில் ஒரு நிமிடம் செயலற்று நின்றுவிட்டான். அவன் கண்கள் யதேச்சையாக அவ்வறையை நோட்டமிட்டன. அறையில் சோபா செட்டும், மெத்தென்ற படுக்கையும், தரைவிரிப்பும் இருந்தன. அலமாரி முழுவதும் புத்தகங்கள் நிறைந்திருந்தன. ரேடியோ இருந்தது. கூர்ந்து பார்த்தால் அந்த அறையில் இருக்கும் நபர் தனிமையைக் கண்டு பயப்பட வேண்டியதில்லை. நன்றாகப் பொழுது போகும்.

இவ்வளவு பணம், வசதிகள் இதையெல்லாம் பார்க்கும் போது வித்யாபதிக்கு மூச்சு முட்டுவது போல் இருந்தது. இந்த அறை, இந்தச் சூழ்நிலை ... பெரிய கூண்டு போல் தோன்றியது. அவன் ஜன்னல் அருகில் சென்று கர்ட்டனை விலக்கிப் பார்த்தான். எதிரே மாடி வீடு ஒன்று இருந்தது. அதில் இருந்த போர்ஷன்கள் ரயில் பெட்டிகளை உயரவாக்கில் நிற்க வைத்தது போல் இருந்தன. எதிரே தென்பட்ட போர்ஷனில் கணவன் மனைவி நெருக்கமாக இருந்த காட்சி தென்பட்டது. வித்யாபதி கர்ட்டனை மூடிவிட்டு வந்துவிட்டான்.

வந்து சோபாவில் அமர்ந்துகொண்டான். தலையைப் பின்னால் சாய்த்து அப்படியே கண்களை மூடிக்கொண்டான். அவனுக்கு இந்திராவின் நினைவு வந்தது. தன்னைத் திருமணம் செய்துகொள்ளச் சொல்லி அவள் கேட்டது, தனக்கு வேலை கிடைப்பதற்காக இந்திரா பட்ட பாடு, தான் பெண்பார்க்கப் போயிருந்ததாக தெரிந்ததும் ஆத்திரமடைந்த நிகழ்ச்சி எல்லாம் வரிசையாக நினைவுக்கு வந்தன. என்ன காரியம் செய்துவிட்டான் அவன்? இந்திராவைக் கல்யாணம் செய்து கொள்வதாக ஆசைகாட்டி இறுதியில் ஏமாற்றிவிட்டான். "நான் அவளை ஏமாற்றினேனா?'' மனச்சாட்சி வாதாட முயன்றது. வித்யாபதியின் மனதில் இருக்கும் அன்பானது மனச்சாட்சியை உருட்டி விழித்தது. "இந்திரா வேண்டாம் என்று மறுத்தாளா? அந்த வார்த்தையைச்

சொல்வதற்கு உனக்கு வெட்கமாக இல்லையா? அவள் ஏன் மறுத்தாள் தெரியுமா? உனக்காக, உன் மன அமைதிக்காக, உன் சந்தோஷத்திற்காக, உன் குடும்ப நலனுக்காக.''

இந்தக் காலத்தில் பெண்களைப் பார்த்துக் கொண்டுதானே இருக்கிறேன்? இந்திரா எவ்வளவு நல்லவள்? இவ்வளவு தன்னலமற்று யாராவது யோசிப்பார்களா? அந்த நிமிடத்தில் வித்யாபதிக்கு இந்திரா ரொம்ப அபூர்வமாகத் தோன்றினாள். ''ச்சீ.. ச்சீ.. அவ்வளவு நல்ல பெண்ணை வலுக்கட்டாயமாகவாவது கல்யாணம் செய்து கொண்டிருக்க வேண்டும்.

இல்லையா ''எனக்குத் திருமணமே வேண்டாம். உன்னுடன் திருமணம் நடக்கவில்லை என்றால் நான் இப்படியே இருந்து விடுகிறேன்'' என்று சொல்லியிருக்க வேண்டும்.

தன்னிடம் பெருந்தன்மை என்பது இல்லவே இல்லை. இந்திராவைக்கல்யாணம்செய்துகொள்ளும்தகுதிதனக்குக்கொஞ்சம் கூட இல்லை. அதுதான் கடவுள் இப்படி செய்துவிட்டார்.

இந்தவிதமான எண்ணங்கள் வந்ததும் அவன் மனம் வேதனை யால் நிரம்பிவிட்டது. தனக்கு இந்திராதான் வேண்டும். இந்தக் கல்யாணம் தன்னுடைய உடலுக்குத்தான் நடந்தது. மனதிற்கு இல்லை. அவன் உள்மனதில் போராட்டம் நடந்து கொண்டிருக்கும் போது ரங்காவின் குரல் கேட்டது. ''சின்னய்யா!''

வித்யாபதி திடுக்கிட்டு கண்களைத் திறந்தான்.

''சாப்பிட வரச்சொன்னாங்க.'' பணிவான குரலில் சொன்னான்.

''எனக்குப் பசி இல்லை என்று சொல்லு.''

ரங்கா போய்விட்டான். இரண்டு நிமிடங்கள் கழித்து உடனே திரும்பி வந்தான். ''சாப்பிட வரச் சொன்னாங்க. பசித்தமட்டும் சாப்பிடணுமாம்.''

வித்யாபதிக்கு எரிச்சல் வந்தது. ''எனக்குப் பசிக்கவே இல்லை. உடம்பும் சரியாக இல்லை என்று சொல்லு.'' அவன் குரலில் எரிச்சல் வெளிப்படையாய்த் தெரிந்தது. ரங்கா விருட்டென்று திரும்பிப் போய்விட்டான்.

ஐந்து நிமிடங்கள் கூடக் கழியவில்லை, சுவாமிநாதய்யர் நேரில் வந்துவிட்டார். அவர் முகத்தில் கவலை தெரிந்தது. ''என்னப்பா? உடம்பு சரியாக இல்லையா? தலையை வலிக்கிறதா? ஜுரமாக இருக்கிறதா? டாக்டருக்கு போன் செய்யட்டுமா?''

''அதெல்லாம் ஒன்றும் இல்லை. வெறும் களைப்புதான்.'' அவன் கலவரத்துடன் சொன்னான்.

''இருக்காதா பின்னே? மதியம் கூட நீ சரியாகச் சாப்பிட்டாற் போல் தெரியவில்லை. சீக்கிரம் குளித்துவிட்டு வா. வாய்க்குப் பிடித்ததை மட்டும் சாப்பிடு போதும்.''

''எனக்கு பசிக்கவே இல்லை.''

''என் பேச்சைக் கேளுப்பா. இன்றைக்கு முதல் முறையாக மாப்பிள்ளை என்ற முறையில் நீ எங்களுடன் சாப்பிடப் போகிறாய். முதல்நாளே இப்படிச் சொன்னால் எனக்கு அபசகுன மாகத் தோன்றும். எழுந்து சீக்கிரம் வா.''

வித்யாபதியால் மேலும் மறுக்க முடியவில்லை. உடைகளை மாற்றிக் கொண்டு உணவு மேஜை அருகில் வந்தான். அங்கே டைனிங் ஹாலில் சுவாமிநாதய்யரும், அவர் மனைவி மற்றும் சீதாவும் அவனுக்காகக் காத்திருந்தார்கள். அவர்களை அதுபோல் காக்க வைத்ததற்கு அவனுக்கு வெட்கமாக இருந்தது. வித்யாபதி மாமனாரின் பக்கத்தில் அமர்ந்துகொண்டான். எதிரே சீதாவும் சுந்தரியும் இருந்தார்கள்.

நிமிர்ந்து பார்த்தால்கூட சீதாவின் கண்களைச் சந்திக்க நேரும். அதனால் அவன் தலையை உயர்த்தவில்லை. தலையைக் குனிந்தபடியே சாப்பிட்டுக் கொண்டிருந்தான்.

சுவாமிநாதய்யர் கேட்டுக் கேட்டுப் பரிமாறிக் கொண்டிருந்தார். ''இதோபார். எங்கேயாவது கூச்சப்படலாமே ஒழிய சாப்பிடும்போது கூச்சப்படக் கூடாது. இன்னும் கொஞ்சம் காய் போட்டுக்கொள்'' என்று வலுக்கட்டாயமாகத் தட்டில் போட்டுவிட்டார்.

வித்யாபதிக்குத் தட்டில் எதுவும் மிச்சம் வைக்கும் பழக்கம் இல்லை. வேண்டியதை மட்டும் பரிமாறிக்கொண்டு சாப்பிடுவது பழக்கம். சுவாமிநாதய்யர் வற்புறுத்திப் பரிமாறிக் கொண்டிருந்தால் சாப்பிட முடியாமல் திணறிக் கொண்டிருந்தான்.

''சீதா! ரொம்ப மௌனமாக இருக்கிறாயே? ஒரு வார்த்தை கூடப் பேசாமல் சாப்பிடுகிறாயே?'' மகளைப் பார்த்துக் கொண்டே கேட்டார்.

''ஒன்றும் இல்லை அப்பா.''

''நீ மௌனமாக இருக்கிறாய் என்றால் ஏதோ ஒரு விசேஷம் இல்லாமல் போகாது.''

சீதா சாம்பாரில் இருந்த முருங்கைக்காயைப் போட்டுக் கொண்டே சொன்னாள். "இந்த முருங்கைக்காயைப் பார்த்தால் முருங்கை மரம் நினைவுக்கு வருகிறது. அதன் மீது ஊர்ந்துகொண்டிருக்கும் கம்பளிப்பூச்சியும் நினைவுக்கு வந்தது.

அது போகட்டும் அப்பா! கம்பளிப்பூச்சி என்றால் எல்லோ ருக்கும் அருவருப்பு ஏன்?''

கம்பளிப்பூச்சி பற்றிய பேச்சு வந்ததும் சுவாமிநாதய்யர் வித்யாபதியின் பக்கம் ஜாடையாகப் பார்த்தார். ஆனால் வித்யாபதிக்கு அந்த உரையாடலில் மறைந்திருக்கும் பொருள் என்னவென்று புரியவில்லை. வழக்கம் போல் சாப்பிட்டுக் கொண்டிருந்தான்.

"அருவருப்பு எதற்காகவா? அது உடலில் ஊர்ந்தால் சருமம் தடித்துப் போய்த் துன்பம் ஏற்படும். ஒரு விதமாக சொல்லப் போனால் மனிதனுக்கு அந்தப் பூச்சியைக் கண்டால் அருவருப்பு.'' அதில் என்ன நகைச்சுவை இருந்ததோ தெரியாது. அவர் விழுந்து விழுந்து சிரித்தார்.

சீதாவும் அவருடன் சேர்ந்துகொண்டாள். தந்தை மகள் இருவருக்கும் ஒத்து ஊதும் சுபாவம் கொண்ட சுந்தரியும் சிரிக்கத் தொடங்கினாள். வித்யாபதிக்குச் சிரிப்பு வரவில்லை. மேற்கொண்டு எரிச்சல்தான் வந்தது. ஆனாலும் வலுக்கட்டாயமாகச் சிரிப்பை உதிர்த்தான்.

''சாம்பார் போட்டுக்கொள்'' என்றார் அவர் மாப்பிள்ளையைப் பார்த்து.

"வேண்டாம். போதும்'' என்றான்.

''மாப்பிள்ளைக்கு சங்கோஜம் அதிகம். அவன் அப்படித்தான் சொல்வான், நீ பரிமாறு'' என்று சமையல்காரனை ஆணையிட்டார்.

சமையல்காரன் சாம்பார் கொண்டு வந்து பரிமாறப் போனான். வித்யாபதி வேண்டாம் என்று கையை நீட்டித் தடுத்தான். அவன் பரிமாறப் போனதும், இவன் கையை குறுக்கே வைத்ததும் ... இந்த ரகளையில் கரண்டியில் இருந்த சாம்பார் வித்யாபதியின் உடையில் தெறித்துவிட்டது.

''அடடா'' என்றாள் சுந்தரி.

''கழுதை! பரிமாறும் லட்சணம் இதுதானா? உனக்குக் கண் தெரியவில்லையா?'' சுவாமிநாதய்யரின் முகத்தில் இருந்த சிரிப்பு மறைந்துவிட்டது. அந்த இடத்தில் கோபம் புகுந்துகொண்டது.

வெறும் அதட்டலுடன் அது நிற்கவில்லை. சாப்பிட்டுக் கொண்டி ருந்தவர் சட்டென்று எழுந்து சமையல்காரனின் கன்னத்தில் அறைவிட்டார்.

அவர் மேலும் அடிக்கப் போன போது வித்யாபதி எழுந்து கொண்டு அவர் கைகளிலிருந்து சமையல்காரனை விடுவித்தான். சுவாமிநாதய்யர் அடித்ததில் அவன் கையிலிருந்த சாம்பார் மேலும் தளும்பி மேஜைமீது சிதறியது.

''பரிமாறும் போது உடலில் பயம் இருந்தால் இது போன்ற காரியங்கள் நடக்காது. உன் திமிரை அடக்காமல் நான் சும்மா விடமாட்டேன்.''

இடி இடிப்பது போல் அவர் கத்தினார். சமையல்காரன் எதுவும் சொல்லவில்லை. தலையைக் குனிந்துகொண்டு அங்கிருந்து போய்விட்டான்.

ரங்கா ஓடி வந்து கீழே சிந்திய சாம்பாரை துணியால் துடைக்கத் தொடங்கினான்.

''தடிமாட்டுப் பசங்க. வயிறு நிரம்ப சாப்பாடு கிடைத்ததும் கண்கள் தலைக்கேறிவிடும். வயிறு காய்ந்தால் தவிர சாதாரணமாக இருக்க மாட்டார்கள்.''

அதற்குப் பிறகு சாப்பிடும் வேலை சீக்கிரமாக முடிந்துவிட்டது. வித்யாபதியின் மனம் முழுவதும் கலங்கிவிட்டிருந்தது. சாம்பார் சிந்தியதில் சமையல்காரனின் தவறு எதுவும் இல்லை. அப்படியும் அவனைத் தண்டித்தார். அது மட்டுமே இல்லை. அந்தப் பேச்சில், செயலில் அவனிடம் எவ்வளவு தாழ்வான எண்ணம்?

அறைக்குத் திரும்பி வந்த பிறகும் வித்யாபதிக்கு அந்த நினைவுதான் திரும்பத் திரும்ப வந்து கொண்டிருந்தது.

இந்தச் சின்ன நிகழ்ச்சியில் சுவாமிநாதய்யரிடம் எவ்வளவு அகங்காரம் குடி கொண்டிருக்கிறது என்று தெளிவாகப் புரிந்தது. அவனுக்கு ஒரு பாடம் கற்றுக் கொண்டாற் போல் இருந்தது. இந்த வீட்டில் தேவையிருந்தாலும் இல்லாவிட்டாலும் சுவாமி நாதய்யரிடம் பண்பும் பணிவும் காட்டிக் கொண்டே இருக்க வேண்டும்.

தவறு தம்மீது இல்லாவிட்டாலும் இது போல் தண்டனையை அனுபவிக்க வேண்டும் போலும். அவருடைய தயவும் தாட்சிண் யமும் எப்படி மழையைப் போல் பொழியுமோ, வசவுகளும்

அம்பு மழையாய்ப் பொழியும். இந்தச் சூழ்நிலையில் தன்னால் ஒரு நிமிடம் கூட அங்கு இருக்க முடியாது என்று வித்யாபதிக்குத் தோன்றியது.

வித்யாபதி புத்தகத்தைப் புரட்டிக்கொண்டு சோபாவில் உட்கார்ந்திருந்தான். கடியாரத்தில் பத்து மணி அடித்தது. அவன் எழுந்து போய் கட்டில் மீது இருந்த தலையணையை எடுத்து வந்து சோபா மேல் வைத்தான். விளக்கை அணைத்துவிட்டு விடிவிளக்கைப் போட்டான்.

ரோஜா வண்ணத்தில் விடிவிளக்கின் வெளிச்சம் அந்த அறையின் தோற்றத்தையே மாற்றி வேறு உலகம் போல் பிரமிக்கச் செய்தது.

அவன் சோபாவில் கைகளைத் தலைக்குக் கீழே வைத்துக் கொண்டு படுத்தான். கண்களை மூடினால் போதும் இந்திரா கண்களுக்கு முன்னால் பிரத்யட்சமானாள். அவன் அறியாமல் இந்தத் திருமணம் என்ற பந்தத்தில் சிக்கிக் கொண்டு விட்டான். தன் கழுத்தில் விழுந்த இந்தச் சுருக்குக் கயிறானது இறுகுவதற்குள் அவன் கெட்டிக்காரத்தனமாய் இதிலிருந்து தப்பித்துக் கொள்ள வேண்டும்.

அதற்குள் காலடிச் சத்தம் கேட்டது. அவன் கண்களைத் திறந்து பார்த்தான். கதவைத் திறந்து யாரோ அறைக்குள் வந்தாற்போல் தெரிந்தது. ஆனால் யார் என்று தெரியவில்லை. அவன் எழுந்து உட்கார்ந்து கொண்டான்.

"யார்?"

பதில் வரவில்லை. அவன் எழுந்து விளக்கைப் போட்டான். திரைச்சீலைக்கு அருகில் சீதா நின்றிருந்தாள்.

அவன் பதற்றமடைந்தான். அந்தப் பெண்ணை உட்காரச் சொல்லணுமா அல்லது தான் அந்த அறையைவிட்டுப் போய் விடணுமா? எதுவும் புரியவில்லை. சீதாவின் பார்வையில் நட்போ, வெட்கமோ எதுவும் இருக்கவில்லை. வித்யாபதி அந்தப் பெண்ணின் பார்வையைச் சந்திக்க முடியாதவன் போல் குழப்பமாகப் பார்த்தான். அதற்குப் பிறகு ஜன்னல் அருகில் சென்று முதுகைக் காட்டியபடி நின்றுகொண்டான்.

"நான்... நான் உங்களுடன் பேசுவதற்காக வந்திருக்கிறேன்." தாழ்ந்த குரலில் சொன்னாள் சீதா. அந்தக் குரல் தெளிவாக இருந்தது. வித்யாபதி திரும்பிப் பார்க்கவில்லை. சொல் என்பது

போல் தலையை மட்டும் அசைத்தான். சீதா அங்கே இருந்த சோபாவில் வந்து உட்கார்ந்துகொண்டாள். அதையும் அவன் கவனித்தான்.

சீதா தயக்கமில்லாமல் சொல்லிவிட்டாள். ''அப்பா உங்களையும் என்னையும் நாளைக்கு பெங்களூருக்கு அனுப்புவதற்காக ஏற்பாடுகளைச் செய்து கொண்டிருக்கிறார். அந்தப் பிரயாணத்தை நாமிருவரும் சேர்ந்து செய்யப் போகிறோமா இல்லையா என்று உங்களைக் கேட்கத்தான் வந்தேன்.''

''எனக்கென்ன தெரியும்?''

''உங்களுக்குத்தான் தெரியணும். நீங்க எனக்கு சொல்லப் போகும் பதிலைப் பொறுத்துத்தான் அந்த முயற்சி பலிக்குமா இல்லையா என்று முடிவு செய்யப்படும்.''

அவன் கேட்டுக் கொண்டிருந்தான். சீதாவின் பேச்சில் இருந்த துணிச்சலை, தயக்கமின்மையை அவன் காதுகள் ஸ்பஷ்டமாக கவனித்துக் கொண்டிருந்தன. ஒரு நிமிடம் நிசப்தம் நிலவியது.

சீதாவின் குரல் அந்த நிசப்தத்தைக் கிழித்தெறியும் கத்தியைப் போல் ஒலித்தது. ''இந்திரா யார்?''

அந்தப் பெயரைக் கேட்டதும் அவன் உடல் விரைப்பாக மாறியது.

''நீங்க உண்மையை மறைக்காமல் சொன்னால் நம் இருவருக்கும் நல்லது.''

''ஒரு பெண்'' என்றான்.

''அந்தப் பெண் உங்களுக்கு என்னவாகணும்?'' சீதாவின் தோரணையைக் கண்டால் குற்றவாளியை விசாரிக்கும் வக்கீலை போல் இருந்தது.

வித்யாபதிக்கு ஆவேசம் வந்துவிட்டது. ''என்னவாகணுமா? எப்படிச் சொன்னால் உனக்குப் புரியும்? இந்திரா என்னுடைய உயிர் சிநேகிதி. நெருங்கியவள். இன்னும் சொல்லப் போனால் எனக்கு மனைவியாகி இருக்க வேண்டியவள். மயிரிழையில் அந்த வாய்ப்பை இழந்துவிட்ட அபலை.''

இந்த முறை விரைப்பாவது சீதாவின் பங்காயிற்று. ''இந்திரா உங்களுக்கு மனைவியாக ஏன் ஆகவில்லை?''

''உன்னால்தான்.''

"என்னாலா?"

"ஆமாம். என்னை உனக்குப் பிடித்திருப்பது என்னுடைய துரதிர்ஷ்டம். நீ உங்க அப்பாவின் செல்ல மகள். நீ என்னை அடையணும் என்று விருப்பப்பட்டாய். உங்க அப்பா என்னைக் கொண்டு வந்து உன் மடியில் போட்டுவிட்டார்."

சீதா சரேலென்று எழுந்துகொண்டாள். "சீ.. வெட்கமாக இல்லையா உங்களுக்கு இந்த மாதிரி பேசுவதற்கு? எங்க அப்பா உங்களைக் கொண்டு வந்து என் மடியில் போடவில்லை. உங்க அப்பாதான் எங்க பணத்தின் மீது இருந்த ஆசையில் உங்களைக் கழுத்தைப் பிடித்து அழைத்து வந்து எங்கள் தலையில் கட்டி விட்டார். இந்திராவைக் காதலித்தால் இந்த சீதா என்ற சனிக்கிரகத்தை எப்படிக் கல்யாணம் செய்து கொண்டீங்க? நீங்க ஆண்மகன்தானே? அந்த அளவுக்குக் காதலித்த பெண்ணை விட்டுவிட்டு என்னை எதற்காகக் கல்யாணம் செய்து கொள்ளணும்? உங்க அப்பாவை எதிர்த்துப் பேச முடியாத கோழை என்று சொல்லுங்கள். இல்லை இல்லை. எங்கள் பணத்தைக் கண்டு மயங்கி விட்டீங்க. உண்மையைச் சொல்லுங்கள். என்னிடம் பணம் இல்லாவிட்டால் என்னை மணந்து கொண்டிருப்பிங்களா?"

"சீதா!"

"உங்க உண்மை சொரூபம் எனக்கு நேற்றே தெரிந்துவிட்டது. உங்களுடன் குடித்தனம் பண்ண முடியாது என்று நேற்றே அப்பாவிடம் சொல்லிவிட்டேன். ஆனால் எங்க அப்பா கேட்டுக் கொள்ளவில்லை. இந்தப் பிரயாணத்தை நீங்கதான் தடுத்து நிறுத்தணும். எப்படிப் பண்ணுவீங்களோ தெரியாது. இதைச் சொல்லத்தான் வந்தேன்." வேகமாக வெளியேறப் போனவள் ஒரு நிமிடம் நின்று திரும்பிப் பார்த்து சொன்னாள். "இந்த உலகத்தில் ஆண்களிலேயே ரொம்ப அதமன் யார் தெரியுமா? தான் காதலித்த பெண்ணை மணக்க முடியாதவனும், மணந்துகொண்ட பெண்ணைக் காதலிக்க முடியாதவனும்தான். இந்த இரண்டையும் நீங்க பண்ணியிருக்கீங்க. இதற்குத் தகுந்த தண்டனையை அனுபவிக்காமல் போக மாட்டீங்க" என்று சொல்லிவிட்டுப் போய்விட்டாள்.

வித்யாபதி சிலையாய் நின்றுவிட்டான்.

# 6

வித்யாபதி தலை குனிந்தபடி படியேறி வந்து கொண்டிருந்தான்.

''அம்மா அம்மா அண்ணா வந்திருக்கிறான்.'' பெரியவள் சத்தமாகக் குரல் கொடுத்தாள்.

''எங்கே? எங்கே'' சுபத்ரா கைக்காரியத்தை விட்டுவிட்டு வந்தாள். வித்யாபதி உள்ளே வந்தான். குழந்தைகள் அவனருகில் வந்து கட்டிக் கொண்டு கையைப் பிடித்துக் கொண்டார்கள்.

''என்னப்பா? நீ மட்டும் வந்தாயா? மருமகளும் கூட வந்திருக்கிறாளா?'' ஆர்வத்துடன் தெருப்பக்கம் காருக்காக எட்டிப் பார்த்தாள்.

''நான் மட்டும்தான் வந்தேன் அம்மா.''

''மருமகள் ஏன் வரவில்லை?''

வித்யாபதி பதில் பேசவில்லை. தம்பி தங்கைகளை விடுவித்துக் கொண்டு தன்னுடைய கட்டிலில் அமர்ந்து கொண்டான். போதும் போதாதுமாக இருக்கும் இந்த வீட்டில் அவனுக்கு நிம்மதியாக இருந்தது. சமையலறையில் பாத்திரங்களில் ஓசை செவிகளுக்கு விருந்தாக இருந்தது.

''அண்ணா காபி குடிப்பானோ என்னவோ. பக்கத்து வீட்டு மாமியிடம் கேட்டு ஒரு டம்ளர் பால் வாங்கிக்கொண்டு வா.'' தாய் குரல் கொடுத்துக்கொண்டிருந்தாள்.

வித்யாபதி கட்டிலில் படுத்துக் கொண்டான். மாமனார் வீட்டில் இருக்கும் ஐஸ்வரியம் இந்த வீட்டில் இல்லாதது உண்மைதான். ஆனால் இங்கே இருக்கும் நிம்மதி மட்டும் அங்கே இல்லை. அவனுக்கு அந்த சோபாக்கள், திரைச்சீலைகள், தரைவிரிப்புகளை எல்லாம் பார்த்துக் கொண்டிருக்கும் போது ஏதோ விலையுயர்ந்த

ஹோட்டல்தான் நினைவுக்கு வந்தது. ஹோட்டல் அறை எவ்வளவு சௌகரியமாக இருந்தாலும் இரண்டு நாட்களில் திகட்டிவிடும். எப்போ வீட்டுக்குப் போவோம் என்று தோன்றும். அவன் கண்களுக்கு முன்னால் சீதா தோன்றினாள். அவனுக்குத் திடீரென்று தோன்றியது. சீதாவின் முன்னிலையும் ஹோட்டல் அறையைத்தான் நினைவுபடுத்தும். கொஞ்ச நேரம் கழித்து தாய் காபியை டம்ளரில் கொண்டு வந்து கொடுத்தாள். வித்யாபதி எழுந்து உட்கார்ந்தான்.

''உங்க மாமியார் வீட்டில் எல்லோரும் சௌக்கியம்தானே?'' குசலம் விசாரித்தாள்.

''எனக்குத் தெரியாது.''

''உங்க மாமனார் வீட்டில் இருக்கிறாரா?''

''நான் வரும்போது வாசலில் கார் இருக்கவில்லை.''

''அப்படி என்றால்?''

''ஆமாம் அம்மா. வாசலில் கார் இருந்தால் அவர் வீட்டில் இருப்பதாக அர்த்தம். இல்லாவிட்டால் இல்லை.''

''நன்றாகத்தான் இருக்கு.'' காபி டம்ளரை எடுத்துக் கொண்டு போகப் போனவள் கேட்டாள். ''உனக்கு அங்கே வசதியாகத்தானே இருக்கு?''

வித்யாபதி பதில் சொல்லவில்லை. சுபத்ரா மகிழ்ச்சி பொங்கும் குரலில் ''சுவாமிநாதய்யர் வீட்டில் சம்பந்தம் என்று தெரிந்தது முதல் அக்கம் பக்கத்தில் எல்லோரும் நம்மை எவ்வளவு மதிப்புடன் பார்க்கிறார்கள் தெரியுமா? நீ ரொம்பக் கொடுத்து வைத்தவன் வித்யா. கல்யாணத்திற்கு வந்தவர்கள் எல்லோரும் அந்தச் சாப்பாடு, மரியாதைகள் எல்லாவற்றையும் ரொம்பவும் புகழ்ந்தார்கள்.''

வித்யாபதி மகிழ்ச்சியுடன் மிளிர்ந்துகொண்டிருந்த அம்மாவின் முகத்தையே பார்த்துக் கொண்டிருந்தான்.

''சாப்பாட்டு நேரத்திற்கு இருப்பாயா? கிளம்பி விடுவாயா?''

''இருப்பேன் அம்மா'' என்றான். நான் இனி அந்த வீட்டிற்குப் போகமாட்டேன். போகச்சொல்லி என்னை வற்புறுத்தாதே'' என்று அம்மாவிடம் சொல்லத் தோன்றியது.

சுபத்ரா போய்விட்டாள். வித்யாபதி கட்டிலில் படுத்தப்படி யோசித்துக் கொண்டிருந்தான். அந்த விட்டில் ஒரு நபருக்கும் மற்றவர்களுக்கும் இடையில் அதிகமாக சம்பந்தம் இருக்கவில்லை.

எல்லாம் இயந்திரகதியில் நடப்பதுபோல் தோன்றும். ஒருத்தருடன் பேச வேண்டுமென்றால் கூட வேலைக்காரன் மூலமாகச் சொல்லியனுப்புவார்கள். சாப்பிடும் நேரத்திலும் கட்டுப்பாடுகள் அதிகம். ரொம்ப சீரியஸாக சாப்பிட்டு முடிப்பார்கள். அந்த நிசப்தம் அவனுக்கு மூச்சு முட்டுவது போல் இருக்கும்.

அரைமணி நேரம் கழித்து சாப்பிட வரச்சொல்லி சின்ன தங்கை அழைக்க வந்தாள். தாய் எல்லோருக்கும் பரிமாறினாள். ''இன்று தொட்டுக்கொள்ள காய் எதுவும் செய்யவில்லையப்பா.'' குறைப்பட்டுக் கொண்டாள்.

''ஒருநாள் காய் இல்லாவிட்டால் என்ன ஆகும் அம்மா? இதற்கு முன் எத்தனை நாட்கள் காய் இல்லாமல் சாப்பிட்டிருக்கிறோம்?'' என்றான்.

''இதற்கு முன்பு வேறு விஷயம்.''

''இப்போ புதிதாக என்ன வந்துவிட்டது?'' இரட்டிப்பது போல் கேட்டான்.

''என்ன வந்துவிட்டதா? அப்போ எங்க அண்ணாவாக இருந்தாய். இப்போ சுவாமிநாதய்யரின் மாப்பிள்ளை. அப்பாடீ! சுவாமிநாதய்யரின் மாப்பிள்ளை காய்கறி இல்லாமல் சாப்பிடுவதாவது?'' சின்ன தங்கை கண்களைப் பெரிதாக்கிச் சுழற்றிக் கொண்டே போலி வியப்பைக் காட்டினாள். வித்யாபதி தங்கையின் தலையில் லேசாகக் குட்டினான. ''நான் எப்போதும் சுபத்ராவின் மகன்தான். தெரிந்ததா?'' என்றான்.

சுபத்ராவின் கண்களில் சட்டென்று நீர் கசிந்தது. இந்தக் காலத்துப் பையன்களுக்கும் வித்யாபதிக்கும் ரொம்ப வித்தியாசம் இருக்கிறது. திருமணம் ஆனதும் மகன் மாறி விடுவான் என்றும், பணக்கார மாமனார் வீட்டு மோகத்தில் விழுந்து தம்மை மறந்து விடுவான் என்றும் பயந்தாள். வித்யாபதி வீட்டுக்கு வந்ததோடு அல்லாமல் முன்னைப் போலவே தம்பி, தங்கைகளுடன் பழகுவதைப் பார்த்துச் சந்தோஷப்பட்டாள்.

''அப்பா எங்கே போயிருக்கிறார் அம்மா?'' என்றான்.

''வேறு எங்கே? சீட்டாட்டத்திற்குத்தான். சாப்பிட வரமாட் டேன்னு சொல்லிவிட்டுப் போனார்.''

குழந்தைகள் சாப்பிட்டு விட்டு எழுந்துகொண்டார்கள். சுபத்ரா சாப்பிட உட்கார்ந்தாள். வித்யாபதி மணையைப் போட்டுக் கொண்டு தாயின் பக்கத்தில் உட்கார்ந்துகொண்டான்.

சூடாக சாப்பிடுவதாலோ, வேலை அலைச்சலினாலோ அல்லது கூரையின் தகர ஷீட்டுக்கள் வெயிலுக்கு சூடாகிவிட்டதாலோ சுபத்ராவுக்கு சாப்பிடும் போது வியர்த்துக் கொட்டியது. சாப்பிட்டுக் கொண்டே நடுநடுவில் விசிறியால் விசிறிக் கொண்டிருந்தாள். வீட்டுச் சொந்தக்காரர் முதல் நாள் வந்து வீட்டு வாடகை கொடுக்கவில்லை என்று எவ்வளவு ஏசினார் என்று சொல்லிக் கொண்டிருந்தாள். வித்யாபதி தாயின் பக்கத்தில் அமர்ந்து கொண்டு ஊம் கொட்டியபடி கேட்டுக் கொண்டிருந்தான். தாய்க்குப் பரிமாறுவது என்றால் அவனுக்கு ரொம்பப் பிடிக்கும்.

''அப்பா என்ன சொன்னார்?'' என்றான்.

''என்ன சொல்லப் போகிறார்? வாயைத் திறக்காமல் உட்கார்ந்திருந்தார். வீட்டுக்காரருக்கு உனக்குப் பெரிய இடத்தில் கல்யாணம் ஆனதில் ரொம்பப் பொறாமை. ''நீங்கள் இப்போ பெரிய மனிதர்களாகி விட்டீர்கள். சின்ன போர்ஷனில் ஏன் குடியிருக்கப் போறீங்க? பெரிய வீடாகப் பார்த்துக் கொண்டு போய் விடுங்கள். முதல் தேதிக்கு வீட்டைக் காலி செய்து விடுங்கள்'' என்றார்.''

விசிறியை வாங்கி விசிறிக் கொண்டே ''நன்றாக இருக்கு'' என்றான்.

''நீ அவர்கள் வீட்டுக்கு மாப்பிள்ளையானால் அந்தப் பணம் ஏதோ எங்கள் மடியில் வந்து விழுந்தாற்போல் எல்லோரும் பேசிக் கொள்கிறார்கள்'' என்றாள்.

சுபத்ரா சாப்பிட்டு முடித்துவிட்டு பாத்திரங்களை ஒழித்தாள்.

''அம்மா'' வித்யாபதி விசிறியைப் பரிசீலித்துக் கொண்டே அழைத்தான்.

''என்னப்பா?''

''நான் இனி அந்த வீட்டுக்குப் போக மாட்டேன். நீங்க சொன்னீங்க என்பதற்காக நான் அந்தப் பெண்ணைக் கல்யாணம் பண்ணிக் கொண்டேன். கல்யாணம் ஆனால் மாமியார் வீட்டுக்கு மருமகள் வருவது வழக்கம். ஆண்மகன் வேட்டகத்திற்குப் போவது சம்பிரதாயம் இல்லையே? நீ அப்பாவிடம் அவர்களுக்கு இந்தச் செய்தியை சொல்லியனுப்பு.''

''வித்யா... ஆனால்...''

''இனி என்ன சொன்னாலும் நான் கேட்பதாக இல்லையம்மா.'' அவன் கையிலிருந்த விசிறியைக் கீழே போட்டுவிட்டு வந்தான்.

"இந்தத் திருமணத்திற்கு சம்மதித்துவிட்டு நடைபிணமாகி விட்டேன். அங்கே இருந்துகொண்டு கொஞ்ச நஞ்சம் ஒட்டிக் கொண்டிருக்கும் உயிரையும் விட்டுவிடச் சொல்லிச் சொல்லாதே அம்மா. உனக்குக் கோடி புண்ணியம். எப்படிச் சொல்லி அப்பாவை சமாதானப்படுத்துவாயோ உன் இஷ்டம். நான் அவர்களிடம் சொல்லிக் கொள்ளாமல் வந்துவிட்டேன். இன்னும் கொஞ்ச நேரத்தில் எனக்காகக் கார் வந்தாலும் வரும். நான் வீட்டில் இருக்க மாட்டேன். நீ இந்த சமாசாரத்தைச் சொல்லி அனுப்பிவிடு.'' போகப் போனவன் நின்றான். "உனக்கு எதுக்கும்மா பயம்? மகனைப் பெற்றெடுத்த தாய் நீ'' என்று சொல்லிவிட்டுப் போய்விட்டான்.

சுபத்ரா திகைத்துப் போனவளாய் ரொம்ப நேரம் அப்படியே நின்றுவிட்டாள்.

வித்யாபதி அறையில் வந்து படுத்துக் கொண்டான். அவன் மனம் இப்பொழுது லேசாக இருந்தது. அந்த அளவுக்குத் தான் வேண்டும் என்றால் சீதாவே இங்கே வருவாள். தான் மட்டும் செத்தாலும் சரி அங்கே போக மாட்டான். அவனுக்கு இந்திராவின் நினைவு வந்தது. மனம் முழுவதும் கலங்கிவிட்டது. இந்தத் திருமண விஷயத்தில் தன்னுடைய தவறு எதுவும் இல்லை என்றும், தவறு முழுவதும் இந்திராவுடையதுதான் என்று தெரிந்தாலும் அவன் மனம் சமாதானமாகவில்லை. தன்மீதே அவனுக்குக் கோபம் வந்தது. இந்திரா சுயநலமற்று, தனக்காக, தன்னுடைய குடும்பத்தாரின் நலனுக்காக யோசித்து இவ்வளவு தியாகம் செய்திருக்கிறாள். தன்னுடைய புத்தி எங்கே போய்விட்டது? அவ்வளவு நல்ல இதயம் கொண்ட இந்திராவைத் தான் இழக்கலாமா? "நீ கல்யாணம் செய்துகொள்ளாவிட்டால் விடு. நான் இப்படியே இருந்து விடுகிறேன்'' என்று சொல்லியிருந்தால் எவ்வளவு நன்றாக இருந்திருக்கும்? இந்திரா எவ்வளவு சந்தோஷப்பட்டிருப்பாள்? தான் தோற்றுப் போய்விட்டான்.

யோசனையில் மூழ்கியிருந்தவன் அப்படியே தூக்கத்தில் ஆழ்ந்து போனான்.

"அண்ணா! அம்மா எழுந்துகொள்ளச் சொன்னாள்.'' தங்கை வந்து உலுக்கினாள். அவனுக்கு விழிப்பு வந்தது.

வித்யாபதி எழுந்து கொல்லையில் போய் முகத்தைக் கழுவிக்கொண்டு வந்தான். முன் அறையில் தந்தை உட்கார்ந் திருந்தார், தாய் அரிசியில் கல்லைப் பொறுக்கிக் கொண்டிருந்தாள்.

தந்தையும் மகனும் ஒருவரையொருவர் பார்த்தும் பார்க்காதது போல் இருந்தார்கள்.

வித்யாபதி அறைக்குள் சென்று தலை வாரிக்கொண்டு, உடைகளை மாற்றிக் கொண்டு வெளியே வந்தான்.

அதற்குள் தந்தை அழைத்தார். ''என்னடா? என்ன விசேஷம்?''

''விசேஷம் எதுவும் இல்லை.''

''எங்கே போகிறாய்? மாமியார் வீட்டுக்கா?

''இல்லை. கடைத் தெருவுக்கு.'' வித்யாபதி சொல்லிக் கொண்டிருந்த போதே கார் வந்து நின்றது.

டிரைவர் இறங்கி வந்து வித்யாபதியைப் பார்த்ததும் வணக்கம் தெரிவித்தான். ''சார் கார் வந்திருக்கு.''

வித்யாபதியின் புருவங்கள் முடிச்சேறின. ''நான் வரப்போவதில்லை. நீ போகலாம்.''

டிரைவர் வித்யாபதியின் முகத்தைக் கூர்ந்து பார்த்தான். பிறகு கிளம்பப் போனான்.

வித்யாபதியின் தந்தை எழுந்து வந்தார். ''இதோ வந்துவிடுவான். சித்த இரு. போய் விடாதே'' என்று குரல் கொடுத்தார்.

டிரைவர் அவரை ஒரு நிமிடம் ஏறயிறங்கப் பார்த்தான். சரி என்று தலை அசைத்துவிட்டுப் போய்க் காரில் உட்கார்ந்து கொண்டான். குழந்தைகள் காரைப் பார்த்ததும் ஓடி வந்தார்கள். ஏறி உட்கார்ந்து கொண்டார்கள். டிரைவர் அவர்களைச் சிடுசிடு என்று பார்த்துக் கொண்டிருந்தான்.

''ஏண்டா போக மாட்டேங்கிறாய்? என்னதான் நினைத்துக் கொண்டிருக்கிறாய்?'' என்று உலுக்கி எடுத்தார்.

''நான் போக மாட்டேன். அம்மாவிடம் மதியமே சொல்லி விட்டேன்'' என்றான் தாயின் பக்கம் பார்த்துக் கொண்டே. அந்தம்மாள் குனிந்த தலை நிமிராமல் அரிசியைப் பொறுக்கிக் கொண்டிருந்தாள்.

''எல்லாம் உன் இஷ்டம்தானா?'' கோபமாகக் கத்தினார்.

''இல்லை. இதுவரையில் உங்கள் விருப்பப்படி நடந்து கொண்டேன். மற்றது என் விருப்பம். அந்தப் பெண்ணுக்கு என்னுடன் குடித்தனம் நடத்தணும் என்று இருந்தால் இங்கே வரச் சொல்லுங்கள். நான் மாமனார் வீட்டோடு வந்து இருப்பதாக வாக்கு ஒன்றும் கொடுக்கவில்லை.''

வித்யாபதி செருப்பை மாட்டிக் கொண்டு வேகமாக வெளி யேறிக் கொண்டிருந்தான்.

''நீ இந்த மாதிரி ஏன் செய்கிறாய் எனக்குத் தெரியும். அந்த இந்திராதான் இதெல்லாம் உனக்குக் கற்றுத் தருகிறாள்.'' தந்தை பற்களை நறநறத்தார்.

போய்க் கொண்டிருந்த வித்யாபதி ஒரு நிமிஷம் நின்றான். ''அப்பா அவள் பெயரை மட்டும் எடுக்காதீங்க. அந்தப் பெண் என்னைப் பண்ணிக்காமல் போனதால் நஷ்டமடைந்தது அவள் இல்லை. நீங்களும், நானும். நீங்க எதை இழந்தீங்கன்னு நான் சொன்னாலும் உங்களுக்கு இப்போ புரியாது'' என்று சொல்லி விட்டுப் போய்விட்டான்.

வித்யாபதி வருவதைப் பார்த்து டிரைவர் காரை விட்டிறங்கிக் கதவைத் திறந்தான். ஆனால் வித்யாபதி அந்தப் பக்கம் கண்ணெ டுத்துக் கூடப் பார்க்கவில்லை.

நடந்து போய்க் கொண்டிருந்த வித்யாபதியை ஏளனமாகப் பார்த்துக் கொண்டே டிரைவர் கதவைச் சாத்தினான். ''காரிலிருந்து இறங்குங்கள்'' என்று குழந்தைகளை அதட்டினான்.

''இப்போ என்ன செய்வது?'' சுபத்ரா இயலாமையுடன் பார்த்தாள். ''நம்மால் என்ன செய்ய முடியும்? போய் அவரையே கேட்கிறேன்.''

''அவர் நம்மீது எரிந்து விழுவாரோ என்னவோ?''

''அப்படி எதுவும் நடக்காது. இதையெல்லாம் அந்த இந்திராதான் செய்ய வைக்கிறாள் என்று சொன்னால் தீர்ந்தது. நான் போய்ப் பேசிவிட்டு வருகிறேன். என் ஜரிகை அங்கவஸ்திரத்தை எடு.''

சுபத்ரா எழுந்து போய் கொண்டு வந்து தந்தாள். அதை எடுத்துப் போட்டுக் கொண்டு போய் காரில் ஏறி அமர்ந்தார். ''போப்பா டிரைவர்'' என்றார்.

இதுபோன்ற அடாவடிப் பேர்வழிகளை நிறையவே பார்த்திருக் கிறேன் என்பது போல் டிரைவர் அலட்சியமாக ஒரு உலுக்கலுடன் காரை ஸ்டார்ட் செய்தான். திடீரென்று குலுங்கியதால் ஒரு பக்கமாகச் சாயப் போனவர் எப்படியோ சமாளித்துக் கொண்டு உட்கார்ந்து கொண்டார்.

# 7

சுவாமிநாதய்யர் சம்பந்தி சொன்னவற்றை எல்லாம் சுருட்டைப் பிடித்தபடி கேட்டுக் கொண்டார். ''அந்த இந்திரா ஏதோ வேலை பார்ப்பதாகச் சொன்னீங்களே. எங்கே?'' என்று கேட்டார்.

''ஸ்டேட் பாங்கில் வேலை பார்க்கிறாள்.''

''எந்த பிராஞ்ச்?''

மூர்த்தி சொன்னார்.

''சரி விடுங்க. அந்தப் பெண்ணிடம் நெருங்காமல் நான் பார்த்துக் கொள்கிறேன். பையன் என்னதான் சொல்கிறான்?''

''அவன் தனியாக எதுவும் சொல்லவில்லை.''

''ஆகட்டும். கல்யாணமான புதுசு. நாலுபேர் நாலு விதமாகப் பேசுவார்கள். உங்க மகன் இங்கே வருவதற்கு சுமுகமாக இல்லாவிட்டால் என் மகளையே உங்க வீட்டுக்கு அனுப்ப ஏற்பாடு செய்கிறேன். நான்கு நாள் வலுக்கட்டாயமாகச் சேர்ந்து இருந்தால் அவர்களே சமாதானமாகி விடுவார்கள்'' என்றார் அவர்.

''ஆகட்டும்.. ஆகட்டும்'' என்றார் வித்யாபதியின் தந்தை. மாப்பிள்ளையை அதட்டியோ மிரட்டியோ தங்கள் வீட்டிற்கு வரவழைத்துக் கொள்வார் என்ற எதிர்பார்ப்பில் அவர் வந்தார். இவரானால் மகளை மாமியார் வீட்டுக்கு அனுப்பி வைப்பதாகச் சொல்கிறார். அதைக் கேட்டதும் மூர்த்திக்கு தொண்டையில் பந்து அடைப்பட்டாற்போல் இருந்தது.

சுவாமிநாதய்யர் சொன்னதோடு நிறுத்திக் கொள்ளவில்லை. அரைமணிக்கெல்லாம் சீதாவை மாமியார் வீட்டுக்கு அனுப்பும்

விதமாக ஏற்பாடு செய்தார். சீதா முதலில் தந்தையிடமிருந்து இந்த விஷயத்தைக் கேட்டதும் திகைத்துப் போனாள்.

"நானா? அவர்கள் வீட்டுக்கா?" என்றாள் வியப்புடன்.

"ஆமாம். நீயேதான் போகணும். உன் மதிப்பு என்னவென்று அவர்களுக்குத் தெரியாது. உனக்கு எந்த இடைஞ்சலும் வராமல் எல்லா ஏற்பாடுகளையும் நான் செய்கிறேன். நீ போகும் போது உன்னுடைய வளர்ப்பு கிளி, நாய்கள், முயல்கள், மீன் தொட்டி எல்லாவற்றையும் எடுத்துக் கொண்டு போ."

"எனக்கு நினைவு தெரிந்த பிறகு யார் வீட்டிற்கும் போய் இருந்ததில்லை."

"வாழ்க்கை என்றால் சில சமயம் செய்யாத காரியங்களையும் செய்ய வேண்டியிருக்கும்."

"அப்பா!"

"என் கண் இல்லையா. நீ போய் இருந்தால் உன் நாய்களுக்குப் பால் வாங்கித் தர முடியாமல் நம் வீட்டுக்கே ஓடி வந்து விடுவான்."

"அவருக்கு என்னைப் பிடிக்கவில்லை அப்பா." எங்கேயோ பார்த்துக் கொண்டே சொன்னாள் சீதா.

"நம்மைப் பிடிக்காதவர்களை வளைத்துப் போடுவதில்தான் நம் சாமர்த்தியம் இருக்கிறது."

"அவ்வளவு சிரமம் நாம் ஏன் பட வேண்டும் அப்பா?"

"நமக்கு மான மரியாதை இருப்பதால். அதைக் காப்பாற்றிக் கொள்ளணும் என்றால் நிறைய விஷயங்களில் தியாகம் செய்யணும். அதனால்தான் இந்த சமுதாயத்தில் பணம் இருப்பவனைவிட மான மரியாதை உள்ளவனுக்குத்தான் அதிக மதிப்பு. நான் எது சொன்னாலும் உன்னுடைய நன்மைக்காகத்தான். என் திறமையின்மீது உனக்கு நம்பிக்கை இருக்கு இல்லையா? என் தங்கம் இல்லையா. சீதா ரொம்ப நல்ல பெண். அப்பாவின் பேச்சை ஒரு நாளும் தட்ட மாட்டாள்."

சீதாவால் மேற்கொண்டு மறுக்க முடியவில்லை. சீதாவின் சுபாவம் அவருக்குத் தெரியும். அவளுடைய சம்மதம் வாங்க வேண்டும் என்றால் அதட்டுவதை விடக் கெஞ்சினால்தான் காரியம் நடக்கும்.

அரைமணி கழித்து சீதாவின் பயணத்திற்கு வேலைக்காரர்கள் மளமளவென்று ஏற்பாடு செய்து கொண்டிருந்தார்கள். வித்யாபதியின் தந்தை காரில் ஏற்றிக் கொண்டிருந்த சாமான்களைக் கலவரத்துடன், இயலாமையுடன் பார்த்துக் கொண்டிருந்தார். கார் முன் சீட்டில் பொம்மைகளின் பெட்டி இருந்தது. அதன்மீது கூண்டில் ஊஞ்சலாடிக்கொண்டு இரண்டு கிளிகள் இருந்தன. பின் சீட்டில் இரண்டு நாய்கள் இருந்தன. அவை சீதாவின் மீது விழுந்து புரண்டு ரகளை செய்து கொண்டிருந்தன.

சீதா எப்படியோ அவற்றை சமாதானப்படுத்தி உட்கார வைத்தாள். சீட்டின் கீழே சீதாவின் கால்களுக்கு அடியில் மூங்கில் கூடையில் நான்கு முயல்கள் இருந்தன. அவை பசும் புல்லைக் கடித்துக் கொண்டு காதுகளைத் தீட்டிச் சத்தங்களைக் கேட்டுக் கொண்டிருந்தன.

"அப்பா என் புத்தகங்கள்?"

"பின்னால் டிக்கியில் இருக்கும்மா" என்றார் அவர்.

"மீன்தொட்டி?"

"பின்னால் அனுப்பி வைக்கிறேன்."

"பின்னல் சாமான்கள்?"

"டிக்கியில் கூடையில் வைத்திருக்கிறேன்" என்றாள் தாய்.

"மறுபடியும் கார் எப்படியும் வரும் இல்லையா. எல்லா வற்றையும் அனுப்பி வைக்கிறேன். நீங்க கிளம்புங்கள் சம்பந்தி" என்றார் சுவாமிநாதய்யர்.

மூர்த்தி தொய்ந்து போன முகத்துடன் பார்த்துக் கொண்டு நின்றிருந்தார். முன் சீட்டில் பெட்டியைக் கொஞ்சம் நகர்த்தி அவர் உட்கார்ந்து கொள்வதற்கு இடம் ஏற்படுத்தித் தந்தார். "கிளிக்கூண்டைக் கொஞ்சம் பிடித்துக் கொள்ளுங்கள்" என்று மடியில் வைத்தார்.

பின்னால் இருக்கும் நாய்கள் எங்கே மேலே பாயுமோ என்று மூர்த்திக்குப் பயமாக இருந்தது. மிரள மிரளப் பார்த்துக் கொண்டிருந்தவரைத் தோளில் தட்டிக்கொடுத்து "உட்காருங்கள். அவை உங்களைக் கடிக்காது. வீட்டுக்குப் போனதும் ஒரு பிஸ்கெட் பாக்கெட்டை வீசியெறிந்தால் வாலை ஆட்டிக் கொண்டு உங்கள் பின்னாலேயே சுற்றிச் சுற்றி வரும்" என்று இலவசமாக அறிவுரை வழங்கினார் சுவாமிநாதய்யர்.

இந்திரா ஆபீஸிலிருந்து ரத்னாவின் வீட்டிற்கு வரும் போது தாமதமாகிவிட்டது. ஏனோ சமீபகாலமாக ரொம்பக் களைப்பாக இருக்கிறது. இதற்கு முன்னால் இந்திரா எப்போதும் உற்சாகமாக, கலகலவென்று இருப்பாள். இப்பொழுது அதெல்லாம் வலிய வரவழைத்துக் கொண்ட நடிப்பாகிவிட்டது. தான் சீரியஸாக இருந்தால் அலுவலகத்தில் சக ஊழியர்கள் வித்யாபதியுடன் திருமணம் நடக்காததால் தாழ்வாக உணருகிறாள் என்று நினைக்கக் கூடும் என்ற பயத்தில் இரண்டு பங்கு உற்சாகத்துடன் வளைய வந்து கொண்டிருந்தாள்.

எல்லோரும் வேலைமெனக்கெட்டு ஏதோ ஒரு சாக்கில் பேசுவார்கள். வித்யாபதிக்குக் கல்யாணமாகிவிட்டதே என்பார்கள். இந்திரா எவ்வளவுதான் கட்டுப்படுத்திக் கொண்டாலும் முகம் வெளிறிப் போகும். அவர்களுக்கு அது வேடிக்கையாக இருக்கும். லீவ் எடுத்துக் கொண்டு வீட்டில் இருக்கலாம் என்றால் வீட்டில் அக்காவும், அவள் மாமியாரும் பழிப்பதைத் தாங்க முடியவில்லை. ''அந்தப் பையன் மீது உள்ள மோகத்தில் வந்த நல்ல வரன்களை எல்லாம் மறுத்துவிட்டாய். இப்போ பார் எப்படி ஏமாற்றிவிட்டானே?''

இந்திராஅவர்களுக்குப் பதில் சொல்லவில்லை. இயலாமையால் அழுகைதான் பொங்கி வந்தது.

அன்று மாலை ரத்னா போன் செய்தாள். ''நீ ஆபீஸ் விட்டதும் நேராக எங்கள் வீட்டுக்கு வந்துவிடு.''

''ரொம்ப வேலை இருக்கு. விஷயம் என்னவென்று சொல்லேன்?''

''ஊஹூம். போனில் சொல்லக் கூடியது இல்லை.''

''அப்படி என்னதான் சமாசாரம்?''

''அதான் போனில் சொல்ல முடியாது என்றேனே?'' ரத்னா சலித்துக் கொண்டாள்.

''சரி சரி'' என்றாள் இந்திரா.

''தாமதம் ஆனாலும் பரவாயில்ல. உன் வேலையை முடித்துக் கொண்டே வா'' என்றாள் ரத்னா.

அப்படியே வருவதாகச் சொல்லிவிட்டு இந்திரா போனை வைத்துவிட்டாள்.

மாலை ஏழு மணி ஆகும்போது ரத்னாவின் வீட்டிற்குப் போனாள் இந்திரா. கதவுகள் திறந்துதான் இருந்தன. இந்திரா உள்ளே போனாள். இவ்வளவு தூரம் போன் செய்த ரத்னா அவளுக்காக எதிர்பார்த்துக் கொண்டிருப்பதாகத் தெரியவில்லை. வாசலுக்கு வரவில்லை. "ரத்னா" என்று அழைத்துக்கொண்டே உள்ளே போனாள். ரத்னா பதில் குரல் கொடுக்கவில்லை. "ரத்னா" இன்னொரு தடவை அழைக்கப் போன இந்திரா நின்றுவிட்டாள். அங்கே வித்யாபதி நின்றிருந்தான்.

இந்திரா திகைத்துப் போனவளாகப் பார்த்தாள்.

"ரத்னா இல்லை. கடைத்தெருவுக்குப் போயிருக்கிறாள்." இந்திராவைப் பார்த்துக் கொண்டே சொன்னான்.

இந்திராவுக்கு உடம்பில் குப்பென்று மின்சாரம் பாய்ந்தாற்போல் இருந்தது. இதற்கு முன்பு இதேபோல் ரத்னாவின் வீட்டில் சந்தித்துக் கொள்வார்கள். தனக்காகக் காத்திருக்கும் வித்யாபதி இதே போல் "ரத்னா இல்லை. கடைத்தெருவுக்குப் போயிருக்கிறாள்" என்பான். தான் உடனே அவன் கைகளில் சரணடைந்து விடுவாள். அந்தச் சந்திப்பு எவ்வளவு இனிமையாய் இருக்கும்? சுவர்க்கத்தில் இருப்பது போல் தோன்றும். இப்போ நரகத்தில் இருப்பது போல் தோன்றியது. வித்யாபதியின் முகத்தில் பெயருக்குக் கூட முறுவல் தென்படவில்லை. அவனுக்கும் அதே நினைப்புதான் போலும்.

"உட்கார்ந்துகொள் இந்திரா" என்றான்.

இந்திரா உட்காரவில்லை. போவதற்காகத் திரும்பினாள். ஆனால் அவனிடம் ஒரு வார்த்தை பேசாமல் கிளம்புவதற்கு கால்கள் ஒத்துழைக்கவில்லை. "ரத்னா வந்தால் நான் வந்து விட்டுப் போனதாகச் சொல்லுங்கள்" என்றாள். பிறகு தலை குனிந்தபடி வாசலை நோக்கி அடியெடுத்து வைத்தாள்.

"இந்தூ!" அவன் குரலில் இருந்த வேதனை இந்திராவைத் தடுத்து நிறுத்தியது.

"ஒரு வார்த்தை கேட்டுவிட்டுப் போ."

பின்னால் திரும்பியவள் என்னவென்பது போல் பார்த்தாள்.

"என்மீது உனக்கு இன்னும் கோபம் போகவில்லையா?" தீனமாக ஒலித்தது அவன் குரல்.

இந்திராவின் உதடுகள் துடித்தன. "கோபமா? எதற்கு? என்னுடைய கையாலாகாத்தனத்துக்கு நீங்க என்ன செய்வீங்க?

நீங்க ஒன்றும் என்னை ஏமாற்றவில்லையே, உங்கள் மீது கோபம் வருவதற்கு?''

''ஒரு நிமிஷம் உட்காரமாட்டாயா ப்ளீஸ்.'' வேண்டுகோள் விடுப்பது போல் சொன்னான்.

''ஒரு நிமிஷம் என்ன மணிக்கணக்காய் உட்கார்ந்து கொள்கிறேன். ஆனால் என்ன பயன்? வேற்று மனிதர்களுடன் பேசுவதென்றால் எனக்கு வார்த்தையே வராது.''

இந்திராவின் வாயிலிருந்து வந்த வேற்று மனிதர்கள் என்ற வார்த்தை அவன் இதயத்தை அம்பாய்த் தாக்கியது. அந்த வேதனை முகத்தில் வெளிப்படாமல் எப்படியோ சமாளித்துக் கொண்டான். ''ஏதாவது பேசு இந்திரா.''

''உன் மனைவியை நன்றாக வைத்துக் கொண்டு நல்ல கணவன் என்று பெயர் வாங்கு.''

''இதுதானா நீ சொல்ல நினைத்தது?''

''வேறு என்ன சொல்லட்டும்? சொல்வதற்கு நம் நடுவில் என்ன இருக்கிறது? இங்கே எதற்காக வந்தாய்? யாருக்காவது இது தெரிந்தால் என்ன நினைப்பார்கள்?''

''தவறுதான் இந்திரா. உன்னுடைய வேதனையைப் பற்றி யோசிக்கவில்லை. நான் எவ்வளவு வேதனையில் இருக்கிறேன் என்று உனக்குத் தெரியாது.''

''வேதனை! உனக்கென்ன வேதனை? சுவாமிநாதய்யரின் மாப்பிள்ளையாகிவிட்டாய். இனி உனக்கு என்ன குறைச்சல்?''

அவன் இதழ்களில் வேதனை கலந்த முறுவல் படர்ந்தது. ''குறை இல்லாதது உண்மைதான். ஆனால் அந்த சுகங்களை அனுபவிப்பதற்கு மனம் என்று ஒன்று இருக்கணும் இல்லையா? அந்த மனதை நீ கொள்ளையடித்து விட்டாய். இந்த உடல் மட்டும்தான் சீதாவைக் கல்யாணம் செய்து கொண்டது.''

இந்திராவுக்கு அந்த நிமிடமே அவன் கைகளில் சரணடைய வேண்டுமென்று தோன்றியது. ஆனால் பெரும் முயற்சி செய்து கட்டுப்படுத்திக் கொண்டாள். ''வித்யா! நீ என்ன சொல்ல வருகிறாய் என்று எனக்குப் புரிந்துவிட்டது. ஆனால் ஒன்று மட்டும் நன்றாக நினைவில் வைத்துக்கொள். அடுத்தவரின் சொத்துக்கு ஆசைப்படும் கேவலமான குணம் எனக்கு இல்லை.

நீ இப்போ சீதாவின் கணவன். உனக்கு மதிப்பைத் தவிர வேறு எதையும் என்னால் கொடுக்க முடியாது. நீ சீதாவைக் கல்யாணம் செய்து கொண்டிருக்கிறாய். அந்தப் பெண்ணை எப்படிப் பார்த்துக் கொள்வாயோ உன் இஷ்டம். ஆனால் என்னைப் பற்றி யோசிக்க வேண்டாம். என்னுடன் பேசவும் முயற்சி செய்ய வேண்டாம். இனி ஒருநாளும் இதுபோல் தனிமையில் சந்திக்க முயற்சி செய்யாதே.'' இந்திரா விருட்டென்று திரும்பிப் போய்விட்டாள்.

வித்யாபதி அப்படியே நின்றுவிட்டான். அவனுக்கும் இந்திராவுக்கும் இடையே எதோ பிளவு ஏற்பட்டாற்போல் உணர்ந்தான். இந்திரா தனக்குக் கிடைக்காமல் தொலைவுக்குப் போய் விட்டாற்போல் தோன்றியது.

ரத்னா காய்கறி வாங்கி வந்தாள். ''இந்திரா வந்தாளா?''

''வந்தாள்'' என்றான். ஆனால் அவன் முகத்தில் உற்சாகம் தென்படவில்லை.

''சீதா எப்படி இருக்கிறாள்?'' என்று கேட்டாள் ரத்னா.

''நன்றாகத்தான் இருக்கிறாள்'' என்றான். இனி அங்கே ஒரு நிமிடம் கூட இருக்க அவனுக்குப் பிடிக்கவில்லை. ரத்னாவிடம் விடைபெற்றுக் கொண்டு வெளியே வந்து விட்டான்.

''இனி ஜென்மத்தில் மாமியார் விட்டுக்குப் போகவே மாட்டேன்'' என்று நினைத்துக் கொண்டான்.

வித்யாபதி ஊர் சுற்றிவிட்டு நேரம் கழித்து வீட்டுக்குப் போனான். ''அம்மா!'' என்று கதவைத் தட்டினான். தாய் குரல் கொடுக்கவில்லை. ஆனால் நாய்கள் குரைக்கும் சத்தம் கேட்டது. அவன் குழப்பமடைந்தான். காதுகளைத் தீட்டிக் கொண்டு கேட்டான். சந்தேகமே இல்லை. நாய்கள் குரைக்கும் சத்தம் தங்கள் வீட்டிலிருந்துதான் கேட்டுக் கொண்டிருந்தது.

தாய் வந்து கதவைத் திறந்தாள். வித்யாபதி உள்ளே வந்தான்.

''சீதா.. சீதா... உன் புருஷன் வந்துவிட்டான்.'' கூண்டில் இருந்த கிளி கத்தியது.

அவன்தலையை நிமிர்த்தி அவற்றைப் பார்த்துக்கொண்டிருக்கும் போதே கால்களுக்கு நடுவிலிருந்து முயல் ஒன்று ஓடியது. அவன் துள்ளிக் குதித்து விட்டு ஒரு பக்கமாக நின்று கொண்டான். அறை முழுவதும் மரப்பெட்டிகள். சூட்கேஸ்கள் என்று எங்கும்

சாமான்கள் பரத்தியிருந்தன. நாய்கள் இரண்டும் தந்தையின் கட்டில் மீது ஏறிப் படுத்திருந்தன.

"என்னம்மா இதெல்லாம்?" என்றான்.

"நீ போகவில்லை இல்லையா, மருமகள் இங்கே வந்து விட்டாள். இனி மேல் இங்கேதான் இருப்பாளாம்." தாழ்ந்த குரலில் சொன்னாள் தாய்.

அவன் விளக்கை அணைத்துவிட்டு தாயின் பின்னால் சமையலறைக்குள் வந்தான். சுபத்ரா அவனுக்கு உணவு பரிமாறிக் கொண்டே சொன்னாள். "மாலையில் வந்தாள். நானும் வியப்படைந்து விட்டேன். அப்பாதான் அழைத்துக் கொண்டு வந்தார். அந்த நாய்களுக்குப் படுத்துக் கொள்வதற்கு முன்னால் பால் குடிக்கும் பழக்கமாம். நம் வீட்டிற்கே பால் போதவில்லை. ஹார்லிக்ஸ் கலந்து கொடுத்தாள். கிரோசின் வாடை அதுக்குப் பிடிக்கவில்லையாம். தொடக்கூட இல்லை. ஒரே கத்தல். இப்பொழுதுதான் கொஞ்சம் ஓய்ந்திருக்கு. மருமகளுக்கு உன்னுடைய அறையைக் கொடுத்துவிட்டு அப்பாவின் கட்டிலை நாய்களுக்குப் போட்டேன். குழந்தைகளும் நானும் சமையலறையில் படுத்துக் கொண்டோம்" என்றாள்.

சீதா வருவாள் என்று வித்யாபதி கனவில்கூட நினைக்கவில்லை. அவன் சாப்பிட்ட பிறகு மனைவி இருந்த அறைக்குள் போகவில்லை. நாற்காலி ஒன்றை இழுத்துப் போட்டு உட்கார்ந்து கொண்டு ஜன்னலில் கால்களில் நீட்டிக் கொண்டான்.

சீதா வந்தால் வரட்டும். தனக்கென்ன வந்தது? சீதாவின் திமிர் அடங்கி தன்னை ஒரு மனிதனாக மதித்தால்தான் அவளிடம் பேசுவான். ஆனால் அவனுக்கு அந்த நாய்கள், முயல்கள், கிளிகள், சாமான் சட்டுகள் இதை எல்லாம் பார்த்தால் பயமாக இருந்தது. ஏற்கனவே வீடு சின்னது. தங்களுக்கே போறாது. இதில் மிருகங்களுக்கும் பறவைகளுக்கு எங்கே இடம் இருக்கும்? நினைத்துப் பார்க்கும் போதே எரிச்சல் ஏற்பட்டது.

# 8

மறுநாள் காலையில் விடியும் போதே கிளி ''சீதா எழுந்துகொள்'' என்று தொந்தரவு செய்து கொண்டிருந்தது. சீதா ஆழ்ந்த உறக்கத்தில் இருந்தாள். ஆனால் வித்யாபதி எழுந்துவிட்டான். விட்டில் இருந்தால் சீதாவுடன் நேருக்கு நேர் சந்திக்க வேண்டிவரும் என்ற பயம் ஏற்பட்டது. வாய் கூடக் கொப்பளிக்காமல் செருப்பை மாட்டிக் கொண்டு வெளியேறிவிட்டான்.

வேலைக்காரி ''அம்மா'' என்று அழைத்தபடி பால் பாக்கெட்டை எடுத்துக் கொண்டு உள்ளேவரப் போனாள். அந்தக் குரலைக் கேட்டதும் நாய்கள் இரண்டும் எழுந்துகொண்டு கோரஸாக உச்ச ஸ்தாயியில் குலைக்க ஆரம்பித்தன.

அந்தச் சத்தத்திற்கு அந்த வீட்டு நபர்கள் மட்டுமே இல்லை. அக்கம் பக்கத்தில் இருப்பவர்கள்கூட எழுந்துகொண்டு விட்டார்கள். வேலைக்காரி நாய்களைப் பார்த்ததும் ''அம்மாடியோவ்'' என்று அந்தப் பக்கம் ஓடினாள். வேலைக்காரி ஓடியதைப் பார்த்து நாய்கள் கட்டிலை விட்டிறங்கிப் பின்னால் துரத்தின. வேலைக்காரி கத்திக் கொண்டே பயத்தில் பால்பாக்கெட்டைக் கீழே போட்டுவிட்டாள். நாய்கள் பால்பாக்கெட்டை வாயில் கவ்விக் கொண்டன.

அதற்குள் அந்த இடத்திற்கு வந்த சீதா ''என்ன சத்தம்? இப்படி வாங்க'' என்று நாய்களை அதட்டினாள். ஏற்கனவே பால்பாக்கெட் ஓட்டையாகித் தரையில் பால் ஓடிக் கொண்டிருந்தது. நாய்கள் இரண்டும் சத்தம் போட்டுக் கொண்டே பாலை நக்கத் தொடங்கின.

சுபத்ராவும் குழந்தைகளும் எழுந்து வந்தார்கள். வேலைக்காரி கேட்டுக்கு வெளியே நின்று கொண்டிருந்தாள். ''அம்மாடி! அந்த நாய்களைக் கட்டிப் போட்டால் தவிர நான் உள்ளே வர மாட்டேன்'' என்றாள்.

''இவை கடிக்காது. கட்டிப் போடுவதற்கு சங்கிலி இல்லை. கட்டிப்போடும் வழக்கமும் இல்லை'' என்றாள் சீதா.

''அப்படி என்றால் நான் வரமாட்டேன்'' என்றாள் வேலைக் காரி.

''இரு, ஒரு காரியம் செய்கிறேன்.'' சீதா அவற்றை அறைக்குள் தள்ளி வெளியே கதவைத் தாழ் போட்டாள்.

அதற்குப் பிறகு வேலைக்காரி உள்ளே வந்தாள். தரையில் ஓடிக் கொண்டிருந்த பாலைப் பார்த்துவிட்டு சுபத்ரா பெருமூச்சு விட்டாள். இனி மாலை வரையில் பால் கிடைக்காது. மருமகளும் வீட்டில் இருக்கிறாள்.

உள்ளே வந்த வேலைக்காரியிடம் எங்கேயாவது போய்ப் பால் வாங்கி வரச்சொல்லிக் கெஞ்சினாள். அவளும் அலைந்து திரிந்துவிட்டு கால் லிட்டர் தண்ணிப் பால் கொண்டு வந்தாள்.

சுபத்ரா காபி கலந்து சீதாவிடம் கொடுத்தாள். சீதா அந்தக் காபியை வாயில் ஊற்றிக்கொண்டதும் துப்பிவிட்டாள். ''சீ.. இது காபியா? எங்க வீட்டில் உள்ள நாய்கள் கூட இதைக் குடிக்காது'' என்றாள்.

''பால் சிந்திவிட்டதும்மா. வேறு பால் கிடைக்கவில்லை'' என்றாள் சுபத்ரா விளக்கம் தருவது போல்.

சீதா பதில் பேசவில்லை. அந்தம்மாள் கட்டியிருந்த பழையப் புடவையையே பார்த்துக் கொண்டிருந்தாள். அவர்கள் வீட்டு சமையல்காரிகூட இதைவிட நல்ல புடவையை உடுத்தியிருப்பாள்.

எட்டு மணி ஆகும்போது அந்த வீட்டின் முன்னால் கார் வந்து நின்றது. காரிலிருந்து வேலைக்காரன் இறங்கி வந்தான். அவன் கையில் பளபளவென்று ஸ்டீல் கேரியர் மின்னிக் கொண்டிருந்தது.

''சின்னம்மா! உங்களுக்கும் நாய்களுக்கும் பிரேக்பாஸ்ட் கொண்டு வந்திருக்கிறேன்'' என்றான். நாய்கள் ஏற்கனவே கதவைக் கீறிக் கொண்டும் வாலை ஆட்டிக் கொண்டும் ரகளை செய்து கொண்டிருந்தன.

அவன் அந்தப் பக்கம் இந்தப் பக்கம் பார்த்தான். அங்கே வித்யாபதி எழுதும் மேஜைமீது இருந்த புத்தகங்களை எடுத்துக் கீழே போட்டுவிட்டு அந்த இடத்தில் கேரியரை, பிளாஸ்கை வைத்தான். முதலில் சீதாவிடம் காபியை நீட்டினான். ''டிரைவர்

வருவதற்குத் தாமதமாகிவிட்டது. அய்யா அவனை அடிக்கவே போய்விட்டார். நீங்க எழுந்து கொண்டு காத்திருக்கப் போறீங்களே என்று நடுங்கிக் கொண்டிருக்கிறேன்'' என்றான்.

சீதா காபி குடிக்கும்போது அவன் நாய்களுக்குப் பாலையும் பிரட்டையும் கொடுத்தான். டிரைவர் முயல்களுக்குத் தழைகளை எடுத்துப் போட்டான். அவை பரபரவென்று இலைகளைத் தின்றுகொண்டே கண்ணாடிக் குண்டுகளைப் போல் கண்களைச் சுழற்றிக் கொண்டிருந்தன.

''சீதா பசி பசி'' கிளி கத்தியது.

சீதா கூடைக்குள் தேடி கொய்யாப் பழத்தை எடுத்துப் போட்டாள்.

சுபத்ரா வாசலில் நின்றிருந்தாள். குழந்தைகள் அம்மாவின் பக்கத்தில் சாய்ந்தபடி நின்றுகொண்டு வீட்டில் சினிமா ஷூட்டிங் நடப்பது போல் வேடிக்கைப் பார்த்துக் கொண்டிருந்தார்கள்.

சீதா காபியைக் குடித்துக் கொண்டே ''எனக்குப் பசியாக இல்லை. டிபனை அவர்களுக்குக் கொடு'' என்றாள்.

''மாப்பிள்ளை சார் எங்கே?'' அவன் தாழ்ந்த குரலில் கேட்டான்.

''அந்தம்மாவிடம் கேட்டுக்கொள்'' என்றாள் சுபத்ராவைச் சுட்டிக்காட்டிக் கொண்டே.

''பையன் வீட்டில் இல்லை தம்பி.'' பணிவான குரலில் சொன்னாள் சுபத்ரா.

வேலைக்காரன் கேரியரையும், குழந்தைகளையும் மாறி மாறிப் பார்த்தான். பிறகு தட்டில் வைத்துவிட்டு அவர்களிடம் கொடுத்தான்.

பத்து மணியாகும் போது வித்யாபதியின் தந்தை வீட்டுக்கு வந்தார். அவரைப் பார்த்ததும் நாய்கள் மறுபடியும் குலைக்கத் தொடங்கின. ''அப்படித் திரும்பிக் கொல்லைக் கதவுப் பக்கமாக வாங்க.'' சுபத்ரா குரல் கொடுத்தாள். அவர் கொல்லைப்பக்கக் கதவு வழியாக உள்ளே வந்தார்.

அங்கே கொல்லையில் கட்டில்களும், பாய்களும் பரத்தியிருந்தன. அவற்றின் மீது புத்தகங்கள் வெயிலில் காய வைக்கப்பட்டிருந்தன.

''இதெல்லாம் என்ன?'' என்றார் அவர் வியப்புடன் பார்த்துக் கொண்டே.

''மருமகளுடைய புத்தகங்கள். தொடர்கதைகளைப் படிப்பாளாம். அவற்றைக் கத்தரித்து பைண்ட் செய்வாளாம்.

செல்லரித்துப் போகாமல் இப்படிக் காயவைத்து மறுபடியும் பெட்டியில் பத்திரப்படுத்துவாளாம்.''

அப்படியா என்பது போல் பார்த்தார்.

# 9

சீதாவின் வருகை அந்தத் தெருவில் உள்ள அக்கம் பக்கத்து வீட்டுப் பெண்டுகளுக்கு முக்கியச் செய்தியாகிவிட்டது. தொடக்கத்தில் சீதாவைப் பற்றி, அவளுடைய வளர்ப்புப் பிராணிகளைப் பற்றிக் கதைக் கதையாகப் பேசிக்கொண்டார்கள். நாளாவட்டத்தில் அந்தக் கதைகள் எல்லாம் சீதாவிடம் ஈர்ப்பை ஏற்படுத்தின.

அக்கம் பக்கத்தில் இருப்பவர்கள் ஏதோ ஒரு சாக்கு வைத்துக் கொண்டு சுபத்ராவின் வீட்டுக்கு வந்து பேசுவார்கள். அவளிடம் பேசிக் கொண்டிருந்தாலும் அவர்களுடைய கண்களும் காதுகளும் சீதா இருக்கும் அறையின் மீதே நிலைத்திருக்கும். சீதா வந்ததால் கஷ்டங்களும் இருந்தன. சுகங்களும் இருந்தன. கஷ்டம் என்றால் அந்த வீடு அந்தத் தெருவில் இருப்பவர்களுக்கு பொருட்காட்சியைப் போல் மாறிவிட்டது. எப்போதும் யாராவது ஒருத்தர் வந்து கொண்டே இருப்பதால் வீட்டு வேலைகளுக்கு இடைஞ்சலாக இருந்ததால் சுபத்ராவுக்கு எரிச்சல் ஏற்பட்டது. தொடக்கத்தில் சுபத்ரா தன்னுடைய மருமகளைப் பார்ப்பதற்காக எல்லோரும் வந்து கொண்டிருப்பதைக் கண்டு பெருமையாக உணர்ந்தாள். வந்தவர்களுக்கு பாய் போட்டு உட்காரச்சொல்லி மரியாதைகளை

செய்து காபி கொடுத்து உபசரித்து வந்தாள். போகப் போக வேலை பளு அதிகமானதால் சோர்வு ஆட்கொண்டது. ஏற்கனவே வீட்டு வேலைகளால் ஒரு நிமிடம் ஓய்வு கிடைக்காது. மேலும் இந்த உழைப்பு வேறா என்று நாளடைவில் சலிப்பு ஏற்பட்டது.

சீதாவின் வருகையால் சுகங்களும் ஏற்பட்டன. இதுவரையில் வாரத்திற்கு நான்கு நாட்கள் டிமிக்கிக் கொடுக்கும் வேலைக்காரி இப்பொழுது ஒருநாள் கூட லீவ் போடாமல் தொடர்ந்து வந்து கொண்டிருந்தாள்.

சீதா சாப்பிட்ட பிறகு கேரியரைக் கழுவி வைப்பது அவளுக்கு ரொம்பப் பிடித்தமான வேலை. அதில் மணக்க மணக்க சாம்பாரும் பொரியலும் கொஞ்சமோ நஞ்சமோ பாக்கியிருக்கும். சுபத்ராவுக்கு இந்த கேரியர் விஷயம் பிடிக்கவே இல்லை. தம் வீட்டிற்கு வந்த மருமகள் தங்களுடன் சேர்ந்து சாப்பிட வேண்டும் என்பது அவளுடைய விருப்பம்.

மகனுக்கும் மருமகளுக்கும் சமையலறையில் அருகருகில் மணையைப் போட்டு உட்கார வைத்து எல்லோருடன் சேர்த்து தன் கையால் பரிமாற வேண்டும் என்று ரொம்ப ஆசைப்பட்டாள். ஆனால் வித்யாபதி அந்த விருப்பத்தை முதலிலேயே கிள்ளி எறிந்துவிட்டான். ''அது போன்ற எதிர்பார்ப்புகள் எதுவும் வைத்துக் கொள்ளாதேம்மா'' என்றான்.

சீதா தொடக்கத்தில் வேலைக்காரன் கொண்டு வந்த கேரியரை சமையலறையில் வைக்கும்படிதான் சொன்னாள். சுபத்ரா அதைத் திறந்து பார்த்தாள். அதில் இருப்பது சரியாக இரண்டு பேருக்கு மட்டும் போதுமானதாக இருந்தது. வித்யாபதி இந்த கேரியர் விஷயம் கேள்விப்பட்டதும் எரிச்சலடைந்தான்.

''அம்மா! இதென்ன பித்தலாட்டம்? நம்மோடு இருக்கணும் என்று இருந்தால் நீங்க சமைத்ததைச் சாப்பிட்டுவிட்டு இருக்கச் சொல்லு. இல்லாவிட்டாலும் போகட்டும். இந்த மாதிரி அங்கே இருந்து சாப்பாடு கொண்டு வரக் கூடாதுன்னு சொல்லிவிடு'' என்றான்.

சீதா கதவிற்கு அருகில் வந்து நின்றாள். ''அத்தை! நீங்க சமைத்ததைச் சாப்பிட எனக்கு எந்த ஆட்சேபணையும் இல்லை. ஆனால் அப்படிச் செய்தால் எனக்கு அரை வயிறுதான் நிரம்பும். பட்டினிக் கிடந்து எனக்குப் பழக்கம் இல்லை. இதோ இந்த கேரியரில் இருப்பதை எல்லாம் பார்த்தீங்க இல்லையா? நாளை முதல் இதே மாதிரி சமைப்பதாக இருந்தால் கேரியர் வேண்டாம் என்று நானே சொல்லி விடுகிறேன்'' என்றாள்.

சுபத்ரா மகன் பக்கம் பார்த்தாள். வித்யாபதி பதில் சொல்ல முடியாதவனாய்க் கையிலிருந்த பேப்பரை அங்கிருந்த மேஜைமீது வீசிவிட்டு கோபமாக போய்விட்டான்.

கேரியர் வருவது நிற்கவில்லை. வேலைக்காரியிடம் என்ன செ ான்னாளோ என்னவோ. அவள் டென்ஷனாய் அந்த வேளைக்கு வருவாள். சீதாவுக்கு பரிமாறிவிட்டுப் போவாள். பாக்கியிருப்பதை வித்யாபதிக்காக சமையலறையில் கொண்டு போய் வைத்தாள் சீதா. வித்யாபதி வந்ததும் சுபத்ரா அதை எடுத்துப் பரிமாறப்போனாள். அவன் தடுத்துவிட்டான்.

''தம்பி தங்கைகள் எதை சாப்பிட்டார்களோ அதையே எனக்குப் போடுங்கம்மா'' என்றான். அதற்குப் பிறகு சீதா சாப்பிட்டு மிஞ்சியதை வேலைக்காரி எடுத்துக் கொண்டு போகத் தொடங்கினாள்.

வேலைக்காரியின் தயவால் இந்த விஷயங்கள் எல்லாம் அந்தத் தெருவில் எல்லோருக்கும் தெரியவந்தன. அவர்களால் சுபத்ராவிடம் கேட்காமல் இருக்க முடியவில்லை. அந்த அம்மாளுக்கு அவமானமாக இருந்தது.

தன்னுடைய எரிச்சலை எல்லாம் கணவர் மீது காட்டினாள். ''உங்களுக்கு எப்போதும் சீட்டாட்டம்தான். வீட்டில் என்ன நடக்கிறது என்று கவனிக்க வேண்டாமா?'' என்று பிடுங்கி எடுத்தாள்.

''இப்போ என்னவாகிவிட்டது?'' என்றார் அவர்.

''என்னவாகிவிட்டதா? இந்தத் தெருவில் எல்லோரும் என்னைப் பார்த்துச் சிரிக்கிறார்கள். இதென்ன குடித்தனம்? இதென்ன வழக்கம்? அந்தப் பாழாய் போன டிபனை, கேரியரில் அவர்கள் வீட்டிலிருந்து தினமும் சுமந்து கொண்டு வருவதாவது? இது கொஞ்சமாவது நியாயமாக இருக்கிறதா? நேற்று நம் பக்கத்து வீட்டுக்காரி சொல்லிக் கொண்டிருக்கிறாள். காலையில் அந்தக் கார் வந்தால் சரியாக ஏழுமணி ஆனாற்போலவாம். எல்லோரும் கடியாரத்தை சரியாகத் திருப்பி வைத்துக் கொள்கிறார்களாம்.''

''போகட்டும் நல்லதுதானே. இத்தனை நாட்கள் கழித்தாவது நம் வீட்டிற்கு ஒரு பெருமை வந்து சேர்ந்திருக்கிறது.'' அவர் சிரித்துக் கொண்டே சொன்னார்.

''போதுமே. உங்களுக்குக் கொஞ்சமாவது வெட்கம் மானம் இல்லையா? என்னால் தலை நிமிர்ந்து நடக்க முடியவில்லை.''

''என்னை என்ன செய்யச் சொல்கிறாய்?''

''அவனை மாமியார் வீட்டிற்குப் போய் இருக்கச் சொல்லுங்கள்.''

''என்னால் முடியாது. அவன் கேட்க மாட்டான். பிடிவாதக்காரன்.''

''இன்னும் எத்தனை நாட்களுக்கு இப்படியே இருப்பான்?''

''அந்தக் கடவுளுக்குத்தான் அது தெரியும்.''

''தலையெழுத்து'' சுபத்ரா நெற்றியில் அடித்துக் கொண்டாள்.

அவர் ''பணக்கார வீட்டு சம்பந்தம் வேண்டும் என்று ஆசைப்பட்டாய் இல்லையா? இப்போ வருத்தப்பட்டுக் கொள்வானேன்?அனுபவி'' என்பது போல் பார்த்தார்.

சுபத்ராவுக்கு வருத்தமாக இருந்தது. பெரிய இடத்துப் பெண். மகன் சந்தோஷமாக இருப்பான் என்று நினைத்தாள். இப்படிக் கேலிக்கூத்தாகிவிடும் என்று கனவிலும் நினைக்கவில்லை.

இரண்டு வாரங்களில் சீதா அந்தத் தெருவில் எல்லோருக்கும் வேண்டியவளாகிவிட்டாள். பெண்கள் எல்லோருக்கும் சீதாவைப் பிடித்துப் போனதற்குப் பல காரணங்கள் இருந்தன.

சீதாவிடம் வாரப்பத்திரிகைகள், மாத நாவல்கள் இருந்தன. இரவல் கேட்டு வாங்கிக் கொள்ளலாம். தையல் பின்னல் எல்லாம் தெரியும். கேட்பவர்களுக்குப் பொறுமையாகச் சொல்லியும் கொடுப்பாள். அதோடு சினிமா பற்றிய செய்திகளைச் சொல்லுவாள். அக்கம் பக்கத்தில் இருக்கும் பெண்களுக்கு மதிய நேரத்தில் சீதாவிடம் வருவது பழக்கமாகிவிட்டது. எல்லோரும் நேராக சீதாவிடம் வருவார்கள். சுபத்ராவும் குழந்தைகளும் கொல்லைத் திண்ணையில் பாய் போட்டுக் கொண்டு உட்கார்ந்திருப்பார்கள்.

''உங்க மாமியார் உன்னிடம் நன்றாகப் பேசுவாளா?'' சீதாவிடம் விசாரிப்பார்கள்.

''ஏன் பேச மாட்டாள்? நன்றாகத்தான் பேசுவாள்'' என்பாள் சீதா.

''நீங்கள் இருவரும் அதிகமாகப் பேசிக் கொள்வதாகத் தெரியவில்லையே?''

''அதுவா? எனக்கும் அத்தைக்கும் பேசுவதற்கு என்ன விஷயம் இருக்கும் சொல்லுங்கள்? புத்தகம் படிக்க மாட்டாள். தையல்

பின்னல் தெரியாது. சினிமாவும் பிடிக்காது. இனி வேறு என்ன பேசுவது?"

கேட்டவளுக்கு அந்த பதில் திருப்தியைத் தரவில்லை. சீதா சாமர்த்தியமாக பதில் சொல்வது போல் தோன்றியது. "நீயும், உன் புருஷனும் சேர்ந்து சினிமாவுக்கோ, வேறு எங்கேயாவதோ போனதாகத் தெரியவில்லையே?"

"எப்படிப் போக முடியும்? அவருக்கு இந்தி சினிமாதான் பிடிக்கும். எனக்கோ தமிழ்ப் படம்தான் பிடிக்கும். அதோடு அவர் கம்பெனியில் வேலை கற்று வருகிறார். வீட்டில் இருப்பதே அரிது."

"இந்தத் தலையெழுத்து உனக்கு ஏன்? கப்பல் மாதிரி அங்கே வீடு இருக்கும் போது அதை விட்டுவிட்டு இந்த கீக்கிடத்தில் இருப்பானேன்?"

"எங்க அப்பாதான் சொன்னார். இந்த மாதிரியான இடைஞ்சல்களைக் கூட வாழ்க்கையில் ஒரு பெண் தெரிந்து கொள்ளணுமாம். கல்யாணம் ஆன பிறகு மாமியார் வீட்டில் இருப்பதுதான் ஒரு பெண்ணுக்கு மரியாதையாம். அதனால்தான் இங்கே இருக்கிறேன்."

இந்தப் பதில்களையெல்லாம் சுபத்ரா கேட்டுக் கொண்டுதான் இருந்தாள். அவளுக்கு அந்த நிமிடத்தில் சீதாவிடம் எல்லையில்லாத பிரியம் ஏற்பட்டது. ரொம்ப புத்திசாலித்தனமாக பதில் சொல்லியிருக்கிறாள். எந்த இடத்திலேயும் கணவனையோ, மாமியார் வீட்டையே விட்டுக்கொடுக்கவில்லை.

அவள் கண்களில் நீர் சுழன்றது. மேலுக்குப் பிடிவாதக்காரியாகத் தென்பட்டாலும் சீதாவின் மனம் மென்மையானதுதான் என்று தோன்றியது.

வந்தவர்கள் எல்லோரும் போய்விட்டார்கள். மாலை ஆறுமணியாகிவிட்டது. அன்று என்ன காரணமோ சீதாவுக்காக யாரும் வரவில்லை. சீதா காபி குடிக்கவில்லை.

சுபத்ரா காபி கலந்து எடுத்துக்கொண்டு சீதாவின் அறைவாசலில் வந்து நின்றாள். காபி கொடுத்தால் என்ன சொல்லுவாளோ? காபி ருசியாக இருக்காதோ என்று தயங்கினாள். பிறகு தைரியத்தை வரவழைத்துக் கொண்டு உள்ளே நுழைந்தாள். சீதா கட்டிலில் தலையணையில் முகம் புதைத்துப் படுத்திருந்தாள். சுபத்ரா மெதுவாக அழைத்தாள்.

"சீதா!"

சீதா விழித்துக் கொண்டுதான் இருந்ததால் அந்த அழைப்பிற்குக் கண்களைத் திறந்து பார்த்தாள். எதிரே நின்ற மாமியாரைக் கண்டதும் விருட்டென்று எழுந்து உட்கார்ந்தாள்.

"நீங்களா அத்தை? என்ன விஷயம்?" என்றாள்.

"இதுவரைக்கும் கார் வரவில்லையே. அதனால் காபி கொண்டு வந்தேன்." டம்ளரை நீட்டிக் கொண்டே சொன்னாள்.

சீதாவின் முகம் சந்தோஷத்தால் மலர்ந்தது. கையை நீட்டி டம்ளரை வாங்கப் போனவள் நின்றாள்.

"வேண்டாம் அத்தை. ஒரு வேளை குடிக்கவில்லை என்றால் என்னவாகி விடும்?"

"கொஞ்சம் குடித்துப் பார். பிடிக்காவிட்டால் விட்டு விடு."

"நன்றாக இருக்காதுன்னு யார் சொன்னார்கள்?"

"நான்தான் நினைக்கிறேன்."

"நான் அதற்காக மறுக்கவில்லை."

"பின்னே?"

சீதா கொஞ்சம் தயங்கிவிட்டு பிறகு சொன்னாள். "நீங்கள் நான் பணம் கொடுத்தால் வாங்கிக் கொள்ள மாட்டீங்க. அப்படியிருக்கும்போது இதை நான் எதற்காகக் குடிக்கணும்? நான் குடித்தால் அந்தக் கொஞ்சம் காபியும் உங்களில் ஒருத்தருக்கு இல்லாமல்தானே போகும்?"

"சீதா"

"என்னை மன்னித்து விடுங்கள் அத்தை. என் கழுத்தில் தாலி கட்டிய உங்கள் மகனே என்னை வேற்று மனுஷியாய்ப் பார்க்கிறார். அப்படியிருக்கும்போது நீங்க அப்படிப் பார்த்தாலும் நான் ஒன்றும் நினைத்துக் கொள்ள மாட்டேன்."

"சீதா! நானும் அவனிடம் எவ்வளவோ சொல்லிவிட்டேன். அவனுக்குப் புத்தியே இல்லை. நீ கொஞ்சம் பொறுமையாக இரும்மா. எல்லாம் சரியாகிவிடும். காபியைக் குடி. நல்ல பெண் இல்லையா?"

சீதா நிமிர்ந்து பார்த்தாள். சுபத்ராவின் கண்களில் தென்பட்ட பரிவுக்கு சீதாவின் பிடிவாதம் தளர்ந்து போய்விட்டது. காபியை வாங்கிக் கொண்டாள்.

# 10

வித்யாபதி வீட்டிற்குள் நுழைந்த போது படுக்கையறையிலிருந்து சீதாவின் குரலும் குழந்தைகளின் குரலும் சேர்ந்து சிரிப்பும் கும்மாளமுமாகக் கேட்டுக் கொண்டிருந்தது. அவன் சமையலறைப் பக்கம் வந்தான். அங்கே சுபத்ரா தனியாக வாசற்படியில் சாய்ந்தபடி உட்கார்ந்திருந்தாள். அவள் கண்களில் நீர் நிறைந்திருந்தது. தனியாக உட்கார்ந்திருந்த தாயைப் பார்த்ததும் வித்யாபதிக்கு இரக்கம் ஏறபட்டது. ''அம்மா!'' என்று அழைத்தான். திடுக்கிட்டவளாகப் புடவைத் தலைப்பால் கண்களைத் துடைத்துக் கொண்டாள்.

''என்னம்மா? என்ன நடந்தது?'' நயமாகக் கேட்டான்.

''என்ன நடந்தால் உனக்கு என்னடா? எங்கள் மேல் கொஞ்சமாவது அக்கறை இருந்தால் நீ இந்த மாதிரி செய்வாயா?''

''நான் என்ன செய்தேன்?''

''என்ன செய்தாய் என்று உனக்குத் தெரியாதா? நாலு பேர் எங்களைப் பார்த்துச் சிரிக்கும்படியாக செய்துவிட்டாய். சீதாவுடன் உன் கல்யாணம் முடிந்தால் நீ சந்தோஷமாக, சௌக்கியமாக இருப்பாய் என்று நினைத்தோம். இப்படி நம்ப குடும்பம் நடுத்தெருவுக்கு வந்து நிற்கும் என்று நினைக்கவில்லை.''

வித்யாபதி தலையைக் குனிந்துகொண்டான்.

''வீட்டுக்காரர் காலையில் வந்தார். வாடகையைக் கூட்டித் தரணுமாம். வேலைக்காரி சொல்லிவிட்டாள். சம்பளம் அதிகம் தந்தால் தவிர வேலைக்கு வரமாட்டாளாம். இதற்கு முன்னால் மளிகைக் கடைக்காரன் ஆறு மாதங்கள் பணம் கொடுக்காவிட்

டாலும் எதுவும் சொல்லமாட்டான். அவசரமாக ஆயிரம் ரூபாய் தரச்சொல்லி ஆளை அனுப்பியிருக்கிறான். எங்கிருந்து கொண்டு தருவேன் பணத்தை? யாருக்கு என்று என்னால் பதில் சொல்ல முடியும்? இதெல்லாம் என் தலையெழுத்து.'' நெற்றியில் அடித்துக் கொண்டாள்.

''அம்மா!'' வேதனையுடன் அவளைப் பார்த்தான்.

''உங்க அப்பாவானால் ஆபீஸிலிருந்து வந்ததும் வராததுமாய் அந்த சீட்டாட்டத்தில் மூழ்கிவிடுவார். அதில் உட்கார்ந்துவிட்டால் அவருக்கு இரவு பகல் தெரியாது. அக்கம் பக்கத்தில் எல்லோரும் சிரிப்பதை என்னால் தாங்கிக் கொள்ள முடியவில்லை.''

''என்னை என்ன செய்யச் சொல்கிறாய் அம்மா?''

''சீதாவுடன் போய் அவர்கள் வீட்டில் இரு.''

''அம்மா!''

''அதைவிட வேறு வழியில்லையடா. சீதாவை நான் நன்றாகப் புரிந்துகொண்டு விட்டேன். ஏதோ செல்லமாக வளர்ந்ததால் மனதில் இருப்பதை அப்படியே பேசுகிறாள். ஆனால் சுபாவத்தில் கெட்டவள் இல்லை. குழந்தைகள் எல்லோரும் என் பேச்சைக் கேட்பதில்லை. ஸ்கூலுக்குப் போகாமல் எப்போ பார்த்தாலும் சீதாவிடம் பழியாய்க் கிடப்பதோடு ஊர்க் கதைகள் பேசிக் கொண்டிருக்கிறார்கள்.'' அதற்குள் கார் ஹாரன் ஒலித்தது.

''அதோ சாப்பாடு வந்து விட்டது போலிருக்கு. தலையெழுத்து! மருமகள் குடித்தனத்திற்கு வந்தால் ஏதோ நம்மோடு சேர்ந்து சாப்பிட்டாள் என்று இல்லாமல் நம் தரித்திரத்தைச் சுட்டிக் காட்டுவது போல் இருக்கு. இந்தப் பாழாய்ப் போன குழந்தைகள் கூப்பிட்டாலும் வரமாட்டார்கள்.''

சுபத்ரா எழுந்துகொண்டு குழந்தைகளை ஒவ்வொருத்தராகப் பெயர்சொல்லிஅழைத்தாள். ''வருகிறோம்'' என்றுசொன்னார்களே தவிர ஒருத்தரும் வரவில்லை. சீதா அவர்களுடன் சேர்ந்து சாப்பிட் டாள்.

பத்து நிமிடங்கள் கழித்து சின்னவள் ஓடி வந்தாள். ''அம்மா! அம்மா! நாங்கள் எல்லோரும் அண்ணியுடன் சேர்ந்து ஜூவுக்கு போகிறோம்'' என்றாள்.

''எங்கேயும் போக வேண்டியதில்லை. வாயை மூடிக் கொண்டு வீட்டிலேயே இருங்கள்.'' எரிந்து விழுவது போல் சொன்னாள்.

கால்மணி நேரம் கழித்து சீதா வெள்ளை நிறப்புடவையில் கொடிகள் போட்ட ஆர்கண்டி புடவையை உடுத்திக்கொண்டு வந்தாள். அந்தப் புடவையில் பதுமையைப் போல் இருந்தாள். ''அத்தை! நான் குழந்தைகளை அழைத்துக் கொண்டு ஜூவுக்குப் போய் வருகிறேன்'' என்றாள்.

சீதா சொன்ன அந்த தோரணைக்கு சுபத்ராவால் மறுப்பு சொல்ல முடியவில்லை. ''சரிம்மா. சீக்கிரமாக வந்து விடுங்கள்'' என்றாள்.

''ஆகட்டும் அத்தை'' சீதா போகும் முன்னால் அங்கேயே இருந்த வித்யாபதியைத் தீட்சண்யமாக ஒரு பார்வை பார்த்து விட்டுப் போனாள். அந்தப் பார்வையில் அலட்சியம் இருந்தது. எடுத்தெறிவது போல் கூர்மை இருந்தது. அவனை அந்தப் பார்வை ஊசியாய்த் தாக்கியது.

பத்து நிமிடங்கள் கழித்து சீதா குழந்தைகளுடன் கிளம்பி விட்டாள். வீடு நிசப்தமாக இருந்தது. நடு அறைக்கு வந்த சுபத்ரா அங்கே சங்கிலியால் கட்டிப் போட்டிருந்த நாயைப் பார்த்துக் கொண்டே சொன்னாள். ''இது காலையில் பக்கத்து வீட்டுக்காரர்களின் கோழியைப் பிடித்துக் கொண்டு வந்துவிட்டது. அவர் வந்து சண்டை போட்டார்.

சீதா கோழியின் விலையைக் கொடுத்துவிட்டாள். ரொம்ப ரகளை. இப்போ அப்பாவியைப் போல் எப்படிப் படுத்திருக்கிறது பார்த்தாயா?'' படுத்திருந்த நாய் கண்களைத் திறந்து ''என்னைத் தான் சொல்கிறாயா?'' என்பது போல் பார்த்துவிட்டுத் திரும்பவும் கண்களை மூடிக் கொண்டது.

''இந்தப் பாழாய் போன முயல்கள் வேறு. நாற்றம் தாங்க முடியவில்லை. வீட்டுக்காரர் வந்து ''நாற்றம் வருகிறது, உடனே முயல்களை அப்புறப்படுத்தி விடுங்கள்'' என்று சொன்னார். சீதா காதில் வாங்கிக் கொள்ளவில்லை. ''இது எங்கள் வீடு. எங்கள் இஷ்டம் எந்த இடத்தில் எதை வேண்டுமானாலும் நாங்கள் வைத்துக்கொள்வோம். உங்களால் ஆனதைப் பார்த்துக் கொள்ளுங்கள்'' என்றாள். அதற்கு அவர் மேலும் எரிச்சலடைந்தார். சீதாவைக் கோர்ட்டுக்கு இழுப்பதாகச் சொல்லி மிரட்டிவிட்டுப் போனார்.'' சுபத்ரா மகன் பக்கம் திரும்பினாள். ''வித்யா! நீ அவர்கள் வீட்டில் போய் இருந்தால் என்னவாகிவிடும்?'' என்றாள்.

வித்யாபதி சீரியஸாக அவனைப் பார்த்தான். ''அம்மா! நான் செத்துப் போனால் என்னவாகி விடும்?'' என்றான்.

''சீ.. சீ.. என்ன பேச்சுடா இது? இந்த மாதிரி இன்னொரு தடவை சொன்னாய் என்றால் என்னைக் கொலை செய்ததற்குச் சமம். என்ன வித்யா இது? இதெல்லாம் என்னுடைய தவறுதான் என்று தோன்றுகிறது. உன் மனதைப் புரிந்துகொள்ளாமல் இந்தத் திருமணத்திற்கு சம்மதிக்க வைத்துவிட்டு, உன் சந்தோஷத்தைக் கெடுத்துவிட்டேன்.''

''நடந்ததற்கு இப்போ வருத்தப்பட்டு என்ன பிரயோஜனம்?''

''சரி. நடந்தது நடந்துவிட்டது. இனிமேல் எப்படி நடக்க வேண்டும் என்று யோசி.''

''அது கடவுளுக்குத் தான் தெரியணும்.'' அவன் விரலை உயர்த்தி மேலே காண்பித்தான்.

மாலையாகிவிட்டது. கார் வந்து வீட்டின் முன்னால் வந்து நின்றது. சந்தடி செய்து கொண்டே குழந்தைகள் இறங்கி வந்தார்கள். சீதாவும் அவர்களுடன் உள்ளே வந்தாள். வித்யாபதி முன் அறையில் நாற்காலியில் பின்னால் சாய்ந்துகொண்டு கால்களை ஜன்னலில் நீட்டியபடி உட்கார்ந்திருந்தான்.

குழந்தைகள் எல்லோரும் ரொம்ப சந்தோஷமாக இருந்தார்கள். கலகலவென்று சிரித்துப் பேசிக் கொண்டிருந்தார்கள். சீதா அவர்களிடம் நன்றாகத்தான் பழகுகிறாள். அம்மா அப்பாவிடம் மரியாதையாக நடந்து கொள்கிறாள். தன்னைப் பார்க்கும் அந்தப் பார்வையில்தான் எரிச்சல்.

கண்களை மூடிக் கொண்டிருந்த வித்யாபதியிடம் சின்ன தங்கை ஓடி வந்தாள். ''அண்ணா! அண்ணா! வந்து ... வந்து..'' என்றாள்.

வித்யாபதி கண்களைத் திறந்து பார்த்தான். ''என்ன?'' என்றான்.

''நாங்க ஜூவில் சுற்றும் போது இந்திரா தென்பட்டாள். பின்னாலிருந்து வந்து என்னை அப்படியே தூக்கிக் கொண்டாள். நானும் யாரோ என்று திரும்பிப் பார்த்தேன்.''

அவன் ஜன்னலிலிருந்து கால்களைக் கீழே இறக்கி தங்கையின் தோள்களைப் பற்றினான். ''இந்திரா தென்பட்டாளா? உண்மை யாகவா? என்ன சொன்னாள்?''

''ஒன்றும் சொல்லவில்லை. அண்ணா ஏன் வரலைன்னு கேட்டாள்.''

''நீ என்ன சொன்னாய்?''

''எனக்குத் தெரியாது என்றேன்.''

''வேறு ஏதாவது கேட்டாளா?''

''ஊஹும். அதற்குள் அண்ணி கிட்டே வந்து யார் இந்தப் பெண் என்று கேட்டாள். அண்ணாவின் சிநேகிதி இந்திரா என்று சொன்னேன். இந்திரா சிரித்துக் கொண்டே வணக்கம் சொன்னாள். ஆனால் அண்ணி முகத்தைத் திருப்பிக் கொண்டுவிட்டாள். வாங்க போகலாம் என்று சொன்னாள். நாங்களும் கிளம்பி வந்து விட்டோம்.''

வித்யாபதிக்குக் கோபம் வந்தது. கொஞ்சம் பண்பாக அவளிடம் பேசினால்தான் என்னவாம் என்று நினைத்துக் கொண்டான்.

சின்ன தங்கை போகும் போது கையைப் பிடித்து நிறுத்தினான். ''இந்திராவுடன் வேறு யார் இருந்தாங்க?''

''யாரோ ஒரு அம்மாள் இருந்தாள்.''

''இந்திரா என்ன மாதிரி புடவையை உடுத்தியிருந்தாள்?''

''ஜரிகை பூக்கள் கொண்ட நீல வண்ண ஷிபான் புடவை கட்டியிருந்தாள். காதுகளில் தோடு போட்டிருந்தாள். தலை பின்னி பூ வைத்திருந்தாள். போதுமா?''

ஏளனமாக, தீவிரமாக ஒலித்த அந்தக் குரலைக் கேட்டு அவன் திரும்பிப் பார்த்தான். அங்கே சீதா நின்றிருந்தாள். அவன் தடுமாறினான். சீதாவின் பார்வை கத்தியைப் போல் அவனைக் கிழித்தெறிவதற்குத் தயாராக இருந்தது.

# 11

"என்ன சொல்கிறான் உன் மகன்?'' மூர்த்தி சாப்பிட்டுக் கொண்டே கேட்டார்.

''எதைப்பற்றி?''

''வேறு எதைப் பற்றி? மாமியார் வீட்டுக்குப் போய் இருப்பதைப் பற்றி.''

சுபத்ரா பதில் பேசவில்லை. மௌனமாக அவருக்கு ரசம் பரிமாறினாள்.

''உன்னைத்தான் கேட்கிறேன். கேட்டதற்கு பதில் சொல்லாமல் இடித்த புளியைப் போல் சும்மாயிருந்தால் என்ன அர்த்தம்?'' கோபமாகக் கேட்டார்.

''என்ன சொல்லப் போகிறான்? இது ஏதாவது புது விஷயமா என்ன? அவன் அந்த வீட்டிற்குப் போக மாட்டேன் என்று அன்றைக்கே சொல்லிவிட்டான்.''

''அவ்வளவுதானா? தன் அபிப்பிராயத்தை மாற்றிக் கொள்ள மாட்டானாமா?''

''அவனுக்கு விருப்பம் இல்லாத போது எப்படிக் கட்டாயப்படுத்துவது? அவன் என்ன சின்னப் பையனா மிரட்டி வழிக்குக் கொண்டு வருவதற்கு.''

''அப்போ இந்த கேலிக்கூத்தை வாயை மூடிக்கொண்டு அனுபவித்துக் கொண்டிருக்கணுமா?''

''அவன் மனதைப் புரிந்துகொள்ளாமல் இந்தத் திருமணத்தைப் பண்ணி வைத்தது நம் தவறுதான் என்று தோன்றுகிறது.''

''வாயை மூடு. எல்லாம் உன்னால்தான். அவனை நயமாகவோ மிரட்டியோ எதையும் சொல்ல மாட்டாய். இதோ

இந்த சாப்பாட்டின் மீது ஆணையாகச் சொல்கிறேன். அவன் மரியாதையாக மாமியார் வீட்டுக்குப் போவானா மாட்டானா? அவன் போகாதவரையில் நான் இந்த வீட்டிற்கு வரமாட்டேன். ஒரு வாய்கூட சாப்பிட மாட்டேன். தெரிந்ததா? உன் மகனிடம் சொல்லு. நான் கவனிக்கவில்லை என்று நினைத்துவிட்டானா? அவன் அந்தப் பெண்ணுடன் பேசுவதே பாவம் என்பது போல் நடந்து கொள்கிறான். நாம் அநியாயமாக அந்தப் பெண்ணின் வாழ்க்கையை நாசமாக்கிவிட்டோம். சீதாவுக்கு என்ன குறைச்சல்? லட்சணமாக இருக்கிறாள். கண்களில் ஒற்றிக்கொண்டு யார் வேண்டுமானாலும் பண்ணிக்கொள்வார்கள். என்ன சொன்னாலும் கேட்டிருப்பார்கள். அந்தப் பெண்ணின் தலைவிதி. இவனுக்கு வந்து வாய்த்தாள். கடவுள் தங்கத் தட்டில் விருந்துச் சாப்பாடு தந்தால் சாப்பிடத் தெரியாமல் தள்ளிவிடுகிறான்.''

மூர்த்தி வேண்டுமென்றே உரத்தக் குரலில் கத்திக் கொண்டிருந்தார். அப்படிக் கத்துவதில் அவருக்கு இரண்டு விதமான லாபங்கள் இருந்தன. ஒன்று மகனை விரட்டுவது. இரண்டாவது இதில் தங்களுடைய தவறு என்று எதுவும் இல்லை என்று சீதாவுக்கு மறைமுகமாக தெரியப்படுத்துவது. வித்யாபதியை அந்த வீட்டுக்கு அனுப்பி வைப்பதில் தாங்கள் எவ்வளவு துடியாக இருக்கிறோம் என்று சீதாவுக்குத் தெரியவேண்டும்.

சுபத்ரா அலுத்துக் கொண்டாள். ''ஏன் கத்துறீங்க? மருமகள் இருக்கிறாள். காதில் விழுந்து வைக்கப் பொகிறது.''

''விழட்டுமே? இதில் ரகசியம் என்ன இருக்கு? உள்ளதுதானே பேசுகிறேன். என் வயிறு பற்றிக் கொண்டு எரிகிறது. பாவம் அந்தப் பெண்! இவனைக் கட்டிக் கொண்டு என்ன சுகத்தை அனுபவித்துவிட்டாள்? ஐஸ்வரியத்திற்கு இடையே செல்லமாக வளர்ந்த பெண். இந்த வீட்டிற்கு வந்து போதும் போறாத துமான வசதிகளுடன் எதற்காக அவஸ்தைப்படுகிறாள்? அவனுக்காகத் தானே? அந்த ஞானம் கூட அவனுக்கு இல்லையே?''

அடுத்த அறையில் சீதாவும், முன் அறையில் வித்யாபதியும் மூர்த்தியின் கத்தல்களை கேட்டுக் கொண்டுதான் இருந்தார்கள். சீதாவின் விழிகளின் நீர் சுழன்றது. அவளுக்கு தன் மாமனார்தான் எவ்வளவு நல்லவர் என்று தோன்றியது. முன் அறையில் வித்யாபதி இருந்ததால் பேசாமல் நின்றுவிட்டாள். இல்லாவிட்டால் அந்த நிமிடமே போய் மாமனார் கால்களில் விழுந்து வணங்க வேண்டும் என்று அவளுக்குத் தோன்றியது. தன்னுடைய வேதனை

பெரியவர்களுக்காவது புரிந்திருக்கிறதே. அதுவே போதும் என்று நினைத்தாள்.

''மனைவியை அழைத்துக் கொண்டு போய் மாமியார் வீட்டில் இருக்கப் போகிறானா அல்லது என்னை வீட்டை விட்டுப் போகச் சொல்கிறானா என்று இப்பொழுதே அவனிடம் நீ போய்க் கேள்.''

''நன்றாக இருக்கு. இப்பொழுதேவா?'' என்றாள் சுபத்ரா.

''ஆமாம். இப்பொழுதே.''

''அவன் மதியம் போனவன் இப்பொழுதுதான் வீட்டுக்குத் திரும்பி வந்தான்.''

அதைக் கேட்டதும் அவர் இன்னும் கொதித்துப் போனார். ''மதியம் போனவன் இப்பொழுதுதான் திரும்பி வந்தானா? எங்கே போயிருப்பான்? அந்த இந்திராவிடம் தான் போயிருப்பான். அவனுக்குக் கொஞ்சமாவது புத்தியிருக்கா? இப்பவே சொல்லிவிட்டேன். அவன் இங்கேயே இருப்பதாக ஏன் சொல்கிறான் தெரியுமா? இஷ்டம் வந்தது போல் அந்தப் பெண்ணுடன் சுற்றுவதற்காகத்தான். இங்கே இருந்தால் நினைத்த நேரத்தில் வீட்டிலிருந்து வெளியே போகலாம் வரலாம். அங்கே போனால் அந்தப் பாச்சா பலிக்காது.''

''சும்மா சும்மா அந்த இந்திராவை ஏன் இழுக்கிறீங்க?'' சுபத்ரா சலித்துக் கொண்டாள். கணவருக்குக் கோபம் வந்தால் நல்லது பொல்லாதது தெரியாது. தொடக்கத்திலிருந்தே அப்படித்தான். வீட்டு விவகாரங்களைப் பொருட்படுத்தமாட்டார். ஆனால் யாராவது வீட்டிற்கு வந்திருந்தால் அப்போதுதான் மனைவி குழந்தைகள் மீது நாட்டாமை செலுத்துவார்.

சுபத்ராவுக்கு வித்யாபதி இப்படி நடந்து கொள்வது பிடிக்கவில்லை என்பது உண்மைதான். ஆனால் அதற்காக மருமகளுக்கு முன்னால் மகனைத் தாழ்த்திப் பேசினால் அவளுக்கு அவனைக் கண்டால் இளக்காரம் ஏற்பட்டுவிடும் என்பது அவள் பயம்.

ஆனால் மூர்த்திக்கு அதைப் பற்றிய அக்கறையே கிடையாது. அவருக்கு சீதா இந்த வீட்டில் இருப்பதில் விருப்பம் இல்லை. சீதா அவள் வீட்டிலேயே இருக்க வேண்டும். மகன் அவளுடன் அங்கே இருக்கணும். அப்படி இருந்தால்தான் நாலுபேருக்கு முன்னால் அவருக்கு மதிப்பு. பணக்கார வீட்டுப் பெண்ணை மணந்தும் மகன் காரில் சுற்றாமல் நடந்து போவதையும், முன்னைப் போலவே இருப்பதையும் பார்த்தால் அவருக்கு எரிச்சலாக இருந்தது.

அனுபவிக்கத் தெரியாத தத்திப்பயல் என்று ஆத்திரமடைந்தார். மகன் செல்வந்தர் வீட்டு மருமகனாகி வறுமைக் கடலில் தத்தளித்துக் கொண்டிருக்கும் குடும்பத்திற்கு சப்போர்ட் ஆக இருப்பான் என்று அவர் ஊகித்துக் கொண்டதெல்லாம் வெறும் கனவாகிவிட்டது.

சுவாமிநாதய்யரிடம் சொல்லி அவருடைய செல்வாக்கைப் பயன்படுத்தி இந்திராவை வேறு ஊருக்கு மாற்றிவிட்டார். ஆனால் இந்திரா பிடிவாதக்காரி. லீவ் போட்டுவிட்டு இங்கேயே இருந்தாளே தவிர வேலையில் சேருவதற்குப் போகவில்லை. இப்பொழுது இருவருக்கும் வேண்டிய அளவுக்கு நேரம் இருக்கிறது. சீ.. சீ என்ன குழந்தைகள்! சொன்ன பேச்சைக் கேட்டு சந்தோஷமாக இருந்து கொண்டு பெற்றோரையும் சந்தோஷமாக வைத்துக் கொள்ளாமல் வேண்டாத வீண் பிடிவாதங்களுடன் என்று நினைத்தார்.

என்னவானாலும் சரி மகனை மாமனார் வீட்டுக்கு அனுப்பி விடுவது என்ற தீர்மானத்திற்கு வந்தார். அதனால்தான் வீட்டுக்கு வந்ததும் வராததுமாக மனைவியிடம் எரிந்து விழத் தொடங்கினார். குழந்தைகளைத் திட்டினார். மனைவியைக் கடிந்துகொண்டார். இறுதியில் சாப்பிடும் போது தன் மனதில் இருப்பதைச் சொல்லிவிட்டார்.

சுபத்ராவுக்கு சங்கடமாக இருந்தது. ஒரு பக்கம் கணவர். இன்னொரு பக்கம் மகன். சொன்னால் அவன் புரிந்துகொள்ள மாட்டான். கணவருடைய வாயை அவளால் கட்டுப்படுத்த முடியாது.

"இன்னும் உட்கார்ந்துண்டு இருக்கிறாயே? போய் கேள் அவனை?"

"என்னவென்று கேட்கட்டும்?" இயலாமையுடன் பார்த்தாள்.

"ஆயிரம் தடவை சொல்லணுமா? மாமியார் வீட்டுக்குப் போவானா இல்லை என்னை இந்த வீட்டை விட்டுப் போகச் சொல்கிறானா?"

"கேட்கிறேன். முதலில் சாப்பிடுங்கள்."

"முதலில் கேட்டுவிட்டு வா."

"நன்றாகத்தான் இருக்கு உங்க ரகளை."

"அதோ அந்தப் பேச்சுத்தான் வேண்டாம் என்கிறேன்."

சுபத்ரா எழுந்து போனாள்.

கட்டிலில் படுத்திருந்த வித்யாபதி எழுந்துகொண்டு உடைகளை மாற்றிக் கொண்டிருந்தான். ஷர்ட் பித்தான்களைப் போட்டுக் கொண்டிருந்தவன் தாயைப் பார்த்ததும், அவள் எதுவும் சொல்லும் முன்னாலேயே பதில் சொல்லிவிட்டான். ''அம்மா நான் இந்த வீட்டை விட்டுப் போகிறேன். மற்ற விஷயங்களை நீங்களே முடிவுசெய்து கொள்ளுங்கள்'' என்று சொல்லிவிட்டு செருப்பை மாட்டிக் கொண்டு வெளியே போய்விட்டான்.

''வித்யா! டேய் வித்யா'' தாயின் கூக்குரலை அவன் கேட்டுக் கொள்ளவே இல்லை. திரும்பிப் பார்க்காமல் இருளில் கலந்துவிட்டான். சுபத்ரா கல்லாய்ச் சமைந்துவிட்டாள்.

அறைக்குள்ளேயிருந்து சந்தடி கேட்டது. சீதா மளமளவென்று தன் உடைகளை எடுத்துப் பெட்டியில் திணித்துக்கொண்டாள். அவன் வீட்டை விட்டுப் போய்விட்டான். அப்படி என்றால் தான் அவனுக்குத் தேவையில்லை என்றுதானே அர்த்தம்? இது எவ்வளவு பெரிய அவமானம்? சீதாவுக்கு ரோஷத்தை விடத் துக்கம்தான் அதிகமாக இருந்தது.

பத்து நிமிடங்களில் சாமான்களை எல்லாம் எடுத்து வைத்துக் கொண்ட சீதா அறைக்குள் வந்து கேட்டாள். ''மாமா! எனக்காக டாக்சி வரவழைத்துத் தருவீங்களா?''

''எங்கேம்மா போகணும்?'' அவர் கலவரமடைந்தார்.

''அம்மா வீட்டுக்குப் போய் விடுகிறேன்.''

''இப்பொழுதா? இந்த இரவு நேரத்திலா?''

''எத்தனை இரவானாலும் பரவாயில்லை. நான் இனி இங்கே ஒரு நிமிஷம் கூட இருக்க மாட்டேன். இரு என்று நீங்களும் தயவு செய்து கேட்காதீங்க.''

சீதாவின் முகத்தைக் கண்டு அஞ்சினார் அவர். இந்த முகத்துடன் இந்த வேளையில் சீதா தன் பிறந்த வீட்டிற்குப் போனால் சுவாமிநாதய்யர் தம்மை உயிரோடு விட்டு வைப்பாரா?

''விடிஞ்சதும் போய்க் கொள்ளலாம் அம்மா.''

''நான் போய் விடுகிறேன். நீங்க டாக்ஸி கொண்டு வராவிட்டால் நடந்தே போகிறேன்.'' சீதா செருப்பை மாட்டிக் கொண்டு கிளம்பிவிட்டாள்.

''இரு இரு. நில்லும்மா. நானே கூட்டிண்டு வருகிறேன்.'' செருப்பு போட்டுக் கொள்ளவும் மறந்து போனவராய்த் தெருவில் இறங்கி ஓடினார்.

அரைமணியில் டாக்சி வந்தது. சீதா நாய்களை, கிளியை, முயல்களை மட்டும் எடுத்துக் கொண்டாள். மாமியாரிடம் கூடச் சொல்லிக் கொள்ளவில்லை. டாக்ஸியில் ஏறி அமர்ந்தாள். கொண்டுவிட்டு வருவதற்காக மூர்த்தியும் டாக்ஸியில் ஏறிக் கொண்டார்.

வெறிச்சோடிக் கிடந்த வீட்டில் சுபத்ரா தனியாய் நின்றிருந்தாள்.

# 12

வாசற்கதவை யாரோ தட்டியதும் கட்டிலில் படுத்திருந்த இந்திரா திடுக்கிட்டாள். ஒரு மணி நேரமாகக் கட்டிலில் புரண்டு கொண்டிருந்தாள். உறக்கம்தான் வந்த பாடிலில்லை. அக்காவும், அத்தானும் இல்லை. வெளி ஊருக்குப் போயிருந்தார்கள். அக்காவின் மாமியார் தூக்கமாத்திரையைப் போட்டுக் கொண்டு குறட்டை விட்டபடி தூங்கிக் கொண்டிருந்தாள்.

இந்திரா மாலையிலிருந்து நெருப்பில் இருப்பது போல் தகித்துக் கொண்டிருந்தாள். மாற்றல் உத்தரவு வந்ததும் லீவ் போட்டாள். ஒரு வாரமாக வீட்டிலேயே இருந்ததால் பைத்தியம் பிடித்தாற்போல் இருந்தது. தெரிந்தவர்கள் வீட்டில் குழந்தையின் பிறந்தநாள் என்று அழைத்ததால் பொழுது போகும் என்று பரிசுப் பொருளை வாங்கிக் கொண்டு கிளம்பினாள்.

அங்கே கூடியிருந்த பெண்கள் இந்திராவைப் பார்த்ததும் குசுகுசுக்கத் தொடங்கினார்கள். ஒருத்தி ''எப்போ கல்யாணம்?'' என்று கேட்டாள்.

''கடவுள் வழி காட்டும்போது.'' சிரித்துக் கொண்டே பதில் சொன்னாள் இந்திரா.

அதற்குள் வேறொருத்தி அங்கே வந்து சேர்ந்தாள். ''இந்திரா! உனக்கும் வித்யாபதிக்கும் கல்யாணம் நடக்கப் போவதாக உங்க அக்கா சொல்லிக் கொண்டிருந்தாள். பின்னே அவன் சுவாமிநாதய்யரின் மகளைப் பண்ணிக் கொண்டிருக்கிறானே? என்ன காரணம்?''

''பண்ணிக் கொள்வேன்னு அவன் சொன்னானா? இல்லையே. ஆனாலும் இந்த ஆண்கள் நண்பர்களாக ஊர் சுற்றுவார்களே தவிர கல்யாணம் பண்ணிக் கொள்வார்களா என்ன? பெண்களுக்குத்தான் புத்தியிருக்க வேண்டும். என் தம்பியிடம் இந்திராவைப் பற்றிக் கேட்டபோது அந்தப் பெண்ணா? வேண்டவே வேண்டாம் என்று சொல்லிவிட்டான்.'' அந்தம்மாளுக்குக் கொஞ்சம்கூடத் தயக்கம் இல்லை. சொல்ல நினைத்ததை முகத்திற்கு நேராகவே சொல்லி விடுவாள். பொழுது போவதற்காக அங்கே போன இந்திரா மனம் முழுவதும் எரிச்சலை, வேதனையை நிரப்பிக் கொண்டு வந்தாள்.

''நான் ஒன்றும் திருமணத்திற்காக ஏங்கவில்லையே? அவர்களுக்கு என்னைப் பற்றிய அக்கறை ஏன்?''

இந்திராவுக்குத் திடீரென்று வாழ்க்கை ஸ்தம்பித்து விட்டாற்போல் இருந்தது. வித்யாபதியை மறுத்தது எவ்வளவு முட்டாள்தனம் என்று புரிந்தது. அவனுடைய குடும்பத்தைப் பற்றி யோசிக்காமல் தன் நலனையே பார்த்துக் கொண்டிருக்க வேண்டும்.

இறுதியில் அவன் கிடைக்காமல் போனதோடு ஊராரின் பழிச்சொற்களும் வந்து சேர்ந்துகொண்டன. இப்போ வருந்தி என்ன பயன்?

இரண்டாவது முறை கதவைத் தட்டிய சத்தம் கேட்டதும் இந்திரா எழுந்துகொண்டு விளக்கைப் போட்டாள். மணி பத்தரை ஆகியிருந்தது. இந்த நேரத்தில் யார் வரப் போகிறார்கள்?

ஊருக்குப் போயிருந்த அக்காவும் அவள் கணவரும் திரும்பி வந்து விட்டார்களா என்ன?

இந்திரா போய்க் கதவைத் திறந்தாள்.

எதிரே வாசலில் வித்யாபதி நின்றிருந்தான். இந்திராவால் தன் கண்களைத் தன்னாலேயே நம்ப முடியவில்லை.

''நீயா!'' என்றாள்.

அவன் பதில் சொல்லாமல் உள்ளே வந்தான்.

''இந்த நேரத்தில் வந்திருக்கிறாயே? என்ன விஷயம்?'' வியப்புடன் கேட்டாள்.

வித்யாபதி உள்ளே வந்து கைகளைப் பின்னால் நீட்டிக் கதவைச் சாத்தினான்.

''இந்திரா என்னுடன் வருவாயா மாட்டாயா?''

''உன்னுடனா? எங்கே?''

''எங்கேயோ ஓரிடத்திற்கு. நான் வீட்டை விட்டு வந்துவிட்டேன். இந்த ஊரைவிட்டு எங்கேயோ தொலைவிற்குப் போகப் போகிறேன். என் வீட்டாருடன் உறவை முறித்துக் கொண்டு விட்டேன். நீ என்னுடன் வருவாயா?''

இந்திரா அவனைச் சரியாக நிமிர்ந்து கூடப் பார்க்கவில்லை. ஓரடி முன்னால் வைத்தாள். அப்படியே அவன் கழுத்தைச் சுற்றிலும் தன் கைகளைப் பிணைத்தாள். அவன் மார்பில் முகத்தைப் புதைத்துக் கொண்டாள். அடுத்த நிமிடம் ஹோவென்று அழுது தீர்த்துவிட்டாள்.

ஒரு நிமிஷம் அவன் திகைத்துப் போனவனாய் நின்றுவிட்டான். இந்திரா ரொம்பவும் சுயநம்பிக்கை உள்ளவள். அவள் அடிக்கடி கண்கலங்கும் சுபாவம் கொண்டவளில்லை. இந்திராவைப் புயலாய் இத்தனை துக்கம் சூழ்ந்து கொண்டிருக்கிறது என்றால் ஏதோ விபரீதமாக நடந்திருக்கும்.

அவன் இந்திராவின் தலையை மார்போடு அழுத்திக் கொண்டான். அவன் விரல்கள் இந்திராவின் கேசத்தைப் பரிவோடு தடவிக் கொடுத்தன. ''இந்தூ! என்னவாகிவிட்டது? என்ன இது?'' கவலையுடன் தடுமாறிக் கொண்டே கேட்டான்.

இந்திரா பதில் சொல்லும் நிலையில் இருக்கவில்லை. இறுதியில் வித்யாபதி இந்திராவின் தோளைச் சுற்றிலும் கையைப் போட்டு அழைத்துக் கொண்டுபோய் சோபாவில் உட்கார்ந்துகொண்டு, அவளையும் பக்கத்தில் உட்கார வைத்தான். இந்திரா சோபாவில் உட்கார்ந்த மறு நிமிடமே அவன் மடியில் சரிந்துவிட்டாள்.

''இந்தூ! இந்தூ! என்ன இது? என்ன நடந்தது? யாராவது ஏதாவது சொன்னார்களா?'' தோள்களைப் பற்றி உலுக்கினான்.

''எனக்கு வாழ்க்கையே நரகமாக இருக்கு. என்னால் தாங்க முடியவில்லை.'' அழுகையினூடே தெளிவற்ற குரலில் சொன்னாள்.

அவன் ஒரு வினாடி மௌனமாக இருந்துவிட்டான். ''நீயாகவே வரவழைத்துக் கொண்டதுதானே?'' கடினமாகக் கேட்டுவிட வேண்டும் என்ற அளவுக்குக் கோபம் வந்தது. ஆனால் அடுத்த நிமிடமே இந்திராவைப் பார்த்தால் பரிதாபமாக இருந்தது. இந்திரா ரொம்ப நல்லவள். சுயநலம் கருதாமல் அவனுடைய நன்மையைக் கருதி, அவன் குடும்ப சாதக பாதகங்களைப் பற்றி யோசித்தாள். ஒரு விதமாகச் சொல்லணும் என்றால் தன்னுடைய சுகத்தையும் சந்தோஷத்தையும் தியாகம் செய்திருக்கிறாள். இந்திராவைத் தான் எதுவும் சொல்லக் கூடாது. அவன் இந்திராவின் தோளைப் பிடித்து வலுக்கட்டாயமாக எழுப்பி உட்கார வைத்தான். கண்ணீர்க் கோடிட்டிருந்த கன்னத்தைத் துடைத்தான்.

''காரணம் சொல்லாவிட்டால் எனக்கு எப்படித் தெரியும்? உன்னை எப்படித் தேற்ற முடியும்? ப்ளீஸ், என்ன நடந்தது என்று சொல்லேன்?''

''எல்லோரும் ... எல்லோரும்.. நீ என்னை விட்டுவிட்டு பணக்கார வீட்டுப்பெண்ணைப் பண்ணிக்கொண்டாயாம். நான் தான் உன்னை அந்தத் திருமணத்திற்கு சம்மதிக்க வைத்ததாகச் சொன்னால் ஒருத்தருமே நம்பவில்லை. நான் உன்னுடன் ஊர் சுற்றினேனாம். கெட்டுச்சீரழிந்துவிட்டேனாம். உன்னுடன்இஷ்டம் போல் சுற்றியதற்கு எனக்கு நல்ல தண்டனை கிடைத்துவிட்டதாம். வித்யா! என்னால் இந்தக் குத்தல் மொழிகளைத் தாங்கிக் கொள்ள முடியவில்லை.'' பேதையைப் போல் இந்திரா மொழிந்ததைப் பார்க்கும் போது அவள் ரொம்ப அப்பாவியாய், அபலையாய் காட்சி தந்தாள் வித்யாபதிக்கு. சட்டென்று குனிந்து அவள் கண்கள் மீது முத்தம் பதித்தான்.

''உலகம் ரொம்பப் பொல்லாதது. தன் வழியில் போய்க் கொண்டிருப்பவர்களைக் கூட வம்புக்கு இழுத்து வேடிக்கைப் பார்க்கும். அதுகூடத் தெரியாதா உனக்கு?''

''தெரியும். ஆனால் உண்மையைச் சொன்னால் பரவாயில்லை. ஆனால் இல்லாத பழியை ஏன் என்மீது போடணும்? மாற்றல் உத்தரவு வந்தும் நான் போகாமல் லீவ் போட்டு வீட்டில் இருப்பதால் மேலும் மேலும் பேசுகிறார்கள். நான் உனக்காகத் தான் இந்த ஊரில் இருக்கிறேனாம். எத்தனை வேண்டாத பேச்சு இது?''

அவன் ஒரு நிமிடம் இந்திராவை உற்றுப் பார்த்தான். ''இந்தூ! உலகத்தாரின் பழிச்சொல்லை நாம் உண்மையாக்கிவிட்டால்?''

''எப்படி?''

''நீ வேலையில் சேர வேண்டிய ஊருக்கு நாமிருவரும் போய் விடுவோம். அது ஒரு பட்டிக்காடு. திருமணம் ஆகிவிட்டதாகச் சொல்லிவிடலாம். உண்மையிலேயே நான் உன்னைத் திருமணம் செய்து கொண்டு விடுகிறேன்.''

இந்திராவின் கண்கள் பயத்தால் படபடத்தன. ''எப்படி முடியும் வித்யா?''

''ஏன் முடியாது?''

''சட்டம் எப்படி சம்மதிக்கும்? நீ கல்யாணம் ஆனவன்.''

''சட்டத்தை எதிர்த்து எத்தனைபேர் வாழவில்லை? சட்டத்தின் எல்லைக்குள் நமக்கு சந்தோஷமான வாழ்க்கை இல்லை. சட்டத்தைத் தாண்டி வெளியில் போய் வாழ்வோம்.''

இந்திரா எழுந்து உட்கார்ந்துகொண்டு கண்களைத் துடைத்துக் கொண்டாள். சுயநினைவு வந்தவள் போல் பதற்றத்துடன் வாசற்கதவுப் பக்கம் பார்த்தாள். அது தாழிடப்பட்டிருந்தது.

''உன் அக்காவின் மாமியார் எங்கே?'' அவனும் இந்த உலகத்திற்கு மீண்டவன் போல் கேட்டான்.

''தூங்கிக் கொண்டிருக்கிறாள். தினமும் தூக்க மாத்திரை போட்டுக் கொள்வாள். பார்த்து விட்டு வருகிறேன்.'' இந்திரா எழுந்து உள்ளே போய் ஐந்து நிமிடங்கள் கழித்து திரும்பி வந்தாள்.

முகம் அலம்பி பொட்டு வைத்துக் கொண்டு வந்திருப்பது தெளிவாகத் தெரிந்தது. ''அக்காவின் மாமியார் நல்ல உறக்கத்தில் இருக்கிறாள்'' என்றாள்.

இந்திரா சற்று தொலைவில் நின்றாள். வித்யாபதி அவளை ஏறிட்டுப் நோக்கினான். அவளிடம் படிந்திருந்த துக்கத்தின் திரை அகன்று விட்டாற்போல் இருந்தது. அந்தப் பார்வையில் அவளிடம் எப்போதும் குடிகொண்டிருக்கு சுயநம்பிக்கை சுடர்விட்டது.

''காபி டீ ஏதாவது குடிக்கிறாயா?'' என்று கேட்டாள். சற்றுமுன் தான் இருந்த நிலைக்கு வெட்கியவளாய்த் தென்பட்டாள்.

‘‘இப்போ எதுவும் வேண்டாம். இப்படி வா.’’ கைகளை விரித்து அழைத்தான். இந்திரா வரவில்லை. தொலைவிலேயே நின்றிருந்தாள். அவன் எழுந்து வந்து இந்திராவின் கையைப் பிடித்து இழுத்து வந்து சோபாவில் உட்கார வைத்தான்.

‘‘சாரி.’’ தெளிவற்ற குரலில் சொன்னாள்.

‘‘எதற்கு சாரி?’’

‘‘பைத்தியம் போல் அழுதுவிட்டேன். கோழையாய் நடந்து கொண்டேன்.’’

அவன் இந்திராவை மார்போடு அழுத்திக் கொண்டான். ‘‘உன் துணிச்சலை எல்லாம் உலகத்தின் முன்னால் காட்டு. என்னிடம் வேண்டாம். இப்பொழுதாவது நாமிருவரும் இழந்தது எவ்வளவு மதிப்பு வாய்ந்தது என்று உனக்குப் புரிந்ததா?’’

இந்திரா அவன் தோளில் தலையைப் புதைத்துக் கொண்டாள். ‘‘இப்போ புரிந்து என்ன பயன்? நானாகவே வரவழைத்துக் கொண்டதுதானே? வாயை மூடிக் கொண்டு அனுபவிக்க வேண்டியதுதான்.’’

‘‘வேண்டாம். அப்படிச் சொல்லாதே. யோசித்துப் பார்த்தால் இதெல்லாம் என்னுடைய கையாலாதத்தனம் என்று தோன்று கிறது. தெரிந்தோ தெரியாமலோ நீ சொன்னால் நான் எதற்கு தலைவணங்கினேன்? அப்பா அம்மாவின் முன்னால் ஏன் தயங்கினேன்? போகட்டும். இப்பொழுதும் ஒன்றும் மிஞ்சி விடவில்லை. அந்த சீதாவை நான் கல்யாணம் செய்து கொண் டேனே தவிர எனக்கும் அவளுக்கும் இடையே எந்த உறவும் இல்லை. நான் அந்தப் பெண்ணை விட்டுவிடுவதில் எந்தத் தவறும் இல்லை. நான் சீதாவிடம் உன்னைப் பற்றிச் சொல்லிவிடுகிறேன். அவளிடம் மன்னிப்புக் கேட்டுக்கொள்கிறேன்.’’

இந்திரா பதில் எதுவும் சொல்லவில்லை. ஆனால் அவன் பேச்சில் இருந்த அன்பும், நெருக்கமும் அவளிடம் சகஜமாக இருக்கும் உலகஞானத்தின் மீது மயக்க மருந்தை தெளிக்கத் தொடங்கின. அவன் மடியில் தலையைச் சாய்த்துக் கொண்டாள். அவனுடைய தொடுகையும் நெருக்கமும் ரொம்பவும் சுகமாக இருந்தது. தனிமை பூண்டோடு அழிந்துவிட்டாற்போல் இருந்தது. இவனைப் போய் வேண்டுமென்றே கை நழுவவிட்டேனே என்ற வேதனை இந்திராவைத் தகிக்கச் செய்தது.

கால் மேல் காலைப் போட்டுக் கொண்டு இந்திராவின் தலையை முழங்காலில் சரித்துக் கொண்டு அவள் கன்னத்தை, தலையை வருடிக் கொண்டே சொன்னான். "நாம் எங்கேயாவது தொலைவிற்குப் போய்விடலாம். சின்ன வீடாக வாடகைக்கு எடுத்துக் கொள்வோம். நாம் இருவரும் ஒருவருக்கு ஒருவர் துணையாய் இருப்போம். எனக்கு ஏதாவது வேலை கிடைக்காமல் போகாது.''

"உடனே கிடைக்கா விட்டாலும் பரவாயில்லை. என்னிடம் நகைகள் இருக்கு. வங்கியில் பணம் இருக்கு. அவற்றுடன் இரண்டு வருடங்களாவது நிம்மதியாக வாழமுடியும்'' என்றாள் இந்திரா.

அவன் குரல் மிகவும் கம்பீரமாக இருந்தது. அவன்வாயிலிருந்து உணர்ச்சிப் பூர்வமாக, கனவு காண்பது போல் ஒலித்துக் கொண்டிருந்த சொற்கள் உண்மையிலேயே அப்படியெல்லாம் நடக்கிறதோ என்ற பிரமையை இந்திராவின் மனதில் தோற்றுவித்துக் கொண்டிருந்தன. அவன் தாழ்ந்த குரலில் சொல்லிக் கொண்டிருந்தான்.

"காலையில் எழுந்ததும் நீ காபி கொண்டு வருவாய். பக்கத்தில் உட்கார வைத்துக் கொண்டு நான் காபியைக் குடிப்பேன். நீயும் நானும் சேர்ந்து ஒரே கப்பில் காபி குடிப்போம். நீ சமைக்கும் போது நான் பக்கத்தில் இருந்து உதவி செய்வேன். இருவரும் சேர்ந்து சாப்பிடுவோம். ஆனால் ஒரே ஒரு நிபந்தனை. சமைப்பது உன்னுடைய பங்கு என்பதால், தட்டில் பரிமாறி உனக்கு ஊட்டுவது என்னுடைய பங்கு. சாப்பாடு முடிந்த பிறகு இருவரும் சேர்ந்து ரேடியோ கேட்போம். மதியம் குட்டித் தூக்கம் போடுவோம். இல்லையானால் பேசிக் கொண்டிருப்போம். இரவு மறுபடியும் சாப்பாடு. பிறகு இரவு...'' வித்யாபதி இந்திராவை மார்போடு அழுத்திக் கொண்டான்.

"இந்தக் கனவு எவ்வளவு நன்றாக இருக்கு?'' மயக்கத்தில் இருப்பவள் போல் சொன்னாள் இந்திரா.

"இது கனவு இல்லை மேடம். நிஜம்.''

"வித்யா! இது எப்படிச் சாத்தியமாகும்?'' பேதையாய் நோக்கினாள் இந்திரா.

"சாத்தியம் ஆவது போல் செய்கிறேன் நான். முதலில் நாம் இருவரும் இங்கிருந்து வேறு ஊருக்குப் போய் விடுவோம். அதற்குப் பிறகு அம்மா அப்பாவுக்குக் கடிதம் போடுகிறேன்.

சீதாவுக்கும் போடுகிறேன். நீயும் நானும் சிநேகிதர்கள் என்ற விஷயம் சீதாவுக்கும் தெரியும். தன்னைப் பிடிக்காத என்னுடன் அவள் மட்டும் எப்படிக் குடித்தனம் நடத்துவாள்?''

''உலகம் உன்னைக் கெட்டவன் என்று பழிக்கும்.''

''பழிக்கட்டும்.''

''சீதாவுக்கு துரோகம் செய்ததாக நினைப்பார்கள்.''

''இந்திராவுக்கு நியாயம் செய்ததாக நான் நினைப்பேன்.''

''எல்லோரும் என்னைக் குற்றம் சாட்டுவார்களோ என்னவோ?''

''இப்போ மட்டும் நீ வேண்டாத பழிச்சொற்களைக் கேட்டுக் கொள்ளவில்லையா? இதை விட அது மேல் இல்லையா?''

உண்மைதான் என்பது போல் இந்திரா தலையை அசைத்தாள். ''எல்லோரும் நம்மை ஒதுக்கி விடுவார்களோ என்னவோ?''

''அப்படி நடந்தால் மட்டும் என்ன?நாமிருவரும் ஒருவருக் கொருவர் துணையாய் இருப்போம். அது போதாதா?''

போதும் என்பது போல் பார்த்தாள். ''உன் மாமனார் பகை கொண்டு ஏதாவது செய்தால்?'' பயந்தபடி இந்திரா மேலும் அவனை நெருங்கினாள்.

''அவரால் என்ன செய்ய முடியும் என்னை? நீ தேவையற்ற பயங்கள் வைத்துக் கொள்ளாதே. நீ பக்கத்தில் இருந்தால் எதை வேண்டுமானாலும் என்னால் எதிர்த்து நிற்க முடியும்.''

''ஆனால் உனக்குத் திருமணம் ஆன பிறகு...''

வித்யாபதி சட்டென்று இந்திராவின் வாயைப் பொத்தினான்.

''நீ இனி எதுவும் பேசாதே.

ஒரு முறை உன் வார்த்தைக்கு மதிப்புக் கொடுத்துத்தான் வாழ்க்கையில் இவ்வளவு சிக்கல் ஏற்படுத்திக் கொண்டு விட்டேன். இப்பொழுது கேட்பதாக இல்லை.

இந்து! எனக்குத் திருமணம் ஆன விஷயத்தையே மறந்து விடுகிறேன். மறந்து போகும்படியாகச் செய்கிறேன்.''

இந்திரா பெருமூச்சு விட்டாள்.

''என் முட்டாள்தனத்தால் உனக்கு தண்டனை.''

''பரவாயில்லை. என்னால் தாங்க முடியும்.''

இந்திராவுக்கு அந்த நிமிடத்தில் அவனைக் கண்டால் ரொம்பவும் அபூர்வமாகத் தோன்றியது.

வித்யாபதி எவ்வளவு நல்லவன்? தான் எவ்வளவு முட்டாள்? அவனுக்கு அவளிடமிருந்த அன்பை சரியாக உணர்ந்துகொள்ள முடியாமல் போய்விட்டாள். தன்னைப் பற்றி யோசிக்காது அவனுடைய பெற்றோருக்காக தான் கவலைப்பட்டது எவ்வளவு மூடத்தனம்? இதனால் இருவருக்குமே வாழ்க்கையில் சந்தோஷம் இல்லாமல் போய் விட்டது. அவன் சீதாவிடம் இருக்கும் பணத் தினால் ஈர்க்கப் படவில்லை. அந்தப் பெண்ணுடன் திருமணம் ஆன பிறகும் தனக்குத்தான் முக்கியத்துவம் தருகிறான். இந்திராவின் மனதில் இருந்த சந்தேகங்கள் விலகி விட்டன. உலகம் என்ன சொல்லும் என்ற பயம் போய் விட்டது. இத்தனை அபூர்வமான ஆண்மகனின் முன்னால் உலகம் ஒரு பொருட்டே இல்லை என்று தோன்றியது.

''ஊம். அப்பொழுது நம் வாழ்க்கை எப்படி இருக்கும் சொல்லு?'' என்றாள் இந்திரா கனவுலகிலிருந்து யதார்த்தத்திற்கு வருவதற்கு விருப்பம் இல்லாதவள் போல்.

வித்யாபதி சொல்லிக் கொண்டிருந்தான். இந்திரா கேட்டுக் கொண்டிருந்தாள். கடியாரத்தில் முள் நகர்ந்து கொண்டிருந்தது. மூன்று.. நான்கு... ஐந்து மணி நெருங்கிக் கொண்டிருந்தது. இந்திரா வித்யாபதியின் மடியில் தலை வைத்துப் படுத்திருந்தாள். இருவருக்கும் இரவு முழுவதும் விழித்திருந்த களைப்பு தெரியவில்லை.

அதற்குள் வாசற்கதவைத் தட்டிய சத்தம் கேட்டது.

''பால்க்காரனாய் இருக்கும். இரு.'' இந்திரா எழுந்து போனாள்.

வித்யாபதி சோபாவில் பின்னுக்குச் சாய்ந்து படுத்துக் கொண்டான். அவன் தன்மயக்கத்தில் இருந்தான். இருவரும் ஒரு முடிவுக்கு வந்துவிட்டிருந்தார்கள். இனி வித்யாபதி வீட்டிற்குப் போக மாட்டான். விடிந்ததும் பஸ்ஸையோ ரயிலையோ பிடித்து இந்த ஊரைவிட்டு எங்கேயாவது போய் விடுவது. ஒரு வாரம் கழிந்த பிறகு எதிர்காலத்தைப் பற்றித் திட்டமிடுவது.

இந்த முடிவுக்கு வந்த பிறகு அவனுக்கு நிம்மதியாக இருந்தது. செய்த தவறைத் திருத்திக் கொண்டாற் போல் திருப்தி ஏற்பட்டது.

கதவைத் திறந்த இந்திரா ஓரடி பின் வாங்கினாள். வெளியே யாரோ புது ஆள் நின்றிருந்தான்.

"வித்யாபதி இருக்கிறானா?" என்று கேட்டான்.

இந்திரா என்ன பதில் சொல்வது என்று தடுமாறினாள்.

"நான் அவனுடைய நண்பன். நேற்று இரவு அவனுடைய தந்தை காலமாகிவிட்டார். வித்யாபதிக்காக நாங்கள் இரவு முதல் தேடிக் கொண்டிருக்கிறோம்."

அதற்குள் வித்யாபதி சோபாவிலிருந்து எழுந்து வந்துவிட்டான். வாசலில் நின்ற நபரைப் பார்த்ததும் "என்னடா கிரி?" என்றான்.

"வித்யா! நேற்றிரவு அப்பா போய்விட்டார். சீக்கிரமாக வீட்டுக்கு வா."

வித்யாபதி சிலையாக நின்றுவிட்டான்.

"இரவு பதினோரு மணிக்கு இருட்டில் உன் தங்கை எங்க வீட்டுக்கு ஓடி வந்தாள். நான் போய் சேருவதற்குள் உயிர் போய் விட்டது."

வித்யாபதி அவசரமாகச் செருப்பை மாட்டிக் கொண்டான். "நான் போய் வருகிறேன் இந்திரா" என்றான்.

இந்திரா தலையை அசைத்தாள்.

மறுபேச்சுக்கு வாய்ப்பு இல்லாதவன் போல் போய்விட்டான். நகரவும் மறந்து போனவள் போல் இந்திரா ரொம்ப நேரம் அப்படியே நின்றிருந்தாள்.

பிறகு சோபாவில் வந்து சரிந்தாள். மனம் முழுவதும் மரத்துவிட்டாற்போல் இருந்தது, காதில் இன்னும் வித்யாபதியின் குரல் ஒலித்துக் கொண்டிருந்தது.

# 13

நான்கு வாரங்களுக்குப் பிறகு...

வித்யாபதி மேஜைக்கு அருகில் நின்றிருந்தான். அவனுக்கு எதிரில் சமையலறை வாசலில் உட்கார்ந்திருந்த சுபத்ரா புடவைத் தலைப்பால் முகத்தைப் பொத்திக் கொண்டு அழுது கொண்டிருந்தாள்.

வித்யாபதி மௌனமாக நின்றிருந்தான். கைகால்களை சங்கிலியால் கட்டிப் போட்டு அசைய முடியாமல் செய்துவிட்ட கைதியின் நிலை அவன் முகத்தில் பிரதிபலித்தது. மனதில் கொந்தளித்துக் கொண்டிருந்த உணர்வுகளின் போராட்டத்தை தாடையை இறுக்கி சகித்துக் கொண்டிருப்பது போல் தென்பட்டான்.

சுபத்ரா கண்களைத் துடைத்துக் கொண்டே சொன்னாள். ''வித்யா! நீ எங்களை விட்டுவிட்டு போகணும் என்று நினைத்தால் போய்க்கொள். நானோ குழந்தைகளோ உன் சந்தோஷத்திற்குக் குறுக்கே வரப் போவதில்லை. ஆனால் நீ போகும் முன்னால் எங்க எல்லோருக்கும் கொஞ்சம் விஷத்தைக் கொடுத்துவிட்டுப் போ. உங்க அப்பாதான் என்னை அநியாயம் செய்துவிட்டுப் போய்விட்டார். இருந்த வரையிலும் அவர் என் பேச்சைக் கேட்டதே இல்லை. சீட்டாட்டத்தைத் தவிர அவருக்கு வேறு எதுவும் தேவையில்லாமல் போய்விட்டது. ஆனாலும் உன்னைப் பார்த்துதான் அவர் செய்த கொடுமைகளை எல்லாம் சகித்துக் கொண்டிருந்தேன். இப்போ உன் வழியை நீ பார்த்துக் கொண்டு போவதாகச் சொல்கிறாய். இந்தக் குழந்தைகளை என்ன செய்வது? என்னால் முடியாதுடா. உன் கையால் விஷத்தைக் கொடுக்க முடியாது என்றால் நானே அந்தக் காரியத்தை செய்கிறேன்.

நீ வீட்டை விட்டுப் போன அடுத்த நிமிடம் அதுதான் நடக்கப் போகிறது. அதை மட்டும் தெரிந்து கொள்.''

''அம்மா!'' அவன் வேதனையுடன் அழைத்தான்.

''நான் என்ன பாவம் பண்ணியிருக்கிறேன் என்று தெரியவில்லை. நீ பெரியவன் ஆனதும் கவலையின்றி இருக்கலாம் என்று நினைத்திருந்தேன். இப்போ உன் வாயிலிருந்து இந்தப் பேச்சை கேட்டதும் எனக்கு முதுகெலும்பு உடைந்து விட்டாற்போல் இருக்கு.''

அவன் பெருமூச்சு விட்டான்.

சுபத்ரா முறத்தை எடுத்துக் கொண்டு சமையலறைக்குள் போனாள். அடுப்பைப் பற்றவைத்து உலையில் அரிசி களைந்து போட்டபடி அழுது கொண்டே இருந்தாள். திருமணமானது முதல் ஒருநாளும் சந்தோஷமாக இல்லாத தன் தலையெழுத்தை நினைத்துப் புலம்பினாள்.

அவனுக்குத் தாயிடம் எல்லையில்லாத அன்பு, கௌரவம். பெரியவன் ஆனதும் அவளை சந்தோஷமாக வைத்துக்கொள்ள ணும் என்று நினைத்துக் கொண்டிருந்தான். அந்த எண்ணத்திற்கு நேர்மாறாகவே எல்லாம் நடந்து வருகிறது.

செருப்பை மாட்டிக் கொண்டு வெளியில் வந்தான். தெரு முனையில் பஸ்ஸ்டாப்பில் பஸ் இருந்தது. அதில் ஏறிக் கொண்டு பூங்காவில் இறங்கிக் கொண்டான். நடந்து வந்து பெஞ்சியில் உட்கார்ந்தான். அவன் மனதில் எண்ணங்கள் கடல் அலைகள் போல் கொந்தளித்துக் கொண்டிருந்தன.

அன்று இரவு அவன் இந்திராவுடன் சேர்ந்து ஒரு முடிவுக்கு வந்த பிறகு விடியற்காலை கிரி வந்து தந்தை காலமாகி விட்ட செய்தியைச் சொன்னதும் உடனே அவனுடன் கிளம்பிவிட்டான். மறுபடியும் இந்திராவை சந்திக்கும் வாய்ப்பு கிடைக்கவே இல்லை.

வீட்டுக்கு வந்தது முதல் அவனுக்கு மூச்சு விடவும் நேரம் இருக்கவில்லை. தந்தை போனது தெரிந்ததும் உறவினர்கள் வந்து சேர்ந்தார்கள், பதின்மூன்றாவது நாள் சுபஸ்வீகாரத்தன்று மாமனாரின் முன்னிலையில் உறவினர்களின் அறிவுரைகள், தாயின் அழுகை எல்லாமாகச் சேர்ந்து அவனைத் திக்கு முக்காடச் செய்தன. அவன் மனம் சுழற்காற்றில் சிக்கிய சருகைப் போல் இருந்தது. அவனை அது எந்தப் பக்கமாக அடித்துச் செல்லப் போகிறது என்று தெரியவில்லை.

உறவினர்களின் முன்னிலையில் சுவாமிநாதய்யர் யாரும் கேட்காமலேயே சுபத்ராவிடம் வாக்குக் கொடுத்துவிட்டார். "நீங்கள் ஒன்றும் கவலைப்படாதீங்க. உங்கள் வாழ்க்கை என்னவாகும் என்ற கவலை உங்களுக்கு வேண்டியதில்லை. எனக்கு மட்டும் யார் இருக்கிறார்கள்? ஆண்வாரிசு இல்லாத குறையைத் தீர்த்து வைப்பான் என்றுதானே எத்தனை பணக்கார வரன்கள் வந்தாலும் வேண்டாமென்று உங்களிடம் வந்து உங்க மகனை கேட்டு அவனை என் மருமகன் ஆக்கிக் கொண்டது. இன்று முதல் உங்க மகன் பேக்டரிக்குப் போகட்டும். சம்பளம் வரும். அந்தச் சம்பளம் உங்களுக்குத்தான். இதில் நான் உங்களுக்கு எதுவும் தானமாகக் கொடுத்து விடவில்லை. உங்களுடைய மகனின் உழைப்பில் நீங்கள் சாப்பிடுவதாகத்தான் அர்த்தம்."

வித்யாபதி மாமனாரின் பேச்சைக் கேட்டுக் கொண்டுதான் இருந்தான். அவனுக்குக் கூண்டுக்குள் சிக்கிக் கொள்வது போல் வேதனையாக இருந்தது.

அவன் பணத்தை விரும்பவில்லை. சுதந்திரத்தைத்தான் விரும்பினான். சுவாமிநாதய்யர் வார்த்தைக்கு வார்த்தை பணக்கார வரன்களை மறுத்துவிட்டு உங்க மகனை மாப்பிள்ளையாக்கிக் கொண்டேன் என்று சொல்வதும், ஏழை வீட்டுப் பையனாக இருந்தாலும் ...என்று குறிப்பிடுவதும் அவனுக்கு எரிச்சலை ஏற்படுத்தியது. தாயிடம் குறைப்பட்டுக் கொண்டால் "அதில் என்ன தவறு? உண்மை தானே?" என்றாள் அப்பாவியாக.

அவன் இவர்களை எல்லாம் விட்டு ஒதுங்கி இந்திராவுடன் வாழ்க்கையைப் பிணைத்துக் கொள்ளத் தயாரான போது கடவுள் அதை விரும்பாதவர் போல் லகான் போட்டு பின்னால் இழுத்ததோடு மட்டும் அல்லாமல் கழுத்திற்கும் சுருக்குப் போட்டு விட்டார்.

நாளை முதல் பேக்டரிக்கு வரச்சொல்லி ஆணையிட்டு விட்டு மாமனார் போய்விட்டார். வித்யாபதி போகவில்லை. தந்தை போன துக்கத்தில் இருக்கிறான் என்று அவர்கள் சமாதானப்படுத்திக் கொண்டார்கள். மேலும் இரண்டு வாரங்கள் கழிந்தன.

தாய் பேக்டரிக்குப் போகச் சொல்லி நினைவுபடுத்தினாள்.

அவன் மனதில் இருந்ததைச் சொல்லிவிட்டான். "அம்மா நான் சுவாமிநாதய்யரின் பேக்டரிக்குப் போகப் போகவில்லை" என்றான்.

"ஏன்?" என்றாள் வியப்புடன்.

"வேறு இடத்தில் வேலை பார்க்கப் போகிறேன்."

"எங்கே?"

"இன்னும் கிடைக்கவில்லை. முயற்சி செய்யப் போகிறேன்."

"வேறு இடத்தில் எதுக்கு? சொல்லு."

வித்யாபதி சொல்லிவிட்டான். "அம்மா! நான் சீதாவுக்கு டைவோர்ஸ் கொடுப்பதாக இருக்கிறேன். இந்திராவைத் திருமணம் செய்து கொள்ளப் போகிறேன்."

அவள் அதிர்ந்து போய்விட்டாள். கணவர் இறந்து போனதைக் காட்டிலும் அதிகமாக அழத் தொடங்கினாள். அந்த அழுகையைக் கண்டு அவன் தத்தளித்துவிட்டான். எப்படி சமாதானப்படுத்துவது என்று அவனுக்குத் தெரியவில்லை.

"சுயநினைவு இருந்துதான் பேசுகிறாயா? உனக்குப் பைத்தியம் தான் பிடித்துவிட்டதா? எங்களை என்ன செய்யப் போகிறாய்? கொன்று விடப் போகிறாயா?

"அம்மா!"

சுபத்ரா வித்யாபதியை நன்றாக ஏசினாள். எந்த அளவுக்கு ஏசினாளோ அதற்கு இருமடங்கு அழத் தொடங்கினாள். "சரி, உன் சந்தோஷத்தை நீ பார்த்துக்கொள். நாங்கள் எக்கேடு கெட்டுப் போகிறோம்" என்றாள்.

அவனால் மேற்கொண்டு வாதாட முடியவில்லை. நயமாக எடுத்துச் சொல்லவும் முடியவில்லை அவனால்.

இப்பொழுது என்ன செய்வது? அவனுக்கு எந்த வழியும் தெரியவில்லை. சீதாவை விட்டுவிட்டால் விஷம் அருந்தப் போவதாகத் தாய் சொல்கிறாள். அந்தப் பக்கம் இந்திராவுக்குத் தான் வேண்டாத ஆசைகளைக் கிளப்பிவிட்டு வந்திருக்கிறான்.

கொடுத்த வாக்கைக் காப்பாற்ற முடியாமல் போவதைவிடக் கொடுமை வேறு இருக்க முடியாதோ என்னவோ. எவ்வளவு ஆசைகளைத் தூண்டிவிட்டான்? எங்கேயாவது போய் விடலாம் என்றான்.

அன்று காலையில் இருவரும் கிளம்பியும் போயிருப்பார்கள். அப்படிப் போன பிறகு இந்தச் செய்தி வந்திருந்தால் என்னவாகி இருக்கும்?

அவன் வலது கையில் முகத்தைப் புதைத்துக் கொண்டு பின்னால் சாய்ந்து கண்களை மூடிக் கொண்டான். "கடவுளே!

காதலித்தப் பெண்ணை மணக்க முடியாத துரதிர்ஷ்டம் யாருக்குமே வரக்கூடாது.'' அவனுக்கு அந்த நிமிடம் இந்திரா தன் மார்பில் சாய்ந்து கொண்டிருப்பது போலவே தோன்றியது.

அந்தத் தொடுகைதான் எவ்வளவு அபூர்வமானது? பணம்தான் உலகம் என்பவர்களுக்கு அதன் மதிப்புத் தெரியாது. ஆனால் இந்த உலகத்தில் சிலர் இருக்கத்தான் செய்கிறார்கள். அவர்களுக்குப் பணம் திருணத்திற்கு சமம். தேவைக்கு மேல் வேண்டியதில்லை.

காதலித்த நபர் துணையாக நிற்கும் போது ஏற்படும் சுகம் மானஸ சரோவரம் போன்றது. பணத்தால் வரும் சுகம் கானல் நீர் போன்றது. அந்தக் கானல் நீரை நோக்கி ஓடிக் கொண்டிருப்பதிலேயே பலரின் வாழ்க்கை முடிந்து போய்விடும்.

அவனுக்குப் பதவியின் மீது மோகம் இல்லை. சொத்தால் ஏற்படும் சுகம் தேவையில்லை. ஆடம்பரங்களுக்கு எப்போதும் தொலைவிலேயே இருப்பான்.

அவனுக்கு உண்மையான அன்பைப் பகிர்ந்து அளிக்கும் துணைதான் வேண்டும். வாழ்க்கையை எளிமையாகச் சந்தோஷ மாக மாற்றிக் கொள்ளக்கூடிய சுபாவம் அவனுடையது. அவனுக்கு ஏற்ற துணை இந்திராதான்.

இந்திராவின் சுபாவமும் அவனைப் போல்தான். இருப்பதில் சந்தோஷமாக வாழ வேண்டும். அது சாதாரண விஷயம் இல்லை. அதற்கு ரொம்ப சாமர்த்தியம் வேண்டும்.

அவனுக்குத் தெரியும் இந்திராவுடன் வாழ்க்கை இணைந்தால் ரொம்ப சந்தோஷமாக நிம்மதியாகக் கழியும் என்று.

அவனுக்கும் தைரியம் இருந்தது. துணிச்சலுடன் இந்திராவுக்காக கையை நீட்டப் போனான். அந்தக் கையை நீட்ட முடியாமல் கடவுள் விலங்கைப் போட்டுவிட்டார்.

சுயநலமாக இருந்துகொண்டு இந்திராவை அடைந்து தாயை, கூடப் பிறந்தவர்களை விட்டு விலகுவதா? இல்லை சுயநலம் கருதாமல் தாயை சந்தோஷமாக வைத்துக் கொண்டு இந்திராவுக்கு வேதனை தருவதா?

இருதலைக் கொள்ளி எரும்பாக இருந்தது அவன் நிலைமை.

அவன் யோசித்தான். நன்றாக யோசித்துவிட்டு ஒரு முடிவுக்கு வந்தான்.

சட்டைப் பையிலிருந்து சிறிய டைரியை எடுத்து அதில் எழுதினான்.

இந்திரா,

மன்னிக்கும்படி கேட்கும் தகுதியோ துணிச்சலோ எனக்கு இல்லை. இந்த நேரத்தில் தந்தை இறந்தது என்னுடைய துரதிர்ஷ்டம். இந்த ஜென்மத்தில் சந்தோஷமாக இருக்கும் யோகம் எனக்கு இல்லை போலும். அன்று சீதாவைக் கல்யாணம் செய்து கொள்ள மாட்டேன் என்று சொன்ன போது நீ என்னைப் பெற்றோர் பக்கம் தள்ளிவிட்டாய். இன்று நான் அவர்களை மீறிக் கொண்டு வர வேண்டும் என்று முயன்ற போது கடவுளே என்னைச் சிறைப்படுத்தி விட்டார். அன்று இரவு உன்னுடன் பேசியது நான்தானா என்று எனக்கே சந்தேகமாக இருக்கிறது.

இந்தூ! அந்த இரவை ஒரு கனவாக நினைத்து மறந்து விடு. ஒன்றை மட்டும் நினைவு வைத்துக்கொள். எனக்கு சந்தோஷமோ, சுகமோ கிடைக்கும் என்றால் அது உன்னிடம் தான். என்னுடைய சந்தோஷத்தை, சுகத்தைத் துறந்து விட்டேன் என்று என்றாவது ஒருநாள் நீயே புரிந்து கொள்வாய்.

வித்யாபதி

எழுதி முடித்த பிறகு அந்தப் பக்கத்தைக் கிழித்து மடித்தான். அன்றிரவு வீட்டிற்கு வரும் முன் கவரை வாங்கி கடிதத்தை வைத்து தபாலில் சேர்த்துவிட்டான். வீட்டிற்கு வந்து படுத்துக் கொண்டான். அவன் மனம் சூனியமாக, உணர்ச்சியற்று இருந்தது. தங்கை அருகில் வந்து கையைப் பற்றி இழுத்தாள். ''அண்ணா! நீ போனது முதல் அம்மா அழுதுகொண்டே இருக்கிறாள். இரவு எங்கள் யாருக்கும் சாப்பாடுகூடப் போடவில்லை. சாப்பாடு போடும்மா என்று கேட்டால் ''எல்லோரும் போய் செத்துத் தொலையுங்கள்'' என்று திட்டினாள்.'' தொய்ந்து போன முகத்துடன் சொன்னாள். அவன் ஒரு நிமிடம் தங்கையின் முகத்தை ஏறிட்டு நோக்கினான். அந்தக் கண்களில் ஊமை வேதனை மற்றும் பயம் படபடத்துக் கொண்டிருந்தன. எழுந்து உட்கார்ந்துகொண்டான். தங்கையை அருகில் இழுத்துக் கொண்டான்.

''நான் உயிருடன் இருக்கும் வரையில் உங்களுக்கு எந்தத் துன்பமும் வரவிட மாட்டேன்'' என்று நினைத்துக் கொண்டான்.

தங்கையை அழைத்துக் கொண்டு உள்ளே வந்தான். சமையலறைக் கதவைத் திறந்தான். தம்பி, தங்கைகளை அழைத்து தட்டுகளை போடச் சொன்னான். எல்லோருக்கும் தானே உணவை

எடுத்துப் பரிமாறினான். இன்னொரு தட்டில் உணவை எடுத்து வைத்துவிட்டு தாயை அழைத்தான். ''அம்மா சாப்பிட வாம்மா.''

தாய் மௌனமாக இருந்தாள்.

''இனி ஒருநாளும் உனக்கு வேதனை தரமாட்டேன். நாளைக்குப் போய் சவாமிநாதய்யரின் பேக்டரியில் சேர்ந்து விடுகிறேன். சுபத்ரா நிமிர்ந்து பார்த்தாள். ''சாப்பிட வாம்மா. காலையில் கூட நீ சாப் பிடவில்லை'' என்றான்.

அவள் கண்களில் குபுக்கென்று கண்ணீர் பொங்கி வந்தது. கண்களை ஒற்றிக்கொண்டு எழுந்துவந்தாள்.

# 14

சீதா வராண்டாவில் உட்கார்ந்து கொண்டு முயலுக்குப் புல்லை ஊட்டிக்கொண்டிருந்தாள். அதற்குள் கூண்டில் இருந்த கிளி ''சீதா சீதா புருஷன் வந்துட்டான்'' என்று கத்தியது.

''மூடு வாயை.'' கோபமாக சொல்லப் போன சீதா வார்த்தையைப் பாதியிலேயே நிறுத்திக் கொண்டாள். வித்யாபதி உண்மையிலேயே வந்துவிட்டான்.

ஒரு நிமிஷம் அவனைப் பார்த்த சீதா வாயில் வார்த்தை வராதவளாக அப்படியே நின்று விட்டாள். வித்யாபதி தயங்கிக் கொண்டே நின்றான்.

''சீதா உன் புருஷன் வந்துட்டான்'' மறுபடியும் கத்தியது கிளி.

சீதா கிளியை முறைத்துப் பார்த்தாள். ''வாயை மூடு. கழுத்தில் தாலி கட்டிவிட்ட மாத்திரத்தில் யாரும் புருஷனாகி விட முடியாது.

வந்திருப்பவர் எங்க அப்பாவுக்கு மாப்பிள்ளை. என்னுடைய கணவன் இல்லை. அவருக்கு எங்க அப்பாவின் பணத்தின் மீதுதான் ஆசை. என்மீது இல்லை.'' நாற்காலியை விட்டு எழுந்தவள் பின்னலைப் பின்னால் தள்ளிவிட்டபடி வேகமாகப் போய்விட்டாள்.

வித்யாபதியின் முகம் சிவந்துவிட்டது. ஒரு நிமிஷம் விருட் டென்று திரும்பி அந்த வீட்டிலிருந்து தொலைவிற்குப் போய் விடலாமா என்றுகூடத் தோன்றியது.

அதற்குள் சுவாமிநாதய்யர் அங்கே வந்துவிட்டார். வித்யா பதியைப் பார்த்ததும் அவர் முகம் மலர்ந்துவிட்டது. ''வாப்பா. வா வா. செய்தி சொல்லிவிட்டிருந்தால் காரை அனுப்பியிருப்பேன் இல்லையா? அம்மா எப்படி இருக்கிறாள்?''

''நன்றாகத்தான் இருக்கிறாள்.''

''வா உள்ளே. சீதா .. சீதா யார் வந்திருக்கிறார்கள் என்று பார்?''

''பார்த்தேன். உங்க மாப்பிள்ளை வந்திருக்கிறார்.''

அந்த வார்த்தையிலிருந்த பழிப்பை அவர் உணரவில்லை. ''டேய் ரங்கா காபி கொண்டுவா.''

''இப்போ எதுவும் வேண்டாம். குடித்துவிட்டுத்தான் வந்தேன். பேக்டரிக்குப் போவோமா?'' என்றான். அவன் முகம் சிறையி லிருந்து தப்பி ஓடித் திரும்பவும் சிறைக்கு வந்து சேர்ந்த கைதியைப் போல் இருந்தது.

மாப்பிள்ளை வாயிலிருந்து அந்த வார்த்தை வந்ததுமே சுவாமிநாதய்யருக்கு தலைகால் புரியவில்லை. ''டிரைவர் எங்கே?'' என்று கத்தினார்.

டிரைவர் வந்ததும் சுவாமிநாதய்யர் மாப்பிள்ளையை அழைத்துக் கொண்டு பேக்டரிக்குக் கிளம்பிப் போனார்.

சீதா மாடியிலிருந்து கார் கண்ணிலிருந்து மறைவாகும் வரையிலும் பார்த்துக் கொண்டே இருந்தாள். அவன் வந்ததும் எவ்வளவு சந்தோஷமாக இருந்தது? ''சீதா சௌக்கியமாக இருக்கிறாயா?'' என்று ஒரு வார்த்தைக் கேட்டுவிட்டால் முத்து உதிர்ந்துவிடுமா என்ன? அவன் பார்வை? ஏதோ எதிரியைப் பார்ப்பது போல் அல்லவா இருந்தது. நான் என்ன செய்தேன்?

என்னை எதற்காகத் திருமணம் செய்து கொள்ளணும்? பண்ணிக் கொண்ட பிறகு மனைவியாய் எனக்குச் சில உரிமைகள் இருக்கக் கூடாதா? அந்த நேரத்தில் இந்திராவின் நினைவு வந்தது. அந்த இந்திராவிடம் என்ன இருக்கிறது? வேலைக்குப் போகாவிட்டால் காலம் தள்ள முடியாது. சாப்பிட உணவுகூட இருக்காது. தான் அப்படி இல்லை. எல்லாவிதமான ஐஸ்வரியத்தையும் பிறவிலேயே கடவுள் தனக்கு வழங்கியிருக்கிறார். இதுவரையிலும் துன்பம் என்றால் என்னவென்று கூடத் தனக்குத் தெரியாது. இந்தத் திருமணம் ஆனதிலிருந்துதான் தனக்குத் துன்பம் தொடங்கிவிட்டது. வித்யாபதியைப் பார்த்ததும் இஷ்டப்பட்டாள். அவனுடன் தன் திருமணம் நிச்சயமானதும் பூரித்துப் போய்விட்டாள்.

ஆனால் அந்தச் சந்தோஷம் நீர்க்குமிழியாய்க் கரைந்து விட்டது. அவன் மனம் இந்திரா என்ற பெண்ணின் மீது இருப்பதாய்த் தெரிய வந்ததுமே அவனைக் கொன்று விட வேண்டும் என்ற அளவுக்குக் கோபம் வந்தது. அப்படி இருக்கும் போது தன்னை அவன் ஏன் மணக்க வேண்டும்? இந்திராவிடம் வித்யாபதிக்குக் காதல் இருப்பதால் சீதாவுக்கு என்ன வேதனை? ஆனால் அவளிடம் காதல் இருக்கும்போது அவன் தன்னை ஏன் மணக்க வேண்டும் என்று தான் அவளுக்குக் கோபமும், எரிச்சலும். ஒரு பெண்ணிடம் உள்ளத்தைப் பறிக் கொடுத்துவிட்டு இன்னொருத்தியுடன் வாழ்வதா? சீதாவுக்குக் கொஞ்சம் கூடப் பிடிக்காத விஷயம் இது.

தந்தை இறந்தபோது வித்யாபதி இந்திராவின் வீட்டில் இருந்ததாகச் சீதாவுக்குத் தெரியவந்தபோது மனம் முழுவதும் கசப்பு பரவியது. சில சமயம் தான் பொறுமையாக இருக்க வேண்டும் என்றும், எப்படியாவது அவனை வழிக்குக் கொண்டு வரவேண்டுமென்றும் தோன்றும். ஆனால் இது போன்ற செய்திகளைக் கேட்க நேர்ந்தால் மனம் தீயாய்ப் பற்றி எரியும். வித்யாபதியிடம் சீதாவுக்கு இப்பொழுது மதிப்பு போய்விட்டது. அவன் இந்தத் திருமணத்தைப் பண்ணிக் கொண்ட காரணம் அவளுக்கு நன்றாகத் தெரியும். பணத்திற்காக மட்டும்தான். சீதாவால் இதைக் கொஞ்சம் கூட மன்னிக்க முடியவில்லை. தன் செயல்களால், பேச்சால் அவனைப் பழி வாங்க வேண்டும் போலிருந்தது.

பெண் என்றால் என்னவென்று நினைத்துவிட்டான்? விளையாட்டு பொம்மை என்று நினைத்துவிட்டான் போலும்.

பணக்கார வீட்டுப் பெண்ணைக் கல்யாணம் பண்ணிக் கொண்டு அந்த இந்திராவுடன் சுகமாக வாழ்ந்து விடலாம் என்று நினைத்துக் கொண்டிருக்கிறான். இந்த சீதா வெறும் பணக்காரி மட்டுமே இல்லை. அவளுக்கும் ஒரு மனம் இருக்கிறது என்று அவனுக்குப் புரியவைக்க வேண்டும். சீதா தலையை சிலிர்த்துக் கொண்டாள். இந்த உலகத்தில் பணம் இல்லாமல் செத்துப் போகிறவர்கள் இருக்கிறார்களே தவிர ஆணின் அன்பு இல்லாமல் உயிரை விட்டவர்கள் யாரும் இல்லை.

ஒருக்கால் அப்படி யாராவது உயிரை விட்டாலும் அவர்கள் வெறும் முட்டாள்கள் என்றுதான் அர்த்தம்.

சீதா என்றால் யார் என்று வித்யாபதிக்கு அவள் புரிய வைப்பாள்.

சீதாவுக்கு மாமியாரிடம் நெருக்கம் இருந்தது. அன்று மதியம் மாமியாரிடம் சென்ற சீதா பணிவு கலந்த குரலில் சொன்னாள்.

''அத்தை! நீங்களும் குழந்தைகளும் இங்கே தனியாக இருப்பது எனக்குப் பிடிக்கவில்லை. அங்கே எங்க அம்மாவின் உடல்நலமும் சரியாக இல்லை. நான் இங்கே வந்துவிட்டால் அம்மாவைப் பார்த்துக் கொள்ள யாரும் கிடையாது. நீங்களும் குழந்தைகளும் அங்கேயே வந்து விடுங்கள். எல்லோரும் ஒன்றாக இருக்கலாம்.''

மருமகளின் நல்ல குணத்தைக் கண்டு சுபத்ராவின் கண்களில் நீர் வந்தது. ''அவன் என்ன சொல்லுவானோ? கேட்டுப் பார்க்கிறேன்'' என்றாள்.

''அவர் என்ன சொல்லப் போகிறார்? இது போன்ற விஷயங் களைக் கேட்காமலேயே செய்யணும். கேட்டால் தன்மானம் குறுக்கிடுவதால் மறுத்து விடக் கூடும். இந்த வீட்டுக்கு மருமகள் நான். இந்த உரிமை கூடவா எனக்குக் கிடையாது?''

''அய்யோ ஏன் இல்லை?'' என்றாள் சுபத்ரா கலவரத்துடன்.

அன்று மாலை வித்யாபதி வீட்டுக்கு வந்த போது அந்த வீட்டிற்கு முன்னால் ''வாடகைக்கு விடப்படும்'' என்ற பலகை தொங்கிக் கொண்டிருந்தது. அதைப் பார்த்ததும் தூக்கிவாரிப் போட்டது அவனுக்கு.

வீட்டுக்காரர் வந்து சொன்னார். பிற்பகல் சீதா வந்தாளாம். வீட்டைக் காலி பண்ணப் போவதாகச் சொல்லிவிட்டு வாடகை மொத்தத்தையும் கொடுத்துவிட்டாளாம். வித்யாபதியின் தாயை,

குழந்தைகளை அழைத்துச் சென்று விட்டாளாம். வேலைக்காரர்கள் வந்து சாமான்களை லாரியில் எடுத்துக் கொண்டு போனார்களாம்.

காலை பத்துமணியிலிருந்து மாலை ஆறுமணிக்குள் இத்தனை பெரிய மாறுதலா? அவனுக்குத் தாயின் மேல்தான் கோபம் வந்தது. தன்னிடம் சொல்லணும் என்ற ஞானம் கூடவா இல்லை?

வேறுவழியில்லாமல் மாமனாரின் வீட்டிற்குக் கிளம்பினான். தாய்க்கும் குழந்தைகளுக்கும் தனியாக ஒரு அறையை ஒழித்துத் தந்திருந்தார்கள்.

குழந்தைகள் சாப்பிட்டுவிட்டு நிம்மதியாக உறங்கிக் கொண்டிருந்தார்கள். தாயின் முகம் தெளிவாக இருந்தது.

"என்னம்மா இது? என்னிடம் ஒரு வார்த்தையாவது சொல்லி யிருக்க வேண்டாமா?" கோபமாகச் சொன்னான்.

"நான் சொல்வதாகத்தான் சொன்னேன். ஆனால் சீதாதான் பரவாயில்லை என்றாள். அவள் ஒன்றும் நமக்கு வேற்று மனுஷி இல்லையே?"

"என்னைக் கொன்றுவிட்டாய் அம்மா. ஏற்கனவே முதுகெலும்பு உடைந்திருக்கும் என்னை நடைபிணமாக்கி விட்டாய்." நாற் காலியில் சரிந்துகொண்டே சொன்னான்.

சமையற்காரன் வந்து சாப்பிடக் கூப்பிடுவதாகவும் சின்னம்மா காத்திருக்கிறாள் என்றும் சொல்லிவிட்டுப் போனான். தாயின் வற்புறுத்தலின் பெயரில் அவன் எழுந்து சென்றான்.

சமையல்காரன் பரிமாறப் போனபோது சீதா தடுத்துவிட்டாள். "நீ போய்க் கொள். நான் பரிமாறுகிறேன்."

சமையற்காரன் போய்விட்டான். சீதா அவனுக்குப் பரிமாறத் தொடங்கினாள்.

அவனுக்குச் சாப்பிடப் பிடிக்கவில்லை. தனியாக உட்கார்ந்து சாப்பிடுவது அவனுக்குப் பழக்கமில்லை.

சீதா பரிமாறிக் கொண்டே சொன்னாள். "பேக்டரியை இனி என்னுடைய பொறுப்பில் விடப் போவதாக அப்பா சொல்லி விட்டார்.

இனிமேல் பேக்டரி பற்றி எல்லா விவரங்களையும் நீங்க என்னிடம் சொல்லணும். அம்மாவும் அப்பாவும் ரொம்ப நாளாக பத்ரிநாத், ரிஷிகேஷ் போகணும் என்று சொல்லிக் கொண்டிருக்கிறார்கள். போய் விட்டு வரச் சொல்லிவிட்டேன்."

வித்யாபதி மௌனமாகக் கேட்டுக் கொண்டான். பெயருக்குக் கொறித்து விட்டு எழுந்து கொண்டவன் சொன்னான். ''நாளை முதல் அம்மாவுடன் சேர்ந்து சாப்பிடுகிறேன். தனியாக உட்கார்ந்து சாப்பிடுவது எனக்குப் பழக்கம் இல்லை.''

சீதா கவனமாகக் கேட்டுக் கொண்டாள். பிறகு கண்டிப்பான குரலில் சொன்னாள். ''அது முந்தைய பழக்கம். இப்பொழுது நீங்க இந்த வீட்டுக்கு மருமகன். அந்த மாதிரியான எத்தனையோ பழக்கங்களை நீங்கள் மாற்றிக் கொள்ள வேண்டியிருக்கும்.''

சீதா சொன்ன தோரணைக்கு அவன் திகைத்துப் போனான். அறைக்குள் வந்து படுத்துக் கொண்டான். இதற்கு முன் ஏற்கனவே அவனுக்காக ஒதுக்கப்பட்டிருந்த அறைதான். அவனுக்கு மூச்சுத் திணறுவது போல் இருந்தது. அந்த வசதிகளும், ஐஸ்வரியமும் அவனைப் பழிப்பது போல் தோன்றியது.

அவனுக்கு இந்திரா நினைவுக்கு வந்தாள். எழுந்து சோபாவில் வந்து படுத்துக் கொண்டான். தலையணையை எடுத்து மார்பின் மீது வைத்துக் கொண்டான்.

''இந்து! இந்து!'' அவன் மனம் புலம்பிக் கொண்டிருந்தது.

சீதா அந்த அறைக்குள் வருவாளோ என்று அவன் பயந்தான். ஆனால் சீதா வரவே இல்லை.

விடியற்காலையில் அவனுக்கு உறக்கம் வந்துவிட்டது.

# 15

சீதா மதிய நேரத்தில் மாமியாரிடம் உட்கார்ந்து வித்யா பதிக்கு எது பிடிக்கும் எது பிடிக்காது என்று கேட்டுத் தெரிந்துகொண்டாள். வித்யாபதிக்கு பெரிய பெரிய பூக்கள் போட்ட புடவைகள், கோடுகள் போட்ட புடவைகள் பிடிக்காது. சீதா அன்று மாலையே கடைக்குப் போய் கோடு போட்டவை, பெரிய பூக்கள் இருப்பவைகளாகத் தேர்ந்தெடுத்து அரைடஜன் புடவைகளை வாங்கிக் கொண்டு வந்தாள். அவனுக்குப் பாகற்காய் பிடிக்காது. சாப்பாட்டு மெனுவில் அடிக்கடி அந்த ஐட்டம்தான் இருந்தது. அவனுக்கு வீடு நிசப்தமாக இருந்தால்தான் பிடிக்கும். மாலையில் அவன் வரும் போது டேப்ரிகார்டரில் உச்சஸ்தாயியில் ஏதாவது பாட்டு ஒலித்துக் கொண்டிருக்கும்.

ஒருவிதமாகச் சொல்லப் போனால் வலுக்கட்டாயமாக தாய் தந்தையரை தீர்த்த யாத்திரைக்கு அனுப்பி வைத்தாள் சீதா. பேக்டரி விஷயத்தில் எந்த முடிவு எடுப்பதாக இருந்தாலும் வித்யாபதி சீதாவிடம் சொல்லி அனுமதி பெற்றுக் கொள்ள வேண்டும்.

சில நாட்களிலேயே வித்யாபதி பெயருக்குத்தான் யஜமானி என்றும், அதிகாரம் முழுவதும் சின்னம்மாவுடையதுதான் என்றும் எல்லோருக்கும் தெரிந்து போய்விட்டது.

முதல் தேதி வந்ததும் வித்யாபதி ஊழியர்கள் எல்லோருக்கும் சம்பளத்தைப் பட்டுவாடா செய்துவிட்டுத் தானும் ஐயாயிரம் ரூபாய் எடுத்துக் கொண்டு கையெழுத்துப் போட்டான்.

வீட்டுக்கு வந்ததும் கவரில் வைத்து சீதாவிடம் கொடுத்தான்.

''என்ன இது?'' என்றாள்.

"பணம்.''

"எதற்கு?''

"அம்மா மற்றும் குழந்தைகள் இந்த வீட்டில் இருக்கிறார்கள். நானும் இங்கே இருக்கிறேன். எங்களுடைய சாப்பாட்டுக்காகச் செலவாகிறது இல்லையா? அதற்காக.''

சீதா நெற்றிப் புருவத்தைச் சுளித்தபடி ஏளனமாகச் சொன்னாள். "அது எங்களுடைய பணம்தான். அதையே திருப்பிக் கொடுத்தால் எங்களுடைய கடன் எப்படித் தீரும்?''

என்றுமில்லாதவாறு வித்யாபதியின் முகத்தில் கோபம் வெளிப்பட்டது. "உங்கள் பணமா? அது உங்கள் பணம் எப்படி ஆகும்? நான் பேக்டரி ஊழியர்களில் ஒருத்தன். அவர்களுக்குச் சமமாக வேலை செய்கிறேன். சம்பளம் வாங்கிக் கொள்கிறேன். அது என்னுடைய பணம்.''

"ஏன் இப்படி இறைந்து பேசுறீங்க? நீங்க என்னிடம் பணம் கொடுப்பது வேலைக்காரர்கள் எல்லோருக்கும் தெரியணும் என்றா?''

"நான் ஒன்றும் சத்தமாகப் பேசவில்லை. நீதான் அனாவசியமாக என்னைத் தூண்டிவிடுகிறாய்.'' சீதா உடுத்தியிருந்த கோடு போட்ட புடவையைப் பார்த்தால் அவனுக்கு எரிச்சலாக இருந்தது.

"நானா?'' வியப்புடன் கேட்டாள் அவள்.

"ஆமாம். நீயேதான். போனவாரம் கோவிந்தன் தன் மனைவிக்கு உடம்பு சரியில்லை என்று சொன்னதற்கு நான் லீவ் கொடுத்தால், உன்னிடம் சொல்லாமல் வேலைக்கு வரவில்லை என்று அவன் சம்பளத்தைக் கட் செய்திருக்கிறாய். எல்லாவற்றையும் நீயே பார்த்துக் கொள்ளும் போது நான் எதற்கு அங்கே?''

"உலகத்தாரின் பார்வையில் உங்களுக்கு வேலைவெட்டி எதுவும் இல்லை என்று நினைக்காமல் இருப்பதற்காக, உங்க அம்மா மருமகளின் வீட்டில் சும்மா உட்கார்ந்து சாப்பிடுகிறோம் என்று வருத்தப்பட்டுக் கொள்ளாமல் இருப்பதற்காக.''

"ஓஹோ'' ஆவேசத்தில் அவன் கொந்தளித்துக் கொண்டிருந்தான். சீதாவை கைநீட்டி அடிக்க வேண்டும் என்ற அளவுக்குக் கோபம் வந்தது. எப்படியோ சமாளித்துக் கொண்டான். "சரி, இப்போ புரிந்துவிட்டது'' என்று வேகமாகத் திரும்பப் போனான்.

''நில்லுங்கள்.'' சீதா அழைத்தாள்.

அவன் நின்றான்.

''இந்த ஐயாயிரம் உங்கள் எல்லோரின் செலவுகளுக்காக. பின்னே என் செலவுக்கு?''

அவன் வியப்புடன் திரும்பிப் பார்த்தான். ''உன் செலவிற்கா?''

''ஆமாம். நீங்க என்னைக் கல்யாணம் செய்திருக்கீங்க. உங்க அம்மா மற்றும் கூடப் பிறந்தவர்களைக் காப்பாற்றும் போது என்னையும் போஷிக்க வேண்டாமா? நீங்க தெம்பாக உழைத்து சம்பாதிக்கும் நிலையில் இருக்கும் போது நான் மட்டும் எதற்காக அப்பாவின் சொத்தை சாப்பிடணும்?''

அவன் தாடை எலும்பு இறுகியது. ''எவ்வளவு வேண்டும் உனக்கு?''

சீதா கையில் இருந்த பணத்தைப் பார்த்தாள். ''இந்த ஐயாயிரம் என் செலவுகளுக்குச் சரியாக இருக்கும். உங்க அம்மாவுக்காக, உடன் பிறந்தவர்களுக்காக இன்னும் கொஞ்சம் சம்பாதியுங்கள்.''

அவன் கோபத்தை விழுங்கிக்கொண்டு அவளை நோக்கினான்.

''இதோ பாருங்கள். உங்கள் மனைவியாக நான் எந்த சுகத் தையும் பெறா விட்டாலும் சமுதாயத்தில் உங்கள் மனைவி யாகத்தான் அழைக்கப்படுகிறேன்.

இல்லற சுகத்தைக் கொடுத்து வாங்கும் விஷயத்தில் நான் எந்தப் புகாரும் செய்யவில்லை. ஒவ்வொரு விஷயத்திற்கு ஒரு விலை இருக்கத்தான் செய்யும். உங்களுடைய மனைவி என்று அழைக்கப்படுவதால் சில விஷயங்களில் எனக்கு உண்மை தெரிந்தாக வேண்டும். எனக்காக இல்லாவிட்டாலும் எங்க அம்மா அப்பாவின் மான மரியாதைக்காக உங்களை என் கணவராக ஏற்றுக் கொள்வது என்று சமாதானத்திற்கு வந்திருக்கிறேன்.

என் கணவர் என்ற முறையில் நீங்களும் சில மரியாதைகளைக் காப்பாற்றியாகணும். அந்த எல்லைக்குள் நீங்கள் இருக்கும் வரையில் உங்கள் ஜோலிக்கு நான் வர மாட்டேன்.''

''நீ சொல்ல வருவதுதான் என்ன? தெளிவாகச் சொல்லு.'' கடுமையாகக் கேட்டான்.

சீதாவும் தீவிரமாகப் பார்த்துக் கொண்டே சொன்னாள். ''நேற்று ரத்னா என்ற பெண் பேக்டரிக்கு எதற்காக வந்தாள்?

உங்களுக்கு சிநேகிதிகள் இருந்தால் வெளியில் சந்தித்துக் கொள்ளுங்கள். அவர்கள் எனக்கு சம்பந்தப்பட்ட எல்லைக்குள் மட்டும் வரக்கூடாது. ஆபீஸில் நீங்க என்ன செய்தாலும் எனக்குத் தெரிந்துவிடும். அதை மட்டும் நன்றாக நினைவில் வைத்துக் கொள்ளுங்கள்.''

வித்யாபதியின் முகம் சிவந்துவிட்டது. ஒரு நிமிடம் பதில் சொல்ல முடியாதவன் போல் அவளைப் பார்த்தான்.

சீதா அங்கிருந்து போய்விட்டாள்.

அவன் மெதுவாகத் தாயின் அறைக்குள் வந்தான். குழந்தைகள் படித்துக் கொண்டிருந்தார்கள். தாய் மிஷினில் ஏதோ தைத்துக் கொண்டிருந்தாள்.

நேற்று ரத்னா ஆபீசுக்கு வந்தது உண்மைதான். இந்திராவுக்கு ஜுரம் அதிகமாக இருக்கிறதாம். படுக்கையை விட்டு எழுந்து கொள்ளவே இல்லையாம். அதைக் கேட்டதிலிருந்த இந்திராவைப் போய்ப் பார்க்க வேண்டும் என்று உயிர் துடித்தது. போனால் நன்றாக இருக்குமா?

இந்திராவுக்கு உடம்பு சரியாக இல்லை என்றதுமே அவன் குன்றிப் போய் விட்டான். இயற்கையிலேயே இந்திரா ஆரோக்கிய மானவள். அவளுக்கு என்னவாகியிருக்கும்?

அன்னஆகாரமில்லையாம். இளைத்துத் துரும்பாகிவிட்டாளாம். யாராவது பேச வந்தால் அழுது கொண்டிருக்கிறாளாம். வேலைக்கு லீவ் போட்டிருப்பதால் சம்பளம் வருவது நின்றுவிட்டது. வீட்டில் கவனித்துக் கொள்பவர்கள் யாரும் இல்லை. ஏற்கனவே நோயாளி மாமியாருடன் அவஸ்தைப்பட்டுக் கொண்டிருக்கும் போது இது வேறு என்ற அக்கா சலித்துக் கொள்கிறாளாம். வித்யாபதி இந்திராவை ஆஸ்பத்திரியில் சேர்க்கச் சொன்னான்.

''சேர்க்கலாம்தான். ஆனால் யார் பார்த்துக் கொள்வது?'' என்றாள் ரத்னா.

அவனுக்கு என்ன பதில் சொல்வதென்று புரியவில்லை. ரத்னாவையே கவனித்துக் கொள்ளும்படி திரும்பத் திரும்பச் சொல்லியனுப்பினான்.

இந்திராவின் உடல் நிலையைப் பற்றி அவனுக்கு ரொம்பவும் கவலையாக இருந்தது. இந்திராவிடம் போனால் சீதா செய்யப் போகும் ரகளை அவனுக்குத் தெரியாதது இல்லை.

வித்யாபதி தன்னிடம் சரியாகப் பழகுவதில்லை என்று சீதாவுக்கு ரொம்ப ரோஷமாக இருந்தது. அவளுக்கு எல்லையில்லாத ஆத்திரமும், பொறாமையும் ஏற்பட்டன. ''அந்தப் பெண்ணிடம் என்னத்தான் இருக்கிறது? பணமா? அழகா?'' தன்னுடைய நிலையுடன் ஒப்பிட்டுப் பார்த்துக் கொண்டு அவளைத் தாழ்த்த வேண்டும் என்று நினைப்பாள். ஆனால் வேடிக்கை என்னவென்றால் அவள் மனமே அவளுக்கு எதிராக வாதாடும். ''எதுவும் இல்லாமல் போவானேன்? வித்யாபதி இந்திராவைச் சேர்ந்தவன்தானே?'' என்று குத்திக் காட்டும். அத்துடன் சீதாவுக்கு தான் நிறுத்துக் கொண்டிருந்த துலாபாரமானது அப்படியே இந்திராவின் பக்கம் சாய்ந்துவிட்டது போல் தோன்றும்.

வித்யாபதி இந்திராவை ஆஸ்பத்திரியில் சேர்த்தான். ஆஸ்பத்திரி யிலிருந்து சீதாவுக்கு போன் செய்தான். ''இந்திராவுக்கு உடல்நலம் சரியாக இல்லை. நான் இங்கே இருக்கிறேன். வீடு திரும்புவதற்குத் தாமதமாகலாம்.''

அவன் துணிச்சலைக் கண்டு சீதா வியந்து போனாள். அவன் சொல்ல வேண்டியதை சொல்லி முடித்து விட்டாற்போல் போனை வைத்துவிட்டான். சீதாவுக்கு ஆவேசம் பொங்கி வந்தது. எப்போதும் இல்லாத விதமாக கால்மாட்டில் வந்து வாலை ஆட்டிய நாய்க்குட்டியை ஒரு உதைவிட்டாள். அது கிறீச்சிட்டபடி வாலை சுருட்டிக் கொண்டு ஓடியது.

''சீதா.. சீதா பசிக்கிறது'' என்ற கிளியைப் பார்த்துக் கோபமாக முறைத்துவிட்டு ''எங்கேயாவது போய் செத்துத் தொலை'' என்று கூண்டின் கதவைத் திறந்துவிட்டாள்.

ஆனால் கூண்டிற்குள்ளேயே இருந்து பழக்கப்பட்டுவிட்ட கிளி உள்ளேயே ஒரு மூலையில் உட்கார்ந்துகொண்டதே தவிர பறந்து வெளியே செல்லவில்லை.

சமையல்காரன் வந்து ''இரவுக்கு என்ன சமைக்கட்டும்'' என்று கேட்டான்.

''போ அந்தப் பக்கம். என்னிடம் எதுவும் கேட்காதே'' என்று கத்தினாள்.

கையோடு டிரைவரை அழைத்து உடனே வித்யாபதி சொன்ன ஆஸ்பத்திரிக்குக் கிளம்பினாள். அந்த இடத்திலேயே வித்யாபதி யிடம் வெட்டு ஒன்று துண்டு இரண்டாகக் கேட்டு விட வேண்டும் என்ற அளவுக்கு ஆவேசத்துடன் புறப்பட்டாள்.

சீதா ரொம்ப ஆவேசமாக, வெடிக்கப் போகும் எரிமலையைப் போல் ஆஸ்பத்திரிக்கு வந்து சேர்ந்தாள்.

ஆனால் அங்கே தென்பட்ட காட்சியைப் பார்த்ததும் வாய டைத்துப் போய் நின்றுவிட்டாள். இந்திரா ரொம்பவும் இளைத்து விட்டிருந்தாள். சொன்னால் தவிர அடையாளம் தெரிந்துகொள்வது கஷ்டம். அப்படி இருந்த இந்திராவை ஒரு தாய் கைக்குழந்தையை அணைத்துக் கொள்வது போல் வித்யாபதி பிடித்துக் கொண்டு மருந்தை குடிக்க வைத்துக் கொண்டிருந்தான்.

ஜன்னியில் இருப்பவள் போல் இந்திரா ஏதோ புலம்பிக் கொண்டிருந்தாள். ''இந்தூ! இந்தூ!'' அவன் அழைத்துக் கொண்டி ருந்தான்.

சீதா வித்யாபதியையே பார்த்துக்கொண்டிருந்தாள். அவன் வார்த்தைகளில்தான் எத்தனை கனிவு? கண்களிலும் முகத்திலும் எவ்வளவு பதற்றம்? அந்த நேரத்தில் அவனைப் பார்த்த யாருமே சொல்லி விடுவார்கள், அவன் கையில் துவண்டு கொண்டிருந்த எலும்புக்கூடு போன்ற அந்தப் பெண் அவனுக்கு உயிருக்குச் சமம் என்று. தான் வந்த காரியத்தையே மறந்து விட்டாற்போல் சீதா நின்று கொண்டிருந்தாள். வித்யாபதியைப் பார்க்கும் போது சண்டை போடுவதற்கும் வாயில் வார்த்தை வரவில்லை.

நிசப்தமாக கனவில் நடப்பவள் போல் வெளியே வந்துவிட்டாள். காரில் வீட்டுக்குத் திரும்பி வந்தாள். எத்தனை நேரமாகியும் சீதாவின் கண்களுக்கு முன்னால் அந்தக் காட்சி அகல மறுத்தது.

சலனமற்ற புகைப்படம் போல் அது அப்படியே நிலைத் துவிட்டது. அவனிடம்தான் எத்தனை அன்பு செலுத்தும் இதயம் இருக்கிறது? கைக்கு எட்டியது வாய்க்கு எட்டாததுபோல் தான் வித்யாபதியை அக்னிசாட்சியாக மணந்து கொண்டும் அவள் அவனுடைய அன்பைப் பெறமுடியாதவளாக இருக்கிறாள். திருமணத்தால் உடல்கள் ஒன்று சேரலாமோ என்னவோ. உள்ளங்கள் சேராது என்பதற்குத் தன்னுடைய வாழ்க்கையே ஒரு எடுத்துக்காட்டு. இந்திராவிடம் பணம், அழகு, ஹோதா எதுவும் இல்லாவிட்டால்தான் என்ன? அவளைக் காதலிக்கும் வித்யாபதி இருக்கிறான். அதுதான் அவளுடைய மிகப் பெரிய சொத்து. இந்திராவிற்கு முன்னால் தான் எவ்வளவு ஏழை? வித்யாபதி இந்திராவுக்குத் தான் செய்யும் உதவி ஒன்றையுமே மறைக்கவில்லை. ஆபீசில் அட்வான்ஸ் வாங்கிக் கொண்டான்.

"எதுக்கு இது?" சீதா கேட்டாள்.

"இந்திராவின் வைத்தியச் செலவுக்கு" என்றான் அவன்.

சீதா நிமிர்ந்து பார்த்தாள். அவன் பயமோ, தடுமாற்றமோ எதுவும் இல்லாமல் சொன்னான். "இது போன்ற விஷயங்களை நானே உன்னிடம் சொல்வது நல்லது என்று நினைக்கிறேன். யாரோ வந்து உன்னிடம் ஏதாவது சொல்லி நீ தெரிந்துகொள்ள வேண்டிய அவசியம் இருக்காது." அன்றிலிருந்து அவன் வீட்டிற்குத் தாமதமாகவே திரும்பிக் கொண்டிருந்தான்.

ஆஸ்பத்திரியில் வித்யாபதியைப் பார்த்து விட்டு வந்ததிலிருந்து சீதாவின் மனதில் இரு நேர்மாறான எண்ணங்கள் தலை தூக்கின. இதுநாள் வரையில் வித்யாபதியிடம் கோபம் மட்டும்தான் இருந்தது. இப்பொழுது அவளையும் அறியாமல் ஒருவிதமான பிரியம் அவனிடம் ஏற்படத் தொடங்கியிருந்தது. எத்தனை கனிவுடன் அந்தப் பெண்ணை உபசரித்துக் கொண்டிருந்தான்? திரும்பத் திரும்ப அதைப் பற்றியே நினைத்துக் கொண்டிருந்தாள்.

அவனிடம் காதல் செலுத்தும் இதயம் இருக்கிறது. அது தனக்கு வேண்டும். வித்யாபதி இந்திராவை உயிருக்கும் மேலாக எண்ணுகிறான் என்று பொறாமைப்பட்டாலும் அவனிடம் அவளுக்கு ஏதோ ஒருவித அபிமானம் ஏற்பட்டது. தான் மணந்து கொண்டிருக்கும் இந்த நபர் எல்லோரையும் போல் இல்லை.

இவனிடம் ஒரு தனிச்சிறப்பு இருக்கிறது. பணம் அவனுக்கு ஒரு பொருட்டு இல்லை. அனாவசியமான வெளிவேஷங்கள் இவனிடம் இல்லை. வெளித் தோற்றத்தில் எவ்வளவு சாதாரணமாக இருக்கிறானோ அவன் உள்ளம் அதே அளவுக்கு உயர்வானதும்கூட. யோசிக்க யோசிக்க சீதாவுக்குத் தானே இந்திராவாக இருந்தால் நன்றாக இருக்கும் என்று தோன்றியது.

# 16

கடிகாரத்தில் இரவு பத்து மணியடித்தது.

சீதா படுக்கையறையில் உட்கார்ந்திருந்தாள். வீட்டில் எல்லோரும் உறங்கி விட்டார்கள். எங்கும் நிசப்தமாக இருந்தது. வித்யாபதி இன்னும் வீடு திரும்பவில்லை. சீதா அவனுக்காக எதிர்பார்த்துக் கொண்டு உட்கார்ந்திருந்தாள். ஒரு வாரமாக அவன் வீட்டுக்கு வருவதற்கு இரவு ரொம்ப நேரமாகிக் கொண்டிருந்தது.

இந்திராவுக்கு உடல் நலமில்லாமல் போய்விட்டதில் அவன் ரொம்பக் கவலைப்பட்டுக் கொண்டிருந்தான். ரத்னாவின் உதவியுடன் அவளை ஆஸ்பத்திரியில் சேர்த்தான். முதல்நாள் அவன் ஆபீசிலிருந்து சீக்கிரமாகக் கிளம்பிவிட்டான். இரவு பதினோரு மணிக்கு வீட்டுக்கு வந்தான். சீதா விழித்துக் கொண்டுதான் இருந்தாள். ''இப்பொழுதுதான் வீட்டுக்கு வருவதா? உங்களுக்காகக் காத்திருப்பதற்கு எனக்கு எவ்வளவு சம்பளம் தர்றீங்க?'' என்று கேட்டாள்.

அவன் பதில் சொல்லவில்லை. அவளுடைய பேச்சைக் காதில் வாங்காதவன் போல் அறைக்குள் போய்விட்டான்.

அரைமணிக்குப் பிறகு சீதா கதவிற்கு அருகில் வந்து நின்றாள். ''நான் இன்னும் எத்தனை நேரம்தான் காத்திருப்பது? என்ன செய்து விட்டேன் என்று எனக்கு இந்த தண்டனை?''

அவன் அறையில் நாற்காலியில் உட்கார்ந்திருந்தான். ''சீதா! தயவு செய்து இன்றைக்கு மட்டும் என்னை எதுவும் சொல்லாதே.'' அந்தக் குரலில் விவரிக்க முடியாத வேதனை இருந்தது. இயலாமை இருந்தது.

''இன்று மட்டுமா? உங்களைச் சொல்லும் அதிகாரம் என்றைக்குத்தான் எனக்கு இருக்கிறது? எழுந்து சாப்பிட வாங்க.''

''எனக்குப் பசிக்கவில்லை.''

''உங்களுக்காகக் காத்திருந்து நானும் சாப்பிடவில்லை.''

''எனக்காகக் காத்திருக்க வேண்டாம்னு எத்தனை முறை சொல்லி யிருக்கிறேன்?''

''எத்தனை முறை சொன்னாலும் என் மூளைக்கு ஏறவில்லையே? உங்களுக்குப் பசியில்லை என்றால் சொல்லுங்கள். நானும் போய்ப் படுத்துக் கொள்கிறேன். நான் மதியம் டிபன்கூட சாப்பிட வில்லை.''

தனக்காக சீதா சாப்பிடாமல் இருப்பது அவனுக்குச் சரி என்று தோன்றவில்லை. மௌனமாக எழுந்து வந்தான்.

அவன் கைகால் கழுவிக் கொண்டு உடை மாற்றிக் கொண்டு வருவதற்குள் சீதா பரிமாறி வைத்திருந்தாள். சாதம் சூடாக இருந்தது அவனுக்கு ஆச்சரியமாக இருந்தது. சாதாரணமாக சீதா சமைக்கமாட்டாள். அந்த அவசியமே இருக்காது. சமையல்காரன் இருக்கிறான். அவனுக்காக அவ்வப்பொழுது இப்படி சமையல் செய்கிறாள். அவளுக்கு சமைக்கத் தெரியும் என்ற விஷயம் அவனுக்கு வியப்பை ஏற்படுத்தியது. சந்தோஷமாகவும் இருந்தது. பெண்களுக்கு ஓரளவுக்காவது சமைக்கத் தெரிந்திருக்கணும் என்பது அவனுடைய எண்ணம்.

சீதா சில பழக்க வழக்கங்களால் அவனைக் கட்டுப்படுத்தத் தொடங்கினாள்.

இரவு அவன் திரும்பும் வரையில் சாப்பிடாமல் காத்திருந்தாள். அவன் கூட வந்தால் தவிர சினிமாவுக்கோ, உறவினர் வீட்டுக்கோ போக மாட்டாள். காலையில் ஆபீசுக்குப் போகும் போது தாய் தினமும் சொல்லிக் கொண்டிருப்பாள்.

''மாலையில் சீக்கிரமாக வீட்டுக்கு வா. மருமகள் உனக்காகக் காத்திருப்பாள்'' என்பாள்.

தன்னுடைய நல்ல குணத்தாலும், நயமான பேச்சாலும் சீதா சுபத்ராவையும், குழந்தைகளையும் தன்வசப்படுத்திக் கொண்டு விட்டாள். மற்ற பெண்களைப் போல் கணவன் மீது இருக்கும் கோபத்தால் மாமியாரிடம் சுணக்கம் காட்டவில்லை. இந்த வேண்டாத சுமை தனக்கெதற்கு என்று வருத்தப்பட்டுக் கொள்ள வில்லை. மாமியார் வெறும் அப்பாவி. வித்யாபதி ரொம்ப நல்லவன். அவனுடைய நல்ல குணத்திற்கு தற்சமயம் கிரகணம் பிடித்திருக்கிறது. அந்த இருள் என்றாவது நீங்கக் கூடும் என்பது சீதாவின் நம்பிக்கை.

# 17

சிறுவயது முதல் சுந்தரியின் அரவணைப்பில் வளர்ந்த சீதாவுக்கு சாமியார்களிடமும், ஜாதகத்திலும், கிரக பலத்திலும் ரொம்ப நம்பிக்கை இருந்தது. அடிக்கடி அவர்கள் வீட்டுக்கு வந்து சேவைகளைப் பெற்றுக்கொள்ளும் சுவாமிகள் ஒருவர் இருந்தார். இந்த முறையும் அவர் இமயமலையிருந்து வந்த போது சுவாமிநாதய்யர் வீட்டில்தான் தங்கினார். பெற்றோர் இல்லாவிட்டாலும் சீதா அவருக்கு வேண்டிய எல்லா ஏற்பாடுகளையும் செய்திருந்தாள். அவர் வந்தால் உறவினர்கள், தெரிந்தவர்கள் என்று பலர் வந்து அவரிடம் தங்களுடைய பிரச்னைகளைச் சொல்லித் தீர்வு பெற்றுக் கொண்டு போவார்கள்.

சீதா ஒரு நாள் மாலையில் அவரிடம் சென்று உட்கார்ந்தாள். வாழ்க்கையின் போக்குகள் பற்றிய பல சுவாரசியமாக விஷயங்களை அவர் அவளிடம் சொல்லிக் கொண்டிருந்தார்.

சீதா ரொம்ப நாளாகத் தன் மனதில் இருக்கும் சந்தேகத்தை அவரிடம் கேட்டுவிட்டாள். ''சுவாமிஜீ! நமக்கு ஒரு நபரிடம் ரொம்பப் பிரியம் இருக்கிறது. ஆனால் அந்த நபருக்கு நம்மிடம் கொஞ்சம் கூடப் பிரியம் என்பதே இல்லை என்று வைத்துக் கொள்ளுங்கள். அப்போ நாம் என்ன செய்வது?''

அவர் ஒரு நிமிடம் யோசித்துவிட்டுச் சொன்னார். ''நாம் யாரிடமிருந்தாவது அன்பைப் பெற வேண்டும் என்றால் அவருக்கு விருப்பமான காரியங்களைச் செய்ய வேண்டும். அதுதான் சுலபமான வழி.''

''அப்படி என்றால்?''

''உதாரணமாக ஒரு நபரிடம் உனக்கு அன்பு ஏற்படுகிறது என்று வைத்துக் கொள். அவனுக்கும் உன்னிடம் அதுபோன்ற அன்பு

ஏற்படவேண்டும் என்றால் முதலில் அவனுடைய கவனம் உன் பக்கம் திரும்ப வேண்டும். ஒரு பேச்சுக்கு அவனுக்குப் புத்தகங்கள் என்றால் ரொம்பப் பிடிக்கும் என்று வைத்துக்கொள்வோம். அவனுக்குப் பிடித்த புத்தகங்களை வாங்கிக் கொண்டு வந்து அவன் கைக்கு எட்டும் விதமாக வைக்க வேண்டும். அவனுக்குக் கிடைக்காத பொருளை நீ தேடி எடுத்து வந்து அவனுக்குப் பரிசாகத் தரவேண்டும். அப்பொழுது அவன் மனம் உன்னால் அவனுக்குக் கிடைத்த பொருளை விட உன்மீது லயிக்கும். புரிந்து கொண்டாய் இல்லையா?''

புரிந்தது என்பது போல் சீதா தலையை அசைத்தாள். அந்த நிமிடம் முதல் சீதாவின் மனதில் அந்த வார்த்தைகள் எதிரொலித்துக் கொண்டே இருந்தன.

வித்யாபதியின் அன்பைப் பெற வேண்டுமென்றால் அவனுக்கு விருப்பமான காரியங்களைச் செய்ய வேண்டும். இதுநாள் வரையில் தான் என்ன செய்தாள்? எப்போதும் அவனது விருப்பத்திற்கு எதிராகத்தான் நடந்துகொண்டாள். அதனால் அவன் தன்னிடமிருந்து வெகுதூரத்திற்கு விலகிப் போய்விட்டான்.

சீதா தன்னிடமிருந்த அத்தனை கோடு போட்ட புடவைகளை, பெரியபூக்கள்போட்ட புடவைகளையெல்லாம் வேலைக்காரியிடம் கொடுத்துவிட்டாள். ''சமீபத்தில்தானே வாங்கினாய்? இன்னும் பழசாகவில்லையே?'' சுபத்ரா கேட்டாள்.

''எனக்கு அவற்றின் மீதிருந்த இஷ்டம் போய் விட்டது அத்தை'' என்றாள்.

சாப்பாட்டில் அவனுக்குப் பிடிக்காத உணவுவகைகளை மறுபடியும் அவன் கண்ணில் படவிடவில்லை.

சீதாவுக்கு அத்துடன் திருப்தி ஏற்படவில்லை. ஆஸ்பத்திரியில் தனக்குத் தெரிந்த டாக்டருக்குப் போன் செய்தாள். இந்திராவுக்கு நன்றாக வைத்தியம் பார்க்கச் சொல்லிக் கேட்டுக் கொண்டாள். அதற்கான பில்லைத் தான் கொடுத்து விடுவதாகவும் சொன்னாள். இந்த விஷயம் வித்யாபதிக்குத் தெரியவேண்டாம் என்றும் கேட்டுக் கொண்டாள்.

வீட்டிலும் முன்னைப் போல் அவன்மீது எரிந்து விழவில்லை. கூடுமான வரையிலும் மௌனமாக இருந்தாள். இதுநாள் வரையில் தேவையிருந்தாலும் இல்லாவிட்டாலும் தானாக வலுவில் சென்று அவனிடம் பேசிக் கொண்டிருப்பாள். இப்பொழுது

அதையெல்லாம் விட்டுவிட்டாள். அவனாகப் பேசினால் தவிர பதில் சொல்லாமல் இருந்தாள். சீதாவிடம் தோன்றியிருந்த இந்த மாற்றத்தை வித்யாபதி உணர்ந்துகொண்டான். சீதாவுக்கு தன்னிடம் விரக்தி ஏற்பட்டு வருகிறது என்று எண்ணி மகிழ்ந்தான்.

## 18

கட்டில்மீது படுத்திருந்த இந்திரா மெதுவாகக் கண்களைத் திறந்து பார்த்தாள். யாரோ குனிந்து ‘‘எப்படி இருக்கிறது?’’ என்று விசாரித்துக் கொண்டிருந்தார்கள். இந்திரா முழுவதுமாகக் கண்களைத் திறந்து பார்த்தாள். எதிரே சற்று பூசியவாகில், சிவந்த நிறத்துடன் ஒரு பெண் உட்கார்ந்திருந்தாள். இந்திராவைப் பார்த்ததும் நட்புடன் முறுவலித்தாள். ‘‘என்னை அடையாளம் தெரிகிறதா? உங்க வித்யாபதியின் மனைவி சீதா’’ என்றாள்.

இந்திரா சரேலென்று எழுந்து உட்கார்ந்து கொண்டாள். ‘‘நீங்க... நீங்க...’’ கலவரத்துடன் சொன்னாள்.

‘‘படுத்துக் கொள்ளுங்கள். பரவாயில்லை. நான் ஒன்றும் அந்நிய மனுஷியில்லை. உங்க வித்யாபதியின் மனைவிதானே. நமக்குள் மரியாதைகள் எதுக்கு?’’ என்றாள்.

இந்திரா குழப்பத்துடன் அவளைப் பார்த்தாள். மின்சாரம் போய்விட்டது போலும். ஃபேன் நின்றுவிட்டது. இந்திராவின் முகத்தில் வியர்த்துக் கொட்டியது. சீதா எழுந்து போய் விசிறியை எடுத்து வந்து விசிறிக் கொண்டே சொன்னாள். ‘‘அவர் எப்போதும் உங்களைப் பற்றிச் சொல்லிக் கொண்டிருப்பார். அவருடைய நினைப்பெல்லாம் உங்கள் மீதுதான். சீதா! இந்திராவைப்

போன்ற நல்ல மனுஷி உலகத்தில் யாருமே இருக்க மாட்டார்கள். இளகிய மனம் படைத்தவள். என்னுடைய நெருங்கிய சிநேகிதி. இந்திராவுடன் சிநேகம் வாழ்க்கையில் மறக்க முடியாத அனுபவம் என்பார்.

எங்க மாமியாருக்கு இதெல்லாம் புரியவே புரியாது. அந்தக் காலத்து மனுஷி இல்லையா? அவர்களால் நம்மைப் புரிந்துகொள்ள முடியாது. ஒரு ஆணும் பெண்ணும் கொஞ்சம் பேசினால் போதும். கண்ணும் காதும் வைத்துப் பேசுவார்கள். அவருக்குக் கல்யாணம் ஆவதற்கு முன்பே உங்களுக்கும் அவருக்கும் நல்ல அறிமுகம்.

கல்யாணம் ஆகிவிட்டதால் அந்த அறிமுகத்தைத் துண்டித்துக் கொள்ளத் தேவையில்லை என்று சொன்னாலும் புரியாது. வித்யாபதியைப் பற்றி உங்களுக்குத்தான் தெரியுமே. தெரியுமாவது? அவரை உங்களைக் காட்டிலும் நன்றாக யாரும் புரிந்து கொண்டிருக்க மாட்டார்கள் என்று எனக்குத் தெரியும். பெருமைக்காகச் சொல்லவில்லை. அப்படிப்பட்ட நல்ல இதயம் படைத்தவர், பண்புள்ளவர் எனக்குக் கணவராகக் கிடைத்தது முன்பிறவியில் நான் செய்த புண்ணியத்தின் பலன்.

அவருடைய சிநேகிதியாய் நீங்களும் அப்படித்தான் நினைப் பீங்க. உண்டா இல்லையா சொல்லுங்கள்.''

இந்திரா வாய்வார்த்தை வராதவள் போல் சீதாவை வியப்புடன் பார்த்துக் கொண்டிருந்தாள். சீதா தன்னைப் பார்க்க வந்ததே ஆச்சரியம். அதோடு இத்தனை சரளமாகத் தன்னிடம் பழக முற்படுவது மேலும் அதிசயம். சீதா இந்திராவின் வியப்பைப் பொருட்படுத்தியதாக தெரியவில்லை.

''நீங்க ஆஸ்பத்திரியில் சேர்ந்த அன்றைக்கே நானும் வருவதாகச் சொன்னேன். தானே அழைத்துப் போவதாகச் சொன்னார். சொன் னாரே ஒழிய நடக்கிற காரியமா? அவருக்கு ஓய்வு ஏது? நீங்க மருந்து ஏதாவது சாப்பிடணுமா?'' நினைவுபடுத்துவது போல் சொன்னாள்.

இந்திரா தலையை அசைத்தாள். சீதா போய் மேஜைமீது இருந்த மருந்தைக் கொண்டு வந்தாள். ''எந்த மாத்திரை? காப்சூல் எது?''

இந்திரா சொன்னாள். சீதா தண்ணீர் கொண்டு வந்து இந்திரா விடம் கொடுத்து விழுங்கச் செய்தாள். நெற்றியில் படிந்திருந்த வியர்வையை புடவைத் தலைப்பால் ஒற்றினாள்.

''உங்களிடம் ஒரு ரகசியத்தைச் சொல்லட்டுமா?'' என்றாள்.

''சொல்லுங்கள்.'' இந்திரா பயந்தபடியே அவளைப் பார்த்தாள்.

''நான் இங்கே வருவதில் அவருக்கு விருப்பம் இல்லை. அதான் இதோ அதோ என்று நாட்களைத் தள்ளிக் கொண்டே இருந்தார். அந்த விஷயத்தை நானும் புரிந்துகொண்டு விட்டேன். அதான் ஓசைப்படாமல் நானே வந்துவிட்டேன். நான் இங்கே வந்து உங்களைப் பார்த்ததாக அவரிடம் சொல்ல மாட்டேன். சொல்லணும் என்று உங்களுக்குத் தோன்றினால் சொல்லுங்கள். எனக்கொன்றும் ஆட்சேபணை இல்லை. நாலு திட்டு திட்டுவார். அவ்வளவுதானே'' என்றாள்.

ஐயோ... அந்த அளவுக்கு நான் துணியமாட்டேன் என்பது போல் பார்த்தாள் இந்திரா.

சீதா ரொம்ப நேரம் உட்கார்ந்திருந்தாள். உட்கார்ந்திருந்த நேரத்தில் தன்னுடைய தாம்பத்திய வாழ்க்கையைப் பற்றித்தான் பேசினாள். வித்யாபதி தன்னை எவ்வளவு பிரியமாகப் பார்த்துக் கொள்கிறான் என்று விவரித்தாள். அவ்விருவருக்கும் நடுவில் கருத்து வேற்றுமையே கிடையாதாம். சாப்பிட்டால் இருவரும் சேர்ந்துதான் சாப்பிடுவார்களாம். சினிமாவுக்குப் போனால் சேர்ந்து தான் போவார்களாம். ஒருவரை விட்டு ஒருவரால் இருக்கவே முடியாதாம். இன்னும் குழந்தை பிறக்கவில்லையே என்று வித்யாபதிக்கு வேதனையாய் இருக்கிறதாம்.

சிரித்த முகத்துடன் இதையெல்லாம் கேட்டுக் கொள்வதற்கு இந்திராவுக்கு ரொம்ப முயற்சி தேவைப்பட்டது. அந்தப் பெண் ணைப் பார்த்தால் எந்த ஒளிவு மறைவும் இன்றி அப்பாவியாய் எல்லாவற்றையும் சொல்லுவது போல் தோன்றியது. அப்படிச் சொல்வதில் எந்தத் தவறும் இருப்பதாகத் தெரியவில்லை.

வித்யாபதி சீதாவை அன்பாகப் பார்த்துக்கொள்ளும் தோரணையைச் சிரத்தையாகக் கேட்டுக் கொண்டாள் இந்திரா. அவள் மனதில் ஏதேதோ எண்ணங்கள் சுழலத் தொடங்கின.

சீதா எழுந்துகொண்டாள். ''போய் வருகிறேன். உடம்பை ஜாக்கிரதையாகப் பார்த்துக் கொள்ளுங்கள். உங்க உடம்பு தேவலையானதும் கண்டிப்பாக எங்க வீட்டிற்கு வந்து ஒரு வாரமாவது ஓய்வு எடுத்துக் கொள்ளணும்'' என்றாள். இந்திரா தலையை அசைத்தாள்.

சீதாபோய்விட்டாள். இந்திராசூனியத்தையேபார்த்துக்கொண்டி ருந்தாள். எவ்வளவுதான் வேண்டாம் என்று நினைத்தாலும் சீதாவின் வார்த்தைகளே திரும்பத் திரும்ப அவள் நினைவில்

வந்து கொண்டிருந்தன. வித்யாபதி சீதாவை அவ்வளவு பிரியமாகப் பார்த்துக் கொள்கிறானா? அவள் முகத்தைப் பார்த் தாலே புரியவில்லையா? சீதா எத்தனை அதிர்ஷ்டசாலி? தாய், தந்தை, கண் நிறைந்த கணவன். இந்திராவுக்கு சீதாவிடம் பொறாமை ஏற்படவில்லை. கடவுள்மீதுதான் கோபம் வந்தது. எல்லாவற்றையும் ஒருத்தருக்கே தர வேண்டுமா?

இந்த உலகத்தில் யாரும் இல்லாத பெண்கள் எத்தனை பேர் இருக்கிறார்கள்? ஒருத்தருக்கு அழகு, மற்றொருவருக்குப் பணம், வேறொருத்திக்குப் புகழ், அடுத்தவளுக்குக் கணவனின் அன்பு ... இப்படி ஒவ்வொருவருக்கும் ஏதோ ஒன்றை வழங்கக் கூடாதா? அப்படித் தந்தால் ஒருத்திக்கு மற்றொருத்தியிடம் பொறாமை இருக்காதோ என்னவோ. தன்னிடம் இப்பொழுது என்ன இருக்கிறது? சின்ன வயதிலேயே தாய் தந்தை போய்விட்டார்கள். அக்காவின் ஆதரவில் வளர்ந்தாள். அவர்கள் நன்றாகத்தான் பார்த்துக் கொண்டார்கள். இருந்தாலும் எத்தனை விஷயங்களில் அவர்களின் தயவுக்காகத் தான் காத்திருக்க வேண்டும்? பிறத்தியார் வீட்டில் இருக்கிறோம் என்ற எண்ணம் சதா அவளைத் துரத்திக் கொண்டே இருக்கும். வித்யாபதி தன் வாழ்க்கையில் வந்த பிறகு தனிமை என்ற பேச்சுக்கே இடமில்லாமல் போய்விட்டது. அவனைப் போன்ற நபர் இருந்தால் எந்தப் பெண்ணாலும் வாழ்க்கையில் எப்படிப்பட்ட ஏற்றத் தாழ்வுகளையும் சமாளித்துவிடுவாள். இப்பொழுது வித்யாபதி தனக்கு என்ன ஆக வேண்டும்? சீதாவின் கணவன். அவளுக்கு வெறும் நண்பன் மட்டும்தான்.

வித்யாபதி அன்று ரொம்பத் தாமதமாக வந்தான். மதியம் சீதா அவனுக்கு போன் செய்து பேக்டரிக்கு வரப் போவதாகச் சொல்லியிருந்தாள். ரொம்ப நேரம் காத்திருந்தும் வராததால் வீட்டுக்குப் போன் செய்தால் ''வீட்டில் இல்லை. கிளம்பி நேரமாகிவிட்டது'' என்று தாய் சொன்னாள். வழியில் எந்த சிநேகிதியாவது தென்பட்டிருப்பாளாய் இருக்கும் என்று ஆபீசிலேயே உட்கார்ந்திருந்தான்.

ஐந்து மணியாகும் போது சீதா போன் செய்தாள். சிநேகிதியைப் பார்க்கப் போயிருந்ததாகவும் அங்கேயே நேரமாகிவிட்டதாகவும் சொன்னாள். ''என்னால் வர முடியவில்லை. வரப் போவதில்லை'' என்று போனை வைத்துவிட்டாள்.

வித்யாபதிக்கு ஆத்திரத்தில் உடல் பற்றி எரிவது போல் இருந்தது. இப்படி இடைஞ்சல் ஏற்படுத்துவதில் சீதா ரொம்ப கெட்டிக்காரி. அவன் ஆஸ்பத்திரிக்குப் போனான். இந்திரா

தனியாக உட்கார்ந்து இருந்தாள். வந்ததும் கேட்டான். ''எப்படி இருக்கிறாய்?'' தினமும் வருவது போல் இந்திரா அன்று அவனுக்கு அருகில் வரவில்லை. மௌனமாய் எங்கேயோ பார்த்தபடி உட்கார்ந்திருந்தாள். அவனைப் பார்த்ததும் அவள் கண்களில் சந்தோஷம் பளிச்சிடவில்லை.

''மருந்து சாப்பிட்டாயா?''

எங்கேயோ பார்த்தபடி தலையை அசைத்தாள். வித்யாபதிக்கு அந்த மௌனத்திற்கான காரணம் புரியவில்லை. அவனால் மேற்கொண்டு அதைத் தாங்கிக்கொள்ள முடியவில்லை. நாற்காலியைவிட்டு எழுந்து வந்து இந்திராவுக்கு எதிரே நின்றான்.

''இந்து! என்னவாகிவிட்டது? ஏன் இப்படி இருக்கிறாய்?'' என்று கேட்டான். இந்திரா பதில் பேசவில்லை.

''சொல்லு இந்து! என்ன நடந்தது? நான் என்ன தவறு செய்துவிட்டேன்?'' உரத்தக் குரலில் கேட்டான்.

இந்திரா தலையைத் திருப்பி நேராக அவன் கண்களுக்குள் பார்த்தாள். அவன் கண்களில் வேதனை தெரிந்தது. இந்திரா மேலும் தீவிரமாக அவன் இதயத்தின் அடித்தளத்தில் என்ன இருக்கிறது என்பதைக் கண்டுப் பிடித்து விடவேண்டும் என்பது போல் அதை உற்று நோக்கினாள். இதெல்லாம் நாடகம்தானா? இந்திராவால் தாங்கிக்கொள்ள முடியவில்லை. இவன் யார்? தன் வித்யாபதியா? இல்லை இவன் இப்போது சீதாவின் பதி-சீதாபதி! சாட்சாத் சீதாவின் கணவன். அதை இத்தனை நாளாகத் தன்னால் புரிந்து கொள்ள முடியவில்லை.

அப்படித் தன்னை மயக்கிவிட்டான் அவன். இந்திராவுக்கு அவன் மீது கோபம் வரவில்லை. தன்மீதே தனக்குக் கோபம் வந்தது. திருமணம் ஆனபிறகு அவன் வேற்று மனிதனாகிவிட்டான். ஆனால் அவனைத் தன்னுடையவன் என்று அவள் எப்படி எண்ணிக் கொண்டிருந்தாள்? இந்திராவுக்கு அழுகை வந்தது. மனதின் மென்மையான உணர்வுகளில் ஏதோ ஒன்று தகித்துக் கொண்டிருந்ததால் ஏற்பட்ட வேதனை அது.

''இந்து'' அவன் குரல் கனிவாக ஒலித்தது. நெருங்கி வந்தவன் அவள் தலையைத் தன் மார்போடு அணைத்துக் கொண்டான். ''என்ன நடந்தது சொல்லு?''

''ஒன்றும் நடக்கவில்லை. ஒன்றுமே நடக்கவில்லை.''

"பின்னே ஏன் இப்படி வருத்தப்படுகிறாய்?"

"புத்தி இல்லாமல். எனக்குக் கொஞ்சம் கூடப் புத்தி இல்லை."

"என்ன இந்திரா இது?"

அவன் குரலுக்கு உருகிவிட்டாள். இனியும் கட்டுப்படுத்திக் கொள்ள முடியவில்லை அவளால். சீதா வந்து விட்டுப் போனாள் என்று சொல்லி விடுவோம் என்று நாக்கு நுனி வரையிலும் வந்துவிட்டது. சீதாவின் வார்த்தைகள் நினைவுக்கு வந்தன. திட்டுவானாமே? ஏன்? சீதா என்னிடம் ஏன் வரக்கூடாது? வந்தால் என்ன தவறு? அவன் பண்ணுவதெல்லாம் தெரிந்து விடப் போகிறதே என்றா? ஊஹூம், சீதா வந்ததாகச் சொல்லக் கூடாது. சொன்னால் வீட்டுக்குப் போனதும் திட்டுவான். பிறகு சீதா வர மாட்டாள். வித்யாபதியைப் பற்றி ஏதாவது தெரிந்து கொள்ள வேண்டும் என்றால் சீதாவிடம் அறிமுகத்தை வளர்த்துக் கொள்ள வேண்டும்.

"இந்தூ! ஏன் இப்படி மௌனமாக இருக்கிறாய்?"

"ஒன்றும் இல்லை" என்றாள் இந்திரா.

பிறகு இந்திரா அவனிடம் உரையாடினாள். ஆனால் இருவருக்கும் இடையே ஏதோ குறுக்குச் சுவர் இருப்பது போல வித்யாபதி உணரத் தொடங்கினான். அவன் மனம் கலவரமடைந்தது. இந்திரா ஏன் இப்படி இருக்கிறாள் என்று புரியவில்லை.

அவன் இரவு ரொம்ப நேரம் கழித்து வீடு திரும்பினான். சாப்பிட்டுக் கொண்டிருக்கும் போது சீதா கேட்டாள். "இந்திரா எப்படி இருக்கிறாள்?"

தூக்கிவாரிப் போட்டாற்போல் ஆச்சரியமாகப் பார்த்தான் வித்யாபதி. சீதா சாதத்தை அளைந்து கொண்டே சொன்னாள். "சொல்லுங்க. பரவாயில்லை. இந்திராவிடம் எனக்கு எந்தப் பொறாமையும் இல்லை. அவளை உங்களுடைய சிநேகிதியாய் மதிக்கிறேன். எனக்குக் கோபம் என்று ஏதாவது இருந்தால் அது உங்கள் மீதுதான். இந்திராவிடம் அல்ல."

அந்த வார்த்தைகளுக்கு வாயடைத்துப் போனாற்போல் அவளைப் பார்த்தான் வித்யாபதி.

# 19

வித்யாபதி பழச்சாறைப் பிழிந்து டம்ளரில் எடுத்துக் கொண்டு வந்தான். பிறகு இந்திராவின் தோளைப் பிடித்து எழுப்பி உட்கார வைப்பதற்காகக் குனிந்தான்.

''வேண்டாம்.'' இந்திரா தானே சிரமப்பட்டு தன் சக்தியை யெல்லாம் திரட்டிக் கொண்டு எழுந்து உட்கார்ந்து கொண்டாள். தலையைச் சுற்றுவது போல் இருந்தது. கையால் கண்களை அழுத்திக் கொண்டே ''அம்மா!'' என்றாள். வித்யாபதி இந்திராவின் தலையை, முதுகைத் தடவிக் கொடுத்தான். பழரசத்தை அவன் உதட்டருகில் வைத்த போது விருப்பம் இல்லாதவள் போல் முகத்தைத் திருப்பிக் கொண்டாள். டம்ளரை கையில் வாங்கிக் கொண்டு பக்கத்தில் இருந்த மேஜையின் மீது வைத்தாள்.

''குடி'' என்றான் அவன்.

''குடிக்கணும் போல் இல்லை.'' தெளிவற்ற குரலில் சொன்னாள்.

''குடிக்காவிட்டால் சோர்வாக இருக்கும்.'' நயமான குரலில் சொன்னான்.

''குடித்தால் வாந்தி வரும்.'' உள்ளூர நினைத்துக் கொண்டாள் இந்திரா.

வித்யாபதி கெஞ்சினான். வற்புறுத்தினான். ஆனாலும் பலன் இருக்கவில்லை. இந்திராவை அந்த வேளை பழச்சாறை மட்டும் இல்லை, மருந்துகளைக் கூடச் சாப்பிட வைக்க முடியவில்லை அவனால்.

இந்திராவிடம் ஏதோ மாற்றம் தெரிகிறது. அது ஏன் வந்தது என்றுதான் புரியவில்லை. யாராவது வந்தார்களா? ஏதாவது சொன்னார்களா? இந்திராவின் சுபாவம் அவனுக்கு நன்றாகத் தெரியும். யாராவது ஏதாவது சொன்னால் எதிர்த்து நின்று சண்டை போட மாட்டாள். "என் விஷயம் உனக்கு எதற்கு?" என்று குரலை உயர்த்த மாட்டாள். தனக்குள்ளேயே சுருங்குவது போல் மௌனமாக இருந்து விடுவாள்.

அவன் ஏறக்குறைய ஒரு மணி நேரம் அங்கே இருந்தான். இந்திராவுக்கு மருந்து கொடுப்பதற்காக அவன் இரண்டு மூன்று முறை கைகடியாரத்தைப் பார்த்துக் கொண்டான். அவனுடைய அந்தச் செய்கை இந்திராவுக்கு வேறு விதமான எண்ணத்தைத் தோற்றுவித்தது.

வீட்டுக்குப் போவதற்காக அவசரப்படுகிறான் என்று நினைத்து விட்டாள்.

"சீதாவை எங்கேயாவது அழைத்துச் செல்வதாகச் சொல்லி யிருப்பான். அதுதான் மணியைப் பார்த்துக் கொண்டிருக்கிறான்" என்று எண்ணிவிட்டாள்.

"நீங்க கிளம்புங்கள்" என்றாள்.

"நானா? ஏன்? எதற்கு? யாராவது இப்போவரப் போகிறார்களா?" என்றான் விளங்காதவன் போல்.

"யார் வரப் போகிறார்கள்? யார் இருக்கிறார்கள் எனக்கு?" பின்னால் சாய்ந்து படுத்துக் கொண்டே சொன்னாள். அவள் குரலில் வெறுப்பு தொனித்தது.

அவன் ஒரு நிமிடம் இந்திராவை உற்றுநோக்கினான்.

இந்திரா மேற்கூரையைப் பார்த்தபடி யோசித்துக் கொண்டி ருந்தாள்.

"இந்தூ"

"ஊம்."

"என்ன யோசித்துக் கொண்டிருக்கிறாய்?" அவள் தலைமீது கையை வைத்துக் கொண்டே கேட்டான்.

"ஒன்றும் இல்லை."

"என்னிடமிருந்து உன்னால் மறைக்க முடியுமா?" நிஷ்டூரமாகச் சொன்னான்.

விட்டத்தைப்பார்த்துக்கொண்டிருந்தஇந்திராதலையைத்திருப்பி அவனைப் பார்த்தாள். அந்தப் பார்வையில் பொறுமையின்மையும், வேதனையும் கலந்திருந்தன. ''என்னிடமிருந்து நீங்க மட்டும் மறைக்கவில்லையா?'' என்ற குற்றச்சாட்டும் வெளிப்பட்டது. அவன் குழப்பமடைந்தான்.

இந்திராவுக்கு என்னவாகிவிட்டது?

''நீங்க வீட்டுக்குப் போய்க் கொள்ளுங்கள்'' என்றாள்.

''போகச் சொல்லி நீ சொல்லணுமா? எனக்குத் தெரியாதா? உன் பேச்சே இன்றைக்கு வித்தியாசமாக இருக்கிறது?'' என்றான் அவன்.

''எனக்குப் பைத்தியம் பிடித்து விட்டது. போதுமா?'' எழுந்து உட்கார்ந்துகொண்டே ஆவேசமாகச் சொன்னாள்.

''இந்து'' அவன் எழுந்து வந்து சட்டென்று அவள் தோள்களைப் பற்றிக் கொண்டான். இந்திரா அவனை உதறி விட்டாள். ''என்னை விட்டு விடுங்கள். உங்களுக்குப் புண்ணியம் கிடைக் கட்டும். நீங்க போய் விடுங்கள். நீங்க எனக்காக இரக்கப்படத் தேவையில்லை.''

அவன் பதில் பேசவில்லை. இந்திராவின் வார்த்தைகளில் இருந்த பொருளைக் கண்டுபிடிக்க முயலுவது போல் மௌனமாக இருந்தான்.

''எனக்கு உடம்பு சரியில்லாமல் போய்விட்டது. நீங்க எனக்கு உதவி செய்தீங்க. உங்களுக்கு என்னுடைய நன்றி. இனியும் எனக்காகச் சிரமப்படத் தேவையில்லை. தயவு செய்து போய் விடுங்கள். ப்ளீஸ்.'' கைகளைக் கூப்பினாள்.

அவன் அந்தக் கைகளைப் பற்றிக் கொண்டான். ''இந்து! இன்றைக்கு உனக்கு என்னவாகிவிட்டது?'' ஆவேசத்தைக் கட்டுப்படுத்திக் கொள்வது போல் ஒலித்தது அவன் குரல்.

''ஒன்றும் ஆகவில்லை. எனக்குத் தெம்பு வந்துவிட்டது. சுயஉணர்வு வந்துவிட்டது. உங்களைத் தொந்தரவு செய்யக் கூடாது என்ற உண்மை புரிந்து விட்டது. போங்கள். நிம்மதியாக இருங்கள்.'' அவனுடைய தோள்களைப் பிடித்துத் தள்ளிவிட் டாள்.

அவன் கட்டிலை விட்டு எழுந்துகொண்டான். இந்திராவை வியப்புடன் பார்த்தான். பிறகு அங்கிருந்து நிசப்தமாகப் போய் விட்டான். இந்திரா அப்படியே உட்கார்ந்திருந்தாள்.

அழுகை திடீரென்று நின்று விட்டது. வித்யாபதி போய் விட்டான். தான் போகச் சொன்னதும் போய்விட்டான். அவனுக்கு உண்மையிலேயே தன் மீது விருப்பம் இருக்கும் என்றால் அப்படிப் போய் விடுவானா? போகத்தான் முடியுமா? உடல்நலமின்றி, சோர்வுடன் இருக்கும் இந்திராவை அந்த நேரத்தில் ஒரு விதமான இயலாமை, தாங்க முடியாத தனிமை சூழ்ந்துகொண்டது.

வித்யாபதி போய் விட்டான். வெளியில் கார் அவனுக்காகக் காத்திருக்கும். சீதாவின் கணவன் காரில் வராமல் நடந்து வருவானா? பஸ்ஸுக்காகத் தவமிருப்பானா? கார் என்பதால் பத்தே நிமிடங்களில் வீட்டுக்குப் போய் விடுவான். அங்கே சீதா அவனுக்காக எதிர்பார்த்துக் கொண்டிருப்பாள். சீதாவுக்குக் கணவனிடம் எத்தனை பிரியம் என்று அவள் பேச்சிலிருந்து வெளிப்பட்டுக் கொண்டிருந்தது.

"என்னங்க? ஏன் எப்படியோ இருக்கீங்க?" என்று கேட்பாள். ஒருக்கால் அவன் மடியிலேயே உட்கார்ந்திருப்பாளோ என்னவோ.

"அந்த இந்திராவுக்கு என்ன ஆகிவிட்டதோ தெரியவில்லை. இன்றைக்கு ஒரே அழுகை" என்று சொல்வானாய் இருக்கும்.

இந்திரா தன்னையே வெறுத்துக் கொண்டாள். அவனுடைய நாடகத்தைக் கண்டு பிடிக்க முடியாத தன் அசட்டுத்தனத்தை நினைத்து அழுகை வந்தது. அவளுக்குத்தான் எத்தனைத் தனிமை? வித்யாபதியின் காரணமாக அன்புடன் பேணி வந்த அக்காவுக்கும் தூரமாகிவிட்டாள்.

தான் கொண்டு வந்த வரன்களை எல்லாம் மறுத்துவிட்டு, பிடிவாதமாகக் கல்யாணத்திற்கு சம்மதம் சொல்லாமல் இருந்து விட்டதால் அக்காவுக்குத் தலைகால் புரியாத அளவுக்குக் கோபம் வந்தது. கடைசியில் "என் பேச்சைக் கேட்காத பொழுது என் வீட்டில் மட்டும் இருப்பானேன்? வெளியில் போய்க் கொள்" என்று சொல்லிவிட்டாள்.

அந்த வார்த்தையை வாங்கிக்கட்டிக்கொண்ட பிறகும் அங்கேயே தான் இருந்து வந்தாள். எத்தனை வெட்கங்கெட்டவள்? அக்கா சொன்னதும் உண்மைதான். அக்கா வீட்டில் இருக்க வேண்டும் என்றால் அவளுடைய சொல்லுக்குக் கட்டுப்பட்டுத்தான் இருக்க வேண்டும். இல்லாவிட்டால் வீட்டை விட்டுப் போய்விட வேண்டும். அவள் இவ்விரண்டையுமே பண்ணவில்லை. வந்த வரன்களை எல்லாம் மறுத்துக் கொண்டிருந்தாள்.

வித்யாபதி என்றால் தனக்கு இஷ்டம். இஷ்டம் மட்டும்தானா? உயிர்! அவனைத் தவிர வேறு ஆண்மகனின் நிழல் பட்டால் கூட அருவெறுப்பாக இருக்கும். அவனுக்கு வேறு பெண்ணுடன் திருமணமாகி விட்டது. சீதாவுடன் குடித்தனம் நடத்திக் கொண்டிருக்கிறான். நாளைக்கே குழந்தைகள் பிறப்பார்கள். அவன் வாழ்க்கை திசை மாறி விட்டது. தன்னுடைய நிலை என்ன? அக்காவின் கத்தல்கள் யதார்த்தமாகிவிடும்.

அன்று ஒருநாள் வங்கியில் வேலை பார்க்கும் வரனை வேண்டாமென்று சொல்லி விட்ட போது அக்கா எரிந்து விழுந்தாள்.

"பாவிமகளே! உனக்கு இப்போ எதுவும் தெரியாது. இன்னும் சில நாட்கள் போனால் வயது ஏறிவிடும். அப்பொழுது உன் முகத்தைக் கூட யாரும் பார்க்க மாட்டார்கள். அப்போதுதான் வாழ்க்கையில் நீ இழந்தது என்னவென்று உனக்குப் புரியும்.

நாங்கள் எல்லோரும் திருமணம் செய்து கொள்ளவில்லையா? எங்களுடையது காதல் கல்யாணமா? நாங்கள் சந்தோஷமாக இல்லையா? காதல் கத்திரிக்காய் எல்லாம் கல்யாணத்திற்கு முன்னால். கழுத்தில் மூன்று முடிச்சு விழுந்த பிறகு எல்லா ஆண்மகனும் ஒரே மாதிரிதான் நடந்துகொள்வார்கள். பெண்ணுக்கு முக்கியமாக வேண்டியது வீடும் குழந்தைகளும்தான். அந்த வித்யாபதி கல்யாணம் பண்ணிக் கொண்டுவிட்டான். ஏதோ பழைய அறிமுகம் இருப்பதால் அடிக்கடி வந்து பார்த்துக் கொண்டிருக்கிறான். என்றாவது ஒருநாள் வருவதை நிறுத்திவிடுவான். அப்பொழுது உன் நிலைமை என்ன? ஏற்கனவே உனக்கும் அவனுக்கும் நடுவில் ஏதோ இருப்பது எல்லோருக்கும் தெரிந்துவிட்டது. நான் இந்தப் பையனை சம்மதிக்க வைப்பதற்கு எவ்வளவு பூசி மெழுகினேன் தெரியுமா? ஊரார் வேண்டாத பழியைப் போட்டார்கள் என்று அவனை நம்ப வைத்தேன். அவனை சம்மதிக்க வைப்பதற்குள் எனக்கு உயிரே போய் விடும் போல் இருந்தது."

இந்திரா அமைதியாக அக்கா சொன்னதை எல்லாம் கேட்டுக் கொண்டாள்.

"ஏன் பதில் சொல் மாட்டேங்கிறாய்?" கத்தினாள் பாரதி.

"என்ன பதில் சொல்லட்டும் அக்கா? நான் கல்யாணமே செய்து கொள்ளப் போவதில்லை என்று முன்பே சொல்லிவிட்டேன்."

"செய்துகொள்ளாமல் என்ன செய்யப் போகிறாய்?"

''இந்த உலகத்தில் கல்யாணம் பண்ணிக் கொள்ளாத பெண்கள் எத்தனை பேர் இல்லை?''

''நீயும் அவர்களில் ஒருத்தியாக இருக்கப் போகிறாயா?''

அக்காவுக்கு எப்படி எடுத்துச் சொல்வதென்று அவளுக்குப் புரியவில்லை. வித்யாபதியைத் தவிர வேறு யாரையும் தன்னால் கணவனாக நினைத்துப் பார்க்கவும் முடியாது என்று சொன்னால் வெறும் பேத்தல் என்பாள். ஒருவனைக் காதலித்து அவனுடைய அன்பையும் பெற்று கனவு மாளிகையைக் கட்டி, அதில் அவனுடன் குடித்தனம் நடத்தித் தான் அடைந்த சந்தோஷத்தை எப்படி அவளிடம் விவரிக்க முடியும்? வாழ்க்கையில் இருவரும் கணவன் மனைவியாக முடியவில்லை. ஆனால் அந்தக் கனவு மாளிகையைக் கலைத்துவிட்டு மற்றொருவனுடன் குடித்தனம் நடத்துவது தன்னால் இயலாத காரியம். ஏதோ ஒரு கல்யாணம் என்று இயந்திரகதியில் செய்துகொள்ளும் சடங்கு தனக்குத் தேவையில்லை. கல்யாணம் செய்து கொண்டால் அதன் மூலம் தனக்கு எல்லாவிதமாகவும் சந்தோஷம் கிடைக்க வேண்டும். அப்படிக் கிடைக்காதபோது கல்யாணம் என்ற பேச்சுக்கே இடமில்லை. வித்யாபதி அனுபவித்துக் கொண்டிருக்கும் நரகம்தான் தனக்குத் தெரியுமே? என்று நினைத்தாள். எவ்வளவு பைத்தியக்காரி அவள்?

அவன் நரகவேதனை அனுபவித்துக் கொண்டிருக்கிறான் என்றால் அவளுக்குத் திருப்தி. அந்தத் திருப்தியில்தான் சந்தோஷத்தைப் பெற்று வந்தாள். தன்னிடம் கிடைக்கும் சந்தோஷத்தை அவன் அந்தத் திருமணத்தின் மூலம் பெற முடியவில்லை என்ற போது அவள் மனதிற்கு ரொம்ப ஆறுதலாக இருந்தது. அவனுக்காக இப்படியே இருந்து விடவேண்டும் என்று தோன்றியது. அக்காவின் கோபத்திற்கு ஆளாகிவிட்டாள். ஊராரின் பழிச்சொற்களைத் தாங்கிக் கொண்டாள். அவனுக்கு முன்னால் இதெல்லாம் துச்சம் என்று நினைத்தாள்.

எல்லோரையும் ஒதுக்கிவிட்டு அவன் பக்கம் வந்தாள். அவன் என்ன செய்தான்? நாடகம் போட்டுக் கொண்டிருக்கிறான். ஒரு பக்கம் மனைவியுடன் சந்தோஷமாகக் குடித்தனம் நடத்திக் கொண்டே, தன்னிடம் வந்து எந்த சுகமும் இல்லை என்பது போல் பேசுகிறான். சீதா இன்று வந்து தன் கண்களைத் திறந்துவிட்டாள்.

''போ'' என்றதுமே போய்விட்டான். தன்னிடம் உண்மையான அன்பு இருந்தால் அப்படிப் போயிருப்பானா?

Saaj

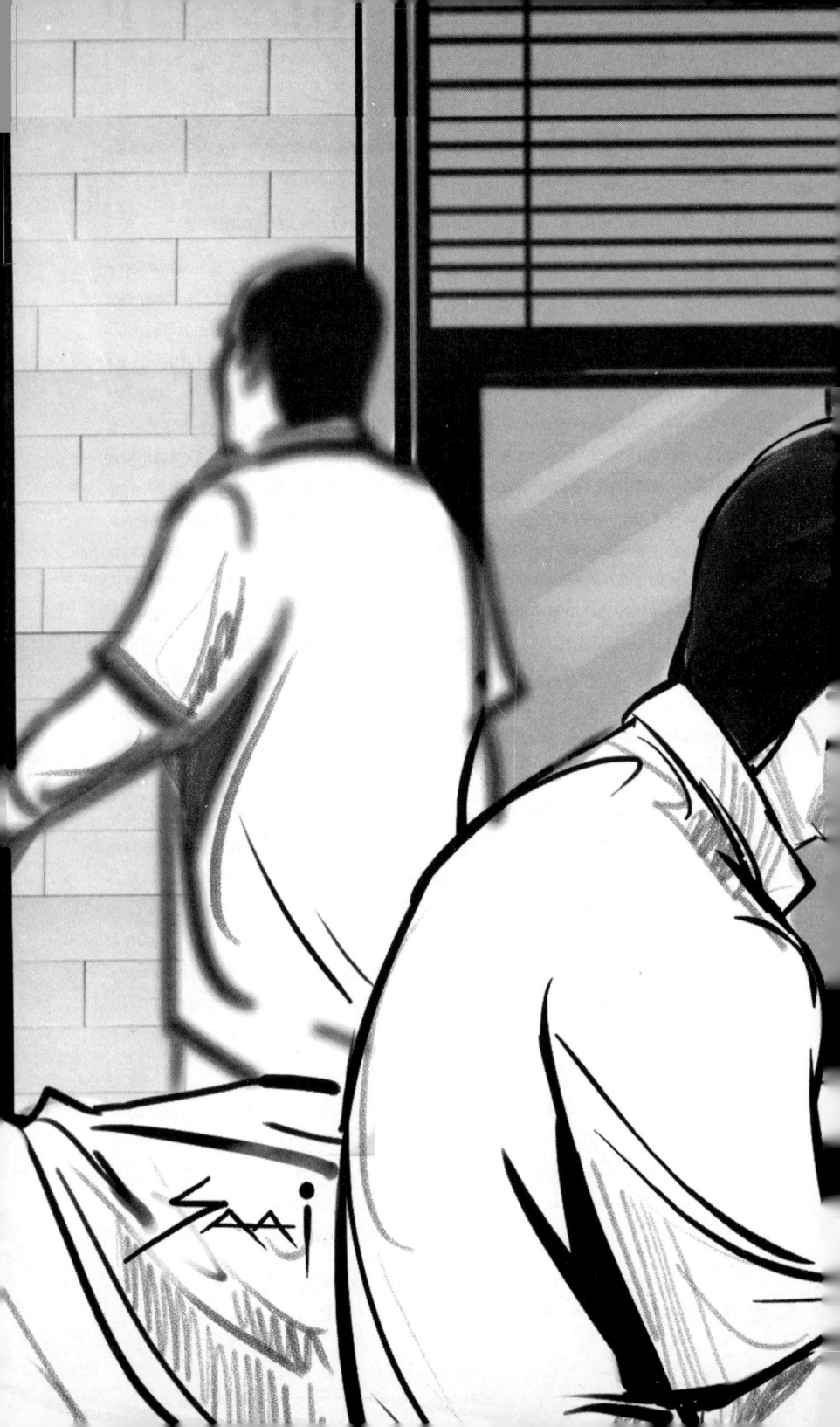

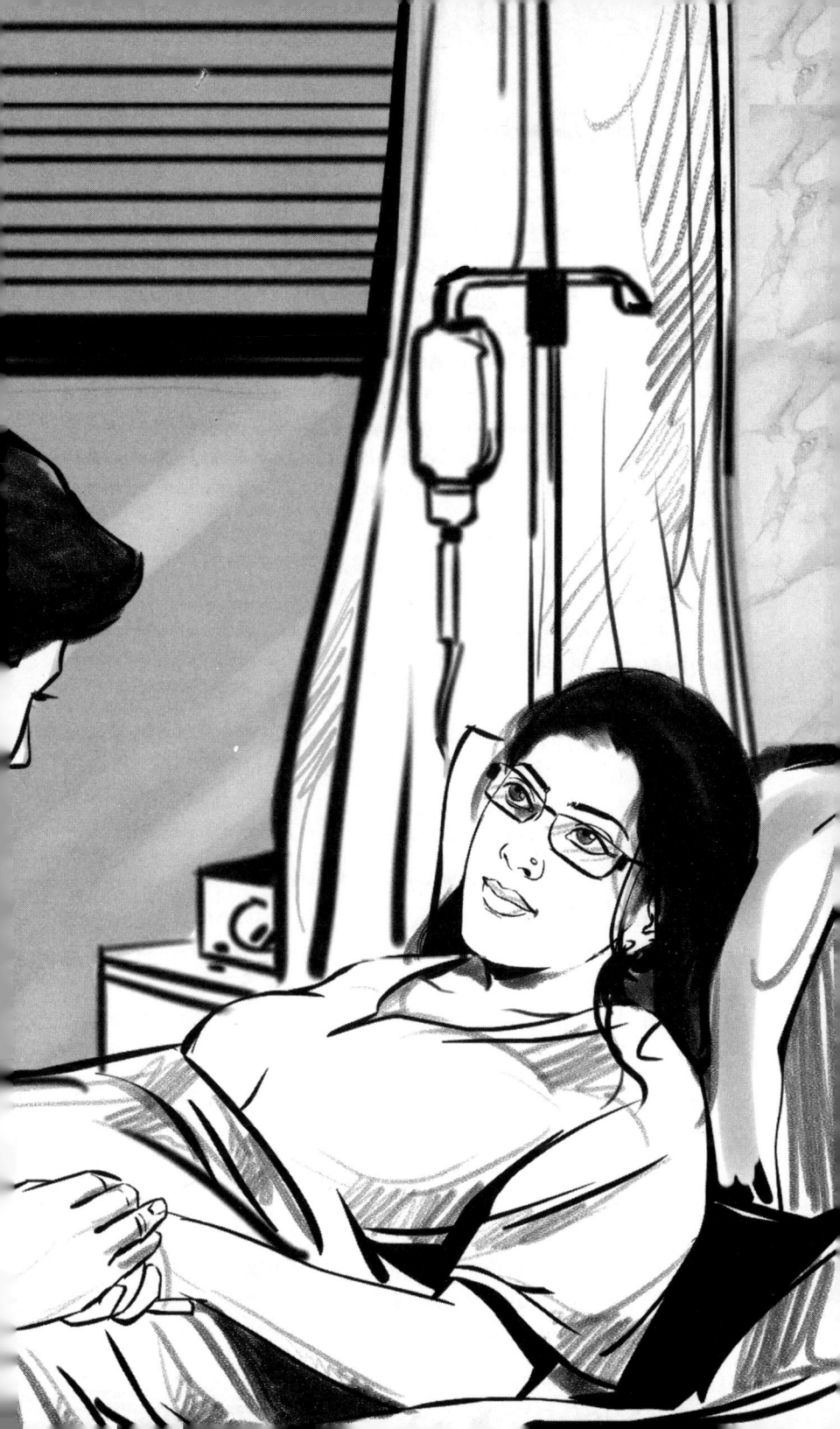

இந்திராவுக்கு அழுகை பொங்கிக் கொண்டு வந்தது. யார் இருக்கிறார்கள் தனக்கு? யாரும் இல்லை. யாருமே இல்லை. இந்த நிமிடம் தான் இறந்து போனாலும் யாருக்கும் அதனால் பாதிப்பு இருக்காது. தன்னுடைய இந்த நிலைமைக்குக் காரணம் அவனைக் காதலித்ததுதானே? இந்திராவுக்கு பட்டாபி சித்தப்பாவின் நினைவு வந்தது. அவருடைய மகன் கார் விபத்தில் இறந்து போய்விட்டான். எட்டு வருடங்களாகிவிட்டது. இப்பொழுதும் அவர் தன் மகனைப் பற்றி நினைத்துக் கொண்டிருப்பார். வீட்டுக்கு யார் வந்தாலும் அவனைப் பற்றித்தான் பேசிக் கொண்டிருப்பார். இறந்து போன மகன் திரும்பவும் வரமாட்டான் என்று அவருக்கும் தெரியும். இருந்தாலும் அவனுடைய நினைவுகளில் வாழ்ந்து கொண்டிருக்கிறார்.

தன்னுடைய நிலைமையும் அதே போல்தான் இருக்கிறது. தம் இருவரின் பாதைகள் பிரிந்து போய்விட்டாலும் அவனைப் பற்றியே யோசித்துக் கொண்டு அந்த நினைவுகளிலேயே வாழ்ந்து விடலாம் என்று நினைக்கிறாள். அதுதான் சுகம் என்று பாவிக்கிறாள்.

வாசலில் காலடியோசை கேட்டது. விசும்பி விசும்பி அழுது கொண்டிருந்த இந்திரா அழுகையை நிறுத்தி கண்களைத் துடைத்துக் கொண்டு நிமிர்ந்து பார்த்தாள். வாசலில் வித்யாபதி நின்று கொண்டிருந்தான். அவனுடன் டாக்டரும் இருந்தார்.

"என்ன? ரொம்ப ரகளை செய்யறீங்களாமே?"

டாக்டர் அருகில் வந்தார். இந்திராவுக்கு வெட்கமாக இருந்தது, வித்யாபதியை போகச் சொல்லிவிட்டு கோழையாகத் தான் நடந்து கொண்டதற்கு.

டாக்டர் வந்து பரீட்சை செய்தார். "ரிலாக்ஸ் பேபி... ரிலாக்ஸ். எதற்காக இவ்வளவு வருத்தப்பட்டுக் கொள்றீங்க?" என்றாள்.

இந்திராவுக்கு அவர் வார்த்தைகள் காதில் விழவில்லை. வித்யாபதியையே பார்த்துக் கொண்டிருந்தாள். அவன் போகவில்லையா? தன்னை விட்டுவிட்டு வீட்டிற்குப் போகவில்லையா? வியப்புடன் அவனைப் பார்த்தாள்.

டாக்டர் மருந்து கொடுத்துவிட்டுப் போய்விட்டார். அவர் போனதும் வித்யாபதி வந்து கட்டில்மீது உட்கார்ந்தான். "இந்தூ! டாக்டர் சொன்னதைக் கேட்டாயா? நீ எதற்காகவோ வருத்தப்படுகிறாய் என்கிறார்."

இந்திரா பதில் சொல்லவில்லை. தலையணையில் சாய்ந்து கொண்டபடி அவனையே பார்த்துக்கொண்டிருந்தாள்.

"சொல்லு. என்னிடம் கூடவா ஒளிவு மறைவு? நான் உனக்கு வேற்று மனிதனா?"

அடுத்த நிமிடம் இந்திரா எழுந்து வந்து அவன் மார்பில் முகத்தைப் புதைத்துக் கொண்டு சிறு குழந்தையைப் போல் விசும்பத் தொடங்கினாள்.

"சொல்லு." அவன் மீண்டும் கேட்டான். இந்திராவின் கண்களிலிருந்து பொல பொலவென்று கண்ணீர் வெளி வந்தது. அந்த வினாடி தெளிவாகப் புரிந்துவிட்டது. தான் அனுபவித்த இந்த வேதனை அவனால் ஏற்பட்டது இல்லை. தானாக உருவாக்கிக் கொண்டது.

அவனும் அதற்குப் பிறகு எதுவும் பேசவில்லை. அவளுடைய ஊமை வேதனையைப் புரிந்து கொண்டாற்போல் மௌனமாக இருந்துவிட்டான். கொஞ்ச நேரம் கழித்து இந்திரா மெதுவாகக் கேட்டாள். "நீங்க இந்த மாதிரி ஆஸ்பத்திரிக்கு வருவது சீதாவுக்குத் தெரியுமா?"

"தெரியும்."

"ஒன்றும் சொல்ல மாட்டாளா?"

"ஏன் சொல்லப் போகிறாள்? சொன்னால் மட்டும் நான் பொருட்படுத்துவேனா?" ஒரு நிமிடம் கழித்து இந்திராவின் தலையை வலுக்கட்டாயமாக உயர்த்திக் கொண்டே கேட்டான். "எதற்காக இப்படிக் கேட்கிறாய்?"

இந்திரா அவனைத் தலையை நிமிர்த்த விடவில்லை. "சும்மா தான்."

"இது போன்ற யோசனைகளுடன் மனதைப் பாழாக்கிக் கொண்டிருக்கிறாயா?" மார்போடு அணைத்துக் கொண்டான்.

"உங்களுக்குத் திருமணமாகிவிட்டது. நீங்கள் இப்படி என்னைப் பார்க்க வருவது நன்றாக இருக்குமா? சீதா என்ன நினைப்பாள்? உலகம் என்ன சொல்லும்?"

"சீதாவுக்கு என்னைப் பற்றி எல்லாம் தெரியும். உன்னைக் கண்டால் எனக்குப் பிடிக்கும். ஊரார் சொல்வதற்கு முன்னால் நானே அந்த விஷயத்தைச் சொல்லிவிட்டேன். என்னுடன் சண்டை

போட்டால் தனக்குத்தான் நஷ்டம் என்று சீதா புரிந்துகொண்டு விட்டாள். சமாதானமாகப் போவதற்கு முயற்சி செய்கிறாள். நாமும் அவளுக்குக் கொஞ்சம் டயம் தரவேண்டும். பெண்ணாக இருந்தும் நீயே உலகத்தைப் பொருட்படுத்தாத போது நான் மட்டும் லட்சியம் செய்வேனா? உன்னைவிட உலகம் எனக்கு முக்கியம் இல்லை. சீதாவை நான் கல்யாணம் செய்து கொண்டேன். அவ்வளவுதான். என் வாழ்க்கையில் என் குடும்பத்தார் இருப்பது போலவே நீயும் இருக்கிறாய். உங்களை நான் விட்டுவிட முடியாது என்று சீதா இந்நேரம் புரிந்து கொண்டிருப்பாள்.''

''பின்னே சீதாவுடன் சண்டை வராதா?''

''ஏன் வராது? காதலர்களுக்குள் சண்டை வந்தால் உலகமே தலைகீழாகி விட்டாற்போல் இருக்கும். மற்றவர்களுடன் சண்டை வந்தால் கோபம் வருமே ஒழிய மனம் கலங்கிப் போகாது. உன் அக்காவுடன் சண்டை போடுவதற்கும் என்னுடன் மனஸ்தாபம் ஏற்படுவதற்கும் உள்ள வித்தியாசத்தை நீ கவனிக்கவில்லையா? என்னை நம்பு.'' தலையைத் வருடிக் கொண்டே சொன்னான். ''மனிதர்களுக்கு இடையில் நம்பிக்கையை மிஞ்சிய பந்தம் இருக்காது. வேத மந்திரங்களுடன் போடும் மூன்று முடிச்சுக்களை விட இருமனங்களுக்குள் போடப்படும் இந்த முடிச்சு வலிமையானது என்று நான் நம்புகிறேன்.''

இந்திராவுக்கு என்னவோ போல் ஆகிவிட்டது. சீதாவின் வார்த்தைகள் ஒரு விதமாகக் கலங்கடித்தால் வித்யாபதியின் வார்த்தைகள் வேறு விதமாகக் கலவரப்படுத்திக் கொண்டிருந்தன.

சீதாவின் வார்த்தைகள் இருவருக்குமிடையே இருந்த காதல் மாளிகையைத் தகர்த்தெறிய பார்த்தால் வித்யாபதியின் வார்த்தைகள், செயல்கள் அந்த பயங்கரமான ஆபத்திலிருந்து தப்பிக்க வைப்பது போல் இருந்தது.

அவன் கரங்களுக்கிடையில் இந்திராவுக்கு விவரிக்க முடியாத நிம்மதி ஏற்பட்டது. மனதில் ஏற்பட்ட நம்பிக்கை தந்த அமைதி அது. உலகத்தாரின் எதிர்ப்பை சமாளிக்கக் கூடிய தெம்பை ஊட்டும் அனுசரணை அது.

அந்த வினாடியில் இந்திராவுக்கு தான் அதிர்ஷ்டசாலியா துரதிர்ஷ்டசாலியா என்று புரியவில்லை. அவனுடைய காதலை பெற முடிந்தது. ஆனால் அவனைக் கல்யாணம் செய்து கொள்ள முடியவில்லை.

# 20

இந்திராவை ஆஸ்பத்திரியிலிருந்து டிஸ்சார்ஜ் செய்து விட்டார்கள். அக்காவும் அத்தானும் வந்து வீட்டிற்கு அழைத்துப் போனார்கள். அன்று மாலை இந்திரா வீட்டுக்குப் புறப்படும் முன்னால் வித்யாபதி பெருமூச்சு விட்டுக் கொண்டே சொன்னான்.

''இந்து! யாராக இருந்தாலும் ஆஸ்பத்திரியில் இருந்துவிடணும் என்று விரும்புவது சரியில்லைதான். ஆனால் எனக்கு நீ ஆஸ்பத்திரியிலிருந்து வீட்டுக்குப் போகிறாய் என்று நினைத்தால் கவலையாக இருக்கிறது. இங்கே என்றால் நான் எப்பொழுது வேண்டுமானாலும் வந்து உன்னைப் பார்க்கக் கூடிய சுதந்திரம் இருந்தது. இனிமேல் உன்னைப் பார்க்கணும் என்றால்...''

இந்திரா அவன் வேதனையைப் புரிந்துகொண்டாற்போல் கையை அழுத்தினாள். அவன் ஆபீஸ் போன் நம்பரைக் கொடுத்தான். ''நீ உங்க தெருக்கோடியில் உள்ள கடையிலிருந்து காலை பத்தரை மணிக்கு, மதியம் ஒரு மணிக்கு, மாலை ஐந்துமணிக்குத் தினமும் போன் பண்ணு. அந்த நேரத்தில் நான் எவ்வளவு வேலை இருந்தாலும் சரி எங்கேயும் போகாமல் ஆபீசில் இருக்கிறேன்.

பில்லைக் கட்டிவிட்டேன். வேளை தவறாமல் மருந்துகளை சாப்பிடு.'' வித்யாபதி இந்திராவின் கையை இழுத்துத் மார்போடு அழுத்திக் கொண்டான். ''இந்து! இந்த உடம்பு உன்னைச் சேர்ந்தது இல்லை. என்னைச் சேர்ந்தது. நான் உன்னிடம் ஒப்படைத்த பொருளைப் பேணிக் காப்பது போல்

ஜாக்கிரதையாக அதைப் பார்த்துக்கொள். ஹார்லிக்ஸ் குடி. பழரசம் அருந்து. உங்க அக்கா ஏதாவது சொன்னால் அழுதுகொண்டு படுத்துவிடாதே. அவள் சார்பில் யோசித்துப் பார். அவளுக்குப் பிடிக்காத காரியத்தைச் செய்தேன். அந்த எரிச்சலில் ஏதோ சொல்லிவிட்டாள் என்று நினைத்துக்கொள்.'' அவன் ஆள்காட்டி விரலைக் உயர்த்திக்கொண்டே சொன்னான். "இதோ பார். நீ ஒரு வேளை போன் செய்யாவிட்டாலும் சரி, நான் நேராக உங்க வீட்டுக்கே வந்து விடுவேன். உனக்கு இங்கேயே திரும்பவும் மாற்றல் கிடைப்பதற்காக முயன்று வருகிறேன். அநேகமாக அடுத்த மாதம் கிடைத்துவிடும். அதுவரையிலும் நீ லீவிலேயே இருந்து விடலாம்.''

இதைக் கேட்டதும் இந்திரா வரண்ட முறுவலை உதிர்த்தாள். ''வித்யா! என்ன சொல்கிறாய்? இன்னும் லீவில் இருப்பதா? ஏற்கனவே இரண்டு மாதங்களாக சம்பளம் இல்லாத லீவில் இருந்து வருகிறேன். வங்கியில் இருந்த பணம் கொஞ்சமோ நஞ்சமோ செலவழிந்துவிட்டது.

வித்யா! ஆஸ்பத்திரிக்கு எவ்வளவு கொடுத்தாய் என்றுகூட நான் கேட்கவில்லை. ஏன் தெரியுமா? என் வங்கியில் இருக்கும் பணம் போதாது என்று எனக்குத் தெரியும்.''

''பைத்தியம்தான் நீ.'' வித்யாபதி இந்திராவின் தலையைக் கோதிவிட்டான்.

இந்திரா குனிந்து அவன் தோளில் தலையை வைத்துக் கண்ணீரை அடக்கிக் கொண்டே சொன்னாள். ''வித்யா எனக்கு என்ன தோன்றுகிறது தெரியுமா?''

''சொல்லு.''

''எனக்கு ரொம்ப உடம்பு சரியில்லாமல் போய் வாழ்நாள் முழுவதும் இந்த ஆஸ்பத்திரியில் இருந்தால் நன்றாக இருக்கும் என்று தோன்றுகிறது. ஏன் என்றால் நான் இங்கே இருந்தால் நீ இங்கே வருவாய். என்னைப் பார்ப்பாய். எனக்காகக் கவலைப் படுவாய்.''

''நீ உண்மையிலேயே பைத்தியக்காரித்தான்.''

''மறுபடியும் நாம் இருவரும் சந்தித்துக் கொள்வது எப்போது?''

அவன் ஒரு நிமிடம் யோசித்தான். ''உன் உடம்பு நன்றாகத் தேறியபிறகு.''

''எங்கே? எப்படி?''

''இடமா இல்லை? நான் உங்க வீட்டுக்கும் நீ என் வீட்டுக்கும் வர முடியாமல் இவர்களால் தடுக்க முடியும். ஆனால் வெளி உலகத்தில் சந்தித்துக் கொள்வதை யாராலும் தடுக்க முடியாது இல்லையா? இந்தப் பறந்த உலகத்தில் நாம் சந்தித்துக் கொள்வ தற்கு இடமா இல்லை?''

இந்திராவுக்குப் புரியாமல் இல்லை, அவன் வேண்டுமென்றே உரையாடலைப் பரிகாசமாக மாற்றுகிறான் என்று. வித்யாபதி தாழ்ந்த குரலில் சொன்னான். ''இதோ பார் இந்து! உன்னைக் கல்யாணம் செய்து கொள்ளணும் என்று நினைத்திருந்த போது திருமணம் என்பது வாழ்க்கையில் ரொம்ப முக்கியமான விஷயமாக, புனிதமான பந்தமாகத் தோன்றியது. எப்போ உன்னைக் கல்யாணம் செய்து கொள்ள முடியாமல் போய் விட்டதோ அந்தச் சடங்கைப் பற்றிய என் எண்ணமே மாறிவிட் டது. திருமணம் இப்பொழுது எனக்கு இப்போது விலைமதிப்பு வாய்ந்த பந்தமாகத் தோன்றவில்லை.

அது ஒரு ஆணும் பெண்ணும் ஒன்றாக இணைந்து வாழ்க் கையை மேற்கொள்வதற்காக சமுதாயம் ஏற்படுத்தியிருக்கும் ஒரு கட்டுப்பாடு மட்டும்தான். கல்யாணம் ஆகாவிட்டாலும் பரவாயில்லை. இருவர் இணைந்து வாழ்வதற்கு திருமணம் அவசியம் இல்லை. ஒருவரிடம் ஒருவருக்கு அன்பும் விருப்பமும் இருக்கும் வரையிலும் அந்த பந்தம் கடவுள் போட்ட முடிச்சு ஆகிவிடும். இந்த உலகத்தில் குடித்தனம் நடத்திக் கொண்டிருக்கும் தம்பதிகளைப் பார்.

இவர்களுடையது உண்மையான திருமணம் அல்ல. அவர்களுக்கு அதன் அர்த்தம் கூடத் தெரியாது. கல்யாணம் என்றால் அது மாட்டைக் கட்டிப் போடும் கொழுக்கொம்பாக இருக்கக் கூடாது. நாம் கல்யாணம் செய்து கொள்ளாததால் அந்தப் பிரமைகள் விலகிப் போகவில்லை. கல்யாணம் மட்டும் ஆகியிருந்தால் இந்த காதல் ஜோதி அணைந்து போயிருக்குமோ என்னவோ?'' என்றான்.

இந்திரா மௌனமாகக் கேட்டுக் கொண்டிருந்தாள். வித்யாபதி யோசிக்கும் தோரணை அவளுக்குப் பிடிக்கவில்லை. விளங்கவும் இல்லை. கல்யாணம் செய்துகொள்ளாவிட்டால் அந்தக் காதலின் விளைவுதான் என்ன? யாராக இருந்தாலும் கல்யாணம் செய்து கொள்ளாவிட்டால் நிம்மதியான, பாதுகாப்பான வாழ்க்கை எங்கிருந்து கிடைக்கும்?

குழந்தைகள் இருந்தால்தானே வாழ்க்கையில் நிறைவு கிடைக்கும். கல்யாணம் ஆகிவிட்டால் பெண்ணின் வாழ்க்கை தோட்டத்தில் மலர்ந்த பூவைப் போல் மணம் பரப்பிக் கொண்டு இருக்கும். கல்யாணம் ஆகாத பெண்ணின் வாழ்க்கை தெருவில் வளரும் மரம் போன்றது. யார் வேண்டுமானாலும் சொந்தம் கொண்டாடுவார்கள். அதனால் பெண்ணைப் பொறுத்தவரையில் திருமணம் ரொம்ப முக்கியம்.

ஆண் பெண் இருவருக்கும் இடையே இருக்கும் காதல்தான் திருமணம் என்று வித்யாபதி நினைக்கிறான். அது சரியில்லை. தன்னுடைய காதலை யாருக்கும் பகிர்ந்தளிக்காமல் உனக்கே தருகிறேன். அப்படி இருக்கும் போது இனி நமக்குள் திருமணம் என்ற பந்தம் எதற்கு என்ற எண்ணம் போலும். தனக்கு அப்படி இல்லை. அவனுடைய காதலுடன் அவன் ரத்தத்தைப் பகிர்ந்து கொண்டு பிறக்கும் குழந்தைகள் வேண்டும். நித்யமும் சேர்ந்து வாழும் வீடு ஒன்று தேவை. சண்டை போட்டால் மட்டும் என்ன? சொல்லப் போனால் தானும் வித்யாபதியும் எத்தனை முறை சண்டை போடவில்லை? கல்யாணம் ஆகிவிட்டால் பிரிக்க முடியாத பந்தம் ஏற்பட்டு விடும். கல்யாணம் ஆகவில்லை என்றால் எல்லாமே பயம்தான்.

இந்திராவின் கண்களுக்கு முன்னால் சாந்தா சித்தியும், சங்கரன் சித்தப்பாவும் நிழலாடினார்கள். சித்திக்கும், சித்தப்பாவுக்கும் ஒரு நிமிடம் கூட ஒத்துப் போகாது. கால் நூற்றாண்டு காலம் சேர்ந்து குடித்தனம் செய்தாலும் நான்கு குழந்தைகளை பெற்ற பிறகும் அவர்கள் போக்கு மாறவே இல்லை. சங்கரன் சித்தப்பா இறந்து போய்விட்டார். சித்தி அழுது தீர்த்துவிட்டாள். சாப்பாடு தூக்கம் விட்டு விட்டுக் கட்டிலோடு கட்டிலாகக் கிடந்தாள். ''உயிருடன் இருந்த போது அப்படி சண்டை போட்டுக் கொண்டீர்கள் இல்லையா? இப்போ அவர் போனால் சனி ஒழிந்தது என்று நினைத்துக் கொள்ளாமல் ஏன் அழுகிறாய் சித்தீ?'' என்று இந்திரா கேட்டாள். ''இப்போ அவர் யாருடன் சண்டை போடுவார்? எனக்குத் துணையில்லாமல் போய்விட்டதே?'' என்று பிலாக்கணம் பாடினாள். அவளுக்கு அவர் துணையாம். வேடிக்கைதான் என்று நினைக்கத் தோன்றியது. துணை என்ற வார்த்தைக்கு அர்த்தம் இப்போ நன்றாகப் புரிகிறது.

''என்ன யோசித்துக் கொண்டிருக்கிறாய் இந்து?'' என்றான் வித்யாபதி.

"ஒன்றுமில்லை" என்றாள் இந்திரா.

மறுநாள் இந்திரா வீட்டுக்கு வந்துவிட்டாள். வித்யாபதி இந்திராவின் வங்கி பாஸ்புக்கைத் திருப்பித் தந்து விட்டான். அதைப் பிரித்துப் பார்த்த இந்திரா திகைத்துப் போனாள். அதிலிருந்து ஒரு பைசா கூட அவன் எடுத்துக் கொள்ளவில்லை. அவள் எழுதிக் கொடுத்த செக்குகள் எல்லாம் அதனுள் வைக்கப்பட்டிருந்தன.

சுமார் ஐந்தாயிரம் செலவழிந்திருந்தது அவளுக்காக. வித்யாபதி இவ்வளவு செலவு செய்தானா? முதலில் திகைப்பு ஏற்பட்டாலும் போகப் போக ரோஷம் வந்துவிட்டது. அவ்வளவு பணம் அவனுக்கு எங்கிருந்து வந்தது? எல்லாம் சீதாவுடையதுதானே? சீதாவின் பணத்தை அவன் செலவு செய்தால் தான் ஏற்றுக் கொண்டு விடுவாள் என்று எப்படி அவன் நினைத்தான்? இந்திரா ரத்னாவின் மூலமாகப் பணத்தை வங்கியிலிருந்து ட்ரா செய்து ஒரு கவரில் வைத்து அத்துடன் கடிதம் ஒன்றையும் இணைத்து அனுப்பினாள்.

"வித்யா!

ஏன் என்னை இப்படி ஏமாற்றினாய்? என் பணமே என்னிடம் இருக்கும் போது நீ இப்படி செலவழிப்பது நியாயமா? என்னை கதியில்லாதவளாக்கி விட்டாய் இல்லையா? எனக்கு உன்னுடைய அன்புதான் தேவை. ஏன் என்றால் அது உனக்குச் சொந்தமானது. நீ கொடுக்கும் பணத்தில் ஒரு பைசா கூட வேண்டாம். அது எனக்கு விஷத்திற்குச் சமம். ஏன் என்றால் அது சீதாவுடையது. தயவுசெய்து பணத்தைப் பெற்றுக்கொள். மறுத்துவிட்டு என்னை யாசகியாக்கி விடாதே."

மாலையில் ரத்னா அந்தக் கவரைத் திருப்பிக் கொண்டு வந்தாள். அதில் பணத்துடன் வித்யாபதி எழுதியிருந்த கடிதமும் இருந்தது.

பைத்தியக்காரி இந்தூ,

யாரிடமும் அவசரப்பட்டு வார்த்தைகளை விட்டு விடக்கூடாது. அதிலும் உன்னை உயிருக்கும் மேலாக பாவிக்கும் என்னிடம். நான் செலவழித்தப் பணம் சீதாவுடையது என்று எப்படி எண்ணி விட்டாய்? நான் உனக்காகச் செலவழித்த பணம் சீதாவுடையது என்று நீ நினைத்தாய் என்றால் அதைவிட அவமானம் எனக்கு வேறு இல்லை. பணம் இல்லாவிட்டால் பிச்சை எடுத்தாவது உன்னிடம் தருவேன். அதுவும் கிடைக்காத

போது நீ இறந்து போவதைப் பார்த்துக் கொண்டு சும்மா இருப்பேனேதவிரசீதாவின்பணத்தைமட்டும்உனக்காகச் செலவழிக்க மாட்டேன். நீ இந்த மாதிரி நினைத்தது எனக்குத் தாங்க முடியாத வேதனையாக இருக்கிறது. இத்தனை வருட நட்பில் நீ என்னைப் புரிந்துகொண்டது இவ்வளவுதானா என்றும் தோன்றுகிறது.

இந்து! தயவு செய்து ஒருநாளும் என்னை இதுபோல் எடைபோட்டு விடாதே. இந்தப் பணம் எனக்குச் சொந்தமானது. என் உழைப்பின் ஊதியம். நான் இந்த பேக்டரியில் மற்ற ஊழியர்களை விட அதிகமாக உழைப்பதற்காக வழங்கப்படும் சம்பளம் அது. அந்தப் பணத்தை உனக்காகச் செலவு செய்வது தவறா? அம்மாவுக்கு உடம்பு சரியாக இல்லாவிட்டால் நான் கவனித்துக்கொள்ளமாட்டேனா? உடன்பிறந்தவர்களின் தேவைகளை நான் பூர்த்தி செய்ய மாட்டேனா?

அதேபோல் இந்துவுக்கு உடல்நலம் சரியில்லை என்றால் நான்தான் கவனித்துக் கொள்ளணும் என்று நினைத்தேன். அதனால்தான் நீ கொடுத்த செக்கு களைப் போடாமல் அப்படியே வைத்து விட்டேன். உன் உடல்நலம் தேறிவிட்டது. நீ மறுபடியும் பழைய நிலைக்குத் திரும்பிவிட்டாய். இது எனக்கு எவ்வளவு சந்தோஷமாக இருக்கிறது தெரியுமா?

நீ அனுப்பிய இந்தப் பணத்தைப் பெற்றுக் கொண்டால் அந்த சந்தோஷம் நிலைக்குமா? நீயே சொல்லு. ஒரு விஷயம் சொல்லட்டுமா? உனக்கு உடல்நலமில்லாத சமயத்தில் நான் ரொம்ப சிக்கனத்தைக் கடைப்பிடித்தேன்.

ஆஸ்பத்திரியிலிருந்து வீட்டுக்கு எத்தனையோ முறை நடந்து போயிருக்கிறேன். ஏன் என்றால் அந்த வழியில் பஸ்கள் வராது. ஆட்டோவில் போகலாம் என்றால் ரொம்ப செலவாகும். அந்தப் பணம் இருந்தால் உனக்கு ஒரு டஜன் சாத்துக்குடி வாங்கலாமே என்று தோன்றும். இதையெல்லாம் உன்னிடம் சொல்வதற்கு எனக்கு வெட்கமாக இருக்கிறது.

நீ அனுப்பிய பணத்தைத் திருப்பி அனுப்பியிருக் கிறேன். நான் உனக்கு யாரோ வேற்று மனிதன்

என்று நினைத்தாயானால், நாளைக்கு ரத்னாவிடம் கொடுத்தனுப்பு. நான் பெற்றுக் கொள்கிறேன். இந்துவுக்கு என்னுடைய அன்பை விட சுயஅபிமானம்தான் முக்கியம் என்று நினைத்துக் கொள்வேன்.

உன்னைப் பார்த்து எத்தனையோ யுகங்களாகி விட்டாற்போல் தோன்றுகிறது. உடனே ஓடி வந்து உன் மடியில் தலையைச் சாய்க்க வேண்டும். நான் எந்தத் தவறும் செய்யவில்லை. என்மீது கோபம் கொள்ளாதே.

வித்யா

கடிதத்தைப் படித்து முடித்ததும் இந்திரா ஹோவென்று அழுது விட்டாள். ''நான் எவ்வளவு முட்டாளாக இருந்திருக்கிறேன்'' என்று சுவற்றில் தலையை முட்டிக் கொண்டாள். ரத்னா ஓடி வந்து ''என்ன இது?'' என்று தடுத்தாள்.

''ரத்னா! வித்யாவை வரச்சொல்லி போன் செய். உடனே வரச் சொல்லு. எத்தனை வேலைகள் இருந்தாலும் ஒரு நிமிடம் வந்துவிட்டுப் போகச் சொல்லு.'' சொல்லிக் கொண்டே அழத் தொடங்கினாள்.

ரத்னா அச்சத்துடன் சமையற்கட்டைப் பார்த்தாள். ''உங்க அக்கா வீட்டில் இருக்கிறாளே?''

''இருந்தாலும் பரவாயில்லை. இதில் ரகசியம் எதுவும் இல்லை.'' ஆவேசமாக மொழிந்தாள். ''ரத்னா! நீ போய் பண்ணுகிறயா? அல்லது நானே போய்ப் பண்ணட்டுமா?''

''என்ன ஆவேசம் இது? நானே போன் பண்ணுகிறேன்.'' ரத்னா கிளம்பினாள்.

# 21

அரைமணி நேரம் கழிந்தது. அந்த வீட்டின் முன்னால் ஆட்டோ வந்து நின்றது. அதிலிருந்து வித்யாபதி இறங்கினான். ஜன்னல் வழியாய் எட்டிப் பார்த்த ரத்னா ''இந்திரா! சீதாபதி வந்து கொண்டிருக்கிறான்'' என்றாள். அதைக் கேட்டதும் கட்டில்மீது சோர்வுடன் படுத்திருந்த இந்திரா எழுந்து கொண்டாள்.

வித்யாபதி உள்ளே வந்தான். அவன் முகம் கலவரமடைந்திருந்தது. உள்ளே வந்ததும் கட்டில்மீது அமர்ந்திருந்த இந்திராவைப் பார்த்ததும் அவன் கண்களில் கொஞ்சம் நிம்மதி தோன்றியது. இந்திராவை அவன் ஒன்றுமே கேட்கவில்லை. இந்திரா நன்றாகத்தான் இருக்கிறாள். பின்னே ரத்னா ஏன் அப்படிப் போன் செய்தாள்? இந்திராவுக்கு உடம்பு சரியில்லை என்றும், அழுது கொண்டிருக்கிறாள் என்றும் உடனே கிளம்பி வரச்சொல்லிவிட்டு மறுபேச்சுக்கு இடமின்றி சட்டென்று போனை வைத்துவிட்டாள். வித்யாபதி எதைப் பற்றியும் யோசிக்கவில்லை. தயங்கவும் இல்லை. மேனேஜரிடம் ''வேலையாய் போகிறேன். நேரத்தோடு நான் வரவில்லை என்றால் பூட்டிக் கொண்டு நீங்கள் போய்க் கொள்ளுங்கள்'' என்று சொல்லிவிட்டு மேஜை டிராயரை பூட்டிவிட்டு கிளம்பி வந்துவிட்டான்.

ஆட்டோ என்னதான் வேகமாகப் போய்க் கொண்டிருந்தாலும் அவனுக்கு ஊர்ந்து செல்வதாகவே தோன்றியது. அவன் உள்ளம் அம்பாய் ஊடுருவிச் சென்று இந்திராவை மனக்கண்ணால் பார்க்கத் தவித்துக் கொண்டிருந்தது. இந்திராவுக்கு என்னவாகி விட்டது? தனிமையைத் தாங்க முடியாமல் ஏதாவது வேண்டாத காரியத்திற்குத் துணிந்துவிட்டாளா? கடவுளே.. இந்திராவை மறுபடியும் தான் உயிரோடு பார்க்க முடியுமா? தான் எவ்வளவு

எடுத்துச் சொன்னாலும் இந்திராவின் தனிமை நீங்காது என்று அவனுக்குத் தெரியும். ஆட்டோ அந்த வீட்டின் முன்னால் நின்றதும் வீட்டிற்குள் நுழைந்து கட்டில்மீது கைகளைப் பின்னால் சாய்த்துக் கொண்டு சோர்வுடன் உட்கார்ந்திருந்த இந்திராவைப் பார்த்த பிறகுதான் அவனுக்கு மூச்சு வந்தது. மனதில் ஏற்பட்ட பயத்தினால் திக்கு முக்காடிக் கொண்டிருந்தவன் சாதாரண நிலைக்குத் திரும்பினான்.

வித்யாபதியின் முகத்தில் தென்பட்ட கலவரத்தை, இந்திராவை சாதாரண நிலையில் பார்த்ததும் தோன்றிய ஆச்சரியத்தை உணர்ந்த ரத்னா தவறு செய்துவிட்டவள் போல் "இப்பொழுதே வருகிறேன்" என்று பொதுவாகச் சொல்லிவிட்டு உள்ளே நழுவிவிட்டாள்.

வித்யாபதி அறையின் நடுவில் நின்றபடி இன்னும் இந்திரா வையே பார்த்துக் கொண்டிருந்தான். இந்திரா கட்டிலை விட்டு எழுந்து வந்தாள். "வித்யா! உன்னை ரொம்பக் கலவரப்படுத்தி விட்டேன் இல்லையா? என்னை மன்னித்துவிடு." தள்ளாடிக் கீழே விழப்போன இந்திராவை அவன் சட்டென்று பிடித்துக் கொண்டான். வெள்ளத்தில் அடித்துச் செல்லப்படுபவனுக்குப் பற்றிக்கொள்ள ஆதாரம் கிடைத்தாற்போல் இந்திரா அவன் கரத்தை அழுத்தமாகப் பற்றிக் கொண்டாள். தலை சுற்றுவது போலிருந்தது அவளுக்கு. கால்கள் தள்ளாடின. தானே அவனை நெருங்கினாளோ இல்லை அவன்தான் அவளை நெருங்கி அணைத்துக் கொண்டானோ தெரியவில்லை. அடுத்த வினாடி அவன் அணைப்பில் கட்டுண்டு கிடந்தாள்.

"இந்தூ!" அவன் தலையை வருடினான்.

"நான் உன்னைச் சரியாகப் புரிந்துகொள்ளவில்லை. பைத்தியம் போல் அப்படிக் கடிதம் எழுதிவிட்டேன். என்னை மன்னித்து விடுவாயா?"

"அப்படிச் சொல்லாதே."

"என்மேல் கோபம் இல்லையே?"

"கோபமா? உன்மீதா? பைத்தியம்தான் நீ" அவன் சிரிப்பில் அன்பு கலந்திருந்தது.

"உனக்குத்தான் தெரியுமே எனக்கு ஆவேசம் அதிகம் என்று."

"இது எவ்வளவு சங்கடங்களை உருவாக்கிவிட்டது என்று இப்பொழுதாவது புரிந்து கொண்டிருப்பாய் என்று நினைக் கிறேன்."

"வித்யா! எனக்கு எதுவும் தெரியாது. என்னைக் குற்றம் சொல்லாதே ப்ளீஸ்."

"நான் உன்னை எதுவும் சொல்லவில்லை. சொல்லவும் மாட்டேன். போதுமா?"

இந்திராவுக்கு அழுகை பொங்கிக் கொண்டு வந்தது. அவன் அருகில் இருக்கும் போது எத்தனையோ பொறுமையாக இருக்க வேண்டும் என்றும், எதற்கும் அவசரப்படக் கூடாது என்றும், அவனைத் தொந்தரவு செய்யாமல் ஒத்துழைக்க வேண்டுமென்றும் தோன்றும். ஆனால் அவன் கண்மறைவானதுமே அந்த யோசனைகள் எல்லாம் எங்கேதான் போய் மறைந்துவிடுமோ தெரியவில்லை. அவனை உடனே பார்க்க வேண்டும் என்று தோன்றும். அவனை இனிமேல் பார்க்கவே முடியாதோ என்ற அச்சம் ஏற்படும். பொறுமை நசிந்து போய்விடும். தான் அவனுக்கு சங்கடத்தை விளைவிப்பது தெரிந்தாலும் தொந்தரவு செய்யாமல் இருக்க முடியவில்லை அவளால். அது அவனுக்குப் புரிந்தால் நன்றாக இருக்கும். அவன் ரொம்ப நல்லவன். தனக்காக எதையும் பொறுத்துக் கொள்வான். அது அவளுடைய அதிர்ஷ்டம். அந்த அதிர்ஷ்டத்தை அவள் காப்பாற்றிக் கொள்ள வேண்டும்.

"இந்து! நீ தைரியமாக இருக்கப் பழகிக்கொள்." அன்புடன் வெளிவந்தது அவன் வார்த்தை.

"என்னால் முடியவில்லை."

"பழக்கப்படுத்திக்கொண்டால் வராத வித்தை எதுவும் இல்லை."

"எனக்கு ரொம்ப பயமாக இருக்கிறது வித்யா."

"ஏன்?"

"என்னை விட்டு நீ விலகிப் போய் விடுவாயோ என்று. அப்புறம் நான் எதற்காக வாழணும்?"

"நான் உயிரோடு இருக்கும் வரையில் அந்த நாள் வரவே வராது. போதுமா? இல்லாததைப் பற்றி நடக்காததைப் பற்றி ஏன் இப்படி யோசித்துக் குழம்புகிறாய்?

உன் உடம்பைப் பார்த்துக்கொள்."

ஆமாம். தான் திடமாக இருக்க வேண்டும். அப்பொழுதுதான் உடம்பு சரியாக இருக்கும். ஆரோக்கியமாக இருந்தால்தான் வாழ்க்கையில் தனிமையை எதிர்த்து நிற்க முடியும். எல்லா

வற்றுக்கும் ஆரோக்கியம் முக்கியம். அதனால் தான் அசிரத்தையாக இருக்கக் கூடாது. நினைத்துக் கொண்டாள் இந்திரா.

அதற்குள் இந்திராவின் அக்கா வந்துவிட்டாள். அறையின் நடுவில் ஒருவருடைய அணைப்பில் மற்றொருவர் ஒரே கொடியைப் போல் அவர்கள் நின்று கொண்டிருப்பதைக் கண்டதும் அவளுக்குக் கோபம் தலைக்கேறிவிட்டது.

''இந்திரா!'' உருமுவது போல் வந்தது அவள் குரல்.

இந்திராவைவிட வித்யாபதிதான் அதிகமாகத் திடுக்கிட்டாற் போல் இந்திராவை சட்டென்று விட்டு விட்டான்.

இந்திராவின் அக்கா வேகமாக உள்ளே வந்தாள். ''இந்திரா! உனக்குக் கொஞ்சமாவது மூளை இருக்கா? நடு வீட்டிலேயே என்ன இந்த நாடகம்? அக்கம் பக்கத்தார் பார்த்தால் வேறு வினை வேண்டுமா? உன்னை எதுவும் சொல்ல மாட்டார்கள். என் மூஞ்சியில்தான் காறித் துப்புவார்கள். அக்காவுக்குத் தெரிந்துதான் இந்த நாடகம் நடக்கிறது என்பார்கள். என்னால் தெருவில் தலையைக் காட்ட முடியுமா? இப்பொழுதே நடைபிணமாகக் கிடக்கிறேன் நான்.''

இதற்கு முன்பாக இருந்தால் இந்திரா ஏதாவது பதில் சொல்லியிருப்பாளோ என்னவோ? இப்பொழுது பேசவும் தெம்பு இருக்கவில்லை. தானும் வித்யாபதியும் நெருக்கமாக இருந்த காட்சியை அக்கா பார்த்து விட்டாளே என்ற வெட்கமும், தடுமாற்றமும் அவளை அலைக்கழித்தன.

இந்திராவின் அக்கா வித்யாபதியின் பக்கம் திரும்பினாள். ''உனக்காவது வெட்கம் மானம் இருக்க வேண்டாமா? நீ என்னவோ பெரிய இடத்துப் பெண்ணை மணந்துகொண்டு செல்வந்தர் வீட்டு மருமகனாகக் காரில் சுற்றிக் கொண்டு இருக்கிறாய். இந்திராவின் வாழ்க்கையை நாசமாக்கிவிட்டாய். கல்யாணம் செய்து கொள்வதாக சொல்லி ஆசை காட்டி அவளை நட்டாற்றில் மூழ்கடித்துவிட்டாய். இப்பொழுதாவது இவளை விட்டுத் தொலையேன்? நீயா கல்யாணம் பண்ணிக் கொள்ளப் போகிறாய் இவளை? அவ்வளவு காதலித்ததாகப் புலம்பிக் கொண்டிருப்பவன் கல்யாணம் ஏன் செய்து கொள்ளவில்லை என்று கேட்கிறேன். இவள் உனக்கு வேண்டும். அவ்வளவுதான். ஏன் எங்க வீட்டுக்கு வந்து எங்கள் மான மரியாதையை தெருவுக்கு இழுக்கிறாய்?'' இந்திராவின் கையைப் பற்றி அவன் பக்கம்

தள்ளினாள். ''போ. அழைத்துக் கொண்டு உன் வீட்டுக்குப் போய் உன் மனைவியின் எதிரில் கட்டித் தழுவி முத்தம் கொடுத்துக்கொள். துணிச்சல் இருந்தால், ஆண் பிள்ளையாக இருந்தால் அந்தக் காரியத்தைச் செய். போ, அழைத்துப் போ.'' அவள் கத்தல்களைக் கேட்டு அக்கம் பக்கத்தார் எட்டிப் பார்க்கத் தொடங்கினார்கள்.

''இவளைவீட்டில்வைத்துக்கொண்டிருக்கும்தலையெழுத்திற்கு நான் எவ்வளவு அவஸ்தைப் படுகிறேன் என்று அந்தக் கடவுளுக்குத் தான் தெரியும். என் தங்கை இப்படிப்பட்டவள் என்று தெரிந்தால் நாளைக்கு என் மகளுக்குக் கல்யாணம் எப்படி நடக்கும்? வெட்கமில்லாமல் அப்படிப் பார்த்துக் கொண்டு இருக்கிறாயே? இந்திராவிடம் உனக்குப் பிரியம் இருந்தால் அவளை இப்பொழுதே உன்னுடன் அழைத்துப் போய்விடு.

கல்யாணம் செய்துகொண்டு குடித்தனம் செய்வாயோ, நாலு நாள் வைத்துக் கொண்டு மோகம் தீர்ந்ததும் விஷத்தைத்தான் கொடுப்பாயோ.

என் வீட்டில் ஒரு நிமிடம் கூட இவளை வைத்துக் கொள்ள மாட்டேன். போங்கள் இருவரும். என் வீட்டு வாசற்படியை மிதிக்க வேண்டாம்.'' மூச்சிரைத்ததால் அத்துடன் நிறுத்தினாள்.

வித்யாபதி சிலையாய் நின்றுவிட்டான். இதயத்தில் அவமானப் புயல் வீசிக் கொண்டிருந்த போதும், அதைத் தாங்கிக் கொண்டு நிற்கும் ஆலமரத்தைப் போல் அவன் காட்சியளித்தான். இந்திராவைப் பார்த்தான். ''இந்து! வா போகலாம். பெட்டியை எடுத்துக்கொள்.''

அக்கா செய்த அவமானத்தை விட அவன் வார்த்தைகளைக் கேட்டு மூளை குழம்பினாற்போல் நின்றுவிட்டாள் இந்திரா.

''நான் நிஜமாகத்தான் சொல்கிறேன். போகலாம் வா. ரத்னா! இந்திராவின் பெட்டி எங்கே இருக்கு? கொண்டுவா.''

ரத்னா அங்கே வந்தாள். ''வித்யாபதி! உங்களுக்கு மூளை கலங்கிவிட்டதா? அக்கா சத்தம் போட்டதில் தவறு என்ன இருக்கு? வீட்டிற்குப் போய் ஒரு முறை யோசித்துப் பாருங்கள். நீங்க திருமணம் ஆனவர்.

இந்திராவை விட்டு விலகியிருப்பது உங்களுக்கும் அவளுக்கும் இருவருக்குமே நல்லது.

உலகத்தாரின் பழிச்சொற்களுக்கு முன்னால் அக்கா சொன்ன வார்த்தைகள் ஒன்றுமே இல்லை என்று புரிந்து கொள்ளுங்கள். இப்பொழுது போய் விடுங்கள். தயவு செய்து போய் விடுங்கள்.''

அவன் இந்திராவைப் பார்த்தான். "இந்தூ! என்னுடன் வருவாயா மாட்டாயா?" அவன் குரல் திடமாக ஒலித்தது.

இந்திரா பைத்தியம் பிடித்தவள் போல் அவனைப் பார்த்தாள்.

"இந்திராவால் என்ன பதில் சொல்ல முடியும்? இப்போ அவள் யோசிக்கும் நிலையில் இல்லை. நீங்கள் போய் விடுங்கள். அக்காவின் கணவர் ஆபீசிலிருந்து வரும் நேரமாகிவிட்டது. அவர் வந்தால் ரொம்ப ரகளையாகிவிடும்." வேண்டுகோள் விடுப்பது போல் சொன்னாள் ரத்னா.

வித்யாபதி மெதுவாகத் திரும்பிப் போய்விட்டான். இந்திரா சூனியத்தைப் பார்த்தபடி உட்கார்ந்திருந்தாள்.

"சீ.. சீ. என்னுடைய தவறுதான். நான் போன் பண்ணாமல் இருந்திருக்கணும்" என்று நினைத்துக் கொண்டாள் ரத்னா.

"நான் சொன்னால் என் வாய் பொல்லாதது என்றாகிவிடும். அவளுடைய நன்மையை விரும்புகிறவள் என்பதால் அப்படிப் பேசினேன். ஊராருக்கு என்ன வந்தது? இதெல்லாம் என் தலையெழுத்து. ஒரு பக்கம் அவரிடம் பேச்சுக் கேட்டுக் கொள்ள முடியாமல் கிடந்து சாகிறேன்." இந்திராவின் அக்கா மூக்கைச் சிந்திப் போட்டாள்.

"நீங்க சொன்னதில் எந்தத் தவறும் இல்லை அக்கா. நீங்க சொல்லாவிட்டால் அவளுக்கு யார் எடுத்துச் சொல்வாங்க?" என்றாள் ரத்னா.

"தெரியாதவர்களுக்கு சொல்லலாம். தெரிந்தும் செய்பவர்களுக்கு சொல்லி என்ன லாபம்?" பழிப்பது போல் சொன்னாள் இந்திராவின் அக்கா.

ரத்னா இந்திராவின் தோளில் கையை வைத்தாள். "இந்தூ! நானும் உனக்குச் சொல்கிறேன். அக்கா சொன்னதில் தவறு எதுவும் இல்லை. இதற்கு முன்னால் வித்யாபதிக்கும் உனக்கும் எத்தனை ஆழமான காதல் இருந்தாலும் சரி. இப்பொழுது அவன் திருமணமானவன். கல்யாணம் ஆன நபருடன் உறவு வைத்துக் கொள்ளும் எந்தப் பெண்ணுமே சந்தோஷமாக, நிம்மதியாக இருக்க முடியாது. நம் கண் முன்னாடியே எத்தனையோ பார்த்துக் கொண்டிருக்கிறோம். காதலைவிட, கல்யாணத்தைவிட வாழ்க்கைதான் நமக்கு முக்கியம். நீ இந்தப் புதைகுழியிலிருந்து வெளியில் வா. அக்காவிடம் கொஞ்சம் கூடக் கோபம் கொள்ளாதே" என்றாள்.

இந்திரா பதில் பேசவில்லை. எல்லா வார்த்தைகளும் காதில் விழுந்துகொண்டுதான் இருந்தன. ஆனால் எல்லாவற்றையும் விட அக்கா செய்த அவமானத்தை வலுக்கட்டாயமாக மென்று விழுங்கிய வித்யாபதியின் முகம்தான் அவள் கண்முன்னால் நிழலாடியது.

இந்திராவால் அதை மறக்கவே முடியவில்லை. அவனால் இந்த அவமானத்தைச் சகித்துக்கொள்ளத்தான் முடியுமா? வாழ்க்கையில் இனித் தன் முகத்தை அவன் ஏறிட்டுத்தான் பார்ப்பானா?

# 22

வித்யாபதி வீட்டுக்கு வந்தான். சீதா விழித்துக் கொண்டுதான் இருந்தாள். வந்து கதவைத் திறந்தாள். ஒரு முறை வித்யாபதியைக் கூர்ந்து பார்த்தாள். அந்தப் பார்வையில் இப்பொழுதுதான் வீடு நினைவுக்கு வந்ததா? என்ற அர்த்தம் பொதிந்து இருந்தது. சீதா வாயைத் திறந்து எதுவும் பேச மாட்டாள். ஆனால் அவள் பார்வையில் ஆயிரக்கணக்கான பொருள் பொதிந்திருக்கும்.

உடைமாற்றிக் கொண்டு வந்து தன் அறையில் உட்கார்ந்தான். சீதா வாசற்படியில் வந்து நின்றாள். ''சாப்பிட வாங்க'' என்றாள். அவள் அவன் அறைக்குள் வரமாட்டாள். அவன் இல்லாத நேரத்தில் சீதாதான் எடுத்து வைப்பாளோ அல்லது வேலைக்காரித்தான் ஒழித்து வைப்பாளோ தெரியாது. அறை மட்டும் எப்பொழுதும்

பொருட்கள் அதனதன் இடத்தில் வைக்கப்பட்டு துப்புறவாக இருக்கும்.

''உங்களைத்தான்.'' சீதாவின் குரலில் பொறுமையின்மை தெரிந்தது.

''எனக்குப் பசியில்லை'' என்றான் அவன்.

''எனக்கு ரொம்பப் பசிக்கிறது.''

''நீ சாப்பிடு.''

''தனியாக சாப்பிடுவதாக இருந்தால் எப்பொழுதோ சாப்பிட்டி ருப்பேன்.''

அவன் மௌனமாக எழுந்து வந்தான். சீதா சாமர்த்தியமாக அவனுக்கு விதிக்கும் தண்டனைகளில் இதுவும் ஒன்று. அவள் வரையிலும் சாப்பிட மாட்டாள். ஒருக்கால் அவன் சாப்பிடப் போவதில்லை என்று சொல்லிவிட்டால் தானும் சாப்பிட மாட்டாள்.

ஒரு முறை இப்படித்தான் நடந்தது. அவன் இரவு சாப்பிட வில்லை. மறுநாள் ஆபீசில் வேலை இருந்ததால் வீட்டுக்கு வர முடியவில்லை. சீதா நினைவு தப்பி விழுந்து விட்டதாகவும், டாக்டர் வந்திருப்பதாகவும் தாய் தெரிவித்ததும் அவன் வீட்டிற்கு வந்தான். டாக்டர் சீதாவுக்கு எந்தக் கோளாறும் இல்லையென்றும், சாப்பிடாததால் ஏற்பட்ட பலவீனத்தால் நினைவு தப்பி விட்டது என்று தெரிவித்தார்.

அவ்வளவு பலவீனமாக இருந்த போதிலும் சீதா வித்யாபதி சாப்பிட்ட பிறகுதான் சாப்பிட்டாள்.

அன்று இரவு தாய் அவனை கன்னாபின்னாவென்று திட்டித் தீர்த்தாள். ''உனக்குக் கொஞ்சம் கூடப் புத்தியில்லை. எதற்காக அந்தப் பெண்ணை இப்படித் துன்புறுத்துகிறாய்? திருமணம் ஆவதற்கு முன் அந்த இந்திராவிடம் ஏதோ பிரியம் இருந்தது என்றே வைத்துக்கொள். திருமணம் ஆன பிறகும் என்ன இது? நாளையோ மறுநாளோ சீதாவின் அப்பா அம்மா ஊரிலிருந்து வருவார்கள். என் மகள் ஏன் இப்படி இளைத்துவிட்டாள் என்று அவர் கேட்டால் என்னவென்று பதில் சொல்லுவேன்?''

''என்னை என்னம்மா செய்யச் சொல்கிறாய்?'' அவன் இயலா மையுடன் பார்த்தான்.

''என்ன செய்வதாவது? நேரத்தோடு வீட்டுக்கு வா. அந்தப் பெண்ணுடன் சேர்ந்து சாப்பிடு. சினிமா, டிராமா என்று எங்கேயாவது அழைத்துக் கொண்டு போ. பாவம் அந்தப்பெண். அதைவிட வேறு என்ன கேட்கப் போகிறாள்?''

அன்று முதல் வித்யாபதி சீதாவுடன் சேர்ந்து சாப்பிடுவதை தன்னுடைய நித்தியக் கடமைகளில் ஒன்றாகப் பழக்கப் படுத்திக் கொண்டான். அதனால்தான் இப்பொழுது உடனே எழுந்து வந்தான்.

இருவரும் சாப்பிட உட்கார்ந்து கொண்டார்கள். சீதா அவனுக்குப் பரிமாறிக் கொண்டே கேட்டாள். ''இந்திராவை டிஸ்சார்ஜ் செய்து விட்டார்களா?''

''ஊம்.'' சுருக்கமாகச் சொன்னான்.

''நீங்க போய்ப் பார்த்துவிட்டு வந்தீங்களா?'' ரொம்பச் சாதாரண மாகக் கேட்பது போல் தோன்றினாலும், அந்தக் குரல் துருவிக் கேட்பது போல் ஒலித்தது.

''போனேன்.'' அவன் தயக்கமின்றி பதில் சொன்னான்.

சீதா பெருமூச்சு விட்டுக் கொண்டாள். அதற்கு மேல் உரையாட லைத் தொடரவில்லை. சில சமயம் சீதாவுக்குத் தோன்றும். பெரும்பாலான ஆண்கள் இது போன்ற விவகாரங்கள் இருந்தால் மறைத்து வைக்கத்தான் முயற்சிப்பார்கள். பொய் சொல்லி மனைவியின் முன்னால் அப்பாவியாய் நடிக்க முயல்வார்கள். வித்யாபதியிடம் அந்த மாதிரி போலித்தனம் எதுவும் இல்லை. அவனிடம் ஏதாவது கேட்கணும் என்றாலே அவளுக்கு அச்சமாக இருக்கும்.

ஏன் என்றால் விவரம் தெரிந்து கொள்வதற்காக தான் ஏதாவது கேட்பாள். அவன் வெளிப்படையாகச் சொல்லும் பதிலைக் கேட்கும் போது வேதனை ஏற்படும். அதை மௌனமாக ஜீரணித் துக்கொள்ள அவளால் முடியவில்லை.

சீதாவுக்கு சமீபகாலத்தில் இன்னொரு எண்ணம் அடிக்கடி தோன்றத் தொடங்கியது. தான் அவனை உடலளவில் கட்டிப் போட்டு வைத்திருக்கிறாள். ஆனால் என்ன பயன்? அவன் மனம் இங்கே இருந்தால்தானே? எத்தனை நாட்கள் இப்படி? என்ன செய்வது? இந்திரா விஷயத்தில் அவன் தன்னிடமிருந்து எதையும் மறைப்பதில்லை. கொஞ்சம் கூடத் தயங்காமல் தான்

இந்திராவுக்காக செய்யும் காரியங்களை, அவளைப் பார்க்கப் போன சமயத்தைச் சொல்லிவிடுகிறான். சில சமயம் அவன் நடித்தால், தன்னிடம் சொல்லாமல் இருந்தால் நன்றாக இருந்திருக்கும் என்று சீதாவுக்குத் தோன்றியது.

சீதா அவன் சாப்பிடும் போது கடைக்கண்ணால் அவன் சரியாகச் சாப்பிடுகிறானா அல்லது வேண்டா வெறுப்புடன் சாப்பிடுகிறானா என்று கவனிப்பாள். பசியுடன் சாப்பிடுவதை, தான் பரிமாறியதை ஒதுக்காமல் சாப்பிடுவதை கவனித்த பொழுது மனதிற்குக் கொஞ்சம் சமாதானமாக இருந்தது.

சிலசமயம் சீதாவுக்குத் தன்மீதே கோபம் வரும். தனக்கு என்ன குறைச்சல் என்று அவனுக்காக ஏங்க வேண்டும்? அவனுடன் சண்டை போட்டுவிட்டு விவாகரத்து வாங்கிக் கொண்டு விட்டால் தான் என்ன?

சீதாவுக்குப் பயமாக இருந்தது. விவாகரத்தா? தந்தையின் மான மரியாதை என்ன ஆவது? இன்னாரின் மகள் கணவனை விவாகரத்து பண்ணி விட்டாள் என்றால் உலகம் குத்திக் காட்டிப் பேசாதா? போகட்டும். அதற்கும் தான் அஞ்சப் போவதில்லை. வித்யாபதியைப் போன்ற மற்றொரு நபர் தனக்குக் கிடைப்பான் என்ற உறுதி இருந்தால் இந்த நிமிடமே தான் அவனை விட்டு விலகத் தயார். யார் இருக்கிறார்கள்? சல்லடை போட்டு சலித்தாலும் அவனைப் போன்ற ஆண்மகன் கிடைக்கவே மாட்டான்.

அது நினைவுக்கு வந்ததும் சீதாவுக்கு ரோஷம் பொங்கிக் கொண்டு வரும். தான் எதற்காக அவனை விட்டு விலக வேண்டும்? அவன்மீது தனக்கு முழு உரிமை இருக்கிறது. சீதா தலையணையில் தலையை முட்டிக் கொண்டாள். உரிமையை வைத்துக் கொண்டு தன்னால் என்ன செய்ய முடியும், ஆளே தனக்குச் சொந்தம் ஆகாத போது? சீதாவுக்கு ஒரு விஷயம் மட்டும் நன்றாகப் புரிந்தது. இந்திரா அவனுக்கு மிகவும் அபூர்வமானவள் என்று தான் பொறாமைப்படக் கூடாது. அவனுக்குப் பிரியம் ஏற்படும் விதமாக நடந்து கொள்ள வேண்டும். அதற்குக் கொஞ்சம் காலம் ஆனாலும் சரி. அவனை ஒதுக்கித் தள்ளிவிட்டு மனதை வேறு திசையில் செலுத்த முடியவில்லை அவளால்.

மேற்கொண்டு படிக்கலாமா என்றால் அப்படிப் படிப்பதால் என்ன பயன் என்று தோன்றுகிறது. நல்லபடியாகத் திருமண

மாகிவிட்டது. அதற்குப் பிறகு கணவன் குழந்தைகள் என்று தன் வாழ்க்கை பூந்தோட்டமாக இருக்கப் போகிறது என்று நினைத்துவிட்டாள். ஆனால் இந்தத் திருமணம் தன் வாழ்க்கையைச் சிக்கலாக்கிவிடும் என்று கனவிலும் அவள் நினைக்கவில்லை.

சீதாவால் எந்த முடிவுக்கும் வர முடியவில்லை. அவளுடைய சுபாவம் பழமை மற்றும் புதுமையின் கலவையாக இருந்தது. கணவனை விட்டுவிட்டுத் தனியாக இருக்க வேண்டும். அல்லது வேறு திருமணம் செய்து கொள்ள வேண்டும் என்ற தவிப்பு சீதாவின் மனதில் ஏற்பட்டது. ஆனால் அவள் வளர்ந்த சூழ்நிலை, பண்பு அவளைப் பின் வாங்கச் செய்து கொண்டிருந்தது. பொறுமையுடன் குடித்தனத்தை சீர்படுத்திக் கொள்ள வேண்டுமே தவிர, ஆவேசத்தில் பானையைத் தூக்கி போட்டு உடைத்தாற்போல் நாசமாக்கிக் கொள்ளக் கூடாது என்று தோன்றியது.

நாளாவட்டத்தில் சீதாவுக்கு வித்யாபதியிடம் பிரியம் கூடியது. இந்திராவை மறக்கும்படி செய்துவிட்டால் அவன் நல்ல கணவனாக இருப்பான். சீதாவுக்குத் துக்கமாக இருந்தது. அவள்தான் எத்தனை துரதிர்ஷ்டசாலி? அவனைக் கல்யாணம் மட்டுமே செய்து கொள்ள முடிந்தது அவளால். அவனுடைய காதலைப் பெறமுடியாமல் போய்விட்டது. இந்திரா என்றால் அவனுக்கு உயிருக்குச் சமம். அப்படி உயிரையும் கொடுக்கக் கூடிய நபர் வாழ்க்கையில் கிடைத்துவிட்டால் திருமணம் ஒரு பொருட்டே இல்லை. இந்தத் திருமணத்திற்கு மதிப்புதான் என்ன? காதலுக்கு முன்னால் திருமணம் என்ற சடங்கு சூரியனுக்கு முன்னால் தீவட்டியைப் போன்றதுதான்.

சீதாவுக்குச் சிறுவயது முதல் எந்தப் பொருளாக இருந்தாலும் அதைத் தான் வேண்டும் என்று நினைத்தால் அதை அடைந்தே தீர வேண்டும் என்ற பிடிவாதம் அதிகம். சீதாவுக்கு ரோஷம் தலை தூக்கினாலும், தனிநபராக வித்யாபதியின் மதிப்பு புரிந்த போது அவனை விட்டு விலகக் கூடாது என்று தோன்றியது.

ஒருக்கால் அவனைத் துறக்க நேர்ந்தால் அந்த ஏமாற்றம் வாழ்நாளெல்லாம் அவளைத் துரத்திக் கொண்டே இருக்கும். அந்தக் குறையை எதனாலும் நிவர்த்தி செய்ய முடியாது. அதனால் சீதா போராடுவதற்கு முடிவு செய்தாள்.

# 23

தனிமையை மௌனமாக அனுபவித்துக் கொண்டு நிம்மதியாக இருக்கவிடாமல் இந்திராவுக்கு மற்றொரு பிரச்னை வந்து சேர்ந்தது. அக்கா அவளுக்காக ஒரு வரனைக் கொண்டு வந்தாள். அவன் மெடிகல் ரெப்ரசென்டேடிவ் ஆக இருக்கிறான். பெயர் சக்கிரபாணி. இந்திராவை அவனுக்கு முதல் பார்வையிலேயே பிடித்துவிட்டது. கல்யாணம் பண்ணிக் கொள்வதற்கு பிரியப்படுகிறான். அக்கா இந்திராவை உலுக்கி எடுத்தாள். ''இந்திரா! இதுதான் என்னுடைய கடைசி முயற்சி. இந்தக் கல்யாணத்திற்கு நீ சம்மதிக்கப் போகிறாயா? அல்லது என் வீட்டை விட்டுவிட்டுப் போகிறாயா? ஏதோ ஒன்றை நாளை மாலைக்குள் முடிவு செய்.''

இந்திரா கவலையில் மூழ்கினாள். இந்தச் சோதனையிலிருந்து எப்படி மீளுவதென்று விளங்கவில்லை. அக்கா ரொம்பவும் பிடிவாதமாக இருந்தாள். ரத்னாவும் அக்காவின் பக்கம் சேர்ந்துகொண்டு விட்டாள்.

''இந்து! இன்னும் ஏன் அதையே பிடித்துக் கொண்டு இருக்கிறாய்? அவன் எப்படியும் அந்நிய மனுஷன் ஆகிவிட்டான். நீ அவனுடன் சேர்ந்திருப்பது என்பது நடக்காத காரியம். நீ என் பேச்சைக் கேள். அக்கா சொன்னதுபோல் இந்த வரனைப் பண்ணிக் கொள். அவனுக்கும் உன்னைப் பிடித்திருக்கிறது. நம்மிடம் பிரியம் வைத்திருப்பவர்களைப் பண்ணிக் கொண்டால்தான் வாழ்க்கை நிம்மதியாகக் கழியும்.

இந்திராவுக்கு ரத்னாவின் வார்த்தைகள் மூளையில் ஏறவே யில்லை. ''ரத்னா! அவனுக்கு வித்யாபதியின் விஷயம் தெரியுமா தெரியாதா?'' என்று கேட்டாள்.

''தெரியாது என்று நினைக்கிறேன்.''

''பின்னால் தெரிய வந்தால் என் உயிரை எடுத்துவிடுவான். முன்கூட்டியே சொல்லச் சொல்லி அக்காவிடம் சொல்.''

அன்று மாலையில் அக்கா மலர்ந்த முகத்துடன் சொன்னாள். ''இந்து! உனக்கு அந்தச் சந்தேகமே வேண்டாம். அவனிடம் நான் எல்லாவற்றையும் சொல்லிவிட்டேன். அவனுக்கு ரொம்பப் பரந்த மனசு. அவன் அதைப் பொருட்படுத்தவில்லை. இந்தக் காலத்தில் கல்யாணத்திற்கு முன்னால் இதெல்லாம் சகஜம்தானே என்றான். ரொம்ப நல்லவனாகத் தெரிகிறது.''

இந்திராவுக்கு சந்தோஷம் ஏற்படவில்லை. மேலும் எரிச்சல் தான் வந்தது. சக்கிரபாணி தன்னிடம் இந்த விஷயத்தைப் பேசி ஆறுதலாக ஏதாவது சொல்லியிருந்தால் நன்றாக இருந்திருக்கும். அக்கா சொன்னதுமே அவன் சமாதானமடைந்துவிட்டது இந்திராவுக்குக் கொஞ்சம் கூடப் பிடிக்கவில்லை.

''நான் வேலையை விட்டுவிடப் போகிறேன் என்று சொல்லு அக்கா'' என்றாள்.

''என்ன பேச்சு இது? தங்கமான வேலையை விட்டு விடுவதாவது? ஏன் விடணும்?'' என்றாள்.

''உனக்குத் தெரியாது அக்கா. உள்ளத்தாலும் உடலாலும் நான் மிகவும் களைத்துப் போய்விட்டேன். அதிலிருந்து என்னை மீட்கும் நபர்தான் எனக்குத் தேவை. அந்த நபர் வித்யாபதியைத் தவிர வேறு யாரும் இந்த உலகத்தில் இருக்க மாட்டார்கள் என்பது என் நம்பிக்கை.

என்னைப் பண்ணிக்கப் போகிற நபரிடம் ஒளிவு மறைவின்றி நான் எல்லாவற்றையும் சொல்லி விடுகிறேன். என்னைப் புரிந்துகொள்ளக் கூடிய நல்லிதயம் படைத்தவனாக அவன் இருந்தால் வித்யாபதியிடம் சொல்லிவிட்டு தொலைவாகப் போய் விடுகிறேன்.''

''திரும்பவும் அவனைப் பற்றிய பேச்சு எதற்கு? உனக்கு எப்போதும் அவனுடைய நினைப்புதான். அவனைப் பார்த்துவிட்டு அதே கண்ணோட்டத்தில் மற்றவர்களையும் எடைபோட்டால் எப்படி? இந்த உலகில் யாருமே அடுத்தவர்களைப் போல் இருக்க மாட்டார்கள். தோற்றத்தில், திறமையில் ஏதாவது வித்தியாசம் இருக்கத்தான் செய்யும். வேலைக்குப் போகமாட்டாளாம் என்று அவனிடம் நானே சொல்லிவிடுகிறேன். அவன் அதற்கு நிச்சயம் சம்மதிப்பான்'' என்றாள்.

மறுநாள் இந்திரா ரத்னாவின் வீட்டிலிருந்து வந்தபோது அக்காவின் முகத்தில் எள்ளும் கொள்ளும் வெடித்துக் கொண்டிருந்தது. குழந்தையை அனாவசியமாகத் திட்டியபடி காதைத் திருகிக் கொண்டிருந்தாள். அவளுடைய சுபாவமே அப்படித்தான். ஏதாவது எரிச்சல் ஏற்பட்டால் அதைக் குழந்தையிடம் காட்டுவாள். இந்திரா இதற்காக அக்காவிடம் பல தடவை சண்டை போட்டிருக்கிறாள். நயமாக எடுத்துச் சொல்லவும் முயற்சி செய்திருக்கிறாள். ஆனால் பலன்தான் இருக்கவில்லை.

இந்திரா மௌனமாகத் தன் அறைக்கு வந்து உட்கார்ந்தாள். அவள் ரொம்ப சந்தோஷமாக வீட்டுக்கு வந்தாள். அவளுக்கு இந்த ஊருக்கு டிரான்ஸ்பர் ஆகிவிட்டது. ரத்னாவிடம் வித்யாபதி தெரிவித்திருக்கிறான். இரண்டு மூன்று நாட்களில் ஆணை வந்துவிடும். இந்திராவுக்கு வித்யாபதிக்குக் கடிதம் எழுதவேண்டும் என்று தோன்றியது. வித்யாபதி தனக்காக எப்படித் தவித்துக் கொண்டு இருக்கிறானோ, அவனுடைய காதல் தன்னை எப்படி வாழவைக்கிறதோ, தனிமையில் இருக்கும் போது அவன் நினைவுகள் தனக்கு எப்படித் துணையாக இருக்கிறதோ அவற்றையெல்லாம் பற்றி அவனுக்கு மனம் விட்டு எழுத வேண்டும். அப்படிக் கடிதம் எழுதினாலே தனக்கு அவனுடன் பேசுவது போலவே இருக்கும்.

இந்திரா கடிதம் எழுத உட்கார்ந்தாள். அன்று அக்கா அவமானம் செய்த பிறகு அவன் மறுபடியும் கண்ணில் படவில்லை. அவனை எப்படிச் சமாதானப்படுத்துவது என்றும் தெரியவில்லை. ரத்னா குளியல் அறையில் கால்வழுக்கிவிட்டதில் ஏற்பட்ட சுளுக்கினால் ஆபீசுக்குப் போகவில்லை. முன்னைப் போல் ரத்னா வித்யாபதியைப் பற்றிப் பேசுவதில்லை. ஏதாவது கேட்டால் "அவன் இப்போ உன்னுடைய வித்யாபதி இல்லை, சீதாவின் பதி. இன்னொருத்தியின் கணவன்மீது ஆசை வைத்திருக்கும் எந்தப் பெண்ணும் வாழ்க்கையில் முன்னேறியதில்லை. அதனால் நீ அவனைப் பற்றி நினைப்பதை விட்டுவிடு. நானும் வேறு வேலை தேடிக் கொண்டிருக்கிறேன். அவனிடமிருந்து விலகியிருக்கப் போகிறேன்" என்றாள்.

இந்திரா பெருமூச்சுடன் எழுந்துகொள்ளப் போனாள்.

"உனக்கு இந்த ஊருக்கே திரும்பவும் மாற்றல் ஆகிவிட்டது. வேறு பிராஞ்சுக்குப் போட்டிருக்கிறார்கள். இரண்டு நாட்களில் மாற்றல் உத்தரவு வந்துவிடுமாம்" என்றாள் ரத்னா.

இந்திரா விருட்டென்று ரத்னாவின் பக்கம் திரும்பினள். ''யார் சொன்னார்கள்?''

''வேறு யார்? அந்த சீதாபதிதான். மதியம் என்னைப் பார்ப்பதற்காக வந்தான்.''

''வித்யாபதி வந்தானா?''

இந்திராவின் முகத்தின் நிறம் மாறியது.

''ஆமாம் இந்து! எனக்குத் தெரியும். அவன்தான் முயற்சி செய்து இந்த ஊருக்கு மாற்றிவிட்டான். அதற்காக அவன் எவ்வளவு சிரமங்களை மேற்கொண்டானோ அதுவும் எனக்குத் தெரியும். ஆனால் இது அவ்வளவு நல்லது இல்லை என்று இப்போது தோன்றுகிறது. நீ வேறு ஊருக்குப் போனாலாவது அவனை மறக்க முடியுமோ என்னவோ?''

''அப்படிச் சொல்லாதே ரத்னா! உனக்கு வித்யாபதியிடம் மதிப்பு இல்லையா?''

''இப்பொழுதும் இருக்கிறது. ஆனால் அவனைவிட நீ எனக்கு முக்கியம். நான் உன்னுடைய சிநேகிதி.'' ரத்னா இந்திராவின் கை மீது கையை வைத்தாள். ''இந்து! அவன் மனைவி சீதா இருக்கிறாளே, அவளுக்கு அவன் என்றால் உயிர்.

அவனை அந்தப் பெண் விட்டுவிட மாட்டாள். நான் சொல்வதை நீ புரிந்துகொள்.''

இந்திரா வேகமாக அந்த இடத்தை விட்டு வெளியேறிவிட்டாள். ரத்னா சொன்னது பாதி சந்தோஷத்தையும், பாதி வேதனையையும் அவளுக்குக் கொடுத்தன.

தனக்கு வேலை இங்கே மாற்றல் ஆனதற்கு வித்யாபதிதான் காரணம் என்று தெரிந்த போது சந்தோஷமாக இருந்தது. ஆனால் ரத்னா சீதாவைப் பற்றிப் பிரஸ்தாபித்ததும் இதயம் பாரமாகிவிட்டது.

வித்யாபதிக்குக் கடிதம் எழுத உட்கார்ந்தாள். ''அன்புள்ள வித்யா'' என்று தொடங்கினாள். அதற்குள் அக்கா அங்கே வந்தாள். அவள் கையில் மடித்து வைத்திருந்த உடைகள் இருந்தன.

அவற்றை அலமாரியில் வைத்துக் கொண்டே ''உனக்கு இந்த ஜென்மத்தில் கல்யாணம் ஆகும் யோகம் இருப்பதாகத் தெரியவில்லை'' என்றாள்.

"அந்த மட்டும் உண்மை என்றால் நான் வேண்டுவது வேறு எதுவும் இல்லை" என்றாள் இந்திரா.

"எண்ணங்கள் எப்படியோ புத்தியும் அப்படித்தான் இருக்கும். உன் எண்ணம் அப்படி இருப்பதால்தான் உன் தலையெழுத்தும் அப்படி இருக்கிறது. வேலையை விட்டுவிடும் பட்சத்தில் நீ அவனுக்கு வேண்டாமாம்."

"ரொம்ப சந்தோஷம் என்று சொல்லிவிடு."

"நீ இந்த வார்த்தையைச் சொல்லுவாய் என்று எனக்குத் தெரியும். இந்தக் கல்யாணம் உனக்காக இல்லை, எனக்காக என்பது போல் இருக்கு உன் தோரணை. இப்பொழுதே சொல்லி விடுகிறேன். நீ வேலைக்குப் போகத்தான்வேண்டும். அவனைக் கல்யாணம் செய்து கொண்டுதான் ஆக வேண்டும்." அருகில் வந்துகொண்டே சொன்னாள்.

"இந்திரா சட்டென்று "அன்புள்ள வித்யா" என்று எழுதியிருந்த எழுத்துக்களை உள்ளங்கையால் மறைத்தாள். பொறுமை நிறைந்த குரலில் சொன்னாள். "வேலைக்குப் போகிறேன் அக்கா. கல்யாணம் மட்டும் வேண்டாம்."

"ஏன்? எதற்காக? எதற்காக என்று கேட்கிறேன்."

"எனக்குக் கல்யாணமோ வேலையோ ஏதாவது ஒன்றுதான் தேவை."

"வித்யாபதியைப் பண்ணிக் கொள்வதாக இருந்தபோது வேலைக்குப் போகிறேன் என்றுதானே சொன்னாய்?"

"அந்தச் சூழ்நிலை வேறு."

"இப்போ என்னவாகிவிட்டது?"

"உனக்குத் தெரியாது அக்கா. சக்கிரபாணி என்னைப் பண்ணிக் கொள்வதாகச் சொல்வது எனக்காக இல்லை. என் வேலைக்காக. அவன் வித்யாபதி விஷயத்தில் சமாதானமானதற்குக் காரணம் பெருந்தன்மை இல்லை. பணத்தின் தேவைக்காக."

"வாயை மூடு. உனக்கு எல்லாமே கோணல் புத்திதான்."

"உள்ளதைத்தான் சொல்கிறேன் நான்." "நீ சக்கிரபாணியைப் பண்ணிக்கொள்ளப் போகிறாயா இல்லையா?"

"மாட்டேன்."

''எல்லாமே உன் இஷ்டம்தானா? இப்பொழுதே சொல்லி விட்டேன். நீ இவனைப் பண்ணிக் கொண்டால் சரி.

இல்லாவிட்டால் என் வீட்டில் இருக்க வேண்டியதில்லை. இந்தத் திருமணத்திற்கு சம்மதம் சொல்கிறாயோ இல்லை வீட்டை விட்டுப் போகிறாயோ முடிவு செய்துகொள். உண்மையாகத்தான் சொல்கிறேன். இது வெறும் பேச்சு இல்லை. இது என் வீடு. என் வீட்டில் இருப்பவர்கள் என் பேச்சைக் கேட்டுத்தான் ஆக வேண்டும். அவ்வளவுதான்.'' அக்கா அறையைவிட்டுப் போய்விட்டாள்.

இந்திரா சிலையாய் உட்கார்ந்துவிட்டாள். வித்யாபதிக்குக் கடிதம் எழுத வேண்டும் என்ற உற்சாகம் நசிந்துவிட்டது. அன்புள்ள வித்யா என்று எழுதியிருந்ததற்கு அடியில் கோடுகளை போட்டபடி யோசனையில் ஆழ்ந்துவிட்டாள்.

''இந்தக் கல்யாணத்திற்குச் சம்மதிக்கிறாயா அல்லது வீட்டை விட்டுப் போகிறாயா?'' அக்காவின் வார்த்தைகள் நினைவுக்கு வந்தன.

எவ்வளவு ஆதரவற்ற வாழ்க்கை? அக்கா தன்னை ஏன் புரிந்துகொள்ள மாட்டேன் என்கிறாள்? சில காரணங்களினால் தனக்குத் திருமணத்தின்மேல் வெறுப்பு ஏற்பட்டுவிட்டது. கல்யாணம் செய்து கொள்ள வேண்டும் என்று தோன்றவேயில்லை. கல்யாணம் செய்துகொள்ளாமல் ஒரு பெண்ணால் வாழ முடியாதா?

## 24

ஒரு வாரம் கழிந்துவிட்டது. இந்திரா வேலையில் மறுபடியும் சேர்ந்தாள். இங்கே மாற்றல் கிடைத்துவிட்டதில் அவளுக்குக் கடுகளவும் சந்தோஷம் இருக்கவில்லை. சக்ரபாணியை மணப்பதற்கு சம்மதிக்காததால் அக்கா கோபத்தில் பேசுவதை விட்டுவிட்டாள். அக்காவின் விட்டேற்றியான நடத்தையைப் பார்க்கும் போது இந்திராவுக்குச் சொல்லொண்ணாத வருத்தம் ஏற்பட்டது.

வித்யாபதியின் சுவடே தெரியவில்லை. தினமும் அவன் தனக்காக வருவான் என்று எதிர்பார்த்துக் கொண்டிருந்த இந்திராவுக்கு ஏமாற்றம்தான் மிஞ்சியது. அவனுக்குத் தன்மீது கோபம் வந்துவிட்டது போலும். அக்கா திட்டியதும் அவன் தன்னை அவனுடன் வரச்சொல்லி அழைத்த போது போகாதது அவனுக்கு வெறுப்பை ஏற்படுத்திவிட்டதோ? இந்திரா கவலைப்படத் தொடங்கினாள். அவனை ஒரு முறை சந்தித்து தன் மனதில் இருக்கும் வேதனையை சொல்ல முடிந்தால் எவ்வளவு நன்றாக இருக்கும்? அப்படியும் ஒருமுறை அவன் ஆபீசுக்கு போன் செய்தாள். யாரோ போனை எடுத்தார்கள். கரகரப்பான குரலில் வித்யாபதி இல்லை என்று சொன்னதுடன் நிற்காமல் "நீங்க யார்? என்ன வேலை?" என்று கேள்வி கேட்டார்கள். இந்திரா போனை வைத்துவிட்டாள். ரத்னாவுக்கும் வேறு இடத்தில் வேலை கிடைத்துவிட்டது. அவள் மூலமாக வித்யாபதி பற்றிய செய்திகளைத் தெரிந்துகொள்ளும் வாய்ப்பும் இல்லாமல் போய்விட்டது. அவனுக்கும் தனக்கும் இடையே பெரிய இடைவெளி ஏற்பட்டாற்போல் இருந்தது. அது நாளுக்கு நாள் வளர்ந்து கொண்டிருந்ததே தவிரக் குறையவில்லை

மேஜையின் முன்னால் ஏதோ நினைப்பில் உட்கார்ந்திருந்த இந்திராவிடம் பியூன் வந்து போன் வந்திருப்பதாகச் சொன்னான்.

இந்திரா பற்று இல்லாதவள் போல் எழுந்து வந்தாள். வங்கி வாடிக்கையாளர்கள் ஏதாவது தகவல் தெரிந்து கொள்வதற்காகப் போன் செய்வது வழக்கம்தான்.

''ஹலோ!'' குரலில் எரிச்சல் தென்பட்டுவிடாமல், பழக்கப்பட்ட குரலில் சொன்னாள்.

''ஹலோ!''

இந்திரா திடுக்கிட்டாற்போல் நிமிர்ந்து நின்றாள்.

''இந்தூ'' மறுமுனையிலிருந்து வித்யாபதியின் குரல்.

''வித்யா!'' நம்பமுடியாதவள் போல் அழைத்தாள்.

''நான்தான்.''

''இத்தனை நாளாக எங்கே போய்விட்டாய்?''

''என்னவாகி இருக்கும் என்று சொல்லு பார்ப்போம்.''

''மனைவியுடன் ஏதாவது ஊருக்குப் போயிருப்பாய் என்று நினைத்தேன்.''

''மை காட்!''

''ஏன் என்றால் நீ ஊரில் இருந்தால் என்னைச் சந்திக்காமல், குறைந்த பட்சம் போன் பண்ணாமல் இருக்க மாட்டாய். சொல்லு எங்கே போயிருந்தாய்?''

''எங்கேயும் போகவில்லை.''

''எங்கேயும் போகவில்லையா? நான் நம்பமாட்டேன்.''

''உண்மைதான் இந்தூ! நான் எங்கேயும் போகவில்லை. எனக்கு ஜுரம் வந்துவிட்டது.''

''என்னது?''

''ஆமாம் ஜுரம் வந்துவிட்டது. என்னால் எழுந்து கொள்ளவும் முடியவில்லை. கடிதம் எழுதி உன்னிடம் தரச்சொல்லி வேலைக்காரனிடம் கொடுத்தேன். அவன் அதைக் கொண்டு போய் நேராக சீதாவிடம் கொடுத்துவிட்டான்.''

''என்ன?'' இந்திராவின் குரலில் இருந்த ஆவேசம் இப்போது காணாமல் போய்விட்டது. ''ரகளை ஏதாவது நடந்ததா?'' கிணற்றிலிருந்து பேசுவது போல் கேட்டாள்.

''ஆகாமல் இருக்குமா சொல்லு. சாரி இந்தூ.''

''நான்தான் உன்னிடம் சாரி சொல்லணும்.''

''நீயா? எதுக்கு?''

''அன்று அக்கா அப்படிப் பேசியதற்கு உனக்குக் கோபம் வந்து விட்டதோ என்று.''

மேஜைக்குப் பக்கத்தில் உட்கார்ந்திருந்த மேனேஜர் குரலைக் கனைத்துக் கொண்டார். பைல்களை ஓசைப்படுத்திக் கொண்டே எடுத்து வைத்தார்.

இந்திரா இந்த உலகத்திற்கு மீண்டுவந்தாள். அது ஆபீஸ் என்றும், பக்கத்தில் மேனேஜர் இருக்கிறார் என்றும், அவர் காது களைத் தீட்டிக் கொண்டு கேட்டுக் கொண்டிருக்கிறார் என்றும் நினைப்பு வந்தது.

வித்யாபதி சொல்லிக் கொண்டிருந்தான். ''கோபம் வரவில்லை இந்து! அன்று ஏதோ ஆவேசத்தில் சொல்லிவிட்டேனே ஒழிய அவ்வளவு தூரம் யோசித்துப் பார்க்கவில்லை. நீ செய்ததுதான் சரி. எப்படி இருக்கிறாய்?''

''நன்றாகத்தான் இருக்கிறேன்.''

''மாலையில்ஆபீசிலிருந்து போகும்போது வந்து சந்திக்கிறேன்.'' சட்டென்று போனை வைத்துவிட்டான்.

''ஹலோ.. ஹலோ..'' என்றாள். திடீரென்று உரையாடலைத் துண்டிப்பானேன்? யாராவது வந்திருப்பார்களோ?

வெளியில் வரும்போது மேனேஜர் மூக்குக் கண்ணாடி வழியாக விழுங்கி விடுவது போல் பார்த்துக் கொண்டிருப்பது தென்பட்டது.

அன்று பைலில் எல்லாம் தவறாகப் பதிவு செய்து மேனேஜ ரிடம் வசவுகளை வாங்கிக் கட்டிக்கொண்டாள். ''இதோ பாரும்மா. இது வங்கி. பணத்துடன் சம்பந்தப்பட்ட வேலை. சொந்த விவகாரங் களை மூளையில் வைத்துக் கொள்ளக் கூடாது'' என்றார்.

இந்திரா பதில் பேசவில்லை.

வெளியில் வந்தாள். அங்கே பஸ்ஸ்டாப் அருகில் வித்யாபதி நின்றிருந்தான். இந்திரா மக்கள் நடமாடும் சாலை என்பதையும் மறந்துவிட்டு அவனை நோக்கி ஓட்டமெடுத்தாள்.

# 25

வித்யாபதியை நெருங்கியதும் இந்திரா சட்டென்று அவன் கையைப் பற்றிக் கொண்டாள். அவன் ரொம்ப இளைத்துவிட்டிருந்தான். முகத்தில் சோர்வு தென்பட்டது. அவனைப் பார்த்ததும் இந்திராவின் விழிகளில் கிர்ரென்று நீர் சுழன்றது.

''வித்யா! ரொம்ப ஜுரமாக இருந்ததா?'' என்றாள். இல்லையென்பது போல் அவன் தலையை அசைத்தான். அருகில் இருந்த டாக்சியைக் காட்டி ''ஏறு'' என்றான். மறுபேச்சு பேசாமல் இந்திரா ஏறிக்கொண்டாள். வித்யாபதியும் ஏறிக்கொண்டு அவள் பக்கத்தில் அமர்ந்து கதவைச் சாத்தினான்.

''போகட்டும்'' என்றான் டிரைவரிடம்.

''எங்கே?'' என்றாள் இந்திரா.

''ஓரிடம் என்று இல்லை. எங்கே இறங்கணும் என்று தோன்று கிறதோ அங்கே இறங்கிக் கொள்ளலாம். டாக்சிக்காரனிடம் ஏற்கனவே சொல்லிவிட்டேன்'' என்றான்.

இந்திரா சந்தோஷமாக அவனைப் பார்த்தாள். தாயின் கையைப் பற்றிக் கொள்ளும் சிறு குழந்தையைப் போல் அவன் கரத்தை அவள் பற்றியிருந்தாள். அவன் கை சற்று மெலிந்து, அதன் பலம் குறைந்திருப்பதைத் தெளிவாக உணர முடிந்தது. இந்திராவின் கண்களில் நீர் பொங்கி வந்தது. தனக்கு உடல்நலம் சரியாக இல்லாதபோது அவன் எத்தனை செய்தான்? யாருக்கும் பயப்படவில்லை. என்ன நடக்கும் என்றும் யோசிக்கவில்லை. அவனுக்கு ஜுரம் வந்தால் அவளால் என்ன செய்ய முடிந்தது?

இந்திரா இன்னொரு கையையும் அவன் கையின் மீது பதித்தாள். அவனுக்கு தான் படும் வேதனை புரியுமா என்று தோன்றியது.

இந்திராவின் மனதைப் புரிந்து கொண்டாற்போல் அவன் தாழ்ந்த குரலில் சொன்னான். ''இந்து! உனக்கு செய்தி சொல்லி அனுப்பணும் என்று ரொம்பத் தவித்தேன். சாத்தியப்படவில்லை. எனக்கு சுயநினைவே இருக்கவில்லை. அதென்ன ஜுரமோ, அதென்ன தலைவலியோ நரகவேதனைதான். அத்தனை ஜுரத்திலும் கூட உன்னைச் சந்திக்க முடியவில்லையே என்ற ஏக்கம் தான்.''

இந்திராவின் குரல் கம்மிவிட்டது. ''எனக்குத் தெரியாது. தெரிந்தால் என்னை யாரும் தடுத்து நிறுத்தி விட முடியாது. ஓடி வந்திருப்பேன். உனக்கு அவ்வளவு ஜுரமாக இருந்தால் யார் பார்த்துக் கொண்டார்கள்? அம்மாவா?''

''இல்லை, சீதா.''

இந்திரா சட்டென்று முகத்தைத் திருப்பிக் கொண்டு ஜன்னல் வழியாக வெளியில் பார்க்கத் தொடங்கினாள்.

''அவனுக்கு ஜுரம் வந்தது'' என்ற வருத்தம் அவள் மனதிலிருந்து வெள்ளம் வடிந்தாற்போல் மெதுவாக மறையத் தொடங்கியது. சீதா அவனுக்குப் பணிவிடை செய்தாளா? ஆம், அவள்தானே அவன் வாழ்க்கைக்கு அதிகாரி.

சீதா செய்யாமல் வேறு யார் செய்வார்கள்?

அவனுக்கு ஜுரம் வந்தது தனக்குத் தெரியவில்லை, ஒத்தாசையாக இருக்க முடியவில்லை என்று வருத்தப்படுகிறாளே ஒழிய தெரிந்தால் மட்டும் என்ன செய்திருக்க முடியும்? தெரிந்தும் எதுவும் செய்ய முடியாத இயலாமை இன்னும் மோசமானது இல்லையா? தான் அந்த வீட்டிற்குப் போக முடியுமா? போனால் மட்டும் சீதா வாசற்படியை ஏற விடுவாளா?

வித்யாபதி இந்திராவின் கையை அழுத்திக் கொண்டே சொன்னான். ''உன்னிடம் ஒரு நல்ல செய்தியைச் சொல்லத்தான் வந்தேன்.''

''என்னது?'' பற்றற்ற குரலில் கேட்டாள்.

''ஹவுசிங் போர்டில் நீ எப்பொழுதோ பணம் கட்டியிருந்தாய் இல்லையா. அந்த வீடு உனக்கு அலாட் ஆகியிருக்கிறது. விரைவிலேயே அதற்கான காகிதங்கள் உனக்கு வந்து சேரும்.''

இந்திரா விருட்டென்று திரும்பிப் பார்த்தாள்.

"உண்மையாகவா?" என்றாள்.

"உன்னிடம் என்றைக்காவது பொய் சொல்லியிருக்கிறேனா?"

"இல்லை இல்லை. உண்மையாகவா வித்யா? வீடு எனக்கு அலாட் ஆகியிருக்கிறதா? மைகாட்!" இந்திரா அவன் பக்கம் திரும்பினாள். "உனக்கு எப்படித் தெரியும்? யார் சொன்னார்கள்?" நம்ப முடியாதவள் போல் உற்சாகத்துடன் கேட்டாள்.

"எனக்குத் தெரியவந்தது."

"எப்படி? யார் சொன்னார்கள்? சொல்லேன்." உரிமையுடன் அவன் தொடையில் தட்டினாள்.

"சீதாவின் சித்தப்பா சொன்னார்."

"சீதாவின் சித்தப்பாவா?"

"ஆமாம். சீதாவின் சித்தியின் கணவர், ஹவுசிங் போர்டில் செகரெட்ரியாக இருக்கிறார். இரண்டு நாட்களுக்கு முன் சாப்பிட வந்தார். பேச்சுவாக்கில் வீடு அலாட்மெண்ட் பற்றிய பேச்சு வந்தது. யாராவது அப்ளை செய்திருந்தால் சொல்லச் சொல்லிச் சொன்னார். உன் பெயர், அப்ளிகேஷன் நம்பர் எல்லாம் எழுதிக் கொடுத்தேன். வீடு கட்டாயம் கிடைத்துவிடும் என்று சொன்னார்.

இன்று மதியம் போன் செய்து வீடு அலாட் செய்திருப்பதாகவும், நாளை பேப்பர்களை அனுப்புவதாகவும் தெரிவித்தார்."

இந்திராவின் முகத்தில் படர்ந்த சந்தோஷம் என்ற சந்திரனை ஏமாற்றம் என்ற கரு மேகமானது மறைத்தாற்போல் இருந்தது. சீதாவின் சித்தப்பா மூலமாக வீடு கிடைத்ததா? இந்திராவின் மகிழ்ச்சியில் பாதி ஆவியாகிவிட்டது.

"சீதாவுக்குத் தெரியுமா?" தாழ்ந்த குரலில் கேட்டாள்.

தெரியும் என்பது போல் தலையை அசைத்தான். "நான் சீட்டில் பெயர் எழுதி அவரிடம் கொடுத்தேன். சீதா என்னிடம் நேராகக் கேட்கவில்லை. அவளுடைய சித்தப்பா சீட்டை பர்ஸில் வைத்துக் கொள்ளப் போன போது "யாரது?" என்று கேட்டு வாங்கிப் பார்த்தாள்."

"என்ன சொன்னாள்?"

"என்ன சொல்லப் போகிறாள்? எதுவும் சொல்லவில்லை. என்னிடம் கேட்டிருந்தால் நானே சொல்லியிருப்பேன்."

இந்திரா பெருமூச்செறிந்தாள். எதுவும் சொல்லவில்லையா? ஆச்சரியமாக இருக்கிறதே? சீதா கட்டாயம் சண்டை போட்டி ருப்பாள். வித்யாபதி சொல்ல மறுக்கிறான் என்று நினைத்துக் கொண்டாள்.

டாக்சி சாலைகளில் முகவரி தெரியாத கடிதம் போல் சுற்றிக் கொண்டே இருந்தது.

''காபி குடிக்கிறாயா?'' வித்யாபதி கேட்டான். இந்திரா தலையை அசைத்தாள். வித்யாபதி டாக்சியை ஹோட்டல் அருகில் நிறுத்தச் சொன்னான். மீட்டரைப் பார்த்ததும் இந்திராவுக்கு பகீர் என்றது. நிறையவே ஆகியிருந்தது. அவள் பர்ஸை திறக்கப் போன போது வித்யாபதி தடுத்துவிட்டு சட்டைப் பையிலிருந்து பர்ஸை எடுத்துத் தானே தந்து விட்டான். இந்திராவுக்கு அந்த நிமிடம் டாக்சியில் உட்கார்ந்து ஊர் சுற்றிய சந்தோஷம் பறந்தோடி விட்டாற்போல் இருந்தது.

இருவரும் ஹோட்டலுக்குள் வந்தார்கள். இந்திரா ஆஸ்பத் திரியில் இருந்த போது வித்யாபதி சொன்னது நினைவுக்கு வந்தது. ''வீடு இல்லாவிட்டால் என்ன? வெளி உலகம் எல்லாம் நம்முடையதுதான். எங்கே வேண்டுமானாலும் சந்தித்துக் கொள்ளலாம்'' அந்த வார்த்தைகள் எவ்வளவு உண்மை? ஃபாமிலி ரூமில் உட்கார்ந்து கொண்டார்கள். வித்யாபதி சர்வருக்காக எதிர்பார்த்துக் கொண்டிருந்தான்.

''நாம் இப்படி வந்து எவ்வளவு நாட்களாகிவிட்டன?'' என்றாள் இந்திரா.

''ஆமாம், ரொம்ப நாட்களாகி விட்டன'' என்றான் அவன்.

அதற்குள் சர்வர் வந்தான். குலாப்ஜாமூன், மசாலா தோசைக்கு ஆர்டர் கொடுத்தான். இந்திராவுக்கு மிகவும் பிடித்தமான மசாலா தோசையை விண்டு அவளுக்கு ஊட்டிவிடுவது வித்யாபதிக்கு ரொம்பப் பிடிக்கும். இந்திராவுக்குப் பழைய நினைவுகள் வந்து விட்டன. அவளுக்குச் சம்பளம் கிடைத்ததும் இங்கே வந்து விடுவார்கள். வித்யாபதி அதிகமாக செலவழிக்க விடமாட்டான். சிக்கனத்தைப் பற்றி சொற்பொழிவு ஆற்றுவான். ''இந்தூ! நம்மில் பலபேருக்குப் பணத்தை எப்படிப் பயன்படுத்துவது என்று தெரியாது. ஜாக்கிரதையாக செலவு செய்தால் நெருக்கடி வர வாய்ப்பு இல்லை. உதாரணமாக வீட்டு பர்னிச்சரையே எடுத்துக் கொள். நமக்கு எது தேவையோ அதை மட்டும் வாங்கிக் கொண்டு சும்மா இருக்க மாட்டோம். அடுத்த வீட்டில் இருக்கும் பொருள் நம்

வீட்டிலும் இருந்தாக வேண்டும் என்று, வேண்டாத பொருட்களை எல்லாம் வாங்கிப் போடுவோம். சில வீடுகளைப் பார்த்தால் தேவையற்ற சாமான்களுடன் நிறைந்திருக்கும் தெரியுமா? அதே போல்தான் உடைகளும்...''

''என்னவோப்பா. எல்லாமே கணக்காய் இருக்கணும் என்று நீ எண்ணுகிறாய். எல்லோருக்கும் அந்த அளவுக்கு மூளை இருக்க வேண்டாமா?'' இந்திரா சொல்லுவாள்.

''மூளை இல்லாததால்தான் சங்கடங்களை வரவழைத்துக் கொள்கிறார்கள்.'' வித்யாபதி புதுப்பது விஷயங்களைப் பற்றிச் சொல்லும் போது கண்களை அகலவிரித்துக் கேட்டுக் கொண்டி ருப்பாள்.

அந்த நாட்கள்தான் எவ்வளவு நன்றாக இருந்தன? இருவரின் உரையாடலில் எவ்வளவு எதிர்பார்ப்பு? எதிர்காலத்தைப் பற்றிய கனவுகள்! நம்பிக்கை! எப்போதும் கல்யாணத்தைவிடக் குடித்தனம் இருக்கப் போகும் வீட்டைப் பற்றி, குழந்தைகளை பற்றிப் பேசிக் கொண்டிருப்பார்கள். கல்யாணத்தைப் பற்றி அதிகம் பேசிக் கொண்டதே இல்லை. ஏன் என்றால் ஏற்கனவே திருமணம் முடிந்து விட்டாற்போல் இருவருக்குமே தோன்றியது.

அவனும் மௌனமாக இந்திராவையே பார்த்துக் கொண்டி ருந்தான். அவனுக்கும் பழைய விஷயங்கள் நினைவுக்கு வந்திருக்கும் போலும். அவன் கண்களிலும் அதே கேள்வி தென்பட்டது. அந்த நாட்கள் எங்கே காணாமல் போய்விட்டன?

அதற்குள் கதவு திறந்து கொண்ட சத்தம் கேட்டது. இருவரும் தலையைத் திருப்பிப் பார்த்தார்கள். ஸ்பிரிங் டோரைத் திறந்துகொண்டு பருமனாக இருந்த நபர் ஒருவர் உள்ளே வந்தார். அவரைத் தொடர்ந்து மனைவி, நான்கு குழந்தைகளும் வந்தார்கள். அவர்களும் பருமனாகத்தான் இருந்தார்கள். ஷாப்பிங் போய் விட்டு வருகிறார்கள் போலும். எல்லோருடைய கைகளிலும் பாக்கெட்டுகள் இருந்தன.

வித்யாபதியைப் பார்த்ததும் அவர் புருவம் உயர்த்தி, கண்களை விரித்து மகிழ்ச்சியை வெளிப்படுத்திக் கொண்டே ''ஹலோ! சீதாபதி'' என்று வித்யாபதியின் கையைப் பற்றிக் குலுக்கிவிட்டு மனைவியின் பக்கம் திரும்பி ''இதோ பார்த்தாயா நம் சுந்தரியின் மருமகன், பெயர் சீதாபதி'' என்றான்.

''இல்லை. என் பெயர் வித்யாபதி'' என்றான் வித்யாபதி பணிவுடன்.

அவர் கண்களை அகலமாய் விரித்துப் பார்த்தார். "என்ன? உன் பெயர் சீதாபதி இல்லையா? பின்னே எல்லோரும் சீதாபதி என்று சொன்னார்களே? நான் உண்மையில் சீதாபதிதான் என்று நினைத்துவிட்டேன். வித்யாபதியா? ஓஹோ... சீதாவின் கணவன் என்பதால் சீதாபதி என்று அழைக்கிறார்களா? ஓஹோஹோ.." என்று வயிறு குலுங்கச் சிரித்தார். "அது அப்படித்தான். என் பெயர் ராமநாதன். ஆனால் எங்க மாமியார் வீட்டில் யாருக்கும் என் பெயர் தெரியாது. சாவித்திரியின் புருஷன் என்பார்கள்.

இவள்தான் என் மனைவி சாவித்திரி. இவர்கள்தான் எங்கள் வீட்டு வானரப்படை" என்று மனைவி குழந்தைகளை அறிமுகப்படுத்தினார்.

அவர்களுடைய பெயர்களைச் சொன்னதுடன் நிறுத்திக் கொள்ளவில்லை. வித்யாபதியின் பக்கத்தில் உட்கார்ந்துகொண்டு அவர்களுடைய படிப்பு மற்றும் புத்திசாலித்தனத்தைப் பற்றி விலாவாரியாகச் சொல்லத் தொடங்கினார். அது முடிந்த பிறகு "பிசினெஸ் எப்படி இருக்கிறது? நீ வந்த பிறகு நன்றாகப் போய்க் கொண்டிருப்பதாக எல்லோரும் சொல்லிக் கொண்டிருக்கிறார்கள்.

உன் மாமனார், மாமியார் ஊருக்குப் போய் எவ்வளவு நாள் ஆச்சு? இன்னும் வரவில்லையா? அது போகட்டும். இந்தப் பெண் யார்?" இந்திராவை ஏற இறங்க நோட்டமிட்டுக் கொண்டே கேட்டார்.

"என்னுடைய கசின். பெயர் இந்திரா. வங்கியில் வேலை பார்க்கிறாள்" என்று அறிமுகம் செய்து வைத்தான். இந்திரா வணக்கம் தெரிவித்தாள். வங்கியில் வேலை என்றதும் அவர் கண்களை விரித்து அப்படியா என்பது போல் தலையை அசைத்தார். "கல்யாணம் ஆகிவிட்டதா?" என்று கேட்டார். இந்திராவைப் பார்த்தால் இன்னும் கல்யாணம் ஆனாற்போல் தெரியவில்லை.

"இன்னும் இல்லை." அதைச்சொல்லும் போதே வித்யாபதியின் முகம் சிவந்துவிட்டது.

இந்திரா தலையைத் திருப்பிக் கொண்டு சுவற்றில் இருந்த ஓவியத்தைப் பார்க்கத் தொடங்கினாள். சர்வர் வந்து டிபன் தட்டு களை வித்யாபதி இந்திராவின் முன்னால் வைத்தான்.

ராமநாதனும் தன்னுடைய தனக்கும் தன் குடும்பத்தாருக்கும் தோசையை ஆர்டர் செய்தார்.

இந்திரா வித்யாபதி சாப்பிடத் தொடங்கினார்கள்.

"இந்தப் பெண்ணுக்கு இன்னும் திருமணம் ஆகவில்லையா? என் அண்ணாவின் மகன் ஒருத்தன் இருக்கிறான், பி.காம். பாஸ் செய்திருக்கிறான். இன்றோ நாளையோ அவனுக்கும் வங்கியில் வேலை கிடைத்துவிடும். கல்யாணத்தை முடித்து விடலாம் என்று பார்க்கிறோம். நல்ல வரனுக்காகத் தேடிக் கொண்டிருக்கிறோம்.'' இந்திராவைப் பார்த்துக் கொண்டே சொன்னார். "அவனுக்கு வேலைக்குப் போகிற பெண்தான் வேண்டுமாம்.'' அவருடைய பேச்சுக்கு முற்றுப்புள்ளி இருப்பதாகத் தெரியவில்லை.

"குழந்தைகளுக்கு ஸ்கூல் திறந்துவிட்டார்களா?'' வித்யாபதி பேச்சை மாற்றினான்.

"என்ன பள்ளிகளோ என்னவோ.'' அவர் பள்ளிக்கூடத்தைப் பற்றி வசைபாடத் தொடங்கினார். "டொனேஷன்கள், பீசுகள் என்று செலவு செய்வதைத் தவிர குழந்தைகளுக்குப் பாடம் எங்கே சொல்லித் தருகிறார்கள். மறுபடியும் ட்யூஷன் அது இது என்று நாம் திண்டாட வேண்டியதுதான். என் குழந்தைகளிடம் நான் சொல்லிவிட்டேன். எல்லோரும் முதல் ரேங்க் தான் வாங்கியாகணும். இரண்டாவதாகக் கூட வரக் கூடாது. வந்தால் கொன்று போட்டு விடுவேன்.''

இந்திரா தோசையைப் பாதி சாப்பிட்டு மீதியை விட்டுவிட்டாள். வித்யாபதியும் சரியாக சாப்பிடவில்லை. சர்வர் வந்தான். "காபி வேண்டாம்'' என்றாள் இந்திரா.

"எனக்கும் வேண்டாம். பில்லைக் கொண்டு வா'' என்றான் வித்யாபதி.

சர்வர் பில்லைக் கொண்டு வந்ததும் கொடுத்துவிட்டு எழுந்து நின்றான்.

ராமநாதன் வித்யாபதியைப் பார்த்து "வீட்டுக்கு வருகிறேன். சீதாவைக் கேட்டதாகச் சொல்லு'' என்றார். அவர் வித்யாபதியுடன் பேசிக் கொண்டிருந்தாலும் பார்வை மட்டும் இந்திராவின் மீதுதான் இருந்தது. அந்தப் பார்வை இந்திராவுக்கு மட்டுமே இல்லை வித்யாபதிக்குக் கூட எரிச்சலை ஏற்படுத்திக் கொண்டிருந்தது. இந்திராவின் நடை உடை பாவனையைக் கூர்ந்து நோக்கிக் கொண்டிருந்தார்.

"அப்பப்பா! செத்துவிட்டேன். நம் நேரத்தை எல்லாம் வீணாக்கிவிட்டார்'' என்றாள் இந்திரா வெளியே வந்ததும்.

"என் உயிரை எடுக்க எங்கிருந்தோ வந்து சேர்ந்தார்.'' வித்யாபதியும் சலித்துக் கொண்டான்.

''சினிமாவுக்குப் போகலாம் வித்யா! அங்கேயாவது நிம்மதியாக மூன்று மணி நேரம் உட்கார்ந்திருக்கலாம்'' என்றாள் இந்திரா.

''சினிமாவை யாரால் பார்க்க முடியும்?''

''ஓ.கே. பழைய சினிமா ஏதாவது இருந்தால் பார்ப்போம்.''

இருவரும் அருகில் இருந்த சினிமா ஹாலுக்குப் போனார்கள். பழைய சினிமா ஓடிக் கொண்டிருந்தது. வெளியில் கார்கள், ஸ்கூட்டர்கள் அதிகமாக இல்லை. அதாவது கூட்டம் இல்லை. அப்பாடா என்று நினைத்துக் கொண்டாள் இந்திரா. இருவரும் உள்ளே போனார்கள்.

சினிமா தொடங்கி ரொம்ப நேரமாகிவிட்டது. ஹீரோ ஹீரோயின் முதல் சந்திப்பில் வழக்கம் போல் சண்டை போட்டுக் கொண்டிருந்தார்கள். வித்யாபதி இந்திராவின் கையைப் பற்றி ஒரு மூலைக்கு அழைத்துச் சென்றான். இருவரும் உட்கார்ந்து கொண்டார்கள். முதலில் இருட்டில் ஹாலில் இருந்த மக்கள் தென்படவில்லை. கண்களுக்கு அந்த இருட்டு பழக்கப்பட்டு விட்ட பிறகு மங்கலான அந்த வெளிச்சத்தில் மக்கள் புலப்பட தொடங்கினார்கள்.

இந்திரா திடீரென்று குரலை தாழ்த்துக் கொண்டு ''வித்யா! எழுந்துகொள். போய் விடுவோம்'' என்றாள்.

''ஏன்? என்னவாகிவிட்டது?'' பதற்றத்துடன் கேட்டான்.

''அதோ... முன் வரிசையில் உட்கார்ந்திருக்கும் பெண்மணி எங்கள் பக்கத்து வீட்டு மாமி. நம்மைப் பார்த்துவிட்டால் அக்காவிடம் சொல்லி விடுவாள்.''

வித்யாபதி உடனே எழுந்து கொண்டான். இருவரும் வெளியே வந்து விட்டார்கள். டாக்சி, ஆட்டோ எதுவும் கிடைக்கவில்லை. இருவரும் நடக்கத் தொடங்கினார்கள். நடைபாதையில் நடந்து கொண்டிருக்கும் போது கறுப்பு பியட் கார் ஒன்று அவர்கள் பக்கத்தில் வந்து நின்றது. அதிலிருந்து வெளியே தலையை நீட்டிய இளைஞன் ஒருவன் ''மிஸ்டர் சீதாபதி! நடந்து போறீங்களே? கார் என்னவாச்சு?'' என்று கேட்டான்.

வித்யாபதி குழப்பத்துடன் பார்த்தான். ''காரா? டிரைவர் வரவில்லை.''

''வாங்க. நான் டிராப் செய்கிறேன்.'' நட்புடன் பார்த்துக் கொண்டே சொன்னான்.

''''நோ தாங்க் யூ.'' மரியாதையுடன் மறுத்தான்.

''பரவாயில்லை வாங்க.'' பின்கதவைத் திறந்தான்.

''நாங்கள் நடந்து போய்க் கொள்கிறோம்.''

''நோ.. நோ.. நீங்கள் நடந்து போவதைப் பார்த்தும் லிப்ட் கொடுக்கவில்லை என்றால் எனக்கு பாவம் வந்து சேரும். சீதா காதில் விழுந்துவிட்டால் என் கழுத்தைப் பிடித்து நெறித்துவிடுவாள். நீங்க எங்கே இறங்க வேண்டும் என்று சொன்னால் அங்கே இறக்கி விடுகிறேன். சரிதானே?''

அவன் விடுவதாக இல்லை. வித்யாபதி இந்திராவின் பக்கம் பார்த்தான். போகலாம் என்பது போல் பார்த்தாள் இந்திரா. காரில் ஏறும் முன் இந்திராவை அறிமுகப்படுத்தி வைத்தான். ''என்னுடைய கசின், இந்திரா. இந்து! இவன் பானுமூர்த்தி. எங்க பிசினெஸ் பார்ட்நரின் மகன்'' என்று அறிமுகப்படுத்தினான். அவன் பண்பு கலந்த முறுவலை உதிர்த்தான். அவன் கண்கள் ஒரு வினாடி இந்திராவைக் கூர்ந்து கவனித்தன. அந்தப் பார்வை தன்னைத் துளைப்பது போல் இந்திராவுக்குத் தோன்றியது.

அவன் டிரைவ் செய்து கொண்டிருந்தாலும் கண்ணாடி வழியாய் வித்யாபதியை, இந்திராவைக் கவனித்துக் கொண்டுதான் இருந்தான்.

இந்திரா குடியிருக்கும் தெருமுனையில் அவர்களை இறக்கிவிட்டான். ''வீடு எங்கே? வாசலில் டிராப் செய்கிறேன்'' என்றான்.

''வேண்டாம் வேண்டாம். இங்கேயே இறங்கிக் கொள்கிறோம்'' என்றாள் பதற்றத்துடன்.

அவன் அவர்களை இறக்கிவிட்டுப் போய்விட்டான்.

''நான் இனி போய்க் கொள்கிறேன்'' என்றாள் இந்திரா.

''குட் நைட் இந்தூ'' என்றான்.

இந்திரா வலிய வரவழைத்துக் கொண்ட சிரிப்புடன் சொன்னாள். ''பார்த்தாயா வித்யா! ஆஸ்பத்திரியிலிருந்து நான் டிஸ்சார்ஜ் ஆகும் அன்று நீ என்ன சொன்னாய்? இந்த உலகம் விசாலமானது, நாம் எங்கே வேண்டுமானாலும் சந்தித்துக் கொள்ளலாம் என்று. இப்போ புரிந்ததா, உலகம் எவ்வளவு சிறியது என்று? நமக்கு தனிமை எங்கே கிடைக்கும் சொல்லு?''

வித்யாபதி இந்திரா சொன்னதை ஏற்றுக் கொள்ளவும் இல்லை. மறுக்கவும் இல்லை. தொலைவிலிருந்து பஸ் வந்து கொண்டிருந்தது. அந்த பஸ்ஸைப் பார்த்ததும் அவன் ''நான் கிளம்புகிறேன் இந்திரா. இந்த பஸ் அந்தப் பக்கம் போகும்'' என்றான்.

''பஸ்ஸில் எதற்கு? ஆட்டோவில் போய்க்கொள்.''

''ஆட்டோ எதற்கு? பஸ்தான் வந்துவிட்டதே. இரண்டு ரூபாயுடன் போய் விடலாம்.'' அவன் சொல்லிக் கொண்டிருந்த போதே பஸ் வந்து நின்றது. ''குட்நைட் இந்திரா'' அவன் சொல்லிவிட்டு பஸ்ஸில் ஏறிக் கொண்டான். பஸ் நிறைய மக்கள் கூட்டம். கூட்டத்தில் கலந்துவிட்ட வித்யாபதி இந்திராவின் கண்களுக்குத் தென்படவில்லை. கையை அசைப்பதற்கு உயர்த்திய இந்திரா சந்தேகத்துடன் நின்றுவிட்டாள்.

இந்திரா வீட்டுக்கு வந்ததும் கட்டிலில் சரிந்தாள். ரொம்பக் களைப்பாக இருந்தது. வித்யாபதியைப் பார்த்த சந்தோஷம் சிறிதும் இல்லாமல் போய்விட்டது.

இந்திராவுக்கு அன்று மாலையில் நடந்த நிகழ்ச்சிகள் எல்லாம் கண்முன்னால் நிழலாடின. அவனை சந்தித்தவர்கள் எல்லோரும் சீதாவைப் பற்றித்தான் பேசினார்கள். அந்த ராமநாதன் ''சீதாபதி'' என்று விளித்த விதம் நினைவுக்கு வந்தபோது இந்திராவுக்கு உடலில் கம்பளிப்பூச்சி ஊர்வது போல் அருவெறுப்பாக இருந் தது.

இந்த ரீதியில் போனால் அவனும் தானும் சந்தித்துக் கொள்வது சாத்தியமா? தன்னுடைய வாழ்க்கை என்னவாகும்? வித்யாபதிக்கு தன்னிடம் அன்பு கொஞ்சம்கூடக் குறையவில்லை என்பது உண்மைதான். ஆனால் அந்த அன்பு தனக்குக் கொஞ்சம் கூட சந்தோஷத்தைத் தரவில்லையே? இதற்கு முடிவுதான் என்ன?

வித்யாபதி சீதாவிடமிருந்து விடுதலை பெற்று வந்தால் தவிர இந்தப் பிரச்னைக்குத் தீர்வு கிடைக்காது. நாளை தானே அவனிடம் கேட்டு விடுவாள். நாளைக்கு அவன் வருவானா? பாழாய் போன பஸ் உடனே வந்துவிட்டதால் திடீரென்று கிளம்பிவிட்டான். அடுத்த நாள் பற்றி எதுவும் பேசிக் கொள்ளவில்லை. ஆட்டோவில் போகச் சொன்னால் கேட்டுக் கொள்ளவில்லை. வித்யாபதி தொடக்கத்திலிருந்தே அப்படித்தான். தனக்காக எவ்வளவு வேண்டுமானாலும் செலவழிப்பான். அவனுக்காக எதுவும் செலவழிக்க மாட்டான். கேட்டால் ''என்னால் கஷ்டப்பட முடியும்'' என்பான். அடுத்த தடவை பார்க்கும் போது சீதாவை விட்டு விடத் தயார்தானா என்று அவனிடம் கேட்க முடிவு செய்தாள்.

# 26

மறுநாள் வித்யாபதி போன் செய்தான். சரியாக இந்திரா ஆபீசிலிருந்து வீடு திரும்பும் நேரத்திற்கு வருவதாகவும், கொஞ்ச நேரம் எங்கேயாவது உட்கார்ந்திருக்கலாம் என்றும் சொன்னான். இந்திரா முதலில் அவ்வளவு ஆர்வம் காட்டவில்லை. பைல்களை பார்த்துக் கொண்டே ''இன்று என்னவானாலும் சரி, இந்த விஷயத்தை உண்டு இல்லை என்று தெரிந்து கொண்டு விடவேண்டும்'' என்று நினைத்துக் கொண்டாள்.

மாலை ஆகிவிட்டது. இந்திரா வெளியே வந்தாள். ஆனால் வித்யாபதி தென்படவில்லை. இந்திரா பஸ்ஸ்டாப் அருகில் நின்றபடி காத்திருக்கத் தொடங்கினாள். எத்தனை பஸ்கள் வந்தாலும் ஏறாமல் யாருக்காகவோ எதிர்பார்ப்பது போல் நின்று கொண்டிருந்த இந்திராவைக் கவனித்த ஓரிரு போக்கிரிகள் விசில் அடித்தார்கள். இந்திராவுக்குப் பயமாக இருந்தது. உடனே ஆட்டோவில் ஏறிக் கொண்டு வீட்டுக்கு வந்துவிட்டாள். என்னவாயிற்று வித்யாபதிக்கு? என் வரவில்லை? இந்திராவின் மனதில் பலவிதமான பயங்கள் தலைதூக்கின.

அன்று இரவு முழுவதும் இந்திரா உறங்கவே இல்லை. மறுநாள் காலையில் ஆபீசுக்கு வந்த போது வித்யாபதி அங்கே வந்திருந்தான். அவனும் இரவெல்லாம் உறங்காதது போல் தென்பட்டான்.

''இந்தூ! நேற்று மாலை அவசர வேலை ஒன்று வந்துவிட்டது. அதான் வர முடியவில்லை'' என்றான்.

''என்ன வேலை?'' கலவரத்துடன் கேட்டாள்.

''கம்பெனி ஆர்டர் ஒன்று ஒரு லட்சத்திற்கு அவசரமாக அனுப்ப வேண்டியதாகி விட்டது.''

இந்திரா முகத்தைத் திருப்பிக் கொண்டாள். கம்பெனி வேலையா என்ற சந்தேகம் தென்பட்டது அந்தப் பார்வையில். வங்கிக்கு ஒவ்வொருவராக வரத் தொடங்கினார்கள்.

"நான் மாலையில் வருகிறேன்." சொன்னான் அவன்.

"எனக்கு வேலை இருக்கு." மறுக்கப் போனாள்.

"ப்ளீஸ்.. மறுக்காதே." என்று சொல்லிவிட்டுப் போய்விட்டான் அவன்.

இந்திராவால் அன்று முழுவதும் வேலையில் கவனம் செலுத்த முடியவில்லை. மாலையில் வருவதாகச் சொல்லியிருக்கிறான். தான் இருக்கக் கூடாது. கம்பெனி வேலையாம். என்னதான் மறுத்தாலும் அவனுக்கு கம்பெனி விவகாரங்களில் ஆர்வம் இருக்கிறது. அது நினைவுக்கு வந்தால் இந்திராவுக்கு எப்படியோ இருந்தது. அவனுக்குக் கம்பெனியிடம், சீதாவிடம் கொஞ்சம் கூட ஆர்வம் இருக்கக் கூடாது. எப்படித் தான் ராப்பகலாக அவனைப் பற்றியே யோசித்துக் கொண்டிருக்கிறாளோ அவனும் அதே போல் தன்னை நினைவுப் படுத்திக் கொள்ள வேண்டும் என்று அவள் மனம் விரும்பியது.

இந்திரா மதியமே கிளம்பிப் போக வேண்டும் என்று முடிவு செய்தாள். ஆனால் மதியம் ஆனதும் அவள் மனதில் இருந்த பிடிவாதம் தளர்ந்துவிட்டது. அவன் வரப் போகிறான். அவனைப் பார்க்காமல் வீட்டுக்குப் போவது அசாத்தியமாகத் தோன்றியது. மாலையாகிவிட்டது. அவன் வந்துவிட்டான். அவன் முகத்தில் தென்பட்ட களைப்பைப் பார்த்ததும் அவளுக்கு இரக்கம் ஏற்பட்டது.

"இருக்கிறாயா? அப்பாடா.. ஏனோ தெரியவில்லை. நீ போய் விடுவாயோ என்று தோன்றியது. மதியம் போன் செய்தேன். நீ பிசியாக இருப்பதாக உங்க மேனேஜர் சொன்னார். அரைமணி கழித்துத் திரும்பவும் பண்ணிய போதும் அதையேதான் சொன்னார். உன்னைப் போன் அருகில் கூப்பிட அவருக்கு இஷ்டம் இல்லை என்று புரிந்தது."

இருவரும் ஆட்டோவில் ஏறிக் கொண்டார்கள். பூங்காவிற்கு அருகில் இறங்கி நடக்கத் தொடங்கினார்கள்.

"நம்மை யாராவது பார்த்துவிட்டால்?" என்றாள் இந்திரா.

"பார்க்கட்டுமே." எந்தத் தயக்கமும் இல்லாமல் சொன்னான் அவன்.

''சீதாவுக்குத் தெரிந்துவிட்டால்?''

அவன் பதில் பேசவில்லை.

''ஏன் பதில் சொல்லவில்லை?''

''சொல்லமாட்டேன். உன்னிடம் இதுவரையில் ஆயிரம் தடவை சொல்லியிருப்பேன், சீதாவுக்கு நான் பயப்பட மாட்டேன் என்றும், அவளுக்கு எல்லாம் தெரியும் என்றும். அப்படியும் நீ என் பேச்சை நம்ப மாட்டேங்கிறாய். இது என்னுடைய துரதிர்ஷ்டம்.''

அவன் ஆவேசத்தைக் கண்டு இந்திரா வியப்படைந்து விட்டாள்.

''நீ என்னை நம்பாததைப் பார்த்தால் எனக்குப் பைத்தியம் பிடித்து விடும் போல் இருக்கிறது.''

இருவரும் அங்கே இருந்த பெஞ்சில் உட்கார்ந்து கொண்டார்கள்.

''எத்தனை நாட்களுக்கு இப்படி?''

இந்திரா கேட்டாள்.

அவன் மௌனமாக இருந்தான்.

''உன்னைத்தான். இதற்குப் பரிகாரம் தேடச் சொல்கிறேன்.''

''எதற்கு?''

''நம் இருவரின் உறவைப் பற்றி.''

''நீயே சொல்லு.'' அவன் குரல் வித்தியாசமாக ஒலித்தது.

''நான் சொல்லுவதை நீ கேட்பாயா?''

''முயற்சி செய்கிறேன்.''

''சீதாவைக் காதலிக்க முயற்சி செய்.''

''இந்து!'' அவன் இந்தப் பக்கம் திரும்பினான்.

இந்திரா தொலைவில் பார்த்துக் கொண்டே சொன்னாள். ''இல்லையா என்னைக் கல்யாணம் செய்துகொள். ஏதாவது ஊருக்குப் போய் விடுவோம். இந்த இரண்டில் ஏதாவது ஒன்றைத் தேர்வு செய். ஏதாவது ஒரு வழியில் நாம் போக வேண்டும். இந்தத் திருட்டு வாழ்க்கையை நம்மால் வாழ முடியாது. நேற்றுத்தான் பார்த்தாயே. சேர்ந்து பத்து நிமிடங்கள் கூட நம்மால் தனியாக இருக்க முடியவில்லை. இன்றும் அதே போல்தான். நாளையும் அப்படித்தான்.

வாழ்நாள் முழுவதும் இப்படித்தான் இருக்குமோ என்று தோன்றுகிறது. என்னால் தாங்கிக் கொள்ள முடியவில்லை.''

அவன் மௌனமாக இருந்துவிட்டான். இந்திரா சொல்லத் தொடங்கினாள். ''நேற்று இரவு நான் நன்றாக யோசித்துப் பார்த்துவிட்டேன். நான் ரொம்ப முட்டாளாக இருக்கிறேன். இந்த உலகத்தில் யாரும் செய்யாத காரியத்தை நான் செய்திருக்கிறேன். சுயநலத்தைப் பாராமல், மற்றவர்களின் நலத்தைப் பற்றி யோசித்தேன். உனக்கு உங்க அம்மாவின் மேல் எத்தனை பிரியம் என்று எனக்குத் தெரியும். அவங்க சொன்ன பெண்ணை அல்லாமல் நீ என்னைப் பண்ணிக் கொண்டால் அவங்களும் குழந்தைகளும் வேதனைப் படுவார்கள் என்று நினைத்தேன். அவர்களை வேதனையில் ஆழ்த்தி நீ என்னுடன் சந்தோஷமாக இருக்க முடியாது என்று யோசித்தேன்.

நான் செய்த பெரிய தவறு உன் தரப்பிலிருந்து யோசித்துப் பார்த்ததுதான். உங்க அம்மா வருத்தப்பட்டால் எனக்கு என்ன? அவள் என்னைப் பற்றி யோசித்தாளா? நான் எதற்காக அவளைப் பற்றி யோசிக்கணும்? முட்டாள்தனமாக என் வாழ்க்கையில் விலைமதிப்பற்ற உன்னை இழந்து விட்டேன். மறுபடியும் இப்பொழுது அதே தவறைத்தான் செய்து கொண்டிருக்கிறேன். உன்னைப் பற்றி, சீதாவைப் பற்றி யோசித்துக் கொண்டிருக்கிறேன். நேற்று இரவு முதல் அந்த யோசனைகளுக்கு முற்றுப்புள்ளி வைத்துவிட்டேன். உன்னால் என்னைக் கல்யாணம் செய்துகொள்ள முடியுமா முடியாதா சொல்லு. முடியும் என்றால் நாம் எங்கேயாவது போய் கோவிலில் கல்யாணம் செய்து கொள்வோம். நாம் நம்மைப் பற்றி மட்டுமே யோசிப்போம். உண்மையைச் சொல்லு.''

அவன் சிலையாய் அமர்ந்திருந்தான்.

''நாளையும் அதற்கு அடுத்த நாளும் வங்கிக்கு விடுமுறை. திங்களன்று எனக்கு இந்த விஷயத்தைப் பற்றி முடிவாகச் சொல்லு.''

அவன் அதற்கு எந்த விமரிசனமும் செய்யவில்லை.

'' நான் கிளம்புகிறேன்.''

அவன் எழுந்துகொண்டான்.

இந்திரா ஆட்டோவை அழைத்து அதில் ஏறிக்கொண்டாள். அவனிடம் போய் வருவதாகச் சொல்லிக் கொள்ளவும் இல்லை.

அவனும் எதுவும் சொல்லவில்லை. அவனுக்குத் தன்மேல் விருப்பம் இல்லையா? ஆட்டோவில் வரும் போது இந்திராவுக்கு அழுகை வந்தது. தான் எடுத்த முடிவு சரியானதுதான் என்று தோன்றியது.

## 27

இந்திராவுக்குச் சனிக்கிழமை மற்றும் ஞாயிற்றுக் கிழமைகள் பாரமாகக் கழிந்தன. யோசித்து யோசித்து மூளை சூடாகிவிட்டாற்போல் இருந்தது. திங்களன்று ஆபீசுக்குப் போனாள். ஆபீசில் எல்லோரும் கூடி கூடிப் பேசிக் கொண்டிருந்தார்கள். ஒருவரும் சீட்டில் அமர்ந்து வேலை செய்யவில்லை. ஒரே சந்தடியாக இருந்தது.

''என்ன நடந்தது?'' பக்கத்துசீட்டு சாவித்திரியிடம் கேட்டாள் இந்திரா.

''ரமா நேற்று இரவு கிரோசின் ஊற்றிக் கொளுத்திக் கொண்டு விட்டாளாம்.''

இந்திராவுக்குத் தூக்கி வாரிப் போட்டது. ''ரம்யாவா? ரம்யாவுக்கு என்னவாகிவிட்டது?'' என்று கேட்டாள்.

ரம்யா அவளுடன் வேலை பார்ப்பவள். நல்ல சுபாவம். அதிகமாகப் பேச மாட்டாள். தன் வேலை உண்டு தான் உண்டு என்று இருப்பாள். மணி மணியாக இரண்டு குழந்தைகள்.

"வீட்டில் ஏதோ பிரச்னையாம். கணவன் சரியாக கவனிக்க மாட்டானாம். வேறொரு பெண்ணுடன் அவனுக்குத் தொடர்பு வேறு உண்டாம்.''

"இருந்தால்?''

"வெறுமே தொடர்பு வைத்துக் கொண்டிருந்த போது ரம்யா எதுவும் சொல்லவில்லை. அவன் அந்தப் பெண்ணைத் திருமணம் செய்து கொண்டு விட்டானாம். அதைத் தாங்க முடியாமல் ரம்யா கிரோசின் ஊற்றிக் கொளுத்திக் கொண்டு விட்டாளாம். இந்தக் கூத்து நேற்று இன்றையதில்லை. நான்கு வருடங்களாக நடந்து கொண்டுதான் இருக்கிறது. ஆனால் அவளைக் கல்யாணம் பண்ணிக் கொண்டு தன்னை அவன் விட்டுவிடுவான் என்று நினைக்கவில்லையாம். அவனுக்குக் கல்யாணம் ஆவதற்கு முன்பே அந்தப் பெண்ணுடன் தொடர்பு இருக்கிறதாம். வரதட்சணைக்காகத்தான் ரம்யாவைப் பண்ணிக் கொண்டானாம்.

கல்யாணம் ஆனது முதல் பணத்திற்காகத் துன்புறுத்திக் கொண்டிருந்தானாம். மாமனார் கொடுத்த பணமெல்லாம் கற்பூரமாகச் செலவழிந்து விட்டதாம். ரம்யாவின் சம்பளப் பணத்தில்தான் வீடு ஓடிக் கொண்டிருந்ததாம்.''

கூட வேலை பார்ப்பவன் ஒருத்தன் வந்து சொன்னான். "நாங்க ஆஸ்பத்திரிக்குப் போய்ப் பார்க்கப் போகிறோம். நீங்களும் வர்றீங்களா?''

"ஏன் வரமாட்டோம்? உங்களை விட நாங்கள்தான் ரொம்ப வேதனையில் இருக்கிறோம்'' என்றாள் சாவித்திரி.

எல்லோரும் வேனில் கிளம்பினார்கள். ரம்யாவின் உயிரற்ற உடலைப் பார்க்கவே பயங்கரமாக இருந்தது. அவள் தாய் போலும், அழுதுகொண்டிருந்தாள். "தரித்திரம் பிடித்தவன். மகளைக் கொடுத்து மணம் முடித்தால் சந்தோஷமாக வைத்துக் கொள்வான் என்று நினைத்தோம்.

இப்படி அவள் வாழ்க்கையைப் பொசுக்கி விடுவான் என்று நினைக்கவில்லை. அவன் மட்டும் கண்ணில் பட்டால் கொன்று புதைத்து விடுவேன்.''

எல்லோரும் அவளைத் தேற்றிக் கொண்டிருந்தார்கள். அவளுடன் சேர்ந்து ரம்யாவின் கணவனைத் திட்டினார்கள். குழந்தைகள் "அம்மா.. அம்மா'' என்று அழுது கொண்டிருந்தார்கள்.

"இனி போகலாமா?'' எல்லோரும் கிளம்பினார்கள்.

இந்திரா வீட்டுக்கு வந்துவிட்டாள். இந்திராவின் கண்ணெதிரில் ரம்யாவின் உயிரற்ற உடல்தான் தென்பட்டுக் கொண்டிருந்தது. காதுகளில் அவள் தாயார் இட்ட சாபம்தான் ஒலித்துக் கொண்டிருந்தது.

"அவள் எவளோ அவள் என் மகளின் வயிற்றெரிச்சலைக் கட்டிக் கொண்டு சுகமாக இருக்க மாட்டாள். என் மகள் பேயாக அவளைப் பிடித்துக் கொண்டு ஆட்டி வைப்பாள். என் கண்ணில் பட்டால் அவன் கைகால்களை உடைத்துப் போட்டு விடுவேன்."

"அழாதே சித்தி! அவன் எங்கே போய் விடுவான்? அவனுக்கு ஒரு முடிவைக் கட்டாமல் நான் சும்மா விட்டு விடுவேனா?" இளைஞன் ஒருவன் அவளைச் சமாதானப்படுத்திக் கொண்டிருந்தான்.

அந்த சாபங்களும், வசவுகளும் இந்திராவின் காதுகளை விட்டு நீங்க மறுத்தன.

இந்திரா ஆடாமல் அசையாமல் உட்கார்ந்திருப்பதைக் கண்டு அக்கா வந்து நெற்றியின் மீது கையை வைத்துப் பார்த்தாள். "என்ன இது? அந்த ரம்யா போய்ச் சேர்ந்தால் நீ எதற்குப் பைத்தியம் பிடித்தவளைப் போல் பார்க்கிறாய்? நல்லபடியாகக் கல்யாணம் ஆகாவிட்டால் எந்தப் பெண்ணின் வாழ்க்கையும் இப்படித்தான் முடியும்" என்றாள்.

சாப்பிடச் சொல்லி வற்புறுத்தினாள். இந்திரா சாப்பிட மறுத்துவிட்டாள். உறக்கமும் வரவில்லை. என்ன காரியம் செய்துவிட்டாள் அவள்? வித்யாபதியிடம் "வந்துவிடு. எங்கேயாவது போய்க் கல்யாணம் செய்துகொள்வோம்" என்று சொல்லி விட்டாளே? அவன் வந்துவிடுவான். அதில் சந்தேகம் இல்லை. தன்மீது அவனுக்கு இருக்கும் காதலில் கடுகளவுகூட சந்தேகம் இல்லை. அப்பொழுது சீதாவின் நிலைமை என்ன? சீதாவின் உடல் எரிந்து போன நிலையில் விகாரமாக இந்திராவின் கண்முன்னால் நிழலாடியது.

இந்திரா வீலென்று கத்தினாள்.

"என்ன?" சமையலறையில் பாத்திரங்களை ஒழித்துக் கொண்டிருந்த அக்கா ஓடி வந்தாள். இந்திராவின் முகத்தில் வியர்வை அரும்பியிருந்தது. "என்ன நடந்தது?"

"ஒன்றும் இல்லை அக்கா. ஏனோ பயமாக இருந்தது."

அக்கா இந்திராவை வியப்புடன் பார்த்தாள். ''பயமாக இருக்கிறதா? நான் வேண்டுமானால் துணைக்குப் படுத்துக் கொள்ளட்டுமா?'' என்றாள்.

சரி என்பது போல் பார்த்தாள் இந்திரா. அக்கா கதவைச் சாத்திவிட்டு வந்து அவளை அணைத்தபடி படுத்துக் கொண்டாள். அடுத்த நிமிடம் குறட்டை விடத் தொடங்கினாள்.

இந்திரா கட்டிலில் அப்படியே உட்கார்ந்திருந்தாள். தான் எவ்வளவு பெரிய தவறை செய்ய முற்பட்டாள்? வித்யாபதியை தன்னுடன் வரச் சொல்லிவிட்டாள். சீதாவின் கதி என்ன? இதில் சீதாவின் தவறுதான் என்ன? எல்லோரையும் போலவே பெற்றோர்கள் முடிவு செய்த வரனைப் பண்ணிக் கொண்டாள். வித்யாபதி ஏற்கனவே ஒரு பெண்ணைக் காதலித்தது சீதாவின் தவறு இல்லையே? சீதாவை சம்மதிக்க வைத்துவிட்டு வித்யாபதி வந்தால் நன்றாக இருக்கும். ஆனால் அது சாத்தியம்தானா? இந்த உலகத்தில் எந்த நாட்டிலும் கொடுக்காத மதிப்பு திருமணத்திற்கு நம் நாட்டில் கொடுப்பது கொஞ்சம் அதிகப்படியானதுதானோ?

திருமணம் என்ற சடங்கு மிகவும் உயர்வானது என்றுதானே தானும் அதற்காகத் தவியாய்த் தவித்தாள். அதன் மதிப்பு தெரியவில்லை என்றால் வித்யாபதியுடன் அவள் சேர்ந்து வாழலாமே? இந்திராவுக்கு மூளையே கலங்கிவிடும் போல் இருந்தது. கடைசியில் ''என் மூளையில்தான் ஏதோ குறை இருக்கிறது. எப்பொழுதுமே என்னைப் பற்றி யோசிக்காமல் மற்றவர்களைப் பற்றியே யோசித்துக் கொண்டிருக்கிறேன்'' என்று நெற்றியில் அடித்துக் கொண்டு தன்மீதே கோபம் கொண்டாள்.

வித்யாபதி என்னவென்று முடிவு செய்வான்? சீதாவை விட்டுவிட்டுத் தன்னுடன் வந்து விடுவானா? தன்மீது காதல் இருந்தால் அதெப்படி அப்படி முடிவு எடுக்கலாம்? அது அவனுடைய தனித்தன்மைக்கே களங்கமாக இருக்காதா? அவன் சரி என்று சொல்லிவிட்டால் அவனிடம் அருவருப்பு எற்படுமோ என்னவோ.

அப்பொழுது அவள் என்ன செய்வாள்? தன்னுடைய வெறுப்பை வெளிப்படுத்திவிட்டு அவனைப் போகச் சொல்லி விடுவாளா? ஒருக்கால் சீதாவை விட்டுவிட்டு வர முடியாது என்று சொல்லிவிட்டால்? இந்திராவை மேலும் சோர்வு ஆட்கொண்டது.

# 28

செவ்வாய்க்கிழமை இந்திரா ஆபீசுக்கு வந்தாள். அவள் மனம் நீதிபதியின் தீர்ப்புக்காகக் காத்திருக்கும் குற்றவாளியைப் போல் இருந்தது. வித்யாபதி வந்தால் என்ன செய்வது? வராவிட்டால் என்ன செய்வது? இந்திரா அடிக்கடி கடியாரத்தையே பார்த்துக் கொண்டிருந்தாள். காலியாய், வெறிச்சிட்டுக் கிடந்த ரம்யாவின் இருக்கையைப் பார்க்கும் போது இதயம் பாரமாகிவிட்டது. ரம்யா எவ்வளவு நல்லவள்? ரொம்ப சாது சுபாவம். இந்திராவின் மனம் கொஞ்ச நேரம் ரம்யாவைப் பற்றி, கொஞ்ச நேரம் வித்யாபதியைப் பற்றியென்று யோசித்துக் கொண்டிருந்தது.

பல யுகங்கள் போல் மிகப் பாரமாகக் கழிந்தபிறகு மாலை யாகிவிட்டது. வங்கி மூடும் நேரமாகிவிட்டது. எல்லோரும் கிளம்பிக் கொண்டிருந்தார்கள். இந்திரா வெளியே வந்தாள். அங்கே வித்யாபதி இல்லை. இந்திரா சாவித்திரியைத் துணைக்கு இருக்கச் சொல்லி மேலும் ஒரு மணி நேரம் காத்திருந்தாள். வித்யாபதி வரவே இல்லை. இந்திரா பெருமூச்சு விட்டுக் கொண்டாள். ''சாரி சாவித்திரி! உனக்குச் சிரமம் கொடுத்துவிட்டேன். வா, வீட்டில் இறக்கி விட்டுப் போகிறேன்'' என்று ஆட்டோவை அழைத்தாள். சாவித்திரி தடுத்தாலும் கேட்டுக் கொள்ளாமல் அவள் வீட்டில்கொண்டு இறக்கிவிட்டாள். பிறகு வீட்டுக்கு வந்து சேர்ந்தாள். தெரு முனையில் வித்யாபதி தனக்காகக் காத்திருப்பான் என்ற நம்பிக்கை பொய்த்துவிட்டது.

உடைகளை மாற்றிக் கொள்ளும் போது, சாப்பிடும் போது எந்த சின்ன சத்தம் கேட்டாலும் வாசல் பக்கம் பார்த்துக் கொண்டிருந்தாள். இரவு வந்துவிட்டது. கட்டிலில் படுத்துக் கொண்

டிருந்த இந்திரா ஆட்டோ சத்தம் கேட்டதும் ஓடிப்போய் ஜன்னல் கர்டனை விலக்கி வெளியில் பார்த்தாள். பக்கத்து வீட்டுக்கு வந்த ஆட்டோ என்று தெரிந்ததும் பெருமூச்சு விட்டபடி திரும்பினாள். கட்டில் மீது அமர்ந்து கொண்டிருந்த இந்திராவுக்கு உறக்கம் வருவதற்கான அடையாளமே தெரியவில்லை. வித்யாபதி கட்டாயம் வருவான் என்று தன்னுடைய மனச்சாட்சி அழுத்திச் சொன்ன சத்தியம் பொய்த்துவிட்டதே என்று தோன்றியது.

பொழுது விடிந்தது. இந்திரா சோர்வுடன் படுத்துக் கிடந்தாள். ரொம்ப முயற்சி செய்து எழுந்து தயாராகி ஆபீசுக்குக் கிளம்பினாள். மாலையும் ஆகிவிட்டது. வித்யாபதி வரவே இல்லை. அவனால் வர முடியவில்லை. பதில் சொல்லத் தெரியாமல் வராமல் இருந்துவிட்டான்.

இந்திராவுக்கு ஆத்திரம் பற்றிக் கொண்டு வந்தது. வந்து தைரியமாக ஒரு வார்த்தை சொல்லிவிட்டுப் போயிருந்தால் அவளுக்கு எவ்வளவு நிம்மதியாக இருந்திருக்கும்? அவனுடைய கோழைத்தனத்தைக் கண்டு அருவருப்புதான் ஏற்பட்டது. ஏதோ வாய் நிறையப் பேசினானே தவிர செல்வம் நிறைந்த மாமனாரை விட்டுவிடுவானா? தான் ஒரு பைத்தியம். அவனுக்காக வாழ்க்கையைத் தொலைத்துவிட்டாள்.

இந்திராவுக்கு அந்த நிமிடத்தில் உலகத்தில் எல்லோரும் தன்னைவிட புத்திசாலியாய் இருப்பது போல் தோன்றியது. மேலும் ஒரு மணி நேரம் கழிந்த பிறகு இந்திராவால் கோபத்தை அடக்க முடியவில்லை. தானே அவனுடைய அலுவலகத்திற்குப் போன் செய்தாள். இப்படி அவனுக்காக போன் செய்வது இதுதான் கடைசி தடவை என்று மனதில் சபதமிட்டுக் கொண்டாள்.

போன் ஒலித்தது. மறுமுனையில் யாரோ எடுத்தார்கள். இந்திரா "ஹலோ" என்று ஒலிக்கப் போகும் பரிச்சயமான குரலுக்காகக் காத்திருந்தாள்.

"ஹலோ" மறுமுனையிலிருந்து குரல் ஒலித்தது. அந்தக் குரல் வித்யாபதியுடையது அல்ல. கட்டைக் குரலில் முரட்டுத் தனத்து டன் அது ஒலித்தது.

"மிஸ்டர் வித்யாபதி இருக்கிறாரா?"

"வித்யாபதியா? அவர் இல்லையே? ஊருக்குப் போயிருக்கிறார்."

"ஊருக்கா? எந்த ஊர்?"

"பாம்பே. அவருடைய மாமனார் ஹார்ட் அட்டாக்கில் போய்விட்டார். ஃபாமிலியுடன் போயிருக்கிறார்."

இந்திரா அதைக் கேட்டதும் நிமிர்ந்து நின்றாள். "மாமனார் போய்விட்டாரா?" தெளிவற்ற குரலில் சொன்னாள்.

"ஆமாம். அவர் கிளம்பி இரண்டு நாட்களாகிறது. இன்று வந்து விடுவார். நீங்கள் யார்? உங்களுடைய வேலை என்னவென்று சொல்லுங்கள். மேனேஜர் வந்ததும் சொல்லுகிறேன். ஹலோ..."

இந்திரா அதற்குள் போனை வைத்துவிட்டாள். "மாமனார் போய்விட்டார். ஃபாமிலியுடன் பம்பாய்க்குப் போயிருக்கிறார்" என்ற வார்த்தைகள் திரும்பத் திரும்ப நினைவுக்கு வந்தன. சீதாவின் தந்தை இறந்து போய்விட்டாரா? வித்யாபதி சீதாவை அழைத்துக் கொண்டு பம்பாய்க்குப் போயிருக்கிறானா? இந்திராவுக்கு எப்படியோ இருந்தது. வந்து இருக்கையில் உட்கார்ந்து கொண்டாள். பைலில் இருந்த எண்கள் தென்படவில்லை.

பம்பாய் தென்பட்டது. அங்கே சீதாவைத் தேற்றிக் கொண்டிருக்கும் வித்யாபதி தென்பட்டான். சீதாவின் தலை அவன் தோளில் சாய்ந்து இருந்தது. சீதா அழுது கொண்டிருக்கிறாள். வித்யாபதியின் கை அவள் தலையை வருடிக்கொண்டிருந்தது. "சீதா! அழாதே ப்ளீஸ். போக வேண்டிய நேரம் வந்து விட்டது. அப்பா போய் விட்டார். அவருக்கு என்ன குறை சொல்லு? அழாதே, இந்த காபியைக் குடி. சீதா நல்லப் பெண் இல்லையா. காபி குடிக்காவிட்டால் என்மேல் ஆணை." அவன் வலுக்கட்டாயமாகக் காபியைக் குடிக்க வைத்துக் கொண்டிருந்தான். ஒரு வாய் குடித்த சீதா பேதையைப் போல் அவனைப் பார்க்கிறாள். அவள் கண்களில் நீர் நிறைந்திருந்தது. "சீதா!" அவன் சீதாவை மார்போடு அணைத்துக் கொண்டான். சீதா அவன் மார்பில் சாய்ந்து கொண்டு அழுது கொண்டிருந்தாள்.

"உங்களைத்தான். மேனேஜர் உங்களை வரச் சொன்னார்." ப்யூன் வந்து சத்தமாகச் சொன்னான்.

இந்திரா திடுக்கிட்டாள். எப்படியோ சமாளித்துக் கொண்டு அவன் பின்னால் நடந்தாள். இந்திராவின் கண்களுக்கு மேனேஜரில் உருவம்தான் தென்பட்டுக் கொண்டிருந்தது. அவர் என்ன பேசுகிறார் என்று புரியவில்லை. மேனேஜரிடமிருந்து வசவுகளை வாங்கிக் கட்டிக் கொண்டாள். உடல் நலம் சரியாக இல்லை என்று கடிதம் எழுதிக் கொடுத்துவிட்டு வெளியே வந்துவிட்டாள்.

# 29

பத்து நாட்கள் கழித்து சீதாவின் வீட்டில் லாயர் உட்கார்ந்திருந்தார். வித்யாபதி மேஜையில் சாய்ந்தபடி நின்றிருந்தான். லாயர் தஸ்தாவேஜுகளை கவனமாக முடிச்சுப் போட்டுக் கொண்டே ''அம்மா சீதா! இதுதான் விஷயம். உங்க அப்பாவின் சுயசம்பாத்தியம் இந்த சொத்து. இது உனக்குப் பிறக்கப் போகும் குழந்தைகளுக்குச் சேரும். நீங்க இருவரும் உயிருடன் இருக்கும் வரையில் அதை அனுபவிக்கலாமே ஒழிய விற்பதற்கோ, தானம் செய்வதற்கோ எந்த உரிமையும் இல்லை'' என்று சொன்னார்.

சீதா கண்ணிமைக்கும் நேரம் வித்யாபதியைப் பார்த்தாள். அவன் கைகளை கட்டிக் கொண்டு எல்லோரையும் பார்த்துக் கொண்டிருந்தான். ''ஆகட்டும் வக்கீல் சார். படித்துச் சொல்லி விட்டீங்க இல்லையா'' என்றாள் காகிதக் கட்டை வாங்கிக் கொண்டே.

''இன்னொரு விஷயமும் சொல்கிறேன். நீ பிறப்பதற்கு முன்னால் உங்க அப்பா தன்னுடைய தம்பி மகன் பிரசாதை எடுத்து வளர்த்தார். அவன் இப்பொழுது சொத்தில் தனக்கும் பங்கு இருப்பதாக கோர்ட்டில் கேசு போடப் போகிறானாம். நீங்க ஜாக்கிரதையாக இருக்கணும்.''

''போடட்டுமே. அதையும் பார்த்து விடலாம்'' என்றாள் சீதா அலட்சியமாக.

சீதா தஸ்தாவேஜுகளை எடுத்துக் கொண்டு பீரோவில் பத்திரமாக வைப்பதற்காகப் போனாள்.

லாயர் கிளம்பப் போனவர் நின்று வித்யாபதியின் தோளில் தட்டிக் கொடுத்தார். "சீதா பெண்பிள்ளை. இதுவரையில் தந்தையின் நிழலில் வளர்ந்துவிட்டாள். இந்தச் சொத்தை கொள்ளை அடித்துக் கொண்டு போகலாம் என்று எல்லோரும் கழுகு போல் காத்துக் கொண்டிருக்கிறார்கள். இனி நீதான் இந்தச் சொத்துக்கெல்லாம் காவலாளி. கவனமாகப் பார்த்துக் கொள். பணத்தைச் சம்பாதிப்பது கஷ்டம் இல்லை. காப்பாற்றுவதுதான் ரொம்பக் கஷ்டம். சீதா! நான் கிளம்புகிறேன். ஏதாவது தேவைப்பட்டால் சொல்லியனுப்பு. உடனே வந்து விடுகிறேன். நீ எதற்கும் கவலைப் படாதே. துணைக்கு நான் இருக்கிறேன்" என்றார்.

சீதாவின் விழிகளில் ஈரம் படர்ந்தது. "ஆகட்டும் மாமா" என்றாள்.

சீதா தந்தையின் காரியங்களைப் பெரிய அளவில் நிறைவேற்றினாள். தாய் நோயாளியாக மாறிவிட்டாள். அவளையும் சீதாதான் கவனித்துக் கொள்ள வேண்டியதாயிற்று. சுபத்ரா மட்டும் சீதாவை பெற்ற தாயைவிட அதிகமாகப் பார்த்துக் கொண்டாள். அவளுக்கு சீதா என்றால் ரொம்பப் பிரியம். இவ்வளவு பணக்கார வீட்டுப் பெண் தன்னையும் குழந்தைகளையும் அன்பாகப் பராமரித்து வருவது தன்னுடைய பூர்வ ஜென்மபலன் என்று தினமும் ஒரு தடவையாவது நினைத்துக் கொள்வாள். குழந்தைகளுக்கும் சீதா என்றால் அன்பு அதிகம். ஏன் என்றால் தங்களுக்கு வேண்டியதை எல்லாம் அண்ணாவை விட மேலாகப் பார்த்துப் பார்த்து செய்வாள்.

சீதா கவலையில் ஆழ்ந்தாள். தந்தை நிறைய சம்பாதித்து விட்டுப் போயிருக்கிறார். ஆனால் அதன் மூலம் அவளுக்குச் சந்தோஷம் இல்லாமல் வேதனைதான் வந்து சேர்ந்தது. கம்பெனியின் லாப நஷ்டத்தைப் பார்த்துக் கொள்ளணும். கணவன்மீது கோபம் இருந்தாலும் வேலைக்காரர்களுக்கு முன்னால் கேலிக்கூத்தாகி விடும் என்று பயம். இரண்டு வாரங்கள் கழிந்ததோ இல்லையோ கோர்ட்டிலிருந்து சம்மன்கள் வந்து சேர்ந்தன.

இதை எல்லாம் தாங்கிக் கொள்வதும், எதிர்த்து நிற்பதும் சீதாவுக்கு தாங்க முடியாத பாரமாகத் தோன்றியது.

தந்தை இறந்துவிட்டார் என்று சித்தப்பாவிடமிருந்து போன் வந்த இரவை தன்னால் எப்படி மறக்க முடியும்? அன்று வீட்டில் எவ்வளவு பயங்கரமான சண்டை நடந்தது? வித்யாபதி அவளை விவாகரத்துத் தரச் சொல்லிக் கேட்டான்.

சீதா திகைத்துப் போனாள். "நான் என்ன தவறு செய்து விட்டேன்?" என்றாள்.

வித்யாபதியால் பதில் சொல்ல முடியவில்லை. சீதா உலுக்கி எடுத்தாள்.

"இதில் உன்னுடைய தவறு எதுவும் இல்லை. தவறு முழுவதும் என்னுடையதுதான். உன்னைக் கல்யாணம் செய்து கொண்டது, செய்து கொண்ட பிறகு எல்லா கணவன்மார்களைப் போல் காதலிக்க முடியாமல் போனது என் தவறுதான்."

"நான் இப்பொழுது உங்களிடம் காதல் பிட்சை கேட்கவில்லையே?"

"சீதா!"

"உங்களுடைய சந்தோஷத்திற்குக் கூடக் குறுக்கே வரவில்லை. இந்திராவுடன் நீங்கள் வெளியே சுற்றுகிறீர்கள், ஹோட்டலுக்குப் போகிறீர்கள். அவளுக்கு இங்கேயே மாற்றல் கிடைக்கும் விதமாகச் செய்தீர்கள். வீடு அலாட் ஆகும்படியாக செய்தீர்கள். ஜுரம் வந்தால் ஆஸ்பத்திரியில் இருந்து பணிவிடை செய்தீங்க. நான் என்றாவது ஏதாவது சொன்னேனா?"

"சொல்லவில்லை."

"அதையெல்லாம் தாங்கிக் கொண்டேன். எதற்கு? அப்பாவுக்காக இல்லை. எனக்காகத்தான். நீங்கள் என்னைக் கவனிக்காவிட்டால் உலகத்தாரின் முன்னால் இளப்பமாகி விடுவேனோ என்ற அச்சத்தால்தான் சகித்துக் கொண்டேன். சிறுவயது முதல் அதிர்ஷ்டசாலி என்று பெயர் பெற்று விட்டேன். என் அதிர்ஷ்டத்திற்கு ஈடு இணை இல்லை என்று பூரித்துப் போயிருந்தேன். இந்த இடத்தில்தான் விதி என்னைப் பலமாகத் தாக்கிவிட்டது. இந்த அடி வெளியே தெரிந்து விடாமல் சமாளிக்கத்தான் உலகத்தாருக்கு முன்னால் பூசி மெழுகி வாழ்ந்து கொண்டிருக்கிறேன். என்னுடைய கௌரவம் என்னைவிட, உங்களைவிட எனக்கு முக்கியமானது. இதை என்னால் விட்டுக் கொடுக்க முடியாது. நான் உங்களை விவாகரத்து செய்வது என்பது என் உடலில் உயிருள்ள வரையில் நடக்காத காரியம். இந்தத் திருமணத்தை ஏன் செய்து கொண்டீங்களோ எனக்குத் தெரியாது. இது நடந்தது என்னுடைய துரதிர்ஷ்டம் மட்டுமே இல்லை. உங்களுக்கும்தான். என்னை மறுத்துவிட்டு நீங்கள் போய்விட முடியாது. அப்படிப் போனால் என்னால் உங்களைத்

திரும்பவும் வரவழைத்துக் கொள்ள முடியும். நீங்க எதற்காக டைவோர்ஸ் கேட்கிறீங்க என்று எனக்குத் தெரியும். இந்திராவை உங்களால் வெறுமே வைத்துக் கொள்ள முடியுமோ என்னவோ. திருமணம் மட்டும் பண்ணிக் கொள்ள முடியாது.''

''வாயை மூடு.'' சீதாவின் கன்னம் அதிர்ந்தது. ''எல்லை மீறிப் பேசாதே.'' வித்யாபதியின் கண்கள் நெருப்பை உமிழ்ந்தன.

அதற்குள் போன் ஒலித்தது. கன்னத்தைப் பிடித்துக் கொண்டு நின்றிருந்த சீதா மெதுவாக நினைவு திரும்பியவள் போல் நடந்துபோய் போனை எடுத்தாள். உடனே சத்தமாக ''இல்லை. இருக்காது. பொய்.. பொய்'' என்று கத்திவிட்டாள்.

அறைக்குத் திரும்பப் போன வித்யாபதி திரும்பிப் பார்த்தான். சீதா கதறிக் கொண்டே பேசினாள். ''எப்பொழுது? எத்தனை மணிக்கு? என்ன நடந்தது? ஹார்ட் அட்டாக்கா..'' அழத் தொடங்கினாள்.

வித்யாபதி அருகில் வந்தான். சீதா ரிசீவரை அப்படியே விட்டு விட்டுத் தலையில் அடித்துக் கொண்டே ''பொய்.. பொய்'' என்று கதறிக் கொண்டிருந்தாள். வித்யாபதி ''என்ன நடந்தது?'' என்று கேட்டான்.

''அப்பா போய் விட்டாராம்.''

வித்யாபதி போனை எடுத்துக் கொண்டான். பாம்பேயிலிருந்த சீதாவின் சித்தப்பா பேசினார். சீதாவை உடனே அழைத்துக் கொண்டு வரச் சொன்னார். உடனே கிளம்பினால் பிளயிட் கிடைக்கும் என்றும், டிக்கெட்டுக்குத்தான் ஏற்பாடு செய்தவதாகவும் சொன்னார்.

அரைமணியில் இந்தச் செய்தி எல்லோருக்கும் தெரிந்து போய்விட்டது. சீதா, வித்யாபதி இருவரும் விமானநிலையத்திற்குக் கிளம்பினார்கள்.

காரில் சீதா அழுது கொண்டே இருந்தாள். வித்யாபதி கையைநீட்டி அவளை அருகில் இழுத்துச் சமாதானப்படுத்த முயன்றான். ''சீதா!'' அவன் இதழ்கள் தெளிவற்று உச்சரித்தன. சீதா அவனைப் பலமாகத் தள்ளிவிட்டாள். ஒரு மூலையில் ஒதுங்கிக் கொண்டு, கைகளால் முகத்தைப் பொத்திக் கொண்டு அழத் தொடங்கினாள். வித்யாபதி திகைத்துப் போனாற்போல் மௌனமாக இருந்துவிட்டான்.

அதற்குப் பிறகும் வித்யாபதி ஒரு பொம்மையாக நின்று கொண்டிருந்தானே தவிர சீதாதான் எல்லாவற்றையும் கவனித்துக்

கொண்டாள். சீதாவின் தைரியத்தைக் கண்டு வியந்து போனான் அவன். சீதாவும் அவனும் மறுபடியும் தனிமையில் சந்தித்துக் கொள்ளும் சந்தர்ப்பம் வரவே இல்லை. சீதாவைப் பார்த்தால் அவனுக்கு ரொம்ப இரக்கமாக இருந்தது. இந்த நிமிஷம் அவள் எவ்வளவு தனிமையை அனுபவித்துக் கொண்டிருக்கிறாள் என்று அவனுக்குப் புரிந்தது. சீதாவுக்குத் தன் மூலமாக வேதனை ஏற்பட்டதற்கு வருத்தமாகவும் இருந்தது. அவள் தன்னைத் தவிர வேறு யாரைப் பண்ணிக் கொண்டிருந்தாலும் சந்தோஷமாக இருந்திருப்பாள். அவன் தன்னந்தனியாக சீதாவின் குடும்பத்தில் ஒருவனாக மௌனமாக இருந்துவிட்டான்.

சீதாவுக்கு உறவினர்கள் நிறையப் பேர் இருந்தார்கள். அவர்கள் எல்லோரும் பெரிய பெரிய பதவிகளில் இருந்தார்கள். சீதா குடும்ப கௌரவத்திற்கு ஏன் முக்கியத்துவம் தருகிறாள் என்று இப்போது அவனுக்குப் புரிந்தது.

இந்திரா மறுநாள் ஆபீசுக்கு வந்தாள். பஸ் தவறிவிட்டதால் வேறு பஸ் கிடைத்து வருவதற்குள் அரைமணி தாமதமாகிவிட்டது. இந்திரா அவசர அவசரமாக சீட்டில் வந்து உட்கார்ந்துகொண்டு பைல்களை புரட்டிக் கொண்டிருந்தவள் எதற்காகவோ ரம்யா இருந்த சீட் பக்கம் பார்த்தாள். அந்த இருக்கை அன்று காலியாக இருக்கவில்லை. மாநிறமாக, உயரமாக இருந்த ஒருவன் உட்கார்ந்திருந்தான்.

பக்கத்தில் இருந்த சாவித்திரி அவனுடன் ஏதோ பேசிக் கொண்டிருந்தாள். இந்திராவைப் பார்த்ததும் ''இந்திரா! இவர்தான் பிரசாத். ரம்யாவின் இடத்திற்கு புதிதாக மாற்றல் ஆகி வந்திருக்கிறார். இவள் இந்திரா'' என்று பரஸ்பரம் அறிமுகம் செய்து வைத்தாள்.

''கிளாட் டு மீட் யூ'' என்றான் முறுவலுடன். சிரித்த முகம். உதடுகளிலும், கண்களிலும் புன்முறுவல் தவழ்ந்துகொண்டே இருந்தது.

பிற்பகல் லஞ்ச நேரத்தில் அவனே எல்லோருக்கும் காபி வரவழைத்துக் கொடுத்தான். ''இன்றைக்கு என்னைக் கொடுக்க விடுங்க. அப்புறமாக வட்டியும் முதலுமாக நானே வசூல் பண்ணிக் கொள்கிறேன். சொல்லப் போனால் என்னுடைய கொள்கையும் வங்கியின் கொள்கையும் ஒன்றுதான். யாருக்கு எதைக் கொடுத்தாலும் வட்டியுடன் வசூல் செய்து கொள்ளணும்'' என்றான். எல்லோரும் கொல்லென்று சிரித்தார்கள்.

வந்த கஸ்டமர்களுடன் கூட சிரித்துக் கொண்டும் ஜோக் அடித்து சிரிக்க வைத்துக் கொண்டும் இருந்தான். அப்படிப்பட்ட நபர் கூட இருந்தால் வேலை செய்யும் களைப்பே தெரியாது. இந்திராவுக்கு அன்று சீக்கிரமாக கழிந்துவிட்டது போல் தோன்றியது.

அன்றைக்கு மட்டுமே இல்லை. அதற்குப் பிறகும் தினமும் வங்கியில் அடி எடுத்து வைத்தது முதல் நேரம் சீக்கிரமாகப் போய்க் கொண்டிருந்தது. எப்போதும் முகத்தைக் கடுகடுவென்று வைத்துக் கொள்ளும் மேனேஜர் கூட அவன் பேச்சைக் கேட்டுச் சிரிக்கத் தொடங்கினார்.

காஷியர் கோபாலன் அன்று எல்லோருக்கும் பார்ட்டி கொடுத்தான் மேனேஜர் வாய்விட்டு சிரித்தார் என்று. பிரசாத் வந்ததிலிருந்து தினமும் யாராவது ஏதாவது ஒரு காரணத்திற்காக பார்ட்டி கொடுத்துக் கொண்டிருந்தார்கள். எல்லோருடைய முறையும் முடிந்துவிட்டது. இந்திரா மட்டும்தான் இன்னும் கொடுக்கவில்லை. இந்திராவுக்கு எந்தக் காரணமும் தென்படவில்லை. ''இந்திராவை எப்படியாவது பார்ட்டி கொடுக்குபடி செய்கிறேன்''

என்று பிரசாத் சவால் விட்டான். அன்று இந்திரா வந்ததும் ''கங்கிராட்சுலேஷன்ஸ்'' என்றான்.

''எதுக்கு?''

''இந்தப் புள்ளிப் போட்ட புடவை உங்களுக்கு ரொம்ப நன்றாக இருக்கிறது.''

''தாங்க்ஸ்.''

''வெறும் தாங்க்ஸ் மட்டும் போதாது. பார்ட்டி கொடுத்தாக வேண்டும்.''

''ரொம்ப நன்றாகத்தான் இருக்கிறது.''

''அப்படிச் சொல்லிவிட்டால் சும்மா விட்டு விட மாட்டேன். பார்ட்டி கொடுத்துதான் ஆக வேண்டும். இந்தப் புடவை உங்களுக்கு அழகாக இருக்கு என்று சொல்வதற்கு நான் எவ்வளவு கஷ்டப்பட வேண்டியிருந்தது தெரியுமா?''

''கஷ்டமா?''

''ஆமாம். தினமும் நீங்க கட்டிக்கொள்ளும் புடவைகளை கவனமாகப் பார்த்திருக்கிறேன். அஃப்கோர்ஸ், எனக்குத் தெரியாமலேயேதான் என்று வைத்துக் கொள்ளுங்கள். இந்தப் புடவையில் தென்படுவதுபோல் அத்தனை அழகாக வேறு எந்தப் புடவையிலும் நீங்கள் தென்படவில்லை. அதோடு உங்கள் முகம் சீரியசாக இருப்பதைக் காட்டிலும் சிரிக்கும் போதுதான் இன்னும் அழகாக இருக்கும். இன்னும் சொல்லணும் என்றால்...'' அவன் மேலும் சொல்லப் போனான்.

''போதும் போதும். நீங்கள் இன்னும் கஷ்டப்பட்டுப் புகழத் தேவையில்லை. நான் பார்ட்டி தந்து விடுகிறேன். போதுமா?'' என்றாள்.

''தாங்க்யு'' என்றான் சந்தோஷமாக.

அன்று மதியம் இந்திரா எல்லோருக்கும் பார்ட்டி கொடுத்தாள். எல்லோரும் பார்ட்டியில் கலந்து கொண்டார்கள். ''எப்போதும் காபிதானா? ஒரு மாற்றத்திற்காக ஐஸ்க்ரீம்'' என்று ஐஸ்க்ரீமை வரவழைத்தாள். பிரசாத் பார்ட்டி என்ற பெயரில் தினமும் ஒருத்தரைக் கொண்டு செலவழிக்க வைத்தாலும் கணக்கிட்டுப் பார்த்தால் வாரத்தில் ஒரு நாள் ஒருத்தருக்கு முறை வந்து கொண்டிருந்தது. அதன்படி பார்த்தால் அவரவர்களின் செலவைத்தான் வாரத்தில் ஒரேநாளில் செலவு செய்து கொண்டிருந்தார்கள்.

இந்திரா இந்த விஷயத்தை எடுத்துச் சொன்னதும் எல்லோரும் ''ஆமாம் ஆமாம்'' என்று வியப்படைந்து விட்டார்கள்.

எல்லோரும் ஐஸ்கிரீம் சாப்பிட்டுக் கொண்டிருந்தார்கள். அதற்குள் வித்யாபதி அங்கே வந்தான். அவனைப் பார்த்ததும் இந்திராவின் இதயத் துடிப்பு ஒரு நிமிடம் நின்றுவிட்டது.

"இந்திரா! உன்னுடைய பிரண்ட் வந்திருக்கிறார்" என்றாள் துளசி.

இந்திரா வெளியே போவதா வேண்டாமா என்ற சங்கடத்தில் ஆழ்ந்தாள். மனம் வேகமாக யோசித்துக் கொண்டிருந்தது.

"எக்ஸ்க்யூஸ் மி. ஜஸ்ட் எ மினிட்." இந்திராவுடன் பேசிக் கொண்டிருந்த பிரசாத் வித்யாபதியை நோக்கிப் போனான். "ஹலோ அத்தான்! என்ன விசேஷம்? இந்தப் பக்கமாக வந்திருக்கீங்களே? என் தங்கைக்குத் தெரியாமல் இங்கே அக்கவுண்ட் ஏதாவது வைத்துக் கொள்ளப் போறீங்களா? அப்கோர்ஸ்! சீதாவிடம் நான் சொல்லமாட்டேன், கவலைப்படாதீங்க" என்று ஜோக் அடித்தான். வித்யாபதி குழப்பத்துடன் பார்த்தான்.

"வாங்க. நாங்கள் பார்ட்டி கொண்டாடிக் கொண்டு இருக்கி றோம். நீங்களும் ஐஸ்கிரீம் சாப்பிடுங்கள். இவள் இந்திரா, என்கூட வேலை பார்க்கிறாள். இவள்தான் இன்று பார்ட்டி கொடுக்கிறாள். மிஸ். இந்திரா! இவர் பெயர் சீதாபதி, அதாவது சீதாவின் கணவன் என்று அர்த்தம்."

ஏற்கனவே நேரமாகிவிட்டதால் எல்லோரும் தம் இருக்கை களுக்குத் திரும்பிக் கொண்டிருந்தார்கள். இந்திரா வித்யாபதியையே பார்த்துக் கொண்டிருந்தாள்.

"சீதா எப்படி இருக்கிறாள்? நானும் வரணும் என்றுதான் நினைத்துக் கொண்டு இருக்கிறேன். பாவம்! அவள் தந்தை இறந்து விட்டாராமே. துக்கம் விசாரித்து வரச் சொல்லி அப்பா நினைவுப் படுத்திக் கொண்டே இருக்கிறார். எனக்குத்தான் அதுபோன்ற விசாரிப்புகள் என்றால் சங்கடம். அதிலும் பெண்கள் யாராவது அழுது கொண்டிருந்தால் என்னால் அதைப் பார்த்துக் கொண்டிருக்கவே முடியாது." அவன் ஏதேதோ பேசிக் கொண்டே இருந்தான்.

"இந்திரா! மாலையில் சந்திக்கிறேன்" வித்யாபதி எழுந்து கொண்டே சொன்னான்.

பிரசாத் வியப்புடன் பார்த்துக் கொண்டே "உங்கள் இருவருக்கும் முன்பே தெரியுமா?" என்றான்.

"நன்றாகவே தெரியும். நாங்க இருவரும் சிநேகிதர்கள். சீதாவுக்கும் இந்திராவை நன்றாகத் தெரியும்" என்றான் வித்யாபதி. பின்னர் அவன் கிளம்பிப் போய்விட்டான்.

‘‘அப்படி என்றால் நீங்களும் எங்களைச் சேர்ந்தவர்கள்தான் என்று சொல்லுங்க. வெரிகுட்’’ என்றான். அவன் முகத்தில் மகிழ்ச்சி தென்பட்டது. அதைக்கண்ட இந்திராவின் முகம் சிவந்தது.

# 31

பிரசாத் சீதாவின் வீட்டுக்கு வந்தான். அவன் வரும் போது சீதா சமையல்காரனிடம் இரவு சமையலுக்கான ஏற்பாடுகளைப் பற்றிச் சொல்லிக் கொண்டிருந்தாள்.

‘‘சீதா‘‘ பிரசாத் அழைத்தான். பழக்கப்பட்ட அந்தக் குரலைக் கேட்டதும் சீதா திடுக்கிட்டுத் திரும்பிப் பார்த்தாள். பிரசாதைப் பார்த்ததும் அவள் முகம் மலர்ந்தது.

‘‘நீயா? இந்த ஊருக்கு நீ வந்து பதினைந்து நாட்கள் ஆகிறது. இப்பொழுதுதான் நாங்கள் உன் நினைவுக்கு வந்தோமா?’’ என்றாள்.

‘‘அது இல்லை சீதா! ரயிலை விட்டு இறங்கியதும் நேராக இங்கேதான் வருவதாக இருந்தேன். ஆனால்...’’

‘‘ஆனால்?’’

‘‘ஏற்கனவே துக்கத்தில் இருக்கிறாய். உன்னை எப்படித் தேற்றுவது என்று தெரியாமல்..’’

சீதா பொங்கி வந்த கண்ணீரை அடக்கிக் கொண்டு வலிய வரவழைத்துக் கொண்ட சிரிப்புடன் ‘‘கண்ணில் படாமல் இருந்து

விட்டாய். அப்படித்தானே? சின்ன வயது முதல் உன் போக்கே இதுதானே? உட்கார். சித்தி எப்படி இருக்கிறாள்?''

"அம்மாவுக்கு என்ன? அம்மாவும் அவளுடைய கடவுள்களும் நலமாக இருக்கிறார்கள்.''

"நீ?"

"என்கென்ன? நானும் என் சினிமாக்களும் நிம்மதியாக இருக்கிறோம்.''

சீதா பக்கென்று சிரித்துவிட்டாள். "உன் பேச்சு கொஞ்சம் கூட மாறவே இல்லை.''

"நீ மட்டும் மாறிவிட்டாய் தெரியுமா?''

"நானா? என்ன மாறிவிட்டேனாம்?''

"கொஞ்சம் இளைத்திருக்கிறாய். பெரியமனுஷ தோரணை தென்படுகிறது. அதைவிட பெரிய மாற்றம் எதுவும் இல்லை. சீதா! உன்னைப் பார்த்து ஒரு வருடமாவது ஆகியிருக்கும். இந்தக் காலத்தில் கல்யாணம் ஆன பெண்களைப் பார்த்திருக்கிறேன். இன்றைக்குக் கல்யாணம் ஆனால் நாளைக்கே பாட்டியைப் போல் காட்சி தருகிறார்கள். நீ கொஞ்சம்கூட மாறவே இல்லை.''

"மாறிவிட்டாய் என்று இப்பொழுதுதானே சொன்னாய்?'' சீதா சிரித்தாள்.

பிரசாத் தலையைச் சொறிந்து கொண்டான். "ஒரு விதமாகப் பார்த்தால் மாறினாற்போலவும் இருக்கு.''

"போகட்டும் விடு. காபி குடிக்கிறாயா? ஹார்லிக்ஸா?''

"அம்மா எதிரில் இருந்தால் ஹார்லிக்ஸ். இல்லாவிட்டால் காபி.''

"உன் குறும்பு கொஞ்சம் கூட மாறவேயில்லையடா.'' சீதா உள்ளே போய் சமையல்காரனிடம் காபிக்கு சொல்லிவிட்டு வந்தாள்.

அதற்குள் குழந்தைகள் வந்தார்கள். "அண்ணி! என்னுடைய ஹோம்வர்க் முடிந்து விட்டது. நான் டி.வி. பார்க்கலாமா?'' என்று கேட்டாள் பெரியவள்.

"ஓ..." என்றாள் சீதா. குழந்தைகள் சந்தோஷமாக ஓடினார்கள்.

"யாரிந்த வால்கள்?''

"என் நாத்தனார்கள் மற்றும் மைத்துனனும்.''

"இவர்களும் இங்கேதான் இருக்காங்களா?"

"ஆமாம். மாமனார் போய் விட்டார் இல்லையா. வந்து உட்கார். வேறு என்ன விசேஷம்?" என்றாள். சீதாவுக்கு யாராவது நெருங்கியவர்களைப் பார்த்தால் உயிர் வந்தாற்போல் இருக்கும். அந்த கொஞ்ச நேரம் தனிமை மறந்து போகும். பிரசாத் ஒன்றுவிட்ட சித்தியின் மகன். சின்ன வயதில் தாயுடன் சேர்ந்து இந்த வீட்டிற்கு அடிக்கடி வந்திருக்கிறான். பிரசாதின் தாய்க்கு கடவுள் பக்தி அதிகம், பூஜை, கோவில்கள் என்று ஜபம் செய்து கொண்டிருப்பாள். இவன் ஒரு சினிமா பைத்தியம். சுவாமி போட்டோவைப் பார்த்தால் இந்த நடிகர் இந்த வேஷத்தைப் போட்டால் பொருத்தமாக இருக்கும் என்று கமெண்ட் அடித்து தாயிடமிருந்து வசவுகளை வாங்கிக் கட்டிக்கொள்வான்.

பிரசாத் சீதா உட்கார்ந்து காபி குடித்துக் கொண்டிருந்தார்கள். பேச்சுவாக்கில் பிரசாத் "உன்னைவிட முன்னால் அத்தான் என்னைக் குசலம் விசாரித்துவிட்டார்" என்றான்.

"அதெப்படி?"

"அவர் முந்தா நாள் வங்கிக்கு வந்திருந்தார். என்னைப் பார்த்ததாகச் சொல்லவில்லையா?"

சீதாவின் பார்வை ஒரு வினாடி கோப்பையின்மீது நிலைத்தது. "சொல்லவில்லையே? அவருக்கு மறதி அதிகம். இருந்தாலும் உங்க வங்கிக்கு ஏன் வந்தார்? அங்கே எங்களுக்கு அக்கவுண்ட் எதுவும் இல்லையே?" என்றாள்.

"இந்திரா என்று ஒரு பெண் இருக்கிறாள். அவளை அத்தானுக்குத் தெரியுமாம். என்ன வேலையாக வந்தார் என்று தெரியாது. அவசரமாகக் கிளம்பிப் போய்விட்டார்."

சீதாவின் உடல் விரைப்பாக மாறியது. "இந்திராவை உனக்கு நன்றாகத் தெரியுமா?"

"நன்றாகத் தெரியும். ரொம்ப நல்ல பெண்" என்றான்.

இந்திராவின் பெயரைக் கேட்டதும் பிரசாதின் முகம் பிரகாசமடைந்ததை சீதா கவனிக்காமல் இல்லை. "இந்திராவை எனக்கும் தெரியும். உங்க அத்தான் மூலமாக என்று வைத்துக்கொள். ரொம்ப நல்ல சுபாவம். நான் பார்த்து ரொம்ப நாளாகிவிட்டது. நாளை ஆபீசுக்குப் போனால் நான் விசாரித்ததாகச் சொல்லு" என்றாள்.

பிரசாத் உற்சாகத்துடன் தலையை அசைத்தான்.

அதற்குள் அங்கே இருவர் வந்தார்கள். சிரித்துப் பேசிக் கொண்டும், ஒருவர் கரத்தை மற்றவர் பிடித்துக் கொண்டும் அவர்கள் வந்தார்கள்.

இளம் வயதில் இருக்கும் புதுஜோடி. அவர்கள் நேராக அறைக்குள் நுழையப் போகும் போது சீதா குரல் கொடுத்து அழைத்தாள். பிரசாதை அவர்களுக்கு அறிமுகப்படுத்தி வைத்தாள். ''மாமாவின் மகன் மோகன். அவன் மனைவி சுமதி. மோகன்! சித்தியின் மகன் பிரசாத்'' என்றாள். அப்படியா என்பது போல் இருவரும் பிரசாதைப் பார்த்தார்கள்.

''உட்காருங்கள்'' என்றாள் சீதா. மோகன் உட்கார்ந்து கொண்டான். அந்தப் பெண் உட்காரவில்லை. அவன் நாற்காலியின் பின்னால் நின்று கொண்டாள்.

சீதா சொன்னாள். ''இவர்களுக்குத் திருமணமாகி ஒரு மாதம்தான் ஆகிறது. பெங்களூரிலிருந்து இந்த ஊரைச் சுற்றிப் பார்ப்பதற்காக வந்திருக்கிறார்கள். நான்கு நாளாகிறது. நான்தான் இன்னும் ஒரு வாரம் இருக்கச் சொன்னேன்.''

அதற்குள் அந்தப் பெண் அவன் தோளில் கிள்ளினாள். அது பிரசாதின் கண்ணில் பட்டுவிட்டது. மோகன் அந்தக் குறிப்பைப் புரிந்த கொண்டாற்போல் சட்டென்று எழுந்து கொண்டான். ''வருகிறேன். அப்புறமாகச் சந்திக்கிறேன்'' என்று அந்தப் பெண்ணைத் தொடர்ந்து அறைக்குள் நுழைந்தான். உடனே கதவுகள் சாத்திக்கொண்டன. கைகளைக் கோர்த்தபடி போய்க் கொண்டிருந்தவர்களை அந்தப் பக்கமே கழுத்து திரும்பி விட்டது போல் பிரசாத் வியப்புடன் பார்த்துக் கொண்டிருந்தான்.

சீதா அவன் செயலைப் பார்த்துச் சிரிப்பை அடக்கிக் கொண்டே ''புதிதாகத் திருமணம் ஆனவர்கள் இல்லையா?'' என்றாள்.

''ஆனால் மட்டும்?'' என்றான் பிரசாத்.

அவர்கள் அறைக்குள் போனார்களோ இல்லையோ சிரிப்புச் சத்தம் கேட்டது. ''விடு என்னை, சொன்னால் கேட்க மாட்டாயா?'' என்றது பெண்ணில் குரல் கேட்டது. பதிலுக்கு அவன் ஏதோ சொல்லிக் கொண்டிருந்தான். ஆனால் தெளிவாகக் காதில் விழவில்லை.

தொடர்ந்து அந்தப் பெண்ணின் சிரிப்புச் சத்தம் கேட்டது. சீதா சட்டென்று ஏதோ வேலை இருப்பது போல் அங்கிருந்து போய்விட்டாள்.

சற்று நேரம் கழித்து சமையல் அறையில் இருந்த சீதாவிடம் வந்தான் பிரசாத்.'' சீதா! இந்தக் கூத்தை எல்லாம் நீ எப்படித்தான் சகித்துக் கொள்கிறாய்?'' என்றான்.

''கூத்தா? எதைச் சொல்கிறாய்?'' வியப்புடன் கேட்டாள்.

''அதுதான்.'' தொலைவில் சாத்தியிருந்த கதவுகளைப் பார்த்துக் கொண்டே அருவருப்புடன் சொன்னான்.

''அதுவா? புதிதாகத் திருமணமானவர்கள், அதில் தவறு என்ன இருக்கு?''

''தவறு இல்லையா? மற்றவர்களின் வீடு என்று கூடப் பார்க்காமல்...''

''புதிதாகக் கல்யாணம் ஆனவர்கள். அவர்கள் உலகத்தில் அவர்கள் இருக்கிறார்கள். அவர்களுக்கு வேறு எதுவுமே கண்ணுக்குத் தெரியாது. காதிலும் விழாது'' என்றாள் பெரியமனுஷ தோரணையில்.

''அப்பப்பா.. என்னதான் புதிதாக மணம் ஆனவர்கள் என்றாலும் இவர்களுக்கு மட்டும்தான் கல்யாணம் ஆகி இருக்கிறதா இந்த உலகத்தில்? நீ எப்படித்தான் சகித்துக் கொள்கிறாயோ இந்தக் கூத்தை?'' அருவருத்துக் கொள்வதுபோல் சொன்னான்.

அதற்குள் அறையிலிருந்து மறுபடியும் சிரிப்பு சத்தம் கேட்டது. இனித் தாங்க முடியாதவன் போல் பிரசாத் விடைபெற்றுக் கொண்டு போய்விட்டான்.

சீதாவுக்கு அந்த இளம்ஜோடியின் போக்கு அருவருக்கத் தக்கதாகத் தோன்றவில்லை. சமையல்காரனிடம் அவர்களுக்குக் காபி வேண்டுமா என்று கேட்கச் சொல்லி உத்தரவிட்டாள்.

சமையல்காரன் போனான். சீதா பார்த்துக் கொண்டுதான் இருந்தான். சமையல்காரன் கதவைத் தட்டினான்.

''யாரு?'' உள்ளே இருந்து அவன் கத்தினான்.

''நான்தான் சமையல்காரன். உங்களுக்குக் காபி வேணுமான்னு அம்மா கேட்கச் சொன்னாங்க.''

''வேணும்.''

''வேண்டாம்.'' இரண்டு குரல்களும் ஒரே நேரத்தில் கேட்டன.

''வேணுங்கறேன்.''

''இப்போ வேண்டாங்கறேன்.''

''எனக்கு வேண்டும்.''

"எனக்கு வேண்டாம்."

"என் மேல் உனக்குப் பிரியம் இருக்கா இல்லையா?"

"இருக்கு"

"அப்படி என்றால் காபியை விட்டு விடுங்கள்."

"என் மீது உனக்கு அன்பு இருந்தால் நீயும் குடி." சொல்லிக் கொண்டிருந்தான் அவன்.

"தம்பி.. நான் போய் சமையலைக் கவனிக்கணும். சட்டுன்னு சொல்லுங்கள்."

"வேண்டும். இரண்டு காபி." கத்தினான்.

"அப்பப்பா.. என்ன மனிதர்களோ? லேசில் பதில் சொல்லி விட மாட்டார்கள்." சலித்துக்கொண்டே சொன்ன சமையல்காரன் சீதாவைப் பார்த்ததும் நின்றுவிட்டான்.

சீதா தானே சுயமாக காபி கலந்து இரண்டு கோப்புகளில் ஊற்றிச் சமையல்காரனிடம் தந்து "கொடுத்துவிட்டு வா" என்று அனுப்பினாள்.

சீதாவுக்கு மோகனை, அவன் மனைவியைப் பார்க்கும் போது சந்தோஷமாக இருந்தது. எரிச்சல் ஏற்படவில்லை. ஆமாம், புதிதாக மணமானவர்கள் சுற்றிலும் உள்ள உலகத்தையே மறந்து போய் அப்படித்தான் இருக்க வேண்டும். அவர்களைப் பார்க்கும் போது அவளுக்கு ரொம்பத் திருப்தியாக இருந்தது.

அவர்கள் ஊருக்குக் கிளம்புவதாகச் சொன்ன போது, "உங்கள் வீட்டைப் போலவே நினைத்துக் கொள்ளுங்கள். கூச்சப்பட வேண்டாம்" என்று வற்புறுத்தி அவள்தான் அவர்களைத் தங்க வைத்திருந்தாள்.

# 32

வித்யாபதிக்கு மட்டும் அவர்கள் இருந்தது ரொம்ப இடைஞ்சலாக இருந்தது. உணவு மேஜையை விட்டு லேசில் சாப்பிட்டுவிட்டு எழுந்து போக மாட்டார்கள். ஒரே ரகளை. ஒருவர் தட்டிலிருந்து ஒருவர் எடுத்துச் சாப்பிடுவார்கள். அவன் ஏதாவது சொன்னால் உடனே அந்தப் பெண் மூஞ்சியைத் தூக்கி வைத்துக் கொள்வாள். அவன் கெஞ்சுவான். ஒருவரை ஒருவர் தொட்டுக் கொண்டே இருப்பார்கள். வித்யாபதிக்கு அவர்களின் நடவடிக்கை எரிச்சலைத் தந்தது.

அவனும், சீதாவும் இரவு சாப்பாட்டை முடித்துக் கொண்ட பிறகு கம்பெனி கணக்கு வழக்குகளைப் பார்ப்பதற்காக பைல்களை எடுத்து வைத்துக் கொண்டான். அறையிலிருந்து சிரிப்பும் சத்தமும், கும்மாளமும் கேட்கத் தொடங்கிவிட்டது.

வித்யாபதி பைல்களை மூடிவிட்டு ''எனக்குத் தூக்கம் வருகிறது'' என்று அங்கிருந்து போய்விட்டான். சீதா அதே இடத்தில் ஆழ்ந்த யோசனையில் மூழ்கிவிட்டாற்போல் உட்கார்ந்திருந்தாள். கல்யாணம் ஆனவர்கள் என்றால் மோகன், சுமதியைப் போல் இருக்க வேண்டும். அவர்கள் எவ்வளவு சந்தோஷமாக இருக்கிறார்கள்? ஒருவரைவிட்டுப் பிரிந்து இன்னொருவர் ஒரு வினாடி நேரம்கூட இருக்க மாட்டார்கள்.

நேற்று மோகன் ஏதோ வேலையாய்க் கடைத்தெருவுக்குப் போயிருந்தான். போன காரியம் முடியவில்லை போலும். ஒரு மணி நேரம் தாமதமாக வந்தான். அதற்குள் சுமதி குட்டிப் போட்ட பூனையாய் வாசலுக்கு உள்ளுக்கும் நடையாய் நடந்தாள். ''அக்கா! அவருக்கு ஒன்றும் ஆகியிருக்காது இல்லையா? இத்தனை தாமதம் செய்ய மாட்டாரே? ஏதாவது விபத்து நடந்திருக்குமா?'' என்று கலவரமடைந்தாள்.

"சீ.. சீ.. என்ன பேச்சு இது? ஏதாவது காரணத்தினால் தாமதமாகியிருக்கும். நீ கவலைப்படாதே" என்று தைரியம் சொன்னாள் சீதா.

மோகன் வந்துவிட்டான். க்ஷேமமாகத் திரும்பி வந்த அவனைப் பார்த்ததும் சுமதியின் முகம் சந்தோஷத்தால் மலர்ந்த போதிலும் உடனே முகத்தைத் தூக்கி வைத்துக் கொண்டு விருட்டென்று அறைக்குள் ஓடிப் போய்க் கதவைச் சாத்திக் கொண்டாள்.

அவன் வந்து அரைமணி நேரம் கெஞ்சிக்கூத்தாடி மன்னிப்பு கேட்டுக் கொண்ட பிறகுதான் கதவைத் திறந்தாள் அவள்.

வித்யாபதியும் அங்கேயேதான் இருந்தான். சுமதி கதவைத் திறந்தாள். வித்யாபதி மற்றும் சீதா அங்கே இருப்பதையும் பொருட்படுத்தாமல் மோகன் சுமதியை அணைத்துக் கொண்டே உள்ளே சென்று கால்களால் உதைத்துக் கதவைத் தாழிட்டான். சீதாவும் வித்யாபதியும் ஆளுக்கொரு பக்கமாக நின்றுகொண்டு தோட்டத்தில் இருந்த செடிகளைப் பார்த்துக் கொண்டிருந்தார்கள்.

அரைமணி நேரம் கழித்து வித்யாபதி ப்ரீப்கேசுடன் வெளியே வந்தான். "நான் ஆபீசுக்குப் போகிறேன். இரவு வரமாட்டேன்" என்றான்.

சீதா அவனைத் திரும்பிப் பார்த்தாள். "ஏன்?" என்று கேட்டாள் வியப்புடன்.

"இரவு மட்டுமே இல்லை. இவர்கள் இங்கே இருக்கும் வரையிலும் வரப் போவதில்லை" என்றான்.

"நன்றாக இருக்கிறது நீங்க சொல்வது. இது ஒரு சாக்கு. நடுவில் அவர்கள் என்ன செய்து விட்டார்கள்?" கூண்டில் நிற்க வைத்துக் கேட்பது போல் கேட்டாள்.

"நாலு நாளாகப் பார்த்துக் கொண்டுதான் இருக்கிறேன். எனக்கு அருவருப்பாக இருக்கு" என்றான்.

"ஏன்? எதற்காக? அவர்கள் என்ன தவறு செய்து விட்டார்கள்? ஒருவரைக் கண்டால் மற்றவருக்குப் பிடித்திருக்கு. சந்தோஷமாக இருக்கிறார்கள். அது தவறா? கல்யாணம் ஆனவர்கள் எப்படி இருக்கணும் என்பதற்கு எடுத்துக்காட்டாக இருக்கிறார்கள். உங்களுக்கு அது கிடைக்கவில்லையே என்று வருத்தமாக இருக்கிறதா?" ஏளனம் செய்வது போல் சொன்னாள் சீதா.

"சீதா !!" கத்தினான் அவன்.

"இவர்கள் இருக்கிறார்கள் என்ற சாக்கு எதற்கு? வங்கியில் பிரசாத் இருப்பதால் இந்திராவைச் சந்திக்க முடியவில்லை என்று சொல்லிவிட்டுப் போங்களேன்? ஆபீசுக்குப் போகும் சாக்கில் ஏதாவது ஹோட்டலில் சந்தித்துக் கொள்ளலாம். சொல்லுங்கள். எத்தனை நாட்கள் அப்படி இருந்தால் உங்களுடைய மோகம் தீரும்?"

"வாழ்நாள் முழுவதும். சரிதானா?"

சாட்டையடி வாங்கியது போல் சீதாவின் முகம் சுண்டிவிட்டது. அவன் போய்விட்டான். அவள் அழுதுகொண்டே அந்த இடத்தில் நின்றுவிட்டாள்.

சுவர் கடியாரம் பன்னிரெண்டு மணி அடித்து ஓய்ந்தது. சீதா திடுக்கிட்டு நிமிர்ந்தாள்.

வித்யாபதி கிளம்பிப் போய் மூன்று மணி நேரமாகிவிட்டது. அவன் ஆபீசுக்குத்தான் போனானா? இந்திராவிடம் போயிருப்பானா? சீதா எழுந்து போய் ஆபீசுக்குப் போன் செய்தாள். ஒரு முறை மணியடித்ததும் மறுமுனையில் ரிசீவர் எடுக்கப்பட்டு "ஹலோ" என்று வித்யாபதியின் குரல் கேட்டது.

சீதாவின் இதயத்தில் இருந்த பாரம் இறங்கிவிட்டாற்போல் இருந்தது.

"ஹலோ" அவன் திரும்பவும் சொன்னான். சீதா மெதுவாகப் போனை வைத்துவிட்டாள்.

ஒரு நிமிஷம் கழித்து போன் கணகணவென்று ஒலித்தது. சீதா எடுத்து "ஹலோ" என்றாள்.

மறுமுனையிலிருந்து வித்யாபதியின் குரல் தெளிவாகக் கேட்டது. "ஏன் பேசாமல் வைத்துவிட்டாய்? நான் இங்கேயேதான் இருக்கிறேன். எங்கேயும் போகவில்லை. நீ எப்போவேண்டுமானாலும் போன் செய்யலாம்" என்று வைத்து விட்டான்.

சீதாவின் மனம் இலேசாகிவிட்டது. போனை வைத்துவிட்டாள். கண்களிலிருந்து வழிந்த கண்ணீரைத் துடைத்துக் கொண்டாள்.

# 33

ரிசல்டுகள் வெளிவந்துவிட்டன. குழந்தைகள் பாஸ் பண்ணிவிட்டார்கள். அவர்களின் உற்சாகம் கரை புரண்டு ஓடியது. சீதா மைத்துனனை அழைத்து ‘‘சீனு! உங்க அண்ணா ஆபீசில் இருக்கிறார். மோகனும், சுமதியும் காலையில் கிளம்பிப் போய்விட்டார்கள் என்று போன் பண்ணு’’ என்றாள்.

‘‘ஓ.. அப்படியே..’’ சீனு ஆபீசுக்கு போன் செய்து மோகன், சுமதி போய்விட்ட விவரத்தைத் தெரிவித்துவிட்டு, தான் பாஸ் செய்ததை சந்தோஷமாகச் சொன்னான். அவன் வார்த்தை முடியும் முன்பே சுமித்ரா போனை இழுத்துக் கொண்டு ‘‘அண்ணா! நானும் பாஸாகிவிட்டேன். ரிசல்ட்ஸ் நாளை காலையில் பேப்பரில் வரும். என் பிரண்ட் முன்னாடியே தெரிந்து கொண்டு சொன்னாள்’’ என்றாள். சின்னவள் மங்காவும் தான் பாஸாகிவிட்ட விவரத்தைத் தெரிவித்தாள்.

‘‘ஓ.கே. ஓ.கே. நான் உடனே கிளம்பி வருகிறேன். ஸ்வீட்ஸ் வாங்கிக் கொண்டு வருகிறேன். தயாராக இருங்கள்’’ என்றான் வித்யாபதி.

அரைமணி நேரம் கழித்து அவன் வீட்டுக்கு வந்த போது எல்லோரும் உணவு மேஜைக்கு அருகில் அவனுக்காகக் காத்துக் கொண்டிருந்தார்கள். வித்யாபதி ஸ்வீட் பாக்கெட்டைத் திறந்து ஒவ்வொருத்தருக்கும் ‘‘கங்கிராட்சுலேஷன்ஸ்’’ என்று சொல்லிவிட்டு அவர்கள் வாயில் ஊட்டிவிட்டான். அவர்களைப் பார்க்கும் போது வித்யாபதிக்கு ரொம்ப சந்தோஷமாக இருந்தது.

ஏற்கனவே உணவு மேஜையில் எல்லாம் எடுத்து வைக்கப் பட்டிருந்தது. சீதா எல்லோருக்கும் பரிமாறத் தொடங்கினாள்.

வித்யாபதி கைகால் அலம்பிக் கொண்டு வந்தான். குழந்தைகள் வந்து அமர்ந்தார்கள்.

''அண்ணா! அண்ணிக்கு மட்டும் ஸ்வீட் கொடுக்க மாட்டாயா?'' என்றான் ரவி.

''நான் இல்லை. நீ தான் தரணும்'' என்றான் வித்யாபதி முறுவலுடன்.

''ஊஹூம். நீயேதான் தரணும்.''

''சீனூ! எனக்கு ஸ்வீட் பிடிக்கவே பிடிக்காது'' என்றாள் சீதா.

''பிடிக்காது என்றாலும் விட்டு விடமாட்டோம்.'' சீனூ சுமித்ராவுக்கு ஜாடைக் காட்டினான். குழந்தைகள் மூன்று பேரும் ஒன்று சேர்ந்து சீதாவை வித்யாபதி அருகில் இழுத்துக் கொண்டு வந்தார்கள். ''அண்ணிக்கும் கொடு அண்ணா.''

வேறு வழியில்லாமல் வித்யாபதி பாக்கெட்டிலிருந்து ஸ்வீட்டை எடுத்து சீதாவின் கையில் தரப் போனான்.

''கையில் தரக்கூடாது. எங்களுக்குக் கொடுத்தாற்போலவே வாயில் கொடுக்கணும்'' என்று பிடிவாதம் பிடித்தாள் சுமித்ரா. வித்யாபதி ஒரு நிமிடம் தயங்கினான். பிறகு சீதாவின் வாயில் ஊட்டினான்.

வேறுவழியின்றி சீதா சாப்பிட வேண்டியதாயிற்று.

சீதா வந்து சாப்பிட உட்கார்ந்து கொண்டாள். ''ஒரு நிமிஷம் இரு அண்ணி.'' சுமித்ரா உள்ளே ஓடினாள். எல்லோரும் என்னவாக இருக்கும் என்று பார்த்துக் கொண்டிருந்தார்கள். சமித்ரா ஓடி வந்தாள். அவள் கையில் எம்பிராய்டரி செய்யப்பட்ட வெள்ளை நிற ஜார்ஜெட் புடவை இருந்தது.

''அண்ணி! உனக்கு எம்பிராய்டரி புடவை என்றால் பிடிக்கும் இல்லையா? நான் எம்பிராய்டரி செய்த புடவை இது. நான் பாஸ் செய்தால் அண்ணிக்குக் கொடுக்கணும் என்று நினைத்திருந்தேன்'' என்று மடியில் வைத்தாள்.

''ஏய்? என்ன இது?'' என்றாள் சீதா.

சுமித்ரா சட்டென்று சீதாவின் கன்னத்தில் முத்தம் பதித்துவிட்டு ''எப்போதும் நீதான் எங்களுக்குத் தருகிறாய். இதை மறுக்காதே ப்ளீஸ்'' என்றாள்.

அதைப் பார்த்ததும் சீனு உள்ளே போனான். அவன் கையில் மரத்தினால் ஆன பொம்மை வீடு ஒன்று இருந்தது. ''அண்ணி! நான் பாஸானால் இதைத் தரணும் என்று தயார் செய்தேன்'' என்றான்.

சின்னவள் மங்கா ஒயரால் பின்னிய கூடையைக் கொண்டு வந்தாள். ''அண்ணி! இது என்னுடைய பரிசு'' என்றாள்.

''என்ன? உங்களுக்கு மூளை ஏதாவது கலங்கிவிட்டதா?'' சீதா கோபித்துக் கொண்டாள்.

''அண்ணி! நீதானே சொன்னாய், நமக்கு ரொம்ப சந்தோஷமாக இருக்கும் போது அந்த சந்தோஷத்திற்குக் காரணமாக இருந்தவர்களுக்கு ஏதாவது பரிசு கொடுத்தால் நன்றாக இருக்கும் என்று'' என்றாள் சுமித்ரா.

சுபத்ரா பூச்சரத்தை எடுத்து வந்து சீதாவின் தலையில் வைத்துக் கொண்டே ''மறுக்காதே சீதா. வாங்கிக் கொள், மறுத்து அவர்கள் மனதை நோகடிக்காதே. குழந்தைகள் ரொம்ப அதிர்ஷ்டசாலிகளாக இருப்பதால்தான் உன்னைப் போன்ற அண்ணி அவர்களுக்குக் கிடைத்திருக்கிறாள். அவர்களை விட நான் இன்னும் அதிர்ஷ்ட சாலி. என் மருமகள் தங்கம்'' என்று கன்னத்தை வழித்து திருஷ்டி கழித்தாள்.

சீதாவின் கண்களில் திடீரென்று கண்ணீர் பொங்கி வந்தது. வலுக்கட்டாயமாக அடக்கிக் கொண்டாள்.

வித்யாபதி வியப்புடன் குழந்தைகளையும் சீதாவையும் மாறி மாறிப் பார்த்துக் கொண்டிருந்தான். அந்த நிமிடத்தில் அவர்களைப் பார்க்கும் போது ஒருவரிடம் மற்றவர்களுக்குப் பிரியம் இருப்பது வெளிப்படையாகவே தெரிந்தது. குழந்தைகளுக்குச் சீதாவிடம் எவ்வளவு பிரியம் இருக்கிறது என்பதை நன்றாகவே புரிந்து கொள்ள முடிந்தது. அவர்கள் எல்லோரும் ஒரு கட்சி போலவும் தான் மட்டும் தனித்து விடப்பட்டது போலவும் தோன்றியது.

எல்லோரும் சாப்பிட்டுக் கொண்டிருந்தார்கள். வித்யாபதி எல்லோரையும் கூர்ந்து பரிசீலித்துக் கொண்டிருந்தான்.

அன்று மாலை சுபத்ரா மகனிடம் சொன்னாள். ''ஒரு நிமிடம் யோசித்துப் பார்த்தால் சீதாவின் நன்றிக்கடனை நம்மால் தீர்க்க முடியாது என்று தோன்றுகிறதுப்பா. குழந்தைகளையும் என்னையும் எவ்வளவு நன்றாகக் கவனித்துக் கொள்கிறாள்

தெரியுமா? இந்த வீட்டுக்கு வந்த பிறகு வேதனை என்றால் என்னவென்றே மறந்து போய்விட்டோம். உலகத்தில் சீதாவைப் போன்ற மருமகள்கள் இருப்பது ரொம்பவும் அரிது. நீ அந்தக் கம்பெனி விவகாரத்தில் மூழ்கி தம்பி தங்கைகளைப் பற்றி அக்கறை எடுத்துக் கொள்ளவில்லை. சீதா அன்றாடம் அவர்களுடைய படிப்பு பற்றி விசாரிப்பாள். மார்க்குகள் சரியாக வாங்குகிறார்களா, பள்ளிக்கூடம் ஒழுங்காகப் போகிறார்களா என்பது எல்லாம் அவளுடைய கண்காணிப்பில்தான் நடக்கிறது. கேட்டால் ''உங்க அண்ணா பேக்டரி விஷயங்களைப் பார்த்துக் கொள்கிறார். தம்பி, தங்கைகளின் படிப்பைப் பற்றித் தான் அசிரத்தையாக இருந்து விட்டேனோ என்று ஒருநாளும் அவர் வருத்தப்பட்டுக் கொள்ளக் கூடாது'' என்பாள். அவர்கள் எது கேட்டாலும் வாங்கித் தருவாள்.

ஆனால் படிக்கவில்லை என்றால் சும்மா விடமாட்டாள். சினிமாவுக்குப் போகணும் என்றாலும் எல்லோரும் சேர்ந்து தான் போகணும். சாப்பாடு விஷயமும் அப்படித்தான். யாருக்காவது முடியவில்லை என்றால் மற்றவர்கள் காத்திருக்க வேண்டியதுதான்.''

வித்யாபதி வெளியில் கிளம்புவதற்காகத் தயாராகிக் கொண்டிருந்தான். தலை வாரிக் கொண்டிருக்கும் போதும், ஷர்ட் பித்தான்களை போட்டுக் கொண்டிருக்கும் போதும் தாய் சொன்ன வார்த்தைகளைக் கேட்டுக்கொண்டிருந்தான். சீதாவுக்குப் பரிசுகளை வழங்கிக் கொண்டிருந்த தம்பி, தங்கைகள் அவன் கண்முன்னால் நிழலாடிக் கொண்டிருந்தார்கள். சீதா தன் வாழ்க்கையில் அடியெடுத்து வைத்தது உண்மைதான். ஆனால் அம்மா, தம்பி தங்கைகளின் வாழ்க்கையுடன் அவள் சந்தோஷமும், நெருக்கமும் பின்னிப் பிணைந்துவிட்டது. அவனுக்கு முதல் முறையாக உண்மை ஒன்று விளங்கினாற் போல் இருந்தது.

சீதாவை விட்டு என்றாவது போய் விடவேண்டும் என்பது அவனுடைய சங்கல்பம். தான் போக நேர்ந்தால் தன் மனிதர்களும் தன்னுடன் வராமல் இருக்க முடியாது. அப்பொழுது சீதாவுடன் பிணைந்திருக்கும் இந்த பந்தம் என்னவாகும்? அவனுக்கு ரொம்பவும் குழப்பமாக, தலைகால் புரியாதது போல் இருந்தது. சீதா என்றால் அம்மாவுக்கு உயிர். சுமித்ரா, சீனூ, மங்காவிற்கு எல்லையில்லாத பிரியம். எது எப்படி இருந்தாலும் சீதா குழந்தைகளை ஒரு வழிக்குக் கொண்டு வந்து விட்டாள். அது அவனுக்கு மகிழ்ச்சியை அளித்தது.

சீதாவிடம் அதுபற்றி ஏதாவது ஒரு நல்ல வார்த்தை சொல்லுவதைத் தன்னுடைய கடமையாக நினைத்தான். அவன் ஆபீசுக்குப் போகும் முன் ஹாலில் யாரிடமோ போனில் பேசிவிட்டு அறைக்குத் திரும்பிக் கொண்டிருந்த சீதாவைப் பார்த்துக் கொண்டே "சீதா!" என்று அழைத்தான். சீதா நின்றுவிட்டாள்.

அவன் வாயிலிருந்து தன் பெயரைக் கேட்டதும் அவளுக்கு சொல்ல முடியாத சந்தோஷம் ஏற்பட்டது. சட்டென்று ஓடிப்போய் அவன் மார்பில் முகத்தைப் புதைத்துக் கொள்ள வேண்டும் என்ற உவகை ஏற்பட்டது. ஆனால் அதற்குள் ரோஷம் தலை தூக்கியது. என்ன யோசிக்கிறாள் அவள்? தன்னிடம் கொஞ்சமும் பிரியமும், ஆதரவும் இல்லாத நபரின் நெருக்கத்தை விரும்புகிறாள். சீ.. சீ.. தன்னுடைய தன்மானமும், ரோஷமும் எங்கே போய்விட்டன? சீதா இந்தப் பக்கம் திரும்பினாள்.

அந்த முகத்தில் இப்பொழுது எண்ணங்களின் கொந்தளிப்பு அடங்கி அது வெறுமையாய் இருந்தது.

"சீதா! நான் உனக்கு என்நன்றியைத் தெரிவித்துக் கொள்கிறேன்" என்றான்.

சீதா நிமிர்ந்து பார்த்தாள். கண்களில் மெலிதாக வியப்பு தென்பட்டது. "எனக்கா? எதற்கு நன்றி?" என்ற கேள்வி அதில் தொக்கி நின்றது.

"குழந்தைகள் எல்லோரும் பாஸாகிவிட்டார்கள். அவர்கள் படிப்பில் அத்தனை கவனம் செலுத்தியிருக்கிறார்கள் என்றால் அதற்குக் காரணம் நீ தான் என்று அம்மா சொன்னாள். தாங்க்ஸ்."

சீதாவின் முகம் சிவந்துவிட்டது. கண்களில் கோபம் புஸ்ஸென்று சீறியது. கோபத்தை அடக்கிக் கொண்ட குரலில் சொன்னாள். "நீங்க ஒன்றும் எனக்குத் தாங்க்ஸ் சொல்லத் தேவையில்லை. நீங்க பேக்டரியைப் பார்த்துக்கிறீங்க. உங்களுக்கு அவர்களைக் கவனிக்க நேரம் இருக்காது என்று எனக்குத் தெரியும். அதான் அந்தப் பொறுப்பை நான் ஏற்றுக் கொண்டேன். அதனால் எங்க பேக்டரியைப் பார்த்துக்கொள்வதற்கு நான் உங்களுக்கோ, உங்க தம்பி தங்கைகளின் படிப்பைப் பார்த்துக் கொண்டதற்கு நீங்க எனக்கோ நன்றிக்கடன் பட வேண்டிய தேவை நமக்கிடையே இல்லை என்று நினைக்கிறேன்."

வித்யாபதி துணுக்குற்றாற்போல் பார்த்தான்.

''அது மட்டுமே இல்லை. உங்க அம்மாவிடமும் ஆயிரம் தடவை சொல்லிவிட்டேன். என் சொத்திலிருந்து நான் அவர் களுக்காக எதுவும் செய்யவில்லை. உங்க மகன் கொடுக்கும் பணத் திலிருந்துதான் அவர்களுடைய செலவுகளை சமாளிக்கிறேன் என்று. அவள் பெரியவள். பழங்காலத்து மனுஷி. தன்னையும், குழந்தைகளையும் நான்தான் தாங்குவதாக நினைத்துக் கொண்டு பூரித்துப் போகிறாள். அவர்கள் எல்லோரும் என்னைச் சேர்ந்த வர்கள் என்றும், நான் அவர்களைச் சேர்ந்தவள் என்று நினைத்துக் கொண்டிருக்கிறாள்.

ஆனால் எனக்கு நன்றாகத் தெரியும், என் இடம் எங்கே என்று. நான் என்னுடைய கடமையைச் செய்கிறேன். அதைவிட வேறு ஒன்றும் இல்லை. என் வாழ்க்கையே ஒரு நாடகமாகிவிட்டது. ஒரு விஷயம் என்னவென்றால் நாடகத்தில் நடிப்பவர்களுக்கு தங்களுடைய போர்ஷன் எப்போ முடியும் என்று தெரிந்திருக்கும். எனக்குத்தான் அது எப்போ என்று தெரியவில்லை.'' சீதா பதிலுக்காகக் காத்திருக்காமல் அங்கிருந்து போய்விட்டாள்.

வித்யாபதி ரொம்ப நேரம் அங்கேயே நின்று கொண்டிருந்தான். அவன் மனதில் பெரும் போராட்டம் தொடங்கி விட்டிருந்தது. சீதா தான் எதிர்பார்த்ததை விடத் தன்னைவிட்டுத் தொலைவிலேயே இருந்து வருகிறாள். ஆனால் அப்படி இருப்பது அவளுடைய விருப்பத்தின் பெயரில் அல்ல. அவனுக்கு இஷ்டம் என்பதால் அந்தக் காரியத்தைச் செய்கிறாள் என்று தெளிவாகப் புரிந்தது. வித்யாபதி சுபாவத்திலேயே யாருக்கும் வேதனையைத் தரக் கூடியவன் இல்லை.

தன் காரணமாக யாருக்காவது துன்பம் ஏற்பட்டால் அவன் மனம் தவியாய்த் தவிக்கும். இப்பொழுதும் அதுதான் நடந்து கொண்டிருந்தது. சீதாவைத் துன்புறுத்தும் அதிகாரம் தனக்கு இல்லை. இதற்குப் பரிகாரம் ஒன்றே ஒன்றுதான். தான் தொலைவிற்குப் போய் விட வேண்டும். ஆனால் சீதா அவனை அப்படிப் போக விட மாட்டாளே.

# 34

இந்திராவின் பெயரில் ஹவுசிங் போர்ட் வீடு கிடைத்து விட்டது. இந்திரா நல்ல நாள் பார்த்து ஆர்ப்பாட்டம் எதுவும் இல்லாமல், எளிமையாகப் புதுவீட்டிற்குக் குடி போகத் திட்டமிட்டிருந்தாள். ஆனால் ஆபீசில் கூட வேலை பார்ப்பவர்கள் சும்மா இருக்கவில்லை. கிருகப்பிரவேசத்தை ரொம்ப கிராண்டாக நட்த்தித்தான் ஆகணும் என்று பிடிவாதம் பிடித்தார்கள். பிரசாத் இந்த விஷயத்தில் ரொம்பத் தீவிரமாக இருந்தான். ''இந்திரா! கிரகப்பிரவேசம் யாருக்காக இருந்தாலும் வாழ்க்கையில் ஒரு முறைதான் வரும். அந்த விழா வாழ்நாளில் மறக்க முடியாத அனுபவமாக என்றும் நிலைத்திருக்க வேண்டும்'' என்றான்.

இந்திராவின் அக்கா பவானியும் கிருகப்பிரவேசம் ஆடம்பரமாகத்தான் நடக்க வேண்டும் என்று வலியுறுத்தினாள். அதுநாள் வரையில் சிடுசிடு என்று இருந்தவள் இப்பொழுது திடீரென்று இந்திராவிடம் பாசத்தைப் பொழியத் தொடங்கினாள். ''வயதில் பெரியவள். உன் நல்லது கெட்டதைப் பற்றி உன்னைவிட அதிகமாக யோசிப்பதால் சில சமயம் கண்டிப்பாக நடந்து கொள்கிறேன். என்னைவிட்டால் உனக்கு யார் எடுத்துச் சொல்லப் போகிறார்கள்? இந்த வீடு கிடைத்தது உன் அதிர்ஷ்டம் இல்லை. குழந்தைகளின் அதிர்ஷ்டம். அவர்கள் எவ்வளவு சந்தோஷமாக இருக்கிறார்கள் தெரியுமா? பள்ளிக்கூடம் ரொம்ப அருகில் இருக்கிறது. மதியம் சாப்பிட வந்து விடலாம். அத்தானுக்கும் ஆபீசு கிட்டேதான் இருக்கு. நம் கஷ்டங்கள் மலையேறிவிட்டன'' என்று கடவுளுக்குக் கும்பிடு போட்டாள்.

இந்திரா பதில் பேசவில்லை. பவானி பிரசாதின் துணையோடு தானே கிரகப்பிரவேசத்திற்கான ஏற்பாடுகளை மேற்கொண்டாள். அழைப்பிதழ்களை அச்சடித்தார்கள்.

அதில் இந்திரா அக்காவின் பெயரும், அவள் கணவர் வாசு வின் பெயரும் இருந்தன. ''இந்திராவின் வீட்டு கிரகப்பிரவேசத் திற்கு உங்களை அழைக்கிறோம்'' என்று அழைப்பிதழ் அவர்கள் பெயரில் இருந்தது.

இந்த வீடு இந்திராவிற்கு யார் மூலமாக வந்ததென்று பிரசாத் சொல்லி பவானிக்குத் தெரியவந்தது. உடனே சீதாவிடம் எல்லையில்லாத அபிமானம் ஏற்பட்டு விட்டது. கூப்பிடப் போகிறவர்களின் பட்டியலில் சீதாவின் பெயரை முதலாவதாக எழுத வைத்தாள். ''ரொம்ப புத்திசாலித்தனமாக நடந்து கொள்வதாக நினைக்காதே. இந்திராவுக்குத் தெரிந்தால் எரிந்து விழுவாள்'' என்றான் பவானியின் கணவன் வாசு.

''சும்மாயிருங்கள். உங்களுக்கு ஒன்றும் தெரியாது. நான் சீதாவிடம் கொஞ்சம் சுவாதீனத்துடன் பழகத்தான் முடிவு செய்திருக்கிறேன். நாம் அவர்கள் வீட்டுக்கும், நம் வீட்டுக்கு அவர்களும் வந்து போய்க் கொண்டிருந்தால் கணவனைக் கொஞ்சம் கட்டுப்பாட்டுக்குள் வைத்துக் கொள்ளச் சொல்லி சீதாவுக்கு நான் அறிவுரை சொல்ல முடியும்'' என்றாள் பவானி.

பவானி, வாசுவும் சேர்ந்து பிரசாதுடன் சீதாவை அழைப்பதற்காகப் போயிருந்தார்கள். பவானியை சீதா ஏற்கனவே ஒரு முறை பார்த்திருக்கிறாள். அவளிடம் இந்திராவின் ஜாடை நன்றாகவே தெரிந்தது. பிரசாத் அறிமுகம் செய்து வைக்கும் முன்பே ''வாங்க. சௌக்கியம்தானே?'' என்று வரவேற்றாள். ''உட்காருங்கள்'' என்று உபசாரம் செய்தாள்.

பவானி சீதாவின் நெற்றியில் குங்குமத்தை இட்டுவிட்டு அழைப்பிதழைக் கொடுத்தாள். ''எங்களுடைய இந்த சந்தோஷத் திற்குக் காரணம் நீங்கதான். என் தங்கை இந்திரா இனி தினந்தோறும் வீட்டில் விளக்கை ஏற்றிவிட்டு உங்களைத்தான் நினைத்துக் கொள்ளணும். உங்களுடைய உதவி மட்டும் இல்லையென்றால் வீடு எங்களுக்குக் கிடைத்திருக்காது'' என்றாள், தடபுடலாக நன்றியைத் தெரிவித்தபடி.

''நான் என்ன செய்துவிட்டேன்?'' என்றாள் சீதா. அவர்களை உட்காரச் சொல்லி காபி வழங்கி உபசரித்தாள்.

''அத்தை!'' என்று குரல் கொடுத்து சுபத்ரா வந்ததும் அவர்களை அறிமுகப்படுத்தி வைத்தாள். சுபத்ரா அவர்களுடன் பேசுவதற்கு அதிகம் ஆர்வம் காட்டவில்லை. அதற்குள் அங்கே சுமித்ரா, சீனு, மங்கா வந்தார்கள்.

"அண்ணி! சினிமாவிற்கு டிக்கெட்ஸ் ரிசர்வ் செய்வதாக சொன்னீங்களே?" என்றான் சீனு.

சீதா அவர்களை உட்காரச் சொல்லி பவானிக்கு அறிமுகம் செய்து வைத்தாள். "பவானி அக்காவுக்கு எங்களை ஏற்கனவே தெரியும்" என்றாள் சுமித்ரா.

பவானியும், வாசுவும் கண்ணிமைக்கவும் மறந்து போனவர்களாக சீதாவின் வீட்டைப் பார்த்துக் கொண்டிருந்தார்கள்.

"நீங்க கட்டாயம் வரணும். வராவிட்டால் என்மீது ஆணை" என்றாள் பவானி. கண்டிப்பாக வருவதாக சீதாவிடம் வாக்கு பெற்றுக் கொண்ட பிறகுதான் பவானி கிளம்ப முற்பட்டாள்.

"சீதா வருவதாகச் சொல்லிவிட்டால் கண்டிப்பாக வருவாள். வாக்குத் தவறவே மாட்டாள்" என்றான் பிரசாத்.

மூவரும் கிளம்பும் போது சீதா டிரைவரை அழைத்து அவர்களை இறக்கிவிட்டு வரச்சொல்லி ஆணையிட்டாள்.

வீட்டுக்கு வந்ததும் வாசு சொன்னான். "என்ன மரியாதை? என்ன மரியாதை? சீதா ரொம்ப நல்ல பெண்ணாக இருக்கிறாள்" என்று பாராட்டினான்.

"பணம் இருப்பவர்கள் எது செய்தாலும் பெருமையாகத்தான் இருக்கும். என் தங்கை இந்திரா மட்டும் நல்லவள் இல்லையா? யாருக்காவது ஏதாவது பிரச்னை வந்தால் அவள் உதவி செய்வது போல் யாராலும் செய்ய முடியாது" என்றாள் பவானி.

கணவன் சீதாவின் புகழ் பாடுவதைக் கேட்ட போது பவானிக்கு எரிச்சல் மண்டியது. சீதா நல்ல பெண்தான். அதை பவானியும் மறுக்கவில்லை. ஆனால் கணவன் புகழ்பாடும் அளவுக்கு ரொம்ப அபூர்வம் ஒன்றுமில்லை. அவர்கள் மரியாதைகள் செய்து தங்களுடைய கௌரவத்தை அதிகப்படுத்திக் கொள்வார்கள். அது ஒரு யுக்தி என்பது பவானியின் எண்ணம்.

"இத்தனை நல்ல மனைவியை வைத்துக் கொண்டு அந்த வித்யாபதி இந்திராவின் பின்னால் சுற்றுவானேன்? கொஞ்சம் கூட மூளை இல்லை அவனுக்கு" என்று நினைத்துக் கொண்டான் வாசு.

சீதாவைப் போய் அழைத்துவிட்டுவந்த செய்தியைச் சொன்னதும் இந்திராவுக்குக் கோபம் வந்துவிட்டது. "எதற்காக அழைத்தாய்?

என்னிடம் ஒரு வார்த்தையாவது சொன்னாயா?''

என்றாள் கோபமாக.

''ரொம்ப அழகாகத்தான் இருக்கு. இதென்ன பெரிய விஷயமா உன்னிடம் கேட்டுச் செய்வதற்கு? கூப்பிடவில்லை என்றால்தான் நீ கோபித்துக் கொள்ளணும். என்னவோ நினைத்தேன், ஆனால் அந்த சீதா எவ்வளவு நல்லவள் தெரியுமா?'' என்று தொடங்கி தான் போனது முதல் திரும்பி வந்தவரையில் நடந்ததை எல்லாம் விலாவாரியாகச் சொன்னாள்.

''சரி, விடு'' என்றாள் இந்திரா எரிச்சலுடன்.

சீதா எல்லா மருமகள்களைப் போல் மாமியாரிடம் சண்டை போட மாட்டாள். அவர்களுடன் ஒற்றுமையாய், நெருக்கமாக இருப்பாள். தான் எந்த விதமாக வித்யாபதியின் வாழ்க்கையுடன் ஒன்றிப் போக வேண்டும் என்று கனவு கண்டாளோ அந்த அதிர்ஷ்டம் சீதாவுக்குக் கிடைத்திருக்கிறது. இந்திராவுக்கு எப்படியோ இருந்தது. தன் தாயை, கூடப் பிறந்தவர்களை நல்ல விதமாகப் பார்த்துக் கொண்டிருக்கும் சீதாவை நேசிக்காமல் வித்யாபதி எப்படி இருப்பான்? அவன் சுபாவம் தனக்கு நன்றாகவே தெரியும். யாராவது தனக்குக் கடுகளவுக்கு செய்தாலும் மலையளவுக்கு செய்ததாக நினைத்துக் கொள்வான். அவர்களிடம் நன்றியைக் கொட்டுவான்.

வீடு தன் பெயரில்தான் இருக்கிறது. பணம் கட்டியதும் அவள்தான். ஆனால் சந்தோஷமோ, சந்தடியோ எல்லாமே பவானி மற்றும் குழந்தைகளுடையதாகத்தான் இருந்தது. எல்லோரும் அது பவானிக்குக் கிடைத்த வீடு என்றுதான் நினைத்துக் கொண்டிருக்கிறார்கள். இந்திரா பெருமூச்சு விட்டுக் கொண்டாள். பவானி இனிமேல் வித்யாபதியை ஒன்றும் சொல்ல முடியாது. இந்த வீடு தனக்கு என்று இருந்தால் இனி மேலாவது நானும் வித்யாபதியும் சேர்ந்து இருக்கலாம்.

இந்திராவின் பிடிவாதம் அதிகரித்தது. வித்யாபதிக்குக் கல்யாணம் ஆனால் மட்டும் என்ன? அவன் மனம் தனக்கு மட்டும்தான் சொந்தம். தான் அவன் திருமணத்தைப் பற்றி அதிகமாக யோசித்துக் குழம்பாமல் இருப்பதுதான் சரி என்று நினைத்தாள்.

இந்திரா இப்படி முடிவு செய்து கொண்டு நாழிநேரம்கூட ஆகவில்லை, அந்த முடிவுகள் சிதறிச் சின்னாபின்னம் ஆவதற்கு, அவன் திருமணமானவன் என்ற உண்மையை ஜீரணித்துக்

கொள்வதற்கு. திருமணம் முடிந்த அவன் வாழ்க்கையில் எந்த விதத்தில் தன்னுடைய உரிமையை நிலைநாட்டுவது என்று இந்திரா பல விதமாக யோசித்துக் கொண்டிருந்தாள். தனக்கு வேண்டியது வித்யாபதி மட்டும்தான். உலகத்திற்காக அவனை விட்டுக் கொடுக்க முடியாது என்று திரும்பத் திரும்ப நினைக்கத் தொடங்கினாள்.

# 35

இந்திராவின் வீட்டுக் கிருகப்பிரவேசம் நினைத்ததை விடக் கோலாகலமாக நடந்தேறியது. அழைத்தவர்கள் எல்லோரும் வந்திருந்தார்கள். வந்தவர்களை பவானியும் அவள் கணவனும் வரவேற்று உபசாரம் செய்தார்கள். பிரசாதும் அவர்களுக்கு உதவி செய்து கொண்டே பரபரவென்று இயங்கிக் கொண்டிருந்தான்.

சீதாவும், வித்யாபதியும் வந்தார்கள். சீதாவுடன் சேர்ந்து வந்த வித்யாபதியைப் பார்த்ததும் இந்திராவின் மனதில் இருந்த சந்தோஷம் ஆவியாகிவிட்டது. சீதா இந்திராவுடன் கலகலப்பாகப் பேசினாள். உடல்நலத்தைப் பற்றி விசாரித்தாள். வெள்ளி முலாம் பூசிய லக்ஷ்மி சரஸ்வதி படங்களைப் பரிசாகக் கொடுத்தாள். அவற்றைப் பார்த்த எல்லோரும் நன்றாக இருப்பதாகப் பாராட்டுத் தெரிவித்தார்கள்.

பவானியும், வாசுவும் சீதாவைத் தேவைக்கு அதிகமாகவே உபசரித்துக் கொண்டிருந்தார்கள். பவானி அடிக்கடி "இந்த

வீடு கிடைத்தது சீதாவின் தயவுதான்'' என்று எல்லோரிடமும் சொல்லிக் கொண்டிருந்தாள்.

பட்டுப்புடவையை உடுத்திக் கொண்டு, தலை நிறையப் பூவைச் சூடிக் கொண்டு, கழுத்தில் முத்துச் சரத்துடன் நாற்காலியில் அமர்ந்திருந்த சீதா அங்கே எல்லோரின் பார்வையையும் காந்தம் போல் ஈர்த்துக் கொண்டிருந்தாள். வாழ்க்கையில் எந்தக் குறையும் இல்லாததுபோல், கணவனின் அன்பைக்கூட அதிகாரத்துடன் பெறக்கூடிய இல்லாள் போல் மிடுக்காக உட்கார்ந்திருந்தாள். வித்யாபதி முடிந்த வரையில் சீதாவை விட்டுத் தொலைவில் இருப்பதற்காக முயற்சி செய்து கொண்டிருந்தான்.

ஆனால் வாசு அடிக்கடி அவனை அழைத்துக் கொண்டு சீதாவின் பக்கத்திலிருந்து நகரவிடாமல் செய்து கொண்டிருந்தான். வித்யாபதிக்கு அது ரொம்ப இடைஞ்சலாக இருந்தது.

தொலைவில் இந்திரா தனியாக நின்றபடி விருந்தாளிகளை உபசரித்துக் கொண்டிருந்தாள். இந்திராவின் முகத்தில் உற்சாகமே இருக்கவில்லை. அக்கா வற்புறுத்தியதால் காலையில் தலைக்குக் குளித்துவிட்டுப் பட்டுப்புடவை உடுத்தியிருந்தாள். இந்த வீட்டுக்காகத் தானும், வித்யாபதியும் எத்தனை கனவுகளைக் கண்டிருப்பார்கள்? அன்றைக்கு அப்ளிகேஷன் பாரத்தை நிரப்பும் போது, அவன் சோபாவில் பின்னால் சாய்ந்துகொண்டு கால்மீது கால் போட்டு அமர்ந்திருந்தான்.

தான் அவன் மடியில் சாய்ந்துகொண்டு அப்ளிகேஷன் பாரத்தில் கையொப்பமிட்டாள். போட்டு முடித்த பிறகும் அவள் எழுந்திருக்கவில்லை.

''இந்து! என்ன யோசிக்கிறாய்?'' என்று அவன் கேட்ட பொழுது ''இந்த காகிதத்தின் மீது எனக்கு வீடு தெரிகிறது. இதோ இது வராண்டா, இது நம் அறை, இது குழந்தைகளின் அறை, இங்கே சாப்பாட்டு மேஜை'' என்று விரலால் கோடிட்டுக் காண்பித்தாள்.

''அந்த நாள் என்றுதான் வருமோ?'' என்றான் அவன் விரலால் அவள் தலையை வருடிக்கொண்டே.

''சீக்கிரமாகவே வரும்'' என்றாள் இந்திரா ஆழ்ந்த நம்பிக்கையுடன். ''அப்போ முதலில் திருமணம். பிறகு கிரகப்பிரவேசம். இருவரும் அருகருகில் நின்றுகொண்டு எல்லோரையும் வர வேற்போம். வருகிறவர்கள் நம்மைப் பார்த்து என்ன சொல் வார்கள் தெரியுமா?''

''என்ன சொல்லுவார்கள்?'' முறுவலுடன் கேட்டான்.

''ஜோடிப்பொருத்தம் பிரமாதம் என்பார்கள்.''

அப்படியா என்பது போல் பார்த்தான். இந்திரா வந்தவர்களை வரவேற்றுக் கொண்டிருந்தாலும் அவள் மனம் மட்டும் கடந்த கால நினைவுகளைச் சுற்றியே வந்து கொண்டிருந்தது. கடவுள் தன்னு டைய கனவுகளைக் கண்டு மேலிருந்து சிரிக்கிறார் போலும். ''பைத்தியமே! நீ கனவுகளைக் கண்டாய். அவை வெறும் கனவா கவே இருந்து விடும்'' என்று.

இந்த உலகத்தில் சிலருடைய ஜாதகங்கள் அப்படித்தான். விரும்பியது எதுவும் நடக்காது. எண்ணங்களுக்கும் வாழ்க்கைக்கும் ஒத்துப் போகாது. வாழ்க்கையின் பாதை வேறு. மனம் விரும்பும் பாதை வேறு. ஒருசில அதிர்ஷ்டசாலிகளுக்குதான் விரும்பியது அப்படியே நடக்கும். இந்திராவின் பார்வை ஒரு நிமிடம் சீதாவின் மீது நிலைத்தது. பொறாமைப்படக் கூடாது என்று நினைத்தாலும் சீதாவின் அதிர்ஷ்டத்தைப்பற்றி நினைக்காமல் அவளால் இருக்க முடியவில்லை. சீதாவால் எப்படி இங்கே வர முடிந்தது? எல்லோ ருடனும் சிரித்துப் பேச அவளால் எப்படி முடிகிறது? அதுதான் இந்திராவுக்கு வியப்பாக இருந்தது.

சீதாவை, வித்யாபதியை ஜோடியாய்ப் பார்க்கப் பார்க்க அவள் மனம் பாரமாகிக்கொண்டிருந்தது. தான் நினைத்தது என்ன? நடக்கிறது என்ன? யாருக்கு வேண்டும் இந்த வீடு? இந்த ஆர்ப்பாட்டம் எல்லாம் எதற்காக? இந்திராவுக்கு அங்கிருந்து தொலைவிற்கு ஓடிப் போக வேண்டும் என்று தோன்றியது.

மேனேஜர் சொல்லிக் கொண்டிருந்தார். ''இந்திரா! உனக்கு நல்ல வேலை இருக்கு. வீடும் நல்லதாக அமைந்துவிட்டது. இனி வாழ்க்கையைச் சொந்தமாக்கிக் கொள்ள ஒரு புருஷன்தான் வேண்டும். எங்களுக்கு கல்யாண விருந்து எப்போ தரப் போகிறாய்?''

இந்திரா பதில் சொல்லவில்லை.

''எல்லோரும் முதலில் கல்யாணம் செய்து கொண்டு அப்புற மாக வீடு அமைத்துக் கொள்வார்கள். நம் இந்திரா மேடம் முதலில் கிரகப்பிரவேசம் செய்திருக்காங்க. இந்தக் காலத்துப் பெண்கள் இல்லையா. முதலில் வாழ்க்கையில் வேண்டிய வசதிகளை எல்லாம் செய்து கொண்ட பிறகுதான் கணவனுக்கு

முக்கியத்துவம் கொடுப்பார்கள்'' என்றான் பிரசாத். எல்லோரும் சிரித்தார்கள்.

''நீ சொன்னதும் சரிதான்'' என்றார் அவர்.

''ஆமாம், பெண்களின் வாழ்க்கை முன்னைப் போல் இல்லையே. இந்தக் காலத்துப் பெண்கள் ஆண்களைப் போல் வேலைக்கும் போய்க் கொண்டு கஷ்டப்பட வேண்டியிருக்கிறது. அப்படிப்பட்ட பெண்ணைக் கல்யாணம் செய்து கொள்ளணும் என்றால் ஆணும் சில விஷயங்களில் சமாதானத்திற்கு வரணும். அவனுக்குப் பொருளாதார ரீதியான பாரம் பாதியாகக் குறையும் போது வீட்டு வேலைப் பளுவையும் பகிர்ந்து கொள்ள அவனும்முன் வரணும்'' என்றார் ஒருவர்.

பந்திச் சாப்பாடு முடிந்தது. பவானியும் வாசுவும் சேர்ந்து கட்டாயப்படுத்தி சீதாவையும், வித்யாபதியையும் அருகருகில் உட்கார வைத்தார்கள். பரிமாறும் போது இந்திராவுக்குத் துணையாகப் பிரசாதும் பரிமாறினான்.

''என்னப்பா? இவன் போக்கைப் பார்த்தால் இந்திராவைச் சொந்தமாக்கிக் கொள்வான் போல் தெரிகிறதே?'' யாரோ சொன்னார்கள். அந்த வார்த்தைகள் சீதாவுக்கும் வித்யாபதிக்கும் தெளிவாகக் கேட்டன. சீதா கடைக்கண்ணால் அவன் பக்கம் பார்த்தாள். அவன் முகத்தில் எந்த மாற்றமும் தென்படவில்லை.

இந்திரா தொலைவில் நின்று விட்டாள். இவ்விருவருக்கும் பரிமாறத் தானாக முன்வரவில்லை. வாசுவும், பவானியும் விழுந்து விழுந்து உபசரித்துக் கொண்டிருந்தார்கள்.

''நீங்களாவது சொல்லுங்க. உங்க மனைவி சரியாகச் சாப்பிட மாட்டேங்கிறாள். சங்கோஜப்படுகிறாள்.'' என்றான் வாசு.

''அந்த மாதிரி சொல்லுவதும், கேட்டுக் கொள்வதும் எங்களுக்கு இடையில் பழக்கமில்லை'' என்றாள் சீதா.

''அந்யோந்யமாக இருந்து, இருவருடைய கருத்தும் ஒன்றாக இருந்துவிட்டால் சொல்ல வேண்டிய அவசியம்தான் என்ன?'' என்றாள் ஒரு அம்மாள்.

வித்யாபதி பந்தியிலிருந்து சீக்கிரமாக எழுந்து கொண்டான். சாப்பாடு முடிந்ததும் எல்லோரும் கும்பல் சேர்ந்து கொண்டு அரட்டை அடித்துக் கொண்டிருந்தார்கள்.

இந்திரா பூஜை அறையில் வெற்றிலைப் பாக்கை எடுத்து வைத்துக் கொண்டிருந்தாள். வித்யாபதி அங்கே வந்தான். இந்திரா பார்க்காதது போல் சும்மாயிருந்தாள்.

Saai

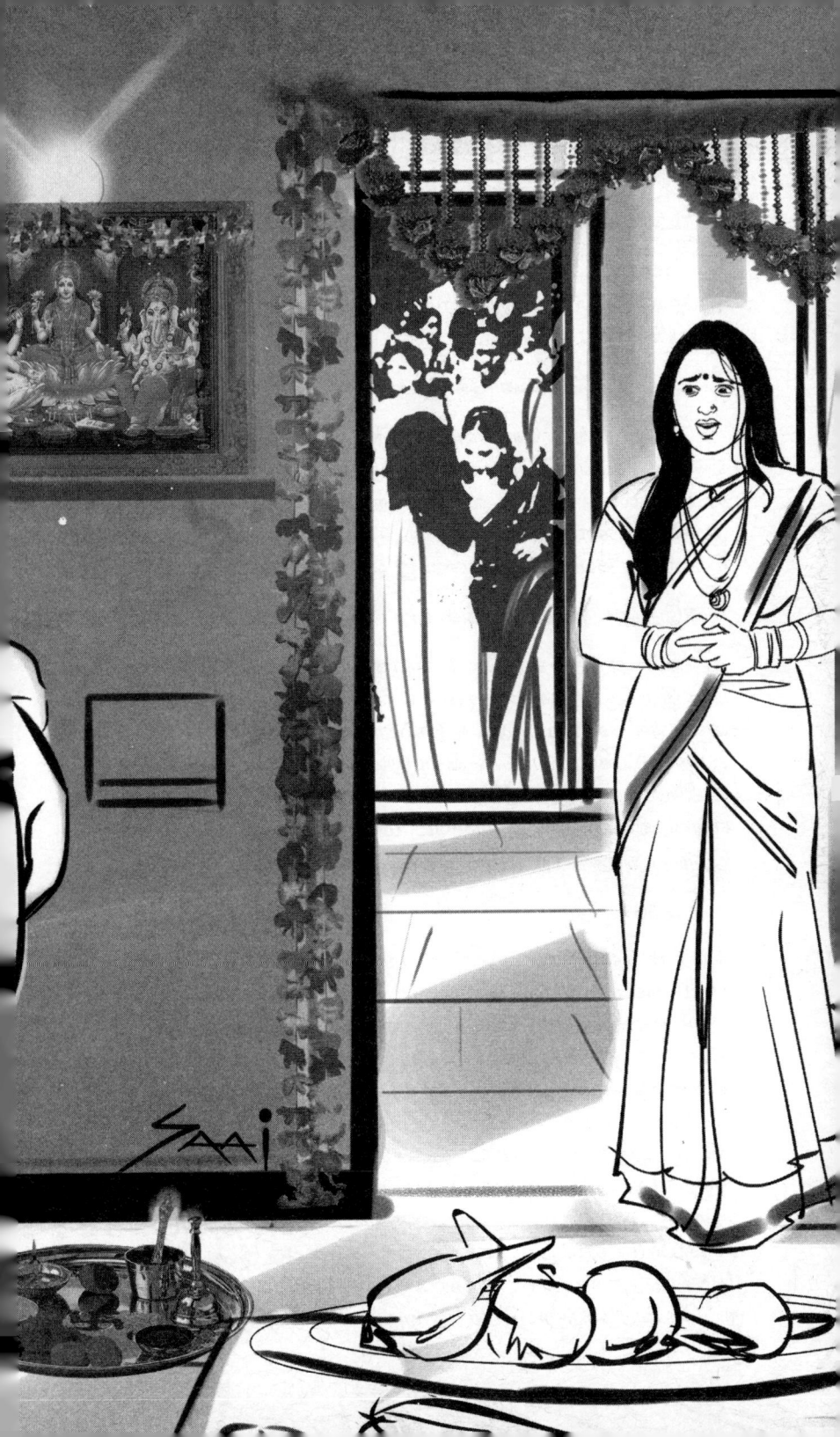

"சீக்கிரமாக சாப்பிடு இந்து" என்றான். இந்திரா மௌனமாக இருந்தாள்.

"உன்னைத்தான்" என்றான் அவன்.

"எனக்கு ... எனக்கு இன்று பசிக்கத்தான் செய்யுமா? சந்தோஷத்தால் வயிறு நிரம்பிவிட்டது. ரொம்ப சந்தோஷமாக இருக்கிறேன்" என்றாள்.

"அப்படிச் சொல்லாதே இந்து! ப்ளீஸ்."

"வேறு என்ன சொல்வது? இந்த வீடு வேண்டும் என்று நான் ஏன் ஆசைப்பட்டேனோ நீ மறந்து விட்டாய். என்னால் மறக்க முடியவில்லை. இந்த வீட்டை நான் எதற்காக வாங்கினேன்?" இந்திரா தலையைச் சுவரில் சாய்த்து, துக்கத்தை அடக்கிக் கொள்வது போல் இதழ்களை இறுக்கினாள்.

"இந்து" அவன் அருகில் வரப் போனான்.

"நில். அருகில் வராதே. உன்னைப் பார்த்தால் எனக்கு அருவருப் பாக இருக்கு. அக்கா உங்களை மரியாதைக்காக அழைத்தாள் என்று வைத்துக் கொண்டாலும் நீ எதற்காக வந்தாய்? என் மனைவிதான் இந்த வீட்டை வாங்கிக் கொடுத்தாள் என்று பெருமையடித்துக் கொள்ளவா? இந்த வீட்டுக்காக ஃபாரத்தை நிரப்பும் போது நாம் என்ன நினைத்துக் கொண்டோம்? இப்போ நடந்தது என்ன?" இந்திரா திடீரென்று அழத் தொடங்கினாள்.

"இந்து"

"என் கனவுதான் எத்தனை பயங்கரமாகப் பொய்த்துவிட்டது? நான் என்ன தவறு செய்துவிட்டேன் என்று எனக்கு இந்தத் தண்டனை? நீஎன்னிடம் சொன்னதுஎல்லாம்பொய்தான். சீதாவிடம் உனக்கு உண்மையிலேயே அன்பு இருக்கிறது. உன் அன்பில் அந்தப் பெண்ணுக்கும் நம்பிக்கை இருக்கிறது. அதனால்தான் இப்படித் தைரியமாக என் முன்னால் அவளால் வர முடிந்தது. நான்தான் வடிகட்டின முட்டாளாக இருக்கிறேன். என்னுடன் உறவைத் துண்டித்துக் கொள்ளவும் மாட்டாய். என்னிடமிருந்து விலகியும் இருக்க மாட்டாய். என்னைச் சித்ரவதை செய்கிறாய். போ ... போய்விடு. நாமிருவரும் சந்தித்துக் கொள்வது இதுதான் கடைசி." இந்திரா தலையை சுவற்றில் மோதிக் கொண்டிருக்கையில் சட்டென்று வித்யாபதி வந்து அவளைப் பிடித்துக் கொண்டான்.

''இந்து.. இந்து.. ஆவேசப்படாதே. ப்ளீஸ்.'' அவன் இந்திராவை மார்போடு அணைத்துக் கொண்டு தேற்றத் தொடங்கினான். இந்திரா திடீரென்று அவன் கைகளுக்கு இடையில் சிறு குழந்தையாய்த் துவண்டு போய் அழத் தொடங்கினாள்.

அதற்குள் பவானி, சீதா அங்கே வந்தார்கள்.

''இந்து! எங்கே இருக்கிறாய்? சீதா கிளம்புகிறாளாம்'' என்று சொல்லிக் கொண்டிருந்த பவானியின் கண்கள் திடீரென்று நிலைகுத்தி நின்று விட்டன. அங்கே பூஜை அறையில் வித்யாபதி இந்திராவை அணைத்துக் கொண்டிருப்பது போல் நின்றிருந்தான். சீதாவும் சிலையாக அப்படியே நின்றுவிட்டாள். சீதாவைப் பார்த்ததும் அவன் மெதுவாக இந்திராவை விட்டு விலகி நின்றான்.

ஒரு வினாடி சீதாவின் பார்வையும், அவன் பார்வையும் பின்னிப் பிணைந்தாற்போல் நிலைத்து விட்டன. பவானி தடுமாறினாள். பதற்றமடைந்தாள். ''நான்... நீங்கள்.. வெற்றிலைப் பாக்கிற் காக..'' என்றாள்.

''இங்கே இருக்கு. எடுத்துக்கொள்.'' இந்திரா மெதுவாக முணுமுணுத்தாள். பவானி உள்ளே சென்று வெற்றிலைப் பாக்குத் தட்டை எடுத்துக் கொண்டே இந்திராவையும் வித்யாபதியையும் ஏளனமாக ஒரு பார்வை பார்த்துவிட்டு அகன்றாள்.

பவானி ஹாலுக்குத் திரும்பி வந்த போது சீதா அங்கே இல்லை. பிரசாதிடம் கேட்டால் கிளம்பிப் போய் விட்டதாகத் தெரிவித்தான். பவானி பெருமூச்சு விட்டுக் கொண்டாள்.

36

சீதா காரை ஓட்டிக் கொண்டிருந்தாள். கார் வீட்டை நோக்கிச் செல்லவில்லை. கடைத்தெரு வழியாகப் போய்க் கொண்டிருந்தது. கடைத்தெருவில் மக்கள் கூட்டம் அலை மோதிக் கொண்டிருந்தது. கல்யாண சீசன் என்பதாலோ என்னவோ எல்லாக் கடைகளிலும் கூட்டம் நிரம்பி வழிந்து கொண்டிருந்தது.

எதிரே இன்னொரு கார் வந்து கொண்டிருந்தது. அதில் ஒரு ஜோடி இருந்தது. அந்தப் பெண் டிரைவ் செய்து கொண்டிருந்தாள். அவன் பின்னால் சாய்ந்து கொண்டு ஒரு கையை நீட்டியபடி உட்கார்ந்திருந்தான். அவன் ஏதோ சொல்லிக் கொண்டிருந்தான். அந்தப் பெண் கலகலவென்று சிரித்துக் கொண்டிருந்தாள். சீதா தானே ஒதுங்கி அவர்களுக்கு வழிவிட்டாள்.

சீதாவுக்குத் தன்னைத் தவிர இந்த உலகத்தில் எல்லோருமே சந்தோஷமாக இருப்பது போல் தோன்றியது. கல்யாணம் ஆன பிறகுதான் தந்தை அவளுக்கு டிரைவிங் கற்றுக் கொடுத்தார். வித்யாபதியும் கற்றுக் கொண்டான். ஆனால் ஒருநாள் கூட இருவரும் சேர்ந்து காரில் வெளியே போனதில்லை. காரோட்டிக் கொண்டிருந்த சீதாவின் கண்முன்னால் இந்திராவைத் தேற்றிக் கொண்டிருந்த வித்யாபதியின் உருவம் தான் நிழலாடிக் கொண்டிருந்தது.

சீதாவுக்கு இந்திராவின்மீது கோபம் வரவில்லை. வித்யாபதியின் மீதுதான் கோபம் பொத்துக் கொண்டு வந்தது. அந்தக் கோபத்திலிருந்து ஒரு விதமான இயலாமை பனிக்கட்டியாய் இறுகத் தொடங்கியது. இந்த உலகத்தில் மனிதனைச்சிறைப்படுத்தி வைக்க முடியுமோ என்னவோ. அதேபோல் ஒருவனது மனதை சிறைப் பிடித்து வைக்க முடியுமா? நிச்சயமாக முடியாது.

உடல்ரீதியாக சுதந்திரம் இருந்தாலும் இல்லாவிட்டாலும் மனதளவில் ஒவ்வொரு நபரும் சுதந்திரமானவன்தான். சீதா

யோசித்துக் கொண்டிருந்தாள். இத்தனை நாட்களாக அவள் என்ன செய்து கொண்டிருந்தாள்? வித்யாபதியின் மனதை என்றாவது ஒரு நாள் தன்னால் ஜெயித்து விட முடியும் என்ற இறுமாப்புடன் அவனைக் கணவனாக வாழ்க்கையில் கட்டிப் போடத் தவித்துக் கொண்டிருந்தாள். இன்று சீதாவின் கண்முன்னால் இருந்த திரைகள் விலகிவிட்டன. இந்திராவையும் வித்யாபதியையும் யாராலுமே பிரிக்க முடியாது. அவ்விருவரின் அன்புப் பிணைப்பை யாராலும் முறித்து விட முடியாது. சீதாவுக்கு இந்தத் தோல்வி விரக்தியை அளித்தது. இத்தனை நாளும் தான் கானல்நீரை நோக்கி ஓடிக் கொண்டிருந்தாள்.

இந்திராவின் வீட்டு கிரகப்பிரவேசத்திற்குப் போகவில்லை என்றால் இந்த உண்மை என்றைக்குமே அவளுக்குத் தெரிந்திருக்காது. சீதாவுக்கு திடீரென்று வித்யாபதியின் மீதும், இந்த உலகத்தின் மீதும், அவனைத் தனக்கு மணம் முடித்து வைத்த தந்தையின்மீதும், கல்யாணம் செய்து கொண்டும் அவனை அடைய முடியாத தன் துரதிர்ஷ்டத்தின் மீதும் சொல்ல முடியாத விரக்தி ஏற்பட்டது. வித்யாபதியுடன் சேர்ந்து வாழ்வது என்பது இனி முடியாத காரியம். ஆனால், கணவனால் கைவிடப்பட்ட சீதா என்ற பழியைச் சுமந்து கொண்டு வாழ்வதும் அசம்பவம்தான். அவள் எதற்காக வாழ வேண்டும்? வாழ்ந்து என்னதான் சாதிக்கப் போகிறாள்? சீதாவுக்கு அழுகை வந்துவிட்டது. கையில் இருந்த பொருளைத் தரையில் வீசி ஆத்திரத்தைத் தீர்த்துக் கொள்ள வேண்டும் போல் தோன்றியது. இப்பொழுது தன் கையில் இருக்கும் பொருள் என்ன? வாழ்க்கை! இது ரொம்பவும் மதிப்பு வாய்ந்தது என்பது உண்மைதான். ஆனால் இப்போது அதை அவளுக்குப் பிடிக்கவில்லை.

இந்த வாழ்க்கை அவளைக் கருணையின்றித் துன்புறுத்திக் கொண்டிருந்தது. இனியும் வேதனைப்படக் கூடிய பொறுமையோ, சக்தியோ அவளிடம் இல்லை. சீதா காரை ஒரு பக்கமாகத் திருப்பினாள். எதிரே பெரிய மரம் தென்பட்டது. சீதாவின் கைகள் விரும்பாத பொருளை ஓங்கித் தரையில் வீசுவது போல் ஸ்டீயரிங்கைத் திருப்பின. மரம் பெரிய பூதம் போல் அவளை நெருங்கி வந்து கொண்டிருந்தது. சீதாவின் கண்களில் ஆத்திரம் மட்டுமே இல்லை. சந்தோஷமும் தென்பட்டது. தனக்குப் பிடிக்காத விளையாட்டுப் பொருளைச் சுக்குநூறாக உடைப்பது போல் காரை வேகமாகச் செலுத்திக் கொண்டிருந்தாள். வாழ்க்கை ரொம்பவும் மதிப்பு வாய்ந்தது. சீதாவின் மனம் ஓலமிட்டுக்

கொண்டிருந்தது. அந்த மதிப்பு எப்பொழுது? அது நமக்குப் பயன்படும்போது. மகிழ்ச்சியைத் தரும் போது. அதுவே துன்பம் தந்து கொண்டிருந்தால் அதை யாரால் சகித்துக் கொள்ள முடியும்?

மரம் கைகளை நீட்டியபடி நெருங்கிவிட்டது. அதற்குள் திடீரென்று மரத்தின் பின்னாலிருந்து பத்து வயது சிறுவன் ஒருவன் வெளியே வந்தான். அவன் கையில் பட்டம் இருந்தது. காரைப் பார்த்ததும் அவன் வீலென்று கத்தினான். சீதா சரேலென்று காரைப் பக்கத்தில் திருப்பினாள். கார் சுழன்று பலமாக எதன்மீதோ மோதிக்கொண்டு நின்றுவிட்டது. சீதாவின் தலையில் பலமாக அடிபட்டு விட்டது. உயிர் போய்விட்டாற்போல் கண்முன்னால் இருள் சூழ்ந்து கொண்டது.

# 37

சீதா முனகிக் கொண்டிருந்தாள். அந்த முனகல் இருளடைந்த குகைக்குள்ளே இருந்து வெளியே வந்து வெளிச்சத்தைப் பார்க்க வேண்டுமென்று தவித்துக் கொண்டிருக்கும் அவளுடைய இதய கோஷமாக இருந்தது. எங்கே இருக்கிறாள் அவள்? சீதா எழுந்து கொள்ளப் போனாள். அதற்குள் உடைந்து விழுந்த அலையைப் போல் கீழே சரிந்தாள். அவளுக்கு யார் இருக்கிறார்கள்? யாருமே இல்லை. ''அப்பா... அப்பா.. எங்க இருக்கீங்க? எனக்கு இங்கே பயமாக இருக்கிறது. சீக்கிரம் வாங்க.'' கத்திக் கொண்டிருந்தாள். ''என்னால் வர முடியாதும்மா. வித்யாபதி இருப்பான். அவனைக் கூப்பிடு.'' தந்தையின் குரல்

எங்கிருந்தோ கேட்டது. ''அவர்... அவருக்கு நான் தேவையில்லை அப்பா. இந்திராதான் வேண்டும்.'' சீதா அழத் தொடங்கினாள். ''சீ... பாவி நான். என் வாழ்க்கையும் ஒரு வாழ்க்கையா? அவர்கள் இருவரும் என்னை எப்படித் திட்டிக் கொண்டிருக்கிறார்களோ. நான் இறந்து போனால் நன்றாக இருக்கும் என்று நினைத்துக் கொண்டிருப்பார்கள். செத்துப் போக வேண்டும்'' சீதா ஹிஸ்டிரியா வந்தவள் போல் அழத் தொடங்கினாள்.

''சீதா! சீதா!'' யாரோ கூப்பிட்டுக் கொண்டிருந்தார்கள்.

''அப்பா.. அப்பா..'' சீதா தன்னை அழைத்த நபரின் கழுத்தைத் கட்டிக் கொண்டாள். ''என்னை அழைத்துக் கொண்டு போய் விடுங்கள். நான் இங்கே இருக்க மாட்டேன். அம்மா!'' சீதா வீலென்று கத்தினாள், உயிரே போய்க் கொண்டிருந்தாற்போல். ''என் காலுக்கு என்ன ஆச்சு? வலிக்கிறதே?'' அழுது கொண்டிருந்தாள்.

''சீதா! உன் காலுக்கு எதுவும் ஆகவில்லை.'' யாரோ கனிவாகச் சொல்லிக் கொண்டிருந்தார்கள்.

''இவ்வளவு வலியாக இருக்கிறதே?''

''குறைந்துவிடும். இந்த ஹார்லிக்ஸைக் கொஞ்சம் குடி.''

''ஊஹூம். வேண்டாம். எனக்கு வேண்டாம் அப்பா. நான் சுகமாக இருக்கணும் என்றுதானே என்னை வித்யாபதிக்குக் கொடுத்து மணம் முடித்தீங்க. நான் அவருக்குத் தேவையில்லை அப்பா. இந்திராவிடம் அவருக்கு அளவு கடந்த பிரியம். எவ்வளவு பிரியம் தெரியுமா? இந்த உலகத்தில் யாருக்குமே யார் மேலேயும் அவ்வளவு அன்பு இருக்காது.''

''சீதா! ப்ளீஸ். தூங்கு.''

''ஊஹூம். தூக்கம் வரவில்லை. நான் போக வேண்டும். அவர் வந்து விடுவார். நான் போய் விடவேண்டும். நம்மைப் பிடிக்காதவர்களிடம் யாராவது இருப்பார்களா? அது எவ்வளவு வெறுப்பான விஷயம்?''

''சீதா! நீ தூங்கு.''

''மாட்டேன். செத்துப் போகிறேன். செத்துப் போனால் எந்த வருத்தமும் இருக்காது. நிம்மதியாக இருக்கும். கணவன் விட்டு விட்டான் என்று உலகம் எள்ளி நகையாடினாலும் நமக்குத்

தெரியாது. சுவாமிநாதய்யரின் மகள் சீதாவைக் கணவன் தள்ளி வைத்துவிட்டான் என்று எல்லோரும் பேசிக் கொண்டால் அசிங்கம் இல்லையா? வித்யாபதி என்னை ஒதுக்கி வைக்கும் வாய்ப்பை நான் ஏன் அவருக்குத் தரணும்? இந்த உலகம் என்னைப் பார்த்துச் சிரிக்கும்படியாக ஏன் இடம் தரணும்? நானே வித்யாபதியை விட்டு விடுகிறேன். அப்படிச் செய்தால் சீதா கெட்டவள். கணவனை விட்டு விட்டாள் என்பார்கள். செத்துப் போகிறேன். அவ்வளவுதான்.'' சீதா சிரிக்கத் தொடங்கினாள்.

''நான் எவ்வளவு அதிர்ஷ்டசாலி. இந்த அதிர்ஷ்டம் யாருக்குத் தான் கிடைக்கும்?''

சீதா ரோஷத்துடன், காளி அவதாரம் எடுத்ததுபோல் சீறினாள். ''நான் எதற்கு அவரை விட்டு விடணும்? நான் என்ன தவறு செய்துவிட்டேன்? அவருக்கு அந்த இந்திராவிடம் பிரியம் இருந்தால் என்னை ஏன் கல்யாணம் செய்து கொள்ளணும்? நான் வேறு யாரையாவது கல்யாணம் செய்து கொண்டிருந்தால் சந்தோஷமாக இருந்திருப்பேன் அப்பா.'' சீதா மறுபடியும் வித்யாபதியின் கையைப் பலமாகப் பற்றிக் கொண்டாள். ''நீங்க அவரிடம் நன்றாகக் கேளுங்கள் அப்பா. எங்க சீதா செய்த தவறுதான் என்ன என்று கேளுங்கள். நீ எங்களை ஏமாற்றிவிட்டாய் என்று சொல்லுங்கள். இது ஏமாற்றுவது இல்லையா? ஒரு பெண்ணைக் காதலித்து இன்னொரு பெண்ணைப் பண்ணிக் கொள்வது, திரும்பவும் மணம் செய்து கொண்ட பெண்ணை விட்டு விட்டு காதலித்தப் பெண்ணுடன் இருப்பது. எல்லாம் இவர்களின் இஷ்டம்தானா? எவ்வளவு அரக்கர்கள்? நீங்கள் கேளுங்கள் அப்பா. இந்தக் கேள்விகளுக்குப் பதில் சொல்லச் சொல்லுங்கள். அப்போ நான் அவரை விட்டு விடுகிறேன். அதுவரை செத்தாலும் விட மாட்டேன்'' என்று சொல்லிக் கொண்டே திரும்பவும் அழத் தொடங்கினாள்.

''லாபம் இல்லை. இதெல்லாம் உலகத்திற்கு எப்படித் தெரியும்? உன் புருஷன் உன்னை ஏன் விட்டு விட்டான் என்று கேட்டால் என்ன பதில் சொல்வேன் நான்?''

டாக்டர் வந்தார்.

''எப்பொழுதிலிருந்து இப்படிப் புலம்புகிறாள்?''

''நேற்று இரவிலிருந்து இதே புலம்பல்தான்''

என்றான் வித்யாபதி.

அவர் சீதாவைப் பரிசோதித்தார். ஜுரம் அதிகமாக இருக்கு'' என்றார். ஊசி போட்டார். மருந்துகளை எழுதிக் கொடுத்துவிட்டு வித்யாபதியிடம் சொன்னார். ''ரொம்ப ரகளை செய்தால் எனக்குப் போன் பண்ணுங்கள். தூங்குவதற்கு மருந்து கொடுத்திருக்கிறேன். எவ்வளவு தூங்குகிறாளோ அவ்வளவு நல்லது'' என்றார்.

வித்யாபதி அவருடன் கூடவே வெளியே வந்தான். காரில் ஏறப்போனவர் ஒரு வினாடி நின்று சொன்னார். ''நீங்க தவறாக நினைக்கவில்லை என்றால் ஒரு விஷயம் சொல்ல விரும்புகிறேன்.''

''சொல்லுங்கள்.''

''சீதாவின் பேச்சில் ஏதோ பயம் தெரிகிறது. நீங்க தன்னை விட்டு விடுவீங்கன்னு நினைத்துக் கொண்டிருக்கிறாள். அந்த பயம் சீதாவின் மனதில் ஏன் வந்ததென்று புரியவில்லை. இந்தக் குடும்பத்தின் டாக்டராக உங்களிடம் ஒரு சின்ன அறிவுரை சொல்ல நினைக்கிறேன். ஒவ்வொரு குடும்பத்திலும் ஏதாவது ஒரு பிரச்னை இருந்து கொண்டுதான் இருக்கும். நீங்கள் கோபத்தில் எப்பொழுதோ சொன்ன வார்த்தைகளை சீதா சீரியஸாக எடுத்துக் கொண்டிருப்பது போல் தோன்றுகிறது. நீங்க அந்த வார்த்தைகளை சீரியஸாகச் சொல்லவில்லை என்றும், அவளை விட்டு விடப் போவதில்லை என்றும் நம்பிக்கையை அவளிடம் ஏற்படுத்த வேண்டும். அவளுடைய புலம்பலை நன்றாகக் கவனித்துக் கேட்டால் உங்களுக்கே புரியும்.

சீதா தனக்கு யாருமே இல்லை என்று நினைக்கிறாள். தந்தை இல்லாத வேதனையும் அவளை வாட்டிக் கொண்டிருக்கிறது. ரொம்ப வேதனையை அனுபவித்துக் கொண்டிருப்பது போல் தோன்றுகிறது.

மிஸ்டர் வித்யாபதி! நான் அன்றே சொல்லிவிட்டேன். சீதா வேண்டுமென்றே விபத்தை ஏற்படுத்திக் கொண்டிருப்பதாகத் தோன்றுகிறது. இது தற்கொலை முயற்சி. இன்னொரு தடவை இது போல் பைத்தியக்காரத்தனமான காரியத்தைச் செய்வதற்கு அவகாசம் தராதீங்க. சுவாமிநாதய்யர் மகளுக்கு எத்தனையோ நல்ல வரன்கள் வந்த போதும் மறுத்துவிட்டார். ஏன் தெரியுமா? சீதா என்றால் அவருக்கு உயிர். சீதாவை நன்றாகப் பார்த்துக் கொள்ளும் பையன்தான் வேண்டும் என்ற அவர் நினைத்திருந்தார். சீதாவுக்கு உங்களுடன் திருமணம் நிச்சயமானபோது, ''உங்களுக்குப் பிடித்தப்

பையன் கிடைத்துவிட்டானா?" என்று நான் கேட்டபோது "நான் எதிர்பார்த்ததையும் விட நல்ல பையன் கிடைத்துவிட்டான். இது சீதாவின் அதிர்ஷ்டம் இல்லை, என்னுடையது" என்று பெருமைப்பட்டுக் கொண்டார். இப்போ இந்தச் சூழ்நிலையைப் பார்த்தால் அவருடைய நம்பிக்கை கானல்நீராகத் தோன்றுகிறது. சீதா ரொம்ப நல்லப் பெண். உங்கள் மனம் கோணாதவாறு நடந்து கொள்பவள் என்றுதான் நினைக்கிறேன். சீதாவை நன்றாகப் பார்த்துக் கொள்வது உங்கள் கடமை என்று நினைவுபடுத்துகிறேன். சீதாவின் புலம்பல்கள் எனக்குக் கலக்கத்தை ஏற்படுத்துகின்றன. அதனால்தான் இவ்வாறு சொன்னேன். ஒருக்கால் நான் தவறாகவும் புரிந்து கொண்டிருக்கக்கூடும். அதுதான் உண்மையாக இருந்தால் தயவுசெய்து வேறு விதமாக நினைத்துக் கொள்ளாதீங்க. பெரியவன் ஏதோ சொல்லிவிட்டேன் என்று நினைத்து மன்னித்து விடுங்கள்." வித்யாபதியின் தோளில் தட்டிக் கொண்டே சொன்னார் அவர்.

"அவ்வளவு பெரிய வார்த்தைகளைச் சொல்லாதீங்க." தெளிவற்ற குரலில் சொன்னான் வித்யாபதி.

டாக்டரை அனுப்பிவிட்டுத் திரும்பி வந்தான். அறையிலிருந்து சீதாவின் அழுகைச் சத்தம் கேட்க வில்லை. தூக்க மருந்து நன்றாக வேலை செய்கிறது போலும். சுபத்ரா சீதாவின் கட்டிலுக்குப் பக்கத்திலேயே உட்கார்ந்திருந்தாள்.

அவள் இந்த இரண்டு நாட்களாகப் பச்சைத் தண்ணீர் கூடத் தொடவில்லை. குழந்தைகளும் அப்படித்தான். நினைவு தப்பிய நிலையில் கையிலும் கால்களிலும் காயங்களுடன் அழைத்து வரப்பட்ட சீதாவைப் பார்த்துப் பயந்து போய்விட்டார்கள். "அண்ணா! அண்ணிக்கு என்னவாயிற்று?" என்று அழுது விட்டார்கள். வீட்டில் உற்சாகம் மடிந்துவிட்டது. குழந்தைகள் ஆளுக்கொரு மூலையில் போய் உட்கார்ந்திருந்தார்கள். தாய் பற்றிச் சொல்ல வேண்டியதே இல்லை. சும்மாவே அழுது கொண்டிருந்தாள்.

வித்யாபதி சோபாவில் உட்கார்ந்திருந்தான். சீதா வேண்டு மென்றே காரை விபத்திற்கு உள்ளாக்கியிருக்கிறாள். அதில் கடு களவும் சந்தேகமில்லை. சீதாவுக்கு ஏதாவது நேர்ந்திருந்தால்? அவன் உடல் சிலிர்த்தது.

தான் ஒரு கொலையாளியாகி விட்டிருப்பான். கொலைக்காரன் இல்லையா? நிச்சயமாக கொலைக்காரன்தான். சீதாவை வலுக்

கட்டாயமாகச் சாகடித்தவனாகி இருப்பான். ஆனால் எங்கேயோ கொஞ்சம் அதிர்ஷ்டம் துணையாக நின்று தன்னை அந்தப் பாதகத்திலிருந்து காப்பாற்றிவிட்டது. சீதாவின் கைகளிலும், கால்களிலும் பலமாக அடிபட்டு காயங்கள் ஏற்பட்டிருந்தன.

ஆனால் எலும்பு எதுவும் முறியவில்லை. ஊனம் எதுவும் ஏற்படவில்லை. சீதாவின் அறையிலிருந்து மீண்டும் கூச்சல்கள் கேட்டன.

"நான் என்ன தவறு செய்துவிட்டேன்? என்னிடம் சொல்லுங்கள்."

சுபத்ரா அவளைப் பிடித்துக் கொண்டு ஆறுதல் சொல்லிக் கொண்டிருந்தாள். "சீதா! சும்மாயிரும்மா. தூங்கும்மா."

"தூக்கமா? தூக்கமே வராது எனக்கு. உங்களுக்குத் தெரியுமா? உங்க மகன் என்னை விட்டுவிட்டுப் போகப் போகிறார்."

"சீ.. சீ.. என்ன பேச்சு இது? ஜுரத்தில் நீ சுயநினைவில்லாமல் பேசுகிறாய்" என்றாள் சுபத்ரா.

"எங்க அப்பா இல்லாததால்தான் என்னை இப்படி ஏமாற்று கிறார். எனக்குத் தெரியாதா?" என்றாள்.

"உங்க அப்பா இல்லாவிட்டால் மட்டும் நான் இல்லையா? நான் சும்மாயிருப்பேன் என்று நினைத்தாயா? அவன் நாக்கை இழுத்து வைத்து அறுத்து விடுகிறேன்."

"அவருக்கு இந்திரா என்றால்தான் பிரியம். என்னை அவருக்குப் பிடிக்கவே இல்லை."

"எவளையோ பிடித்திருந்தால் உன்னைத் துன்புறுத்துவதாவது?"

"அப்பக் கேளுங்கள் அவரை."

மறுபடியும் அழத் தொடங்கினாள்.

"உனக்கு நன்றாக குணமாகட்டும். இருவரும் சேர்ந்து நன்றாகக் கேட்டு விடுவோம். குழந்தைகள் மட்டும் சும்மாயிருப்பார்கள் என்று நினைத்தாயா? சண்டை போடுவார்கள்.

அவன் நம்மை எல்லாம் விட்டுவிட்டு எங்கே போய் விடுவா னாம்?" சுபத்ரா வித்யாபதியைக் கடிந்து கொண்டதைப் பார்த்து சீதாவின் மனம் கொஞ்சம் சமாதானமடைந்தது.

ஹாலில் வித்யாபதி தலையைக் கையில் பிடித்துக் கொண்டு உட்கார்ந்திருந்தான். அவன் என்ன செய்து கொண்டு இருக்கிறான்? என்ன செய்யப் போனான்? சீதாவை வாழ்க்கையில் சந்தோஷமாக வைத்திருக்க வேண்டியது தன்னுடைய பொறுப்பு என்ற விஷயத்தையே அவன் மறந்துவிட்டான்.

தன் பொறுப்பை மறந்து போகும் மனிதன் ரொம்ப ஈனமானவன் என்று அவன் எப்போதும் இந்திராவிடம் சொல்லிக் கொண்டிருப்பான். இன்று தானே அந்தக் காரியத்தைச் செய்துவிட்டான். தற்கொலை செய்து கொள்ளும் அளவுக்குச் சீதாவைத் தூண்டியிருக்கிறான். அவளை மரணத்தின் வாயிலுக்குத் தள்ளிவிட்டான். கடவுளே! அவன் மனம் குன்றிவிட்டது.

அதற்குள் போன் மணி அடித்தது. தங்கை போய் எடுத்தாள். ''ஹலோ!'' என்றாள். உடனே கடுமையான குரலில் ''எங்க அண்ணா இல்லை. அண்ணிக்கு உடம்பு சரியாக இல்லை. அண்ணியிடம் இருக்கிறார்'' என்று வைத்துவிட்டாள்.

யார் என்று அவன் கேட்கவில்லை. இந்திரா என்று அவனுக்குத் தெரிந்துதான் இருந்தது. வீட்டில் குழந்தைகளையும் சேர்ந்து எல்லோரும் இந்திராவிடம் ஆத்திரம் கொண்டிருந்தார்கள். சீதாவின் விபத்திற்குக் காரணம் இந்திராதான் என்று அவர்களுக்குத் தெரிந்து விட்டது.

தங்கை அங்கிருந்து போய்விட்டாள்.

போன் மறுபடியும் ஒலித்தது. யாரும் எடுக்கவில்லை. வித்யாபதி நாற்காலியில் அப்படியே உட்கார்ந்திருந்தான். போன் கணகணவென்று மணியடித்துக் கொண்டே இருந்தது. அவன் எடுக்கவில்லை. அவனுக்கு ரொம்பச் சோர்வாக இருந்தது. இதற்குப் பரிகாரம் என்னவென்று அவனுக்குத் தெரியவில்லை. மணி அடித்து அடித்துக் கொஞ்ச நேரம் கழித்து போன் நின்று விட்டது.

அவன் களைத்துப் போனவனாய் அப்படியே உட்கார்ந்திருந்தான்.

# 38

ஒரு வாரத்திற்குப் பிறகு இந்திரா வீட்டில் உட்கார்ந்திருந்தாள். அவள் மடியில் புத்தகம் இருந்தது. ஆனால் கவனம் அதில் இல்லாதது போல் நகத்தைக் கடித்துக் கொண்டே யோசனையில் ஆழ்ந்திருந்தாள்.

''இந்து! சமையல் முடிந்துவிட்டது. சாப்பிட வா.'' அக்கா கூப்பிட்டாள்.

''எனக்குப் பசிக்கவில்லை அக்கா. நீ சாப்பிடு'' என்றாள்.

''என்ன பேச்சு இது? ஒவ்வொரு வேளையும் இப்படித்தான் சொல்கிறாய். எவ்வளவு இளைத்துப் போய்விட்டாய் தெரியுமா? ஒரு வாய் சாப்பிட்டுவிட்டுப் போ.''

''என்னைத் தொந்தரவு செய்யாதே. எனக்குச் சாப்பிடப் பிடிக்கவில்லை.'' சலித்துக் கொண்டாள் இந்திரா.

''இப்போ பசி இல்லை என்றால் கொஞ்ச நேரம் கழித்து சாப்பிடு. அதற்குள் நான் உடைகளை இஸ்திரி செய்து விடுகிறேன்'' என்றாள் அக்கா.

இந்திரா உட்கார்ந்திருந்தாள். பக்கத்திலேயே போன் இருந்தது. கொஞ்ச நேரம் அதையே பார்த்துக் கொண்டிருந்தாள். புத்தகத்தை எடுத்துப் படிக்கப் போனாள். ஆனால் மனம் அதில் லயிக்கவில்லை. மறுபடியும் போன் பக்கம் பார்த்தவள், போனை எடுத்து நம்பரை டயல் செய்தாள். படபடக்கும் இதயத்துடன் காத்திருந்தாள். மறுமுனையில் யாரோ போனை எடுத்தார்கள்.

''ஹலோ!'' மறுமுனையில் உரத்த குரல் கேட்டது.

''ஹலோ! மிஸ்டர் வித்யாபதி இருக்கிறாரா?'' கவனமாகக் குரலைத் தாழ்த்திக் கொண்டு கேட்டாள்.

''இல்லைங்க.''

''ஆபீசுக்கு வந்தாரா?''

''வரலைங்க.''

''எப்போ வருவார் என்று தெரியுமா?''

''தெரியாதுங்க. ஒருக்கால் சின்னம்மாவுக்கு உடம்பு சரியாகும் வரையில் வரமாட்டார்னு நினைக்கிறேன். ஏதாவது சொல்லணுமா? உங்க பெயர்?''

இந்திரா போனை வைத்துவிட்டாள்.

இந்திரா சோபாவில் சாய்ந்தபடி அப்படியே உட்கார்ந்துவிட்டாள். அன்றைக்கு அவள் வீட்டுக் கிரகப்பிரவேசம் நடந்த அன்றைக்கு, சீதா தானும், வித்யாபதியும் நெருக்கமாக இருந்ததைப் பார்த்துவிட்டுப் பேசாமல் போய்விட்டாள். அரைமணி நேரத்திற் கெல்லாம் யாரோ ஓடி வந்தார்கள். வித்யாபதி ஆபீசில் வேலை பார்க்கும் மேனேஜராம். சீதாவின் காருக்கு விபத்து ஏற்பட்டதாக அவன் தெரிவித்தான். அதைக் கேட்டதுமே வித்யாபதி சிலையாகிவிட்டான். அவன் முகத்தில் இருந்த ரத்தமெல்லாம் வடிந்து விட்டாற்போல் இருந்தது.

பக்கத்தில் இருந்த இந்திராவிடம் கூடச் சொல்லிக் கொள்ளாமல் வந்தவனுடன் போய்விட்டான். அப்பொழுதிலிருந்து இன்று வரையில் ஒன்பது நட்கள் கழிந்து விட்டன. வித்யாபதி இந்திராவின் கண்ணில் இன்னும் படவே இல்லை.

அக்காவும், அவள் கணவனும் ஆஸ்பத்திரிக்குப் போய் சீதாவைப் பார்த்துவிட்டு வந்தார்கள். கைகால்களில் நன்றாக அடிபட்டு விட்டதாகவும், உயிருக்கு ஆபத்து இல்லை என்றும், ஊனம் எதுவும் ஏற்படவில்லை என்றும் தெரிவித்தார்கள். அதைக் கேட்ட பிறகு பெருமூச்சு விட்டுக் கொண்டாள்.

சீதாவுக்கு மட்டும் அந்த விபத்தில் ஏதாவது நேர்ந்திருந்தால் தானும், வித்யாபதியும் வாழ்நாள் முழுவதும் தவறு செய்து விட்டாற்போல் வருத்தப்பட வேண்டியிருக்கும். தாங்க் காட்! சீதாவுக்கு ஒன்றும் ஆகவில்லை. அது தன்னுடைய அதிர்ஷ்டம்தான் என்று நினைத்துக் கொண்டாள்.

வித்யாபதியின் வருகைக்காகக் காத்திருந்தாள். ஒரு நாள் கழிந்தது. இரண்டு நாட்களும் கழிந்து விட்டன. வித்யாபதியின் ஆபீசுக்குப் போன் செய்தால் அங்கே அவன் வரவில்லை என்று சொன்னார்கள். ஒரு முறை தாங்க முடியாமல் வீட்டுக்குப் போன் செய்தாள். வித்யாபதியின் தங்கை கடுமையாகப் பதில் சொன்னதால் இந்திராவின் மனம் துணுக்குற்றது.

அக்காவின் வார்த்தைகளைக் கொண்டு வித்யாபதிதான் சீதாவுக்குப் பணிவிடைகள் செய்துகொண்டிருப்பதாகத் தெரிய வந்தது. வித்யாபதியின் சுபாவம் இந்திராவுக்கு நன்றாகவே தெரியும். யாருக்கு எந்த ஆபத்து வந்தாலும் உதவி செய்யத் தயாராக இருப்பான். சுயநலமில்லாமல் மற்றவர்களுக்காகப் பாடுபடுவான். அவனிடம் இருக்கும் இந்தக் குணம்தான் இந்திராவை அவன்பால் ஈர்த்தது என்று சொல்லலாம். வித்யாபதி உலகத்தில் யாருக்கு வேண்டுமானாலும் பணிவிடை செய்யட்டும்.

ஆனால் சீதாவுக்கு அவன் அப்படிச் செய்வது இந்திராவுக்குப் பிடிக்கவில்லை. அவளுக்கு அதைக் கேட்கப் பொறாமையாக இருந்தது. அந்த நினைப்பே எரிச்சலை ஏற்படுத்தியது. சிலசமயம் தான் ரொம்பத் தவறாக யோசிப்பதாகத் தோன்றும். வெட்கமாகவும் இருக்கும். ஆனாலும் மனதில் இருக்கும் வலி மட்டும் போகாது. அவன் வந்ததும் தான் பட்ட வேதனையை எல்லாம் அவனிடம் சொல்லணும். அதை எல்லாம் கேட்டுவிட்டு அவன் சிரிப்பான். ''இந்து! உண்மையிலேயே நீ பைத்தியக்காரிதான்'' என்பான்.

ஆனால் நாட்கள் கழிந்துகொண்டிருந்தன. வித்யாபதி மட்டும் வரவே இல்லை. இந்திராவுக்கு இரவும் பகலும் நிம்மதியற்றுக் கழிந்து கொண்டிருந்தன. சிலசமயம் அப்பொழுதே புறப்பட்டு அவனிடம் போய் நிற்க வேண்டும் போல் தோன்றும். எப்படியோ சமாளித்துக் கொள்வாள். இந்திரா ஆபீசுக்கு லீவ் போட்டு விட்டாள். பொழுது போவதே பெரும்பாடாக இருந்தது. சிலசமயம் இந்த யோசனைகளால் பைத்தியம் பிடித்துவிடுமோ என்றுகூடத் தோன்றும்.

அதற்குள் கதவு தட்டிய சத்தம் கேட்டது.

''ஹலோ.... நீங்க வீட்டில்தான் இருக்கீங்களா? அப்பாடா, ஏதாவது மார்னிங் ஷோவுக்கு கம்பி நீட்டியிருப்பீர்களோ என்று நினைத்தேன்.'' பிரசாத் சிரித்துக் கொண்டே கதவைத்தள்ளிக் கொண்டு உள்ளே வந்தான்.

அவன் இப்பொழுதெல்லாம் அடிக்கடி வந்து கொண்டிருந்தான். பவானிக்கும் அவனுடன் பேசுவதென்றால் பிடிக்கும். அவனும் பவானி சொல்லும் ஊர் வம்புகளை எல்லாம் சிரத்தையாகக் கேட்டுக் கொள்வான்.

முன்பெல்லாம் இந்திராவுக்கு அவன் பேச்சும், ஜோக்குகளும் எரிச்சலைத் தந்து கொண்டிருந்தன. சமீபகாலத்தில் அதனால் கொஞ்சம் பொழுது போய்க் கொண்டிருப்பதால் அதையெல்லாம் சகித்துக் கொண்டிருந்தாள்.

எப்பொழுதும் எதையாவது சொல்லிச் சிரிக்க வைத்துக் கொண்டிருப்பான். அவனைப் பார்த்தால் எந்தக் கவலையும் இல்லாதவன் போல் தோன்றும்.

தனிக்கட்டை என்பதால் பிக்கல் பிடுங்கல் எதுவும் இல்லை. அவன் அடிக்கடி இங்கே சாப்பிடுவது வழக்கம்தான்.

அறையில் குழந்தைகளின் உடைகளுக்கு இஸ்திரி போட்டுக் கொண்டிருந்த இந்திராவின் அக்கா அவனைப் பார்த்ததும் வெளியே வந்து, ''வாங்க .. வாங்க. நாங்க சாப்பிட உட்காரப் போகிறோம். சரியான சமயத்திற்கு விருந்தாளி உருவத்தில கடவுள் போல் வந்திருக்கீங்க. எங்களுடன் சேர்ந்து சாப்பிட்டாக வேண்டும்'' என்றாள்.

''வாரத்தில் நான்கு நாட்களாவது நீங்க என்னைக் கடவுளாக அவதாரம் எடுக்க வைக்கிறீங்க இல்லையா? ஆகட்டும். விருந்தாளியாக இருப்பதற்கு எனக்கு எந்த ஆட்சேபணையும் இல்லை. வரம் கொடு என்று மட்டும் கேட்டுவிட்டால்தான் கஷ்டம்'' என்றான் அவன் சிரித்துக் கொண்டே.

''உங்களுக்குக் கல்யாணம் ஆன பிறகு நாங்க வந்து உங்க வீட்டில் டேரா போட்டு வட்டியும் முதலுமாக வசூல் செய்து கொள்கிறோம். கவலையை விடுங்க'' என்றாள் பவானி.

''நீங்க வாங்க. ஆட்சேபணை இல்லை. ஆனால் கல்யாணம் ஆகணும் என்று சாபம் மட்டும் கொடுத்து விடாதீங்க'' என்றான்.

''ஏன் அப்படி?''

''அது அப்படித்தான். அதற்கு மேல் நீங்க கேட்கக் கூடாது.''

''இதென்னது? ஏற்கனவே உங்களைப் பற்றி அக்கம் பக்கத்தில் இருப்பவர்கள் என்னிடம் விசாரிக்கத் தொடங்கிவிட்டார்கள் தெரியுமா? நேற்று பக்கத்து வீட்டு வரலக்ஷ்மி கேட்டாள். அவளுடைய மகளை நீங்க ஒரு தடவை பார்க்கணுமாம்.''

"ஐயோ! அந்த மாதிரி ஆபத்து எதையும் கொண்டு வராதீங்க. அப்படிச் சொன்னால் நான் இந்த வீட்டுப் பக்கமே இனி வரமாட்டேன்." கையெடுத்துக் கும்பிட்டான்.

"ஏன்? கல்யாணமே பண்ணிக்கொள்ள மாட்டீங்களா?"

"பண்ணிக்கணும் என்று இல்லை."

"ஏன்?"

"சிலபேர் ஜாதகம் அப்படின்னு வையுங்கள். நீங்கள் பரிமாறினால் சாப்பிடலாம்."

"இதோ ஒரு நிமிடம்." பவானி சமையல் அறைப்பக்கம் சென்றாள். இந்திரா அவனைக் கூர்ந்து பார்த்தாள். எந்தவிதத்திலும் குறை இல்லாத இவனுக்குத் திருமணத்தில் விரக்தி ஏற்படுவானேன்?

"நீங்க அப்படிச் சந்தேகத்தோடு பார்க்க வேண்டாம். சமயம் வரும்போது காரணத்தைக் கட்டாயம் சொல்கிறேன். நான் உங்கள் வீட்டிற்கு இவ்வளவு சுதந்திரமாக ஏன் வருகிறேன் தெரியுமா? உங்க வீட்டில் யாருமே கல்யாணத்தைப் பற்றிய பேச்சை எடுக்க மாட்டீங்க என்றுதான்" என்றான்.

பவானி மூன்று பேருக்கும் பரிமாறினாள். "வாங்க சாப்பிட" என்று அழைத்தாள்.

இந்திரா "எனக்குப் பசி இல்லை அக்கா" என்றாள்.

"பார்த்தீங்களா? எப்போதும் இந்தப் பாட்டுத்தான்" என்றாள் அக்கா.

"அவள் கொடுத்து வைத்தவள். கனவுகளை சாப்பிட்டுக் கொண்டு காலத்தைக் கழித்துக் கொண்டிருக்கிறாள்" என்றான் சிரித்துக் கொண்டே.

"இது என்ன தியரி?" என்றாள் இந்திரா.

"இல்லையா பின்னே? எப்பொழுது பார்த்தாலும் வேறு உலகத்தில் இருப்பது போல் யோசனையில் இருப்பீங்க. ஒரு சின்ன அறிவுரை. கனவுகள் மனிதனின் காலத்தைக் கற்பூரமாகக் கரைத்துவிடும். கனவுலகில் வாழ்ந்து கொண்டிருப்பவர்களை நான் கையால் ஆகாதவர்கள் என்பேன். வாழ்க்கையின் மதிப்பை உணர்ந்து யதார்த்த உலகில் வாழ்ந்து சந்தோஷமாக இருப்பவர்கள் தான் புத்திசாலிகள். நீங்க புத்திசாலிதான் என்று நான் நம்புகிறேன்.

நீங்க சாப்பிட மாட்டேன் என்று சொன்னால் ஒரு பேச்சுக்காக நானும் மாட்டேன்னு சொல்ல வேண்டியிருக்கும். வாழ்க்கையில் எதை இழந்தாலும் சாப்பிட முடிந்த போது அந்த வாய்ப்பை நழுவவிடக் கூடாது என்பது என்னுடைய கொள்கை. வாங்க ப்ளீஸ்.''

''எனக்குப் பசியே இல்லை.''

''மறுபடியும் அதையே சொல்லாதீங்க. சொன்னேன் இல்லையா, உங்களால் நானும் சாப்பாட்டைத் துறக்க வேண்டியிருக்கும் என்று.''

''நீங்க சாப்பிடுங்கள். அக்காதான் உங்களுக்குத் துணை இருக்கிறாளே?''

''நீங்க வராத குறை குறைதானே?''

''பரிமாறிவிட்டேன். வாயேன் இந்து.''

அவர்கள் திரும்பத் திரும்பக் கூப்பிடுவது இந்திராவுக்குச் சங்கடமாக இருந்தது. வேறு வழியில்லாமல் எழுந்து வந்தாள்.

''சீதாவுக்கு எப்படி இருக்கு?'' சாப்பிடும் போது பவானி கேட்டாள்.

''பரவாயில்லை. நன்றாகக் குணமடைய இன்னும் இரண்டு வாரங்கள் ஆகுமாம். இப்பொழுதுதான் எழுந்து உட்கார்ந்து கொள்கிறாள். ஆஹா! அதிர்ஷ்டம் என்றால் எங்க சீதாவைத் தான் சொல்லணும். எவ்வளவு நல்ல கணவன்! முன் பிறவியில் தங்கப் பூக்களால் பூஜை செய்திருப்பாளாய் இருக்கும். வித்யாபதி அவளைக் கண்ணின் இமை போல் பார்த்துக் கொள்கிறான். மேலோட்டமாகப் பார்த்தால் சீதா என்றால் அவனுக்கு அவ்வளவு அன்பு இருப்பது போல் தெரியாது. அவ்வளவு விட்டேற்றியாய், பட்டும் படாமலும் இருப்பான். நானே ஆச்சரியப்பட்டு விட்டேன் என்றால் நம்புங்கள். நீ ரொம்ப அதிர்ஷ்டசாலி சீதா என்று சொன்ன போது என்ன செய்தாள் தெரியுமா?'' அவனுக்குப் பொரியலைப் பரிமாறுவதை நிறுத்திவிட்டு சீரியஸாக அவனைப் பார்த்தான்.

பிறகு ''என்ன செய்தாள்?'' கேட்டாள் பவானி ஆர்வத்தை அடக்கிக் கொள்ள முடியாமல்.

''ஹோவென்று அழுதுவிட்டாள். மை காட்! அந்த அழுகையைப் பார்க்கணும் நீங்க. ஆனால் அது சந்தோஷத்தின் வெள்ளம் என்று

வையுங்க. நான் அவள் தோளில் தட்டிவிட்டு ''சீதா! நீ வெறும் அசடு. அத்தான் உன்னை நன்றாகப் பார்த்துக் கொள்வதில்லை என்றுதானே நீ கவலைப்படுகிறாய்? இப்போ பார்த்தாயா, உன் மேல் அவருக்கு எவ்வளவு பிரியம் என்று? சில ஆண்கள் அன்பை வெளியில் காட்டிக் கொள்ள மாட்டார்கள். ஆர்ப்பாட்டம் செய்ய மாட்டார்கள். சிலர் அட்டகாசமாய் வெளிப்படுத்துவார்கள். அது தான் வித்தியாசம் என்றேன்.

அடடா!'' இந்திரா பாதியிலேயே எழுந்து விட்டாளே?''

கலவரத்துடன் கேட்டான். ''வாய் கசக்கிறது. சாப்பிடப் பிடிக்க வில்லை என்று சொன்னேனே?'' சுருக்கமாகச் சொன்னாள்.

பிரசாத் பவானி வற்புறுத்தியதன் பெயரில் சாப்பிட்டு விட்டு எழுந்து கொண்டான். சாப்பாடு ஆன பிறகு பிரசாத் இந்திராவிடம் கேட்டான். ''பிரசாந்த் தியேட்டரில் ஒரு லவ் ஸ்டோரி ஓடுகிறது. போகலாமா?''

''நான் வரவில்லை'' என்றாள் இந்திரா.

''ஏன்?''

''தலை வலிக்கிறது.''

''சினிமாவுக்கு வந்தால் தலைவலி போய்விடும்.

நான் கியாரண்டி தருகிறேன்.''

''போகவில்லை என்றால்?''

''நீங்க எவ்வளவு தோப்புக்கரணம் போடச் சொல்றீங்களோ போடுகிறேன்.''

''நீங்க தோப்புக்கரணம் போட்டால் எனக்கென்ன லாபம்?''

''வேறு என்ன செய்யச் சொல்றீங்க? அதையாவது சொல்லுங்கள்.''

''ஒரு வாரத்திற்கு நீங்க இந்த வீட்டுப் பக்கம் வராமல் இருக் கணும்'' என்றாள் இந்திரா.

''கடவுளே!'' இரண்டு கைகளாலும் தலையைப் பிடித்துக் கொண்டான். ''ஊஹும். என்னால் முடியாது'' என்றான். அவன் முகத்தைத் தீனமாக வைத்துக் கொண்டே சொன்ன வார்த்தைகளைக் கேட்டு இந்திரா பக்கென்று சிரித்துவிட்டாள்.

''ஏன்?''

"ஆமாம். உண்மைதான். ஏன்? நான் எப்போதுமே அதைப்பற்றி யோசிக்கவே இல்லை." அவன் எழுந்து கைகளைக் கட்டிக் கொண்டு அறையில் குறுக்கும் நெடுக்குமாக நடை பயிலத் தொடங்கினான்.

"ஏன் என்றால் நீங்கள் எனக்கு சிநேகிதியைப் போல் தோன்றுகிறீங்க. பாலைவனம் போன்ற என் வாழ்க்கையில் நீங்கள் சோலையாக இருக்கீங்க. உங்க வீட்டுக்கு வந்தால் எனக்கு ஏனோ சந்தோஷமாக இருக்கும். வேறு எங்கே போனாலும் ஏதோ ஒரு தொல்லை. கடன் கேட்பார்கள். இல்லையா கல்யாணம் கார்த்தி என்று உயிரை எடுப்பார்கள். இந்த இரண்டுமே எனக்கு ரொம்ப இடைஞ்சலாக இருக்கும். நீங்க பெண்ணாக இருந்தாலும் அனாவசியமாக வெட்கப்பட்டுக் கொண்டு இருக்க மாட்டீங்க. இந்த வீடு உங்களுடையது. உங்களுக்கு சுதந்திரம் இருக்கிறது. நீங்கள் யாருடைய கட்டுப்பாட்டிலும் இல்லை. அக்காவும் குழந்தைகளும் கூட என்னிடம் அன்பாக இருக்கிறார்கள். ஒருவேளை எனக்கே தெரியாமல் இதெல்லாம் என்னை உங்கள் பக்கம் ஈர்க்கிறதென்று நினைக்கிறேன்."

அவன் இந்திராவுக்கு எதிரே சோபாவில் உட்கார்ந்து கொண்டே சொன்னான். "இன்னொரு உண்மையை வெளிப்படையாகச் சொல்லட்டுமா? கொஞ்சம் நேரம் கிடைத்தாலும் போதும். உடனே இங்கே ஓடி வந்து விடணும் போல் இருக்கும். இங்கிருந்து போனதுமே திரும்பவும் எந்த சாக்கில் இந்த வீட்டுக்கு வருவது என்று வழியைத் தேடிக் கொண்டிருப்பேன்." சொல்லும் போதே அவன் முகம் சீரியஸாக மாறிவிட்டது. அவன் முகத்தில் தென்பட்ட நேர்மையை, தயக்கமின்மையைப் பார்த்ததும் இந்திராவின் முகத்தில்கூட சிரிப்பு மறைந்து போய் கம்பீரம் வந்து சூழ்ந்து கொண்டது.

"நான்... நான் ஏதாவது தவறாகப் பேசிவிட்டேனா?" கேட் டான் அவன்.

"இல்லையே?"

"நீங்க திடீரென்று சீரியஸாக மாறியதைப் பார்த்ததும் எனக்குப் பயமாக இருந்தது."

இந்திரா சிரித்தாள். அந்த சிரிப்பில் ஏதோ வேதனையை அவள் மறைத்துக் கொள்வது போல் தோன்றியது.

அன்று மாலை எல்லோரும் சேர்ந்து சினிமாவுக்குப் போனார்கள். பிரசாத் எப்போதும் அப்படித்தான்.

ஒருவேளை அந்த வீட்டில் சாப்பிட்டாலும், அந்த வீட்டில் இருக்கும் எல்லோரையும் அழைத்துச் சென்று அதற்கு நான்கு மடங்காக ஹோட்டலில் சாப்பிட வைப்பான். குழந்தைகளுக்கு அவன் என்றால் ரொம்பப் பிடிக்கும். ஏன் என்றால் அவர்களுக்கு சமமாய் அவனும் ரகளை செய்து கொண்டிருப்பான்.

சினிமாவிலிருந்து வந்த பிறகு பிரசாத் போய்விட்டான். இந்திரா படுத்துக் கொண்டாள். அவளுடைய எண்ணங்கள் திரும்பவும் வித்யாபதியைச் சுற்றி வந்தன. அந்த யோசனைகள் வந்ததுமே அவள் மனதில் மறுபடியும் கவலை குடி கொண்டு விட்டது.

# 39

சீதாவுக்கு விழிப்பு வந்தது. நெற்றிப்பொட்டு விண் விண்ணென்று தெறித்துக் கொண்டிருந்தது. உடம்பு வலி தாங்க முடியாததாக இருந்ததால் ''அப்பா... அம்மா..'' என்று முனகிக் கொண்டிருந்தாள். நாக்கு வரண்டு விட்டது. ''தாகம்..'' ஹீனமான குரலில் கேட்டாள். யாரோ நகர்ந்த ஓசை கேட்டது. ''இதோ தண்ணீர்.''

மேற்கூரையைப் பார்த்துக் கொண்டிருந்த சீதாவின் கண்கள் அந்தக் குரல் ஒலித்த பக்கம் திரும்பின. வித்யாபதி கையில் தண்ணீர் டம்ளருடன் நின்றிருந்தான்.

''தாகம்.''

''குடிக்கத் தண்ணீர் இதோ.''

சீதா கையை நகர்த்தப் போனவள் வீலென்று கத்தினாள். அவள் கை பாரமாக அசைக்க முடியாமல் இருந்தது.

வித்யாபதி கட்டில் மீது உட்கார்ந்து கொண்டான். சீதாவின் கழுத்தின் கீழே கையைக் கொடுத்து மெதுவாக எழுப்பினான். சீதாவின் உதடுகளுக்கு அருகில் டம்ளரை நீட்டினான். சீதா கடகட வென்று குடித்துவிட்டாள். தொண்டை ஈரமானதும் கொஞ்சம் உயிர் வந்தாற்போல் இருந்தது.

"இப்போ எப்படி இருக்கு?"

"தலை வெடித்துவிடும் போல் இருக்கு."

அவன் சீதாவின் நெற்றிப்பொட்டை விரல்களால் அழுத்தத் தொடங்கினான். சீதா முனகிக் கொண்டிருந்தாள். அந்த முனகல் சீதாவின் பிரமேயம் இல்லாமல், உடல்வலி தாங்க முடியாமல் தானாகவே வெளிவருவது போல் இருந்தது.

சீதாவின் தலை அவன் தோளில் சாய்ந்து இருந்தது. அவ்வளவு உபாதையிலும் சீதாவுக்கு அவன் செய்யும் இந்தப் பணிவிடைகள் சங்கடமாக இருந்தன. அவனைத் தள்ளி விடுவதற்காகக் கையை உயர்த்தப் போனாள். ஆனால் சாத்தியப்படவில்லை. "என் கைக்கு என்னவாகிவிட்டது?"

"ஒன்றும் ஆகவில்லை."

"நகர்த்த முடியவில்லை. உடைந்து போய்விட்டதா? நான் ஊனமாகிவிட்டேனா?" சீதா அழத் தொடங்கினாள்.

"சீதா!" அந்த அழைப்பு ரொம்பக் கனிவாக இருந்தது. "உன் கைக்கு ஒன்றும் ஆகவில்லை. சில நாட்களில் அதுவே சரியாகிவிடும். அனாவசியமான பயத்தால் மனதைப் பாழடித்துக் கொள்ளாதே." நயமான குரலில் சொன்னான்.

"நான் எதற்காகப் பிழைத்துக் கொண்டேன்?"

சீதாவுக்கு மேலும் அழுகை வந்தது.

அவன் கை சீதாவின் தலையை வருடிக் கொண்டிருந்தது. நெற்றிப் பொட்டை விரல்களால் அவன் நீவி விட்டுக் கொண்டிருந்தான். சீதா நகரப் போனாள்.

"பரவாயில்லை. உட்கார்" என்றான் அவன்.

"என்னைத் தொடாதீங்க. நான்... நான் கம்பளிப்பூச்சி."

அவன் வியப்புடன் புரியாதவன் போல் அவளைப் பார்த்தான்.

"நமக்குக் கல்யாணம் ஆன அன்றைக்கு நீங்கள் இந்திராவிடம் சொன்னீங்க. திருமணமான அன்று கணவன் வாயிலிருந்து புகழ்ச்சியான வார்த்தைகளைக் கேட்கணும் என்று எந்த மனைவியும் ஆசைப்படுவாள்.

நான் பெற்ற பாராட்டு இது. ஒருக்கால் எந்தப் பெண்ணுமே இவ்வளவு நல்ல பாராட்டைக் கேட்டிருக்க மாட்டாளோ என்னவோ?''

அவன் புருவம் முடிச்சேறியது. அவனுக்கு நினைவுக்கு வந்து விட்டது. அவன் அந்த வார்த்தைகளை அந்த நிமிஷமே மறந்து போய் விட்டிருந்தான். இரண்டு வருஷங்கள் ஆகியும் சீதா இன்னும் அதை மறக்கவில்லை போலும்.

அவன் வெட்கத்தால் தலை குனியவில்லை. கோபத்தால் முகத் தைத் திருப்பிக் கொள்ளவும் இல்லை. மலர்ந்த முகத்துடன் சொன் னான்.

''சீதா! கம்பளிப்பூச்சியின் இன்னொரு நிலை அழகான பட்டாம்பூச்சி என்று தெரிந்தவர்கள் யாருமே அதை அருவருப்பாக நினைக்க மாட்டார்கள். ஒவ்வொரு மனிதனின் வாழ்க்கையிலும் ஏதாவது ஒரு கட்டத்தில் கம்பளிப்பூச்சியைப் போன்ற நிலையைத் தவிர்க்க முடியாதோ என்னவோ. கம்பளிப்பூச்சியைப் பார்த்து இளப்பமாக நினைக்கிறவர்கள் ரொம்ப முட்டாள்கள், அப்பாவிகள். அது போகட்டும் தலைவலி எப்படி இருக்கிறது?''

''குறையவில்லை.''

''தூங்குவதற்கு முயற்சி செய்.''

''தூக்கம் வர மறுக்கிறதே? மனதில் என்னென்னவோ யோச னைகள். பைத்தியம் பிடித்து விடுமோ என்று பயமாக இருக் கிறது.''

''ஒரு நிமிஷம் இரு.'' வித்யாபதி சீதாவை ஜாக்கிரதையாகப் பின்னால் சாய்த்து, தலையணைகளை சரி செய்து விட்டுப் போனான். அவன் மேஜைமீது இருந்த டேப்ரிக்கார்டரை இயக்கினான். அதிலிருந்து மந்திரஸ்தாயியில் சிதார் வாத்திய இசை ஒலிக்கத் தொடங்கியது. அது காதிற்கு இனிமையாக, மனதை அமைதிப்படுத்துவது போல் இருந்தது.

வித்யாபதி திரும்பவும் வந்தான். ''இப்படி உட்கார்ந்துகொள்.'' சீதாவைப் பிடித்துக் கொண்டு தலையைத் தன் தோளில் சாய்த்துக் கொண்டான். மெதுவாக விரல்களால் நெற்றிப்பொட்டை அழுத்தத் தொடங்கினான்.

அவன் சிசுரூஷை செய்ய வேண்டாமென்றும், மறுக்க வேண்டும் என்றும் சீதாவுக்குத் தோன்றியது. ''வேண்டாம். விட்டுவிடுங்கள். எனக்காகச் சிரமப்படாதீங்க. மற்றவர்களுக்காக நீங்க ஏன் இவ்வளவு சிரமப்படணும்?''

அவன் பேசவில்லை. சீதா ஆவேசமாகச் சொன்னாள். "எனக்குத் தெரியும். எங்க அப்பா இந்தக் கல்யாணத்தைப் பண்ணி வைத்து நம் இருவரின் வாழ்க்கையை நாசமாக்கிவிட்டார். ஒரு பெண்ணின் வயிற்றெரிச்சலை வாங்கிக் கட்டிக் கொள்கிறோம் என்று அவருக்குத் தெரியாது. உங்களுக்கு இந்திராவிடம் பிரியம் இருப்பது அப்பாவுக்குத் தெரியாது. என்னால் கச்சிதமாகச் சொல்ல முடியும்."

"சீதா! இப்போ அதெல்லாம் எதற்கு?"

"நான் எவ்வளவோ தடவை உங்களுக்கு இந்த விஷயத்தைச் சொல்லணும் என்று நினைத்தேன். ஆனால் சந்தர்ப்பமே கிடைக்கவில்லை."

"நீ தூங்குவதற்கு முயற்சி செய்."

"என் எண்ணங்கள் என்னைத் தூங்கவிடவில்லை."

"சரி போகட்டும். அந்த மியூசிக்கைக் கேளு."

"என் தலையிலேயே அதைவிட பயங்கரமான மியூசிக் இருக்கிறது."

அவன் பதில் பேசவில்லை.

சீதா கொஞ்சம் பொறுத்துச் சொன்னாள். "நமக்குத் திருமணம் முடிந்து இரண்டு வருடங்கள் ஆகிறது. இரண்டு வருடங்கள்!" சீதா சிரித்தாள். "இரண்டு வருடங்கள் நான் உங்களுடன் குடித்தனம் நடத்தினேன், மனம் இல்லாத வெறும் உடலோடு. எவ்வளவு உயர்ந்த ஜாதகம் என்னுடையது!"

"சீதா நான் போய் விடட்டுமா?"

"போங்கள். நீங்க இருப்பீங்கன்னு நான் ஆசைப்பட்டால்தானே வருத்தம் ஏற்படுவதற்கு? போய்விடுவீங்க என்று எனக்குத் தெரியும். நன்றாகத் தெரியும். நான்... நான் செத்துப் போயிருந்தால் எவ்வளவு சந்தோஷப்படுவீங்கன்னு கூட நன்றாகத் தெரியும்."

"சீதா!" அவன் குரல் ஆக்ரோஷமாக வெளிவந்தது. "அப்படிச் சொல்லாதே. ப்ளீஸ் அப்படிச் சொல்லாதே." வேதனை நிரம்பிய குரலில் சொன்னான்.

"எங்கே? உங்கள் நெஞ்சின் மீது கையை வைத்து அந்த வார்த்தையைச் சொல்லுங்கள். சனியன் ஒழிந்ததுன்னு நீங்கள் நிம்மதியாக இருந்திருப்பீங்க இல்லையா?"

"நான் இப்போ எதைச் சொன்னாலும் உனக்குப் பொய் என்றுதான் தோன்றும். நாம் அப்புறமாகப் பேசுவோம். நீ படுத்துக் கொள்."

''ஹூம். நம் வாழ்க்கையில் இன்னும் அப்புறம் என்ற பேச்சுக்கு இடமிருக்கிறதா?''

வித்யாபதி பதில் சொல்லவில்லை. சீதா அழத் தொடங்கினாள். அந்த அழுகையில் இயலாமையும், சுய அபிமானமும் கலந்திருந்தன. ''நான் உங்களுக்குத் தேவையில்லை என்று எனக்குத் தெரியும். தெரிந்தும் இந்த இரண்டு வருடங்களாக உங்களைப் பிடித்துக் கொண்டு போராடினேன். எதற்காக? கௌரவத்திற்காக. குடும்ப கௌரவத்திற்காக தன்மானத்தையும், ரோஷத்தையும் கொன்று புதைத்துவிட்டேன்.''

''சீதா!''

''முந்தா நாள் என் சிநேகிதி ஒருத்தி வந்தாள். இந்திராவைப் பற்றிக் கேட்டாள். உண்மைதான் என்று ஒப்புக்கொண்டேன். அவள் என்ன சொன்னாள் தெரியுமா? ''சீதா! உனக்கு வெட்கம் மானம் இல்லையா? உன்னை விரும்பாதவனுடன் குடித்தனம் செய்கிறாயா? சீ.. சீ.. பெண் இனத்திற்கே அவமானத்தை ஏற்படுத்தி விட்டாய். இதைவிட சாவதே மேல் இல்லையா?'' என்றாள். உண்மைதான். சாவதே மேல். ஆனால் விரும்பியபோது அந்த சாவுகூட உங்களைப் போலவே என்னைவிட்டு ஓடிப் போய்விட்டது. நான் என்ன செய்யட்டும்?''

''சீதா! சீதா ப்ளீஸ்.'' வித்யாபதி கட்டிலில் அமர்ந்துகொண்டு சீதாவை அருகில் இழுத்துக் கொண்டான். சீதா அவனைத் தள்ளிவிட முயன்றாள். ஆனால் அவன் சீதாவை விடவில்லை. ''சீதா... சீதா ப்ளீஸ்...'' அவன் இதழ்கள் தெளிவற்று உச்சரித்துக் கொண்டிருந்தன. கட்டுத்தறியை அவிழ்த்துக் கொண்டு ஓடிய கன்றுக்குட்டியை அணைத்துக் கொண்டு தடவிக் கொடுத்து வழிக்குக் கொண்டு வர முயலும் யஜமானியைப் போல் இருந்தான் அவன். கொஞ்ச நேரம் கழித்து சீதா சோர்ந்து போய் அவனுக்கு அடங்கிவிட்டாள்.

அவன் எதுவும் பேசவில்லை. சீதா அப்படியே இருந்துவிட்டாள். சீதாவுக்கு திடீரென்று அவன் கைகளுக்கு இடையில் தனக்கு ஏதோ இனம்புரியாத நிம்மதி கிடைப்பது போல் தோன்றியது. ஜென்மத்தில் ஒரே ஒரு முறையாவது இந்த அனுபவம் தனக்குக் கிடைத்ததே.

கொஞ்சமும் பிடிக்காத தனக்கே இவ்வளவு பணிவிடை செய்கிறானே? இவ்வளவு மென்மையாகப் பார்த்துக் கொள்கிறானே? இந்திராவை இன்னும் எவ்வளவு நன்றாகப் பார்த்துக்

கொண்டிருப்பான்? சீதாவுக்கு ஒரு நிமிடம் அவனைத் தள்ளிவிட வேண்டும் என்ற எண்ணம் பலமாகத் தோன்றியது. அடுத்த வினாடி இன்னும் அவனை நெருங்க வேண்டும் போல் இருந்தது. அவன் சீதாவின் தலையைத் தடவிக் கொடுத்துக் கொண்டிருந்தான். அந்தத் தொடுகை ரொம்பவும் சுகமானதாய் இருந்தது. அவள் அனுபவித்த வேதனை, வலி எல்லாம் அந்த ஸ்பரிசத்தில் கரைந்து விட்டாற்போல் இருந்தது. சீதாவுக்கு அந்த நேரத்தில் தான் மேலும் மேலும் துரதிர்ஷ்டசாலி என்றே நினைக்கத் தோன்றியது.

# 40

பிரசாத்தும் இந்திராவும் பார்க்கில் நடந்து கொண்டிருந்தார்கள். அன்று ஞாயிற்றுக்கிழமை. மதியமே பிரசாத் வீட்டுக்கு வந்திருந்தான். பார்க்கத் தகுந்தாற்போல் சினிமா எதுவும் இருக்கவில்லை. பார்க்கிற்குப் போய்க் கொஞ்ச நேரம் உட்கார்ந்திருப்போம் என்று கிளம்பினார்கள். பவானியின் கணவன் ஊரில் இல்லை. அவளும் குழந்தைகளும் கூட வந்தார்கள்.

பார்க்கில் மரத்தடியில் குளிர்ச்சியாக இருந்தது. குழந்தைகள் புல்வெளியில் விளையாடிக் கொண்டிருந்தார்கள். பவானி தெரிந்தவர்கள் யாரோ தென்பட்டதும் அவர்களுடன் உட்கார்ந்து பேசிக் கொண்டிருந்தாள்.

"கொஞ்ச நேரம் இப்படியே நடந்து போய் வருவோமா?" என்றான் பிரசாத்.

இந்திரா கிளம்பினாள். இருவரும் சேர்ந்து நடக்கத் தொடங்கினார்கள். குழந்தைகள் ஓடிக் கொண்டும், ரகளை செய்து கொண்டும் விளையாடிக் கொண்டிருந்தார்கள்.

அவர்களையே கண்ணிமைக்காமல் பார்த்த பிரசாத் பெருமூச்செறிந்தான்.

"என்ன விஷயம்?" கேட்டாள் இந்திரா.

ஏதோ யோசனையில் இருந்த அவன் திடுக்கிட்டு இந்திராவின் பக்கம் திரும்பினான்.

"ஏன் அப்படி ஆழ்ந்து பெருமூச்சு விட்டீங்க?"

"அந்தக் குழந்தைகளைப் பாருங்கள். அவர்களைப் பார்க்கும் போது வாழ்க்கையில் கல்யாணம் செய்துகொள்ள மாட்டேன் என்று யாராவது நினைத்துக் கொண்டிருந்தால் அந்த முடிவு தவறு என்று தோன்றும்."

"ஆமாம். நீங்க வேலையில் செட்டில் ஆகி இவ்வளவு நாளாகிவிட்டதே? கல்யாணம் ஏன் பண்ணிக்கொள்ளவில்லை?" என்று கேட்டாள் இந்திரா.

"பண்ணிக்கொள்ளும் யோகம் இல்லை." அவன் நெற்றியைத் தொட்டுக் காண்பித்தான்.

"ஏன் அப்படி?"

"அது அப்படித்தான்."

"காரணத்தை விவரமாகச் சொல்லக் கூடாதா?"

"ஏன் சொல்லக் கூடாது? கேட்டுக் கொள்வதற்கு உங்களுக்குப் பொறுமை வேண்டுமே தவிர. சில சமயம் நம் கஷ்டத்தைச் சொல்லிக் கொள்ளும் தவிப்பில் எதிராளியைப் போரடித்து விடுவோம். அதுதான் என் பயம்."

இந்திரா சிரித்தாள். "அந்த மாதிரி பயம் எதுவும் வேண்டாம். சில சமயம் நம் வாழ்க்கையில் நமக்கே தாங்க முடியாத சலிப்பு ஏற்படும். மற்றவர்களின் பிரச்னைகளைக் கேட்டால் கொஞ்சம் சமாதானமாக இருக்கும். சொல்லுங்கள்."

"இங்கே உட்கார்ந்து கொள்வோமா?" அவன் கேட்டான்.

இந்திரா தலையை அசைத்தாள். இருவரும் உட்கார்ந்து கொண்டார்கள். அவன் சொல்லத் தொடங்கினான்.

"நான் எங்க மாமாவிடம் வளர்ந்தேன். எங்கள் பொருளாதார நிலைமை சிறு வயதிலிருந்தே நன்றாக இல்லை. அவர் என்னுடைய மாமா என்ற பெயர்தானே ஒழிய எங்க அம்மா அவர் வீட்டில் வேலைக்காரியைப் போல் இருந்து வந்தாள். மாமிக்கு எங்களைக் கண்டால் பிடிக்காது. இளப்பம். ஒருக்கால் இந்த உலகத்தில் இல்லாதவர்கள் எல்லோருமே அதுபோல்தான் நடத்தப் படுவார்களோ என்னவோ.

ஏனோ நம் சமுதாயத்தால் ஏழ்மையைப் பொறுத்துக்கொள்ள முடியாது. அம்மாவுக்குக் கணவன் இல்லை. நான் ரொம்ப சின்னவன். மாமாவின் ஆதரவைத் தவிர எங்களுக்கு இந்த உலகத்தில் வேறு போக்கிடம் இல்லை. மாமாவுக்கு ஒரே மகள். பெயர் சுஜாதா. ரொம்ப நல்லவள். அவள் ஒருத்தித்தான் எங்களை வெறுக்காமல் இருந்தாள். கனிவாக நடந்து கொள்வாள். நாங்கள் வளர்ந்து பெரியவர்கள் ஆனோம்.

சுஜாதா என்றால் எனக்கு உயிர். அவளுக்கும் என்னை ரொம்பப் பிடிக்கும். எனக்கு வேலை கிடைத்த பிறகு நாங்கள் இருவரும் கல்யாணம் செய்து கொள்வதாக முடிவு செய்திருந்தோம். எனக்கு வரும் சம்பளத்தில் சிக்கனமாகக் குடித்தனம் நடத்தி என்னை எவ்வளவு சந்தோஷமாக வைத்துக் கொள்ளப் போகிறாள் என்று சுஜாதா சொல்லும் போதே என் மனம் புல்லரிக்கும். இருவரும் குடும்பம், குழந்தைகள் என்று ஏதேதோ கனவுகள் கண்டோம்.

ஆனால் மாமா, மாமியின் எண்ணங்கள் வேறு விதமாக இருந்தன. வேறு வரனைப் பார்த்தார்கள். அவன் ஜில்லா கலெக்டர். அவனுடைய அப்பா பெரிய போலீஸ் ஆபீசர். தங்கைகள் வெளிநாட்டில் இருந்தார்கள். ஆனால் சுஜாதா அவனைப் பண்ணிக் கொள்ள மாட்டேன் என்றாள். என்னைத்தான் பண்ணிப்பேன் என்று சொல்லிவிட்டாள். மாமா சுஜாதாவை எதுவும் சொல்லவில்லை. என்னைத் தனியாக அழைத்துக் கண்டபடி திட்டினார். பாம்புக்குப் பாலை ஊற்றி வளர்த்ததாகவும் ஆனால் அது தன் குணத்தைக் காட்டி விட்டதாகவும் சொல்லி என் நடத்தையைப் பற்றிக் குற்றம் கூறினார். மாமியோ இன்னும் ஒரு படி மேலேயே போனாள். சொத்துக்கு ஆசைப்பட்டு சுஜாதாவை வலையில் போட்டுக்

கொண்டு விட்டதாகப் பழித்தாள். சுஜாதாவைக் கல்யாணத்திற்குச் சம்மதிக்க வைக்கச் சொல்லி மாமா கேட்டுக் கொண்டார். இதையெல்லாம் கேட்டதும் அம்மாவும் அழத் தொடங்கினாள். சுஜாதாவை அந்த கலெக்டர் வரனைப் பண்ணிக்கொள்ளாமல் தடுத்தால் தான் விஷம் அருந்திச் செத்துப் போவதாகச் சொன்னாள். மாமா, மாமி, அம்மா மூவரும் என்னை உலுக்கி எடுத்தார்கள். நான் யோசித்தேன். மாமி சொன்னது உண்மைதான்.

என்னைப் பண்ணிக் கொண்டால் சுஜாதாவுக்கு என்ன சுகம் இருக்க முடியும்? அந்த வரனைப் பண்ணிக் கொண்டால் அவளது வாழ்க்கை ராஜயோகமாக இருக்கும். என்னைப் பண்ணிக் கொண்டால் எல்லா விதத்திலேயும் வறுமைதான். சுஜாதா என்றால் எனக்கு உயிர். அவள் சுகமாக இருக்க வேண்டுமென்றால் என்னால் இந்தத் தியாகத்தைக் கூடவா பண்ண முடியாது? காதல் என்றாலே தியாகம்தான் என்று தோன்றியது. இதை எல்லாம் யோசித்துவிட்டு நான் சுஜாதாவை அந்த வரனுக்கு ஒப்புக்கொள்ளச் சொல்லி வற்புறுத்தினேன். அவளுடைய பெற்றோரை விரோதித்துக் கொண்டு நம்மால் சந்தோஷமாக இருக்க முடியாது என்று சொன்னேன்.''

''சுஜாதா என்ன சொன்னாள்?''

''என்னை நன்றாகத் திட்டினாள். நான் கையாலாகாதவன் என்றாள். கோழை என்றாள். தன்னை எங்கேயாவது அழைத்துப் போய்க் கல்யாணம் செய்து கொள்வதை விட்டுவிட்டு வேண்டாத வார்த்தைகளைச் சொல்வதாகப் பழித்தாள். இனி ஜென்மத்தில் என் முகத்தில் முழிக்க மாட்டேன் என்றாள். என்னைக் காதலித்தது தான் செய்த பெரிய தவறு என்றாள்.''

''அப்புறமாக என்ன நடந்தது?''

''சுஜாதாவின் கல்யாணம் அந்த கலெக்டர் பையனுடன் நடந்தது.''

''சுஜாதா அப்புறம் உங்களுடன் பேசினாளா?''

''ஊஹூம். ஒரு வருடம் வரை பேசவே இல்லை. என்னைப் பார்த்தாலே வெறுத்து ஒதுக்கினாள். அவள் கணவனுக்கு வேறு ஊருக்கு மாற்றலாகிவிட்டது. மூன்று வருடங்களுக்குப் பிறகு பிறந்த வீட்டுக்கு வந்தாள். இரண்டு குழந்தைகள். என்னுடைய பழைய நட்பை மறந்துவிட்டாள். வேடிக்கை என்னவென்றால்

இப்போ என்னுடன் நெருக்கமாகப் பேசுகிறாள். கல்யாணம் ஏன் பண்ணிக் கொள்ள மாட்டேங்கிறாய் என்று சத்தம் போடுகிறாள். அதோடு வாழ்நாள் முழுவதும் எனக்கு நன்றியுடன் இருப்பாளாம். நான் அவளுக்கு அவ்வளவு நல்லது செய்தேனாம். நான் வற்புறுத்தியிருக்காவிட்டால் அந்தக் கல்யாணத்திற்கு சம்மதித்து இருக்க மாட்டாளாம். அவள் கணவர் ரொம்ப நல்லவராம். வாழ்க்கையில் காதல் என்பது கன்னிப்பெண் ஒருத்தி காணும் கனவுதானாம். நடைமுறைக்கு வந்துவிட்டால் அந்தக் கனவு கரைந்து போய்விடுமாம். எப்போ பார்த்தாலும் அவள் கணவன், குழந்தைகள் பற்றிய பேச்சுதான்.''

''இப்போ உங்களுக்கு என்ன தோன்றுகிறது?''

''இந்திரா! என் மனதைப் பற்றி எனக்கே புரியவில்லை. அப்போ தியாகம் பண்ணுவதாக நினைத்துக் கொண்டு சந்தோஷமாகத்தான் இருந்தேன். ஆனால் இப்போ சுஜாதா தன் கணவன், குழந்தைகளுடன் சந்தோஷமாக இருப்பதைப் பார்க்கும் போது எனக்கு நான் எதையோ இழந்து விட்டாற்போல் தோன்றுகிறது. சுஜாதா எனக்குக் கிடைக்கவில்லை என்ற வருத்தத்தில் வாழ்நாள் முழுவதும் கல்யாணமே பண்ணிக் கொள்ளக் கூடாது என்று இருந்தேன். சுஜாதா சந்தோஷமாக இருக்கிறாள். என்னைப் பற்றிய நினைப்பே இல்லை அவளுக்கு. நான் மட்டும் ஏன் இப்படித் தனியாக இருக்கணும் என்று தோன்றுகிறது.''

''நீங்கள் கல்யாணம் செய்து கொள்ளுங்கள்.''

''அதுகூட அவ்வளவு எளிது என்று தோன்றவில்லை. எனக்குப் பிடித்த மாதிரி பெண் கிடைக்கணும். சுஜாதாவின் விஷயத்தைக் கேட்டுப் பொறாமைப்பட்டு என் வாழ்க்கையை நரகமாக்காமல், என்னைப் புரிந்து கொள்பவளாக அவள் இருக்க வேண்டும். புரிந்து கொள்வது மட்டும் போறாது. என்னை இந்த ஏமாற்றத்திலிருந்து மீட்கக்கூடிய பெண்ணாகவும் அவள் இருக்க வேண்டும். அப்படிப்பட்ட பெண்ணைத் தேடிக்கொண்டிருப்பது பேராசை என்று தோன்றுகிறது. என்னால் எந்தப் பெண்ணுடனும் நட்பு வைத்துக் கொள்ள முடியுமே தவிர காதலிக்க மட்டும் முடியாது.''

இந்திராவுக்கு அவன் மனதில் இருக்கும் போராட்டம் நன்றாகப் புரிந்தது.

பவானி வந்து அழைத்தாள். ''இந்திரா! கிளம்புவோமா?''

இந்திரா எழுந்து கொண்டாள். பிரசாதும் எழுந்து கொண்டான். இந்திராவுக்கு அவனைப் பார்க்கப் பார்க்க ஒரு விஷயம் புரிந்தது. இந்த சிரிப்பும், ஜோக் அடிப்பதும் அவன் தனக்குத் தானே போட்டுக்கொண்ட ஒரு திரை மட்டும் தான். உள்ளுக்குள் பிரசாத் கம்பீரம் நிறைந்தவனாக இருக்கிறான். அவன் வாழ்க்கையைப் பற்றி சீரியஸாக யோசிக்கும் சுபாவம் கொண்டவன்.

வீட்டுக்கு வந்தார்கள். சாப்பிட்டுவிட்டுப் படுத்தார்கள். ஏனோ தெரியவில்லை, இந்திராவுக்கு உறக்கம் வரவில்லை. இரவு பதினோரு மணியாகிவிட்டது. இந்திரா படுக்கையில் புரண்டு கொண்டிருந்தாள். அதற்குள் போன் மணியடித்தது. இந்திரா திடுக் கிட்டாள். இந்த நேரத்தில் வித்யாபதியைத் தவிர வேறு யாரும் போன் பண்ண மாட்டார்கள். சரேலென்று கட்டிலை விட்டு இறங்கிப் பரபரப்போடு போனை எடுத்து ''ஹலோ!'' என்றாள்.

''ஹலோ! இந்திராதானே?'' பிரசாதின் குரல் கேட்டது.

''ஆமாம்.'' அவன் குரலைக் கேட்டதும் அவள் சாதாரண மாகிவிட்டாள்.

''சாரி, டிஸ்டர்ப் செய்து விட்டேனா?''

''இல்லை.''

''நீங்க இன்னும் தூங்கவில்லை என்று உங்கள் குரலிலிருந்தே தெரிகிறது'' என்றான் அவன்.

அந்த கமெண்டை கேட்காதது போல் இருந்தாள்.

''சொல்லுங்கள். என்ன விஷயம்?''

''ஒன்றும் இல்லை. எனக்குத் தூக்கம் வரவில்லை. உங்களுக்குப் போன் செய்தேன். ஏனோ பார்க்கில் மனம் விட்டு என் கதையையெல்லாம் உங்களிடம் சொன்ன பிறகு என் மனதில் இருக்கும் பாரம் குறைந்து விட்டாற்போல் தோன்றுகிறது. நீங்க எனக்கு மேலும் நெருங்கியவராகத் தோன்றுகிறது.'' அவன் குரல் எப்படியோ இருந்தது. ''ஒரு முறை கை நழுவவிட்டால் காதலை மறுபடியும் பெற முடியாதோ என்னவோ. ஆனால் நட்பைப் பெற முடியும் என்று நினைக்கிறேன். சரிதானே?''

''எனக்குத் தெரியவில்லை.'' அவள் முணுமுணுத்தாள்.

''உங்களுக்குத் தெரியாது என்று எனக்குத் தெரியும். நான் சொன்னது என்னைப் போல் அனுபவம் அடைந்தவர்களுக்கு மட்டும்தான் புரியும். குட்நைட்.''

''குட்நைட்.'' இந்திரா போனை வைத்துவிட்டாள்.

இந்திரா வந்து படுத்துக் கொண்டாள். அவனுக்குத் தன்னைப் பற்றி, வித்யாபதியைப் பற்றி தெரியுமா தெரியாதா? தெரிந்தாலும் பரவாயில்லை. தெரியவில்லை என்றாலும் எதுவும் குடி மூழ்கிப் போகப் போவதில்லை. இந்திரா பெருமூச்செறிந்தாள். வித்யாபதி இன்றுகூட போன் செய்யவில்லை. அவள் மனம் பாரமாகிவிட்டது. பிரசாதின் வருகையால் அவளுக்கே தெரியாமல் கொஞ்சம் பொழுது போய்க் கொண்டிருந்தது. இல்லாவிட்டால் நாட்கள் எவ்வளவு பாரமாக இருந்திருக்குமோ? மேற்கூரையைப் பார்த்தபடி யோசனையில் ஆழ்ந்தாள். தூக்கம் வரவில்லை.

# 41

சீதா பாத்ரூமிலிருந்து சுவற்றைப் பிடித்துக் கொண்டு நடக்க முடியாமல் நடந்து கொண்டே கட்டிலை நோக்கி வந்து கொண்டிருந்தாள். அதற்குள் உடம்பெல்லாம் வியர்த்துக் கொட்டிவிட்டது. கண்களை இருட்டிக் கொண்டு வந்தது. ''அம்மா'' என்றபடி கைகளால் கண்களை மூடிக் கொண்டாள். கால்கள் வெட வெடவென்று நடுங்கியதால் நிற்க முடியாமல் உட்கார்ந்து கொண்டாள். சொல்ல முடியாத அசதி. எழுந்தால் உயிரே போய்விடும் போல் இருந்தது. எப்பொழுதுதான் தான் பழையபடி ஆவாளோ? ஊஹூம். முடியவே முடியாது. அந்தப் பிடிவாதம், துடுக்குத்தனம் இனி அவளிடம் பெயரளவிற்குக் கூட இருக்கவே இருக்காது.

அதற்குள் சீதாவின் தோளில் யாருடைய கையோ படிந்தது. சீதா கண்களைத் திறந்துப் பார்த்தாள். எதிரே வித்யாபதி நின்று கொண் டிருந்தான். ''தலையைச் சுற்றுகிறதா?''

ஆமாம் என்று தலையசைத்தாள். அவன் சீதா எழுந்து நிற்பதற்கு உதவி செய்தான். தோளைப் பிடித்து அழைத்து வந்து கட்டில் மீது உட்கார வைத்தான்.

சீதா சோர்ந்து போனவளாக மூச்சிரைக்க உட்கார்ந்தாள். வித்யாபதி போய் டம்ளரில் க்ளூகோஸ் கலந்து எடுத்து வந்தான்.

''இந்தா இதைக்குடி. குடித்தால் கொஞ்சம் தெம்பு வரும்.''

சீதா கண்களைத் திறந்து பார்த்தாள். டம்ளர் சீதாவின் கண் ணெதிரில் இருந்தது. சீதாவின் கண்கள் டம்ளரைப் பார்க்க வில்லை. டம்ளரைப் பிடித்துக் கொண்டிருந்த வித்யாபதியின்விரல் களையே பரிசீலித்துக் கொண்டிருந்தன.

''குடி'' என்று அவன் சொன்ன தோரணையில் என்ன மகிமை இருந்ததோ தெரியாது. சீதாவுக்கு அழுகை வந்துவிட்டது. உதட்டை இறுக்கிக் கொண்டு துக்கத்தை அடக்கி ''வேண்டாம்'' என்று டம்ளரைக் கையால் தள்ளிவிட்டாள்.

''குடி. குடித்தால் கொஞ்சம் தெம்பு வரும்.''

சீதா அவனை முறைத்துப் பார்த்தாள். பிறகு பற்களைக் கடித்துக் கொண்டே சொன்னாள். ''தெம்பு வந்து இப்போ நான் என்ன செய்யணும்? இப்படிக் கட்டிலோடு படுத்துக் கிடந்தால் நிம்மதி யாக இருக்கும்.''

''சீதா!''

சீதாவின் கண்களில் கிர்ரென்று நீர் சுழன்றது. ''உயிர் போயி ருக்கணும். போயிருந்தால் ரொம்ப நிம்மதியாக இருந்திருக்கும். குறைந்தபட்சம் கையோ காலோ முறிந்திருக்கணும். அப்பொழுது ஊனமுற்றவளை யார் கவனிக்கப் போகிறார்கள் என்றாவது சமாதானம் ஏற்பட்டிருக்கும். நான் எத்தனையோ பாவம் செய்திருக்கிறேன். அதனால்தான் அந்த அதிர்ஷ்டம் எனக்குக் கிடைக்கவில்லை. இல்லாவிட்டால் இந்த அநியாயம் எங்கேயாவது நடக்குமா? சின்ன அடிபட்டதற்கே உயிர் போனவர்கள் எத்தனை பேர் இல்லை? இவ்வளவு அடிபட்டும் நான் இப்படிக் குத்துக் கல்லாய் இருக்கிறேனே? எவ்வளவு துரதிர்ஷ்டம் இது? நான்

இன்னும் அனுபவிக்க வேண்டியது நிறைய இருக்கு. அதான் கடவுள் என்னைக் காப்பாற்றி இருக்கிறார்.''

''ஏன் இப்படிப் பேசுகிறாய்?'' வேதனையை அடக்கிக் கொண்ட குரலில் சொன்னான்.

சீதா சரேலென்று தலையை உயர்த்தினாள். ஈரமாக இருந்த அந்த விழிகள் ரோஷத்தால் மின்னிக் கொண்டிருந்தன. ''உங்களை நான் ஒன்றும் சொல்லவில்லை. என்னுடைய துரதிர்ஷ்டத்திற்கு என்னையே குறை சொல்லிக் கொள்கிறேன். போங்கள். எனக்கு நன்றாகத் தேவலையாகிவிட்டது. நீங்க ஆபீசுக்குப் போங்கள்.''

அவன் எதுவும் பேசவில்லை. சீதாவின் தலையைப் பிடித்துக் கொண்டு வலது கையால் வலுக்கட்டாயமாக க்ளூகோஸ் தண்ணியைக் குடிக்க வைக்க முயன்றான். சீதா விடுவித்துக் கொள்ளத் தவித்தாள். பற்களைக் கடித்துக் கொண்டு ''எனக்கு வேண்டாம். நான் குடிக்க மாட்டேன். வலுக்கட்டாயமாக என்னைக் குடிக்க வைக்க உங்களால் முடியாது.'' டம்ளரை வேகமாகத் தள்ளிவிட்டாள்.

டம்ளர் போய் தொலைவில் விழுந்து சுக்கு நூறாக உடைந்தது. அறையில் ஒரு நிமிடம் பயங்கரமான நிசப்தம் ஏற்பட்டது. இருவரும் ஒருவரை ஒருவர் பார்த்தபடி நின்றிருந்தார்கள். சீதாவின் கண்களில் ரோஷமும், தன்மானமும் பளபளத்துக் கொண்டிருந்தன.

''போங்கள். இங்கிருந்து போய் விடுங்கள்.''

''சீதா!''

''ப்ளீஸ் போய் விடுங்கள். உங்களிடம்தான் சொல்கிறேன். என் எதிரில் நின்று என்னை சித்திரவதை செய்ய வேண்டாம். நான்கு நாட்களாகப் பார்த்துக் கொண்டு இருக்கிறேன். நல்லவரைப் போல் நீங்க போட்டிருக்கும் இந்த வேஷம் எனக்குத் தாங்க முடியாத அருவெறுப்பைத் தருகிறது. நீங்க ஏன் இப்படி நடிக்கிறீங்கன்னு எனக்குத் தெரியும். நான் பட்ட வேதனைக்கு முன்னால் இந்தக் காயங்களின் வேதனை ஒன்றுமே இல்லை. எல்லாம் உங்க விருப்பம் போலவே நடக்கும். போதுமா? நீங்க அதற்காக நல்ல மனிதர் போல் வேஷம் போட்டுக் கொண்டு என் கண் முன்னாடி நிற்கத் தேவையில்லை. இத்தனை நாளும் நான் உங்களை ஏன் மதித்து வந்தேன் தெரியுமா? நீங்க என்னிடமிருந்து எதையும் மறைக்கவில்லை.

என் மீது இருக்கும் வெறுப்பைக் கடுகளவு கூட மறைத்து வைக்கவில்லை உங்கள் மனதில்.''

''சீதா!''

''என்னை அப்படிப் பெயர் சொல்லி அழைக்காதீங்க. எனக்கு வேண்டியவர்களும், நெருக்கமானவர்களும்தான் என்னை அப்படி அழைப்பார்கள். நான் எப்படிப் போனால் உங்களுக்கு என்ன?'' சீதா தலையணையில் முகத்தைப் புதைத்துக் கொண்டாள். ''யார் இருக்காங்க எனக்கு? நான் யாருக்கு வேண்டும்? யாருக்குமே தேவையில்லை.''

வித்யாபதி மெதுவாக அங்கிருந்து நகர்ந்து வெளியே வந்து விட்டான். அறையிலிருந்து சீதாவின் அழுகை இன்னும் கேட்டுக் கொண்டுதான் இருந்தது. அந்த அழுகை அவன் இதயத்தைக் கத்தியால் கிழிப்பது போல் இருந்தது. அருகில் சென்று சீதாவைத் தேற்ற வேண்டும் என்று தோன்றியது. ஆனால் தன்னுடைய ஸ்பரிசம் பட்டாலே அவள் சுருங்கிக் கொண்டு விடும் போது என்னதான் செய்வது?

அவனுக்கு இந்த ஒரு வார காலத்தில் அழகான கனவிலிருந்து ஒரேயடியாகத் தரையில் வந்து விழுந்தாற்போல் இருந்தது. இவ்வளவு நாளாக அவன் சீதாவைத் திருமணம் செய்து கொண்டிருந்தாலும் இந்திராவுடன் மனதளவில் கனவுலகத்தில் சஞ்சரித்துக் கொண்டிருந்தான்.

சீதாவின் விபத்து அவனுக்கு ஒரு புது விஷயத்தை உணர்த்தியது. சீதாவை அவன் அளவுக்கு மீறித் துன்புறுத்திக் கொண்டிருந்தான். இது தன்னுடைய குற்றமில்லையா? ''என்னுடைய தவறு என்ன?'' என்று சீதா அழுதுகொண்டே புலம்பியதைக் கேட்ட போது அவன் திகைத்துப் போய்விட்டான். உண்மைதான். இதில் சீதாவின் தவறுதான் என்ன? அவன் மனதில் இருபத்தி நான்கு மணி நேரமும் இதே கேள்வி குடைந்து கொண்டிருந்தது. அவன் இவ்வளவு காலமாக எவ்வளவு சுயநலமாக யோசித்து வந்திருக்கிறான்? தன்னுடைய சுகத்தை மட்டும்தான் அவன் பார்த்துக் கொண்டான். இன்னொரு நபரைத் துன்பத்திற்கு உள்ளாக்கிக் கொண்டிருப்பதைப் பற்றி யோசித்துப் பார்க்கவில்லை. மை காட்! இந்தக் காரியத்தைச் செய்தது அவன்தானா? அவனுக்குக் குழப்பமாக இருந்தது. மனம் சுகத்தை விரும்பியது. இந்திராவிடம் நெருக்கமாக இருப்பது தவறு இல்லை என்று தூண்டிவிட்டது.

ஆனால் மனச்சாட்சி அவனை உலுக்கி எடுத்தது. ஒரு அப்பாவிக்கு அநியாயம் செய்வதைக் காட்டிலும் மோசமான குற்றம் வேறு இல்லை என்றது. உன் படிப்பும், பண்பாடும் இதுதானா என்று கேள்வி கேட்டது.

வராண்டாவில் நின்றிருந்த வித்யாபதியிடம் சுபத்ரா வந்தாள். அவள் கையில் பாலில் கார்ன் ப்ளேக்ஸ் போட்ட கிண்ணம் இருந்தது. மகனைப் பார்த்ததும் சொன்னாள். ''வித்யா! சீதா எதையுமே சாப்பிட மறுக்கிறாள். நான் போனதுமே ''அங்கே வைத்து விடுங்கள்'' என்பாள்.

ஆனால் சாப்பிட மாட்டாள். அப்படியே இருக்கும். சாப்பிடச் சொல்லி வற்புறுத்தினால் இது எனக்குப் பிடிக்காது. சாப்பிட முடியாது என்பாள்.'' கிண்ணத்தை வித்யாபதியின் கையில் வைத்தாள். ''நீ போய்க் கொடுத்துப் பார். உன் பேச்சைத் தட்டமாட்டாள். ஒருக்கால் மறுத்தாலும் நயமாகவோ பயமாகவோ எடுத்துச் சொல்ல வேண்டியவன் நீ'' என்றாள். அதற்குள் சின்ன மகள் கூப்பிட்டதால் உள்ளே போய்விட்டாள்.

வித்யாபதி ஒரு நிமிடம் தன் கையில் தாய் வைத்து விட்டுப்போன கிண்ணத்தைப் பார்த்தான். பிறகு திட சங்கல்பத்துடன் சீதா இருந்த அறைக்குள் போனான். காலடிச் சத்தம் கேட்ட பிறகும் சீதா தலையைத் திருப்பிப் பார்க்கவில்லை. சூனியத்தைப் பார்த்தபடி உட்கார்ந்திருந்தாள்.

''சீதா!'' அவன் கூப்பிட்டான்.

திடுக்கிட்டுத் திரும்பிப் பார்த்தாள்.

''கார்ன் ப்ளேக்ஸ் கொண்டு வந்திருக்கிறேன். சாப்பிடு.''

''எனக்குப் பசிக்கவில்லை.''

''சாப்பிட ஆரம்பித்தால் பசி தானாகவே வந்து விடும்.''

சீதா பதில் பேசவில்லை.

அவன் வந்து கட்டில் விளிம்பில் உட்கார்ந்து கொண்டான். சீதா மறுபக்கம் நகர்ந்துகொண்டாள். அவன் ஸ்பூனில் எடுத்தான்.

''எனக்குப் பசியில்லை என்று சொன்னேனே?''

''நீ பொய் சொல்கிறாய் என்று எனக்கு நன்றாகத் தெரியும். இதோ பார். யார் மீதாவது கோபம் வந்தால் அவர்கள் மீதுதான்

அதைத் தீர்த்துக் கொள்ளணும். ஒருத்தர் மேல் உள்ள கோபத்தை இன்னொருத்தரிடம் காட்டக் கூடாது. அது ரொம்ப அநியாயம.''

''இப்போ நான் யார் மீது கோபத்தைக் காட்டினேன்?''

''என்மீது உனக்கு வந்த கோபத்தை உன் மீதே காட்டிக் கொள்கிறாய். தவறு செய்தது நான் என்றால் உன்னை நீ தண்டித்துக் கொள்கிறாய்.''

சீதா சட்டென்று பார்வையைத் திருப்பிக் கொண்டாள்.

''இதோ பார். மனிதன் தவறு செய்து சகஜம். நானும் அதற்கு அப்பாற்பட்டவன் ஒன்றும் இல்லை. சாதாரண மனிதன். வந்து சாப்பிடு ப்ளீஸ்.''

அதற்குள் சுபத்ராவும் அங்கே வந்தாள். ''சாப்பிடும்மா சீதா! என் கண்ணில்லையா.''

''சாப்பிடுவாள். சாப்பிடவில்லை என்றால் இந்த வீட்டில் இனி யாருமே பச்சைத் தண்ணியைக் கூட தொடப் போவதில்லை'' என்றான் வித்யாபதி.

''ஐயோ! என்ன இது?''

''அது அப்படித்தான்.''

சீதா சாப்பிட்டாள். அவளாகவே வாங்கி சாப்பிடப் போனபோது வித்யாபதி தடுத்துவிட்டுத் தானே ஊட்டிவிட்டான்.

''எனக்கு உடல் நன்றாகி விட்டது. இனி நீங்க ஆபீசுக்குப் போங்கள்.''

''உனக்கு நன்றாகி விட்டது என்று நீ சொல்லத் தேவையில்லை. நானே தெரிந்து கொண்டதும் ஆபீசுக்குப் போவேன். போதுமா? அப்படியே ஆபீசுக்குப் போகாவிட்டால்தான் என்ன? போன்தான் இருக்கிறதே? போனுக்குப் பக்கத்தில் உட்கார்ந்தால் உலகமே நம்மிடம் வந்துவிடும்.''

''நீங்க வெளியில் போய் ஒரு வாரத்திற்கு மேல் ஆகிறது.''

''என்னைப் பற்றி யோசிப்பதை விட்டுவிடு. உன்னைப் பற்றி யோசி.'' மருந்துகளைக் கொண்டு வந்து கொடுத்தான். சீதா போட்டுக் கொண்டாள்.

வித்யாபதி அன்று மதியம் சீதாவின் பத்தியச் சாப்பாட்டை அவளைத் தானே சாப்பிட வைத்தான். குழந்தைகள் எல்லோரும் அருகில் உட்கார்ந்து கொண்டார்கள். சீதா, வித்யாபதி கேரம்

போர்ட் விளையாடினார்கள். வித்யாபதி தோற்றுப் போன போது குழந்தைகள் கைதட்டிச் சிரித்தார்கள். குழந்தைகள் பள்ளியில் போட்ட டிராமாவை நடித்துக் காட்டினார்கள். சீதா, வித்யாபதி, சுபத்ரா மூவரும் அதைப் பார்த்துக் கொண்டிருந்தார்கள். சீதா கலகலவென்று சிரித்தாள். சிரித்துக் கொண்டிருந்த சீதாவை வித்யாபதி பார்த்துக் கொண்டேயிருந்தான்.

மாலையாகிவிட்டது, வித்யாபதி சீதாவுக்கு மருந்து கொடுத்தான். "இங்கே உட்கார்ந்திருந்தால் போரடிக்கிறதா? வராண்டாவுக்கு அழைத்துப் போகட்டுமா?" என்றான்.

சீதா தலையை அசைத்தாள். வேலைக்காரன் நாற்காலிகளைக் கொண்டு வந்து போட்டான். சீதாவை வித்யாபதி கையைப் பிடித்து அழைத்து வந்து நாற்காலியில் உட்கார வைத்தான். ரேடியோவைப் போட்டான். எதிரே புல்தரையில் குழந்தைகள் ஸ்கிப்பிங் விளையாடிக் கொண்டிருந்தார்கள். நடுநடுவில் "அண்ணீ" என்று குரல் கொடுத்து ஏதோ சொல்லிக் கொண்டிருந்தார்கள்.

டீ வந்தது. வித்யாபதி வற்புறுத்தி சீதாவை ஹார்லிக்ஸ் குடிக்க வைத்தான். அவன் அறையிலிருந்து சால்வையைக் கொண்டு வந்து சீதாவின் தோளைச் சுற்றிலும் போர்த்தினான். சீதா நிமிர்ந்து பார்த்தாள். அந்தக் கண்களில் வியப்பும், ஈரமும் பளபளத்தன.

"அசட்டுப்பெண்" என்று நினைக்கத் தோன்றியது அவனுக்கு. சீதா அதுபோல் உயிரோட்டத்துடன் உட்கார்ந்திருப்பதைக் கண்குளிரப் பார்க்க வேண்டும் என்று தோன்றியது. திரும்பத் திரும்ப அந்த விபத்தைப் பற்றிய நினைப்பே அவனுக்கு வந்து கொண்டிருந்தது. சீதா உயிர் பிழைத்தது சீதாவின் அதிர்ஷ்டம் இல்லை. தன்னுடையது. வாழ்நாள் முழுவதும் அவன் அனுபவிக்க வேண்டியிருந்த நரகவேதனையிலிருந்து மயிரிழையில் அவன் தப்பித்துவிட்டான்.

அதற்குள் ஆபீசிலிருந்த போன் வந்தது. அவன் போய்ப் பேசத் தொடங்கினான். சுழல் நாற்காலியில் உட்கார்ந்தபடி அப்படியும் இப்படியும் அசைந்து கொண்டே பேசிக் கொண்டிருந்தவன் தொலைவில் தென்பட்டுக் கொண்டிருந்த சீதாவையே பார்த்துக் கொண்டிருந்தான். அவன் போனில் பேசிவிட்டு கடிதங்களை டிக்டேட் செய்து விட்டு வெளியே வந்த போது இருட்டிக் கொண்டிருந்தது. குழந்தைகள் தொலைவில் உட்கார்ந்தபடி பேசிக் கொண்டிருந்தார்கள். தாய் சமையல் அறையில் இருந்தாள். சீதா நாற்காலியில் பின்னால் தலையைச் சாய்த்தபடி தூங்கிக்

கொண்டிருந்தாள். பக்கத்தில் ரேடியோ மெலிதாக ஒலித்துக் கொண் டிருந்தது

வித்யாபதி ரேடியோவை அணைத்துவிட்டு. சீதாவில் கழுத்திற் குக் கீழேயும், முழங்காலுக்குக் கீழேயும் கைகளைப் போட்டுத் தூக்கிக் கொண்டு உள்ளே வந்தான்.

மருந்தின் மயக்கத்தில் ஆழ்ந்து உறங்கிக் கொண்டிருந்த சீதா கண்களைத் திறந்தாள். திறந்த வேகத்திலேயே அவை பாரமாக மூடிக் கொண்டன. தலையை அவன் மார்பில் சாய்த்துக் கொண் டாள்.

வித்யாபதி சீதாவை தூக்கிக் கொண்டு வந்து கட்டில்மீது படுக்க வைத்தான். அவள்மீது போர்வையைப் போர்த்திவிட்டான். விடி விளக்கைப் போட்டான்.

எட்டு மணிக்கு வலுக்கட்டாயமாக எழுப்பி பாலைக் குடிக்கச் செய்து, மருந்துகளைக் கொடுத்துப் படுக்க வைத்தான். சீதா ஆழ்ந்த உறக்கத்தில் சோர்ந்து போனாற்போல் படுத்திருந்தாள். வித்யாபதி பக்கத்தில் நாற்காலியில் உட்கார்ந்தபடி கால்களை ஸ்டூலில் நீட்டிக் கொண்டான். அவன் மனம் இன்னும் கலக்கத்தில் இருந்தது.

நள்ளிரவு வேளையில் சீதா அழுது கொண்டே எழுந்து உட்கார்ந்து கொண்டாள்.

''சீதா! சீதா!'' அவன் கையில் தட்டினான். சீதா கண்களைத் திறந்து பார்த்தாள். ''நீங்க இங்கேதான் இருக்கீங்களா? என்னை விட்டுவிட்டுப் போய்விட்டீர்களாம். அப்படி ஒரு கனவு வந்தது'' என்றாள் பேதையைப் போல் பார்த்துக் கொண்டே. அவன் எழுந்து வந்து கட்டிலில் அமர்ந்துகொண்டு சீதாவை அருகில் இழுத்துக் கொண்டான்.

சீதா அவனைச் சந்தேகமாகப் பார்த்தாள்.

''உன்னை விட்டுவிட்டு நான் எங்கேயும் போக மாட்டேன். சரிதானே. படுத்துக் கொள். தூங்கு'' என்றான். சீதா இன்னும் அவநம்பிக்கையுடன் அவனையே பார்த்துக் கொண்டிருந்தாள். அவன் சீதாவை மேலும் அருகில் இழுத்துக் கொண்டு அவள் தலையைத் தன் தோளில் சாய்த்துக் கொண்டான்.

''இது.. இது உண்மைதானா?''

''எது?''

''நான் உங்களுக்கு நெருக்கமாக இருப்பது.''

"உண்மைதான். தூங்கு" என்றான் அவன்.

சீதா கொஞ்ச நேரத்தில் தூங்கிவிட்டாள். வித்யாபதிக்கும் உறக்கம் வந்துவிட்டது. பின்னால் தலையணையில் சாய்ந்து கொண்டான். மறுநிமிடம் ஆழ்ந்த உறக்கம் அவனைத் தழுவிக் கொண்டது.

நடுவில் திடீரென்று அவனுக்கு விழிப்பு வந்தது. அவன் தன் நெஞ்சின்மீது கனமாக இருப்பதாக உணர்ந்தான். சீதா அவன் மார்பில் சாய்ந்தபடி படுத்திருந்தாள். அவன் திடுக்கிட்டவன் போல் அவளைப் பார்த்தான். மெதுவாக சீதாவை நகர்த்தி தலையணை மேல் படுக்க வைத்துவிட்டு வெளியே வந்தான்.

வராண்டாவுக்கு வந்தவனை சில்லென்ற காற்று முகத்தில் வந்து தாக்கியது. வானத்தில் பிறைச் சந்திரன் தென்பட்டான். அதைப் பார்த்ததுமே அவனுக்கு இந்திராவின் நினைவு வந்தது. அவன் மனதில் வலி ஏற்பட்டது. மெல்லியக் கயிற்றால் கழுத்தை நெறிக்கும் போது ஏற்படும் வலியைப் போன்றது அது.

வித்யாபதியின் மனம் திக்குமுக்காடிக் கொண்டிருந்தது. அவன் மௌனமாக யாருக்கும் தெரியாமல் அந்த வேதனையைச் சகித்துக் கொண்டிருந்தான். இந்த மனம் இன்னும் எவ்வளவு வேதனையை அனுபவிக்க வேண்டுமோ? தான் இவ்வளவு நாளாக போன் பண்ணவில்லை என்று இந்திரா எவ்வளவு வருத்தப்பட்டுக் கொண்டிருக்கிறாளோ? மாலையில் பிரசாத் போன் செய்தான். இந்திராவும் அவனும் சேர்ந்து முதல்நாள் மாலை சினிமாவுக்குப் போனார்களாம். இந்திராவுக்கு வருத்தமாக இருக்கும். அது தனக்குத் தெரியும். தானும் வருத்தப்பட்டுக் கொண்டிருக்கிறான். அது இந்திராவுக்குத் தெரியுமா என்று அவனுக்குத் தோன்றியது.

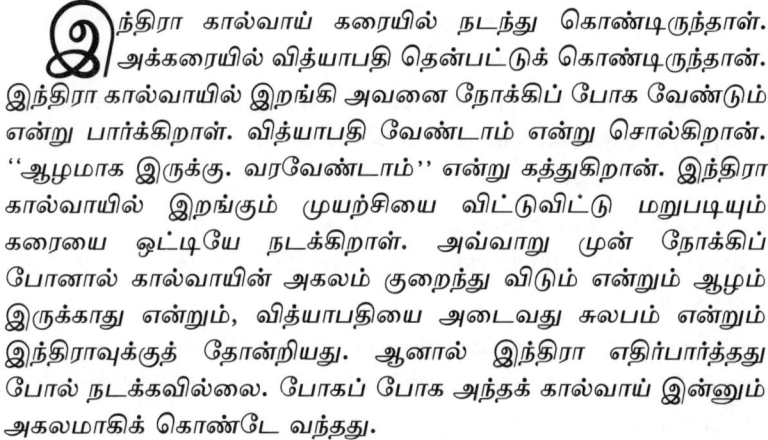

## 42

இந்திரா கால்வாய் கரையில் நடந்து கொண்டிருந்தாள். அக்கரையில் வித்யாபதி தென்பட்டுக் கொண்டிருந்தான். இந்திரா கால்வாயில் இறங்கி அவனை நோக்கிப் போக வேண்டும் என்று பார்க்கிறாள். வித்யாபதி வேண்டாம் என்று சொல்கிறான். "ஆழமாக இருக்கு. வரவேண்டாம்" என்று கத்துகிறான். இந்திரா கால்வாயில் இறங்கும் முயற்சியை விட்டுவிட்டு மறுபடியும் கரையை ஒட்டியே நடக்கிறாள். அவ்வாறு முன் நோக்கிப் போனால் கால்வாயின் அகலம் குறைந்து விடும் என்றும் ஆழம் இருக்காது என்றும், வித்யாபதியை அடைவது சுலபம் என்றும் இந்திராவுக்குத் தோன்றியது. ஆனால் இந்திரா எதிர்பார்த்தது போல் நடக்கவில்லை. போகப் போக அந்தக் கால்வாய் இன்னும் அகலமாகிக் கொண்டே வந்தது.

கரையை ஒட்டி தண்ணீர் சலசலவென்று ஓடிக் கொண்டிருந்தது. மறுகரையில் மரங்கள் அடர்த்தியாக இருந்ததால் வித்யாபதி கண்ணுக்குத் தென்படவில்லை. இந்திராவுக்குப் பயமாக இருந்தது. தனிமையாகவும் இருந்தது, ஐயோ .. அவள்தான் எவ்வளவு முட்டாள்தனமான காரியம் பண்ணிவிட்டாள்? முந்தைய இடத்திலேயே துணிந்து கால்வாயைத் தாண்டியிருந்தால் வித்யாபதியிடம் போய்ச் சேர்ந்திருக்கலாமே? அவள் கோழைத் தனமே அவளை அவனிடமிருந்து பிரித்துவிட்டது. இடைவெளி யைக் கூட்டிவிட்டது.

இந்திராவுக்கு அழுகை பொங்கிக் கொண்டு வந்தது. ஒருபக்கம் வித்யாபதியும் கிடைக்கவில்லை. இன்னொரு பக்கம் வீட்டை விட்டுத் தனியாகவும் வந்துவிட்டாள். தொலைவில் ஏதோ வீடு இருப்பது தென்பட்டது. அங்கே வீட்டின் முன்னால் கயிற்றுக் கொடியில் துணிகளை உலர்த்தியிருந்தார்கள். இந்திரா அந்த

வீட்டை நோக்கிப் போய்க் கொண்டிருந்தாள். தான் வழிதவறி வந்து விட்டதை அவர்களுக்குச் சொல்ல வேண்டும். அவர்களின் உதவியோடு திரும்பவும் தன் வீட்டுக்குப் போய்ச் சேர வேண்டும் என்று நினைத்துக் கொண்டாள். மணலில் அடியெடுத்து வைப்பது ரொம்பச் சிரமமாக இருந்தது.

இந்திராவுக்கு அழுகை வந்தது. அது அவள் தன்னந்தனியாக இருந்ததற்காக அல்ல. வித்யாபதி தன்னை இப்படி விட்டுவிட்டுப் போய் விட்டானே? அவனுக்குத் தான் தேவையில்லையா? அவனுக்குத் தன்மீது இருந்த விருப்பம் குறைந்து போய் விட்டதா? தனக்கு என்னவானாலும் அவன் இனிமேல் பொருட்படுத்தவே மாட்டானா? இந்திரா அழுதுகொண்டே துணிகள் உலர்த்தியிருந்த வீட்டை நோக்கிப் போய்க் கொண்டிருந்தாள்.

சீ.. சீ... நான் ஒன்றும் சின்னப் பெண் இல்லை. அழக்கூடாது என்று மனதைத் திடப்படுத்திக் கொள்ள முயன்றபோது மேலும் அழுகை வந்தது.

''இந்தூ! இந்தூ! என்ன இது? ஏன் அழுது கொண்டிருக்கிறாய்?'' பவானி தட்டி எழுப்பினாள். இந்திரா திடுக்கிட்டுக் கண்களைத் திறந்தாள்.

''கெட்ட கனவு ஏதாவது வந்ததா? எழுந்துகொள். போய் முகம் அலம்பி, வாயைக் கொப்புளித்துவிட்டு வந்து படுத்துக்கொள்'' என்றாள்.

இந்திரா எழுந்து கொண்டு அக்கா சொன்னபடி செய்துவிட்டு வந்து படுத்தாள். ஆனால் தூக்கம் வரவில்லை. நேரத்தைப் பார்த்தால் மணி நாலடித்து விட்டிருந்தது. பவானி மறுபடியும் தூங்கிவிட்டாள். இந்திரா கட்டிலில் எழுந்து உட்கார்ந்தாள்.

அந்த கனவு இன்னும் தொடர்வது போலவே இருந்தது. அவள் இதயம் பாரமாகிவிட்டது.

''வித்யா! தனிமையில் நான் எவ்வளவு வேதனையை அனுபவித்துக் கொண்டிருக்கிறேனென்று உனக்குத் தெரியுமா? நீ எங்கே போய்விட்டாய்? நான் ஒருத்தி இந்த உலகத்தில் இருப்பது உனக்கு நினைவே இல்லையா? ஒருவேளை போன் செய்யவில்லை என்றாலும், உன்னைப் பார்க்க முடியவில்லை என்றாலும் நான் எவ்வளவு துடிதுடித்துப் போய் விடுவேன் என்று உனக்குத் தெரியாதா? தெரிந்தும் இப்படி மௌனமாக ஏன் இருந்துவிட்டாய்?''

இந்திராவின் கண்களில் கிர்ரென்று நீர் சுழன்றது. எவ்வளவு நாட்கள் இந்த வேதனை? இந்திராவால் தாங்கிக் கொள்ள முடியவில்லை. இந்த வீட்டை எவ்வளவு ஆசையோடு வாங்கியிருப்பாள்? எவ்வளவு கனவு கண்டிருப்பாள்? இப்பொழுது நடப்பது என்ன? இந்திராவுக்கு அந்த வீட்டை விட்டு ஓடிப்போய் விட வேண்டும் போல் இருந்தது.

இந்த வீட்டில் தானும் வித்யாபதியும் சேர்ந்து இருக்கப் போகிறோம் என்று நினைத்திருந்தாள். இப்பொழுது இந்த வீட்டைப் பார்த்தால் மூல விக்கிரகம் இல்லாத கோவிலைப் போல் இருந்தது. இந்திராவுக்கு இந்த வீட்டை விட்டு, இந்த ஊரைவிட்டு எங்கேயாவது தொலைவிற்கு ஓடிப் போய் விடவேண்டும் என்று தோன்றியது.

தான் வேண்டும் என்றால் வித்யாபதி தன்னைத் தேடிக் கொண்டு வருவான். அப்படி வரவில்லை என்றால் தான் தேவையில்லை என்று அர்த்தம்.

அன்று மதியம் விசாகப்பட்டிணத்திலிருந்து சித்தப்பா எழுதிய கடிதம் வந்திருந்தது. அங்கே ஷிப்யார்டில் நல்ல வேலை காலியாக இருக்கிறதாம்.

"எனக்கும் உன் சித்திக்கும் வயதாகிவிட்டது. குழந்தைகள் இல்லாத எங்களுக்கு யாராவது வந்து எங்களுடன் இருந்தால் நன்றாக இருக்கும் என்று தோன்றுகிறது. உன் சித்திக்குத்தான் உன்மீது பிரியம் என்று உனக்குத் தெரியுமே? அதனால்தான் உன்னை இங்கே வரச்சொல்லி எழுதுகிறேன்.

இந்த வேலை உனக்குக் கட்டாயம் கிடைக்கும். பாங்க் வேலையை விட மேலானது இது. சீக்கிரத்தில் பிரமோஷன் கிடைக்கும். உனக்கு அவ்வளவுதூரம் நம்பிக்கை இல்லையென்றால் நாலைந்து மாதங்கள் லீவ் போட்டு விட்டு வா.

இங்கே உனக்குச் சூழ்நிலை பிடித்திருந்தால் சேர்ந்து கொள்ளலாம். உன் சித்தி திரும்பத் திரும்ப சொல்லிக் கொண்டிருக்கிறாள். நீ வந்தாயானால் எங்களுக்கு ரொம்ப சந்தோஷமாக இருக்கும். உன் கடிதத்திற்காக எதிர்பார்த்துக் கொண்டு இருக்கி றோம். நீ மறுக்க மாட்டாய் என்று ஆசையுடன் இந்தக் கடிதத்தை எழுதுகிறேன்."

இந்திரா தலையணைக்கு அடியில் இருந்த அந்தக் கடிதத்தை எடுத்து மறுபடியும் படித்தாள். பிறகு ஆழ்ந்த யோசனையில் மூழ்கிவிட்டாள்.

# 43

மறுநாள் இந்திரா ஆபீசுக்குப் போகவில்லை.

''என்ன இந்து? ஆபீசுக்கு நேரமாகிவிட்டது. இன்னும் குளிக்கப் போகாமல் அப்படியே உட்கார்ந்திருக்கிறாயே?'' என்றாள் பவானி.

''ஆபீசுக்குப் போகப் போவதில்லை அக்கா.''

''போகவில்லையா? ஏன்?''

''உடம்பு சரியாக இல்லை.''

முணுமுணுப்பது போல் சொன்னாள்.

''டாக்டரிடம் போகிறாயா?''

''தேவையில்லை.''

பவானி மேற்கொண்டு பேசவில்லை. வாதாடவும் இல்லை. இந்திரா வீட்டில் இருந்தால் பவானிக்கு நிச்சிந்தையாக இருக்கும். வீட்டை இந்திராவின் பொறுப்பில் விட்டுவிட்டு கடைத் தெருவுக்கும், சிநேகிதிகளின் வீட்டிற்கும் போய் வரலாம். வெளிவேலைகளை நிம்மதியாக முடித்துக் கொள்ளலாம். பத்தரைக்கெல்லாம் பவானி தயாராகி ''காமேஸ்வரிக்கு உடம்பு சரியாக இல்லையாம். போய் விசாரித்துவிட்டு வருகிறேன்'' என்று போய்விட்டாள்.

இந்திரா எழுந்து உட்கார்ந்தாள். குளிக்கப் போகவும் மனம் வரவில்லை. வீட்டில் அப்படித் தனியாக உட்கார்ந்து இருப் பதற்கு இந்திராவுக்குப் பயமாக இருந்தது. இனி வாழ்நாள்

முழுவதும் இப்படியேதான் இருக்குமோ? தான் என்ன செய்தாள்? வித்யாபதியுடன் நெருக்கமாக இருப்பதற்காக சிநேகிதிகளை எல்லாம் விட்டுவிட்டாள். உறவினர்கள் வீட்டுக்குப் போவதையும் நிறுத்திக் கொண்டாள். இப்பொழுது அவனே இல்லை. இந்தத் தனிமையை எப்படிப் போக்கிக் கொள்வது என்று தெரியவில்லை. இந்திராவுக்கு வாழ்க்கையே விரக்தியாய்த் தோன்றியது. ரொம்ப அனுபவம் கண்டுவிட்டது போலவும், வயது கூடிவிட்டது போலவும் இருந்தது. கொஞ்சம் நேரம் கிடைத்தாலும் கனவு காணத் தொடங்கிவிடுவாளே? இப்பொழுது அந்த ஆர்வமெல்லாம் எங்கே போய்விட்டது?

இதுவரையில் ஒரு நிமிடம் கூட ஓய்வு இல்லாததுபோல் வாழ்க்கை வேகமாகப் போய்க் கொண்டிருந்தது. கொஞ்சம் நேரம் கிடைத்தாலும் வித்யாபதியுடன் சேர்ந்து கழித்துக் கொண்டிருந்தாள். அவன் எதிரில் இருந்தால் அவனுடன், அவன் இல்லாதபோது அவனைப் பற்றிய எண்ணங்களுடன் நேரம் போவதே தெரியாமல் இருந்தது.

அவன் வருவதாகச் சொன்னால் எந்தப் புடவையைக் கட்டிக் கொள்வது? சாப்பிடுவதற்கு என்ன தருவது? அவனுடன் எந்த இடத்திற்குப் போவது? இப்படிப் பல விதமான யோசனைகள். அவன் வந்து விட்டுப் போன பிறகு அவன் பேச்சு, செயல்கள், குறும்புகள், அந்த நினைவுகள். மறுபடியும் அவன் வரும் வரையில் அந்த நினைவுகளே அவளுக்குப் போதுமானதாக இருக்கும். காலம் வேகமாக ஓடிக் கொண்டிருந்தது.

இத்தனை நாளும் ஆர்வத்துடன், உற்சாகத்துடன் தன்னை மகிழவைத்துக் கொண்டிருந்த காலமானது இப்பொழுது எரிச்சலைத் தந்து கொண்டிருக்கிறது. உயிரை எடுக்கிறது. இதெல்லாம் காலத்தின் கோளாறா? அல்லது குறை தன் மனதில்தான் இருக்கிறதா? இந்திரா மறுபடியும் யோசனையில் ஆழ்ந்தாள்.

வித்யாபதி ஏன் வரவில்லை? போன்கூடப் பண்ணவில்லையே ஏன்? அவன் மௌனத்தின் காரணம் என்னவென்று இந்திராவுக்குப் புரியவில்லை. அவன் சீதாவை விட்டுக் கொஞ்சம் கூட நகராமல் பக்கத்திலேயே இருப்பது இந்திராவுக்கு வியப்பாக இருந்தது. அந்த வியப்பிலிருந்து எரிச்சலும் எரிச்சலிலிருந்து கோபமும் ஏற்பட்டன. இல்லை இல்லை. அவன் சுபாவம் தனக்கு நன்றாகவே தெரியும். அவனுக்கு யாரையும் வருத்தப்படுத்தும் சுபாவம் கிடையாது. ஏதோ சொல்ல முடியாத காரணம் இருந்திருக்கும். போகட்டும்,

அந்தக் காரணமாவது தனக்குத் தெரிந்தால் நன்றாக இருக்கும். தனக்கும் நிம்மதி கிடைக்கும்.

அதற்குள் காலடிச் சத்தம் கேட்டது. இந்திரா நிமிர்ந்து பார்ப்பதற்குள் பிரசாத் உள்ளே வந்து கொண்டிருந்தான். அவன் முகத்தில் கவலை தென்பட்டது. வரும் போதே கேட்டு விட்டான்.

"என்ன? உங்களுக்கு உடம்பு சரியாக இல்லையாமே?"

"யார் சொன்னார்கள்?"

"உங்க அக்கா. பஸ்ஸ்டாண்டில் பார்த்தேன். என்னவாச்சு?"

"ஒன்றும் ஆகவில்லை."

"உங்களைப் பார்த்தால் ஏதோ ஆகிவிட்டாற் போலவே இருக்கு. உங்கள் கவலை என்னவென்று சொல்லாமல் மறைக்கிறீங்க."

"நான் எதையும் மறைக்கவில்லை."

"டபாய்க்காதீங்க. நாம் உலகத்தை எல்லாம் ஏமாற்றிவிடலாம். ஆனால் நண்பர்களை ஏமாற்ற முடியாது. உண்மையைச் சொல்லுங்கள். என்னதான் நடந்தது? யாராவது ஏதாவது சொன்னார்களா?"

"ஊஹூம்."

"பின்னே ஏன் இப்படி இருக்கீங்க?"

"எப்படி இருக்கிறேன்?"

"எள்ளும் கொள்ளும் வெடிக்கும் முகத்துடன்."

இந்திரா சிரித்துவிட்டாள்.

"அப்பாடா. சிரித்துவிட்டீர்கள். அப்படி என்றால் விஷயம் நான் ஊகித்துக் கொண்டாற்போல் சீரியஸ் இல்லை என்று அர்த்தம்" என்று வந்து உட்கார்ந்து கொண்டான்.

"நீங்க ஆபீசுக்குப் போகவில்லையா?" என்றாள் இந்திரா.

"எங்கே? புறப்பட்டுக் கொண்டிருந்த போது இந்தச் செய்தி தெரிந்தது. அந்த பஸ்ஸுக்குப் பதில் இந்த பஸ்ஸில் ஏறிவிட்டேன்.

நேற்று இரவு நீங்க நன்றாகத் தூங்கினீங்களா இல்லையா?"

"ஊஹூம்."

''அட! நான் நன்றாகத் தூங்கிவிட்டேன். உண்மையைச் சொல்லணும் என்றால் ரொம்ப நாட்களுக்குப் பிறகு நிச்சிந்தையாக, நிம்மதியாகத் தூங்கினேன்.''

''என்ன விசேஷம்?''

''அதுதான் எனக்கும் தெரியவில்லை. நேற்று உங்களுடன் பேசியபிறகு என் மனதிலிருந்த பாரம் நீங்கிவிட்டாற்போல் இருந்தது.''

இந்திரா பதில் பேசவில்லை.

''ஹலோ இந்தூ! நீ வீட்டில்தான் இருக்கிறாயா? உங்க ஆபீசுக்குப் போய்விட்டு வந்தேன் தாயே'' என்று சொல்லிக் கொண்டே ரத்னா உள்ளே வந்தாள்.

''வா.. வா.. ரொம்ப நாட்களுக்குப் பிறகு தரிசனம் தருகிறாய்'' என்றாள் இந்திர. ரத்னா வந்து உட்கார்ந்து கொண்டே பிரசாதைக் கேள்விக் குறியுடன் பார்த்தாள்.

இந்திரா பிரசாதை ரத்னாவுக்கு அறிமுகம் செய்து வைத்தாள்.

ரத்னாவின் நடையுடை பாவனையில் மாற்றம் தெரிந்தது. விலை உயர்ந்த புடவையை அணிந்திருந்தாள். கழுத்திலும் காதிலும் நகைகள் இருந்தன. பேக்கிலிருந்து திருமண அழைப்பிதழை எடுத்துக் கொடுத்தாள்.

''வியாழக்கிழமை பதினாறாம் தேதி கல்யாணம்.'' வெட்கப் பட்டுக் கொண்டே சொன்னாள்.

''நிஜமாகவா? எவ்வளவு நல்ல செய்தி. திருடி! என்னிடம் இதுவரை மூச்சுகூட விடவில்லையே'' என்றாள் இந்திரா.

''சாரி இந்தூ! எதிர்பாராமல் நிச்சயமாகிவிட்டது. யாருக்குமே தெரியாது. உண்மையைச் சொல்லணும் என்றால் எனக்குக் கூட நம்பிக்கை இல்லை. நடக்குமோ நடக்காதோ தெரியாது.''

''ஏன் அப்படிச் சொல்கிறாய்?''

''இந்தத் திருமணத்தில் எங்க வீட்டாருக்கு விருப்பமில்லை.''

''அடடா. அப்படியா?''

''கல்யாண வேலைகளை, பத்திரிகை கொடுப்பது முதல் எல்லாம் நானே செய்து கொண்டிருக்கிறேன்.''

''என்ன இது? என்னிடம் சொன்னால் நான் செய்திருக்க மாட்டேனா?''

''நீ கல்யாணத்திற்கு வந்தால் போதும். அதுவே பாக்கியம் என்று நினைத்துக் கொள்வேன்.'' ரத்னா பத்திரிகையை இந்திராவுக்குக் கொடுத்துவிட்டு பிரசாதுக்கும் கொடுத்தாள்.

''கட்டாயம் வர வேண்டும்'' என்றாள்.

''இந்திரா வருவதாக இருந்தால் நானும் வருகிறேன்'' என்றான் அவன்.

பத்திரிகையை எடுத்து மணமகனின் பெயரைப் பார்த்த இந்திரா திடுக்கிட்டாள். ''பாலகிருஷ்ணன் என்றால்?''

ரத்னாவை சந்தேகத்துடன் பார்த்தாள்.

''அவரேதான் இந்து! எங்க ஹவுஸ் ஓனர்.''

''என்ன ரத்னா இது?'' கலவரத்துடன் கேட்டாள்.

''அவருக்கு என் வயதை ஒத்த குழந்தைகள் இருக்கிறார்கள் என்பதுதானே உன் தயக்கம்? அதனால் என்ன? என்னால் அட்ஜெஸ்ட் செய்து கொள்ள முடியும். எங்க வீட்டிலும் இதனால்தான் இஷ்டமில்லை. நான் அவர் மகளைப் போல் இருப்பேன் என்றும், வேண்டாம் என்றும் ரகளை செய்தார்கள்.

பண்ணிக்கொள்பவள் நான். நானே ஒப்புக்கொண்ட பிறகு உங்களுக்கு என்ன ஆட்சேபணை என்றேன். எங்க இருவருக்கும் ஒரு வருஷமாக அறிமுகம் இருக்கிறது. கல்யாணம் பண்ணிக் கொள்வது நல்லது என்று நினைத்தோம். அவருடைய மகள், மகன்களுக்கும் இதில் விருப்பம் இல்லை. அவர்கள் வீட்டிலும் தகராறுதான்.''

இந்திரா பதில் பேசவில்லை. ரத்னா மேலும் சொன்னாள்.

''அதான் சொன்னேனே, ஒரு வருஷமாக எனக்கு அவரைத் தெரியும். வீட்டு வாடகை கொடுக்க முடியாத நிலை எங்களுக்கு. அவர் இரக்கத்தின் காரணமாக வற்புறுத்தவில்லை.

எனக்கு அவரிடம் மதிப்பு ஏற்பட்டது. சமீபத்தில்தான் அவருடைய மனைவி இறந்து போய்விட்டாள். அவளுக்கு உடல் நலம் சரியாக இல்லாத போது நான் நிறைய உதவி செய்திருக்கிறேன். அந்த சமயத்தில்தான் எங்கள் இருவருக்கும் பரஸ்பரம் அறிமுகம்

ஏற்பட்டது. அவரைக் கல்யாணம் செய்து கொண்டால் என் வாழ்க்கை நிம்மதியாகக் கழிந்துவிடும். இந்து! என்னைப் பற்றித்தான் உனக்குத் தெரியுமே? இதுவரையில் ஸ்திரமான வேலை எதுவும் இல்லை. அண்ணன்களுக்கு என்னிடம் அக்கறை இல்லை. நல்ல உடைகளுக்கும், நகைகளுக்கும் ஏங்கிக்கொண்டிருந்தேன். இவரைக் கல்யாணம் செய்து கொண்டால் அவை எனக்கு வேண்டிய அளவுக்குக் கிடைக்கும். அதனால்தான் பண்ணிக் கொள்கிறேன். இந்த காதல் கீதல் மீது எனக்கு நம்பிக்கை இல்லை. வாழ்க்கையில் பணம் ரொம்ப முக்கியம். காதல் இல்லாவிட்டாலும் வாழ்ந்து விட முடியும். ஆனால் பணம் இல்லாவிட்டால் வாழ முடியாது.

வரதட்சணை கொடுக்க முடியாத, வேலையும் இல்லாத என்னை எந்த ஆண்மகன் பண்ணிக் கொள்வான்? இந்தக் கல்யாணச் செலவைக்கூட அவர்தான் செய்கிறார். எந்தக் கவலையும் இல்லாமல் நான் நிம்மதியாக இருக்கிறேன்'' என்றாள்.

இந்திரா வாயடைத்துப் போய் உட்கார்ந்து விட்டாள். ரத்னாவைப் பார்க்கும் போது புதுநபராகக் காட்சியளித்தாள். ரத்னா ஏற்கனவே இரண்டு மூன்று பையன்களுடன் காதல் விவகாரத்தில் ஈடுபட்டு வெளியில் வந்திருக்கிறாள். ஒருத்தன் கைவிட்டுவிட்டுப் போனான். இன்னொருத்தன் வேறு பெண்ணைப் பண்ணிக் கொண்டு இந்த ஊரிலேயே இருந்தாலும் ரத்னாவை முன்பின் பார்க்காதது போல் நடந்து கொண்டான். ஒருக்கால் ரத்னாவுக்கு இந்த விவகாரங்களால் காதல் மீதே நம்பிக்கை போய் விட்டிருக்கும்.

''கல்யாணத்திற்குக் கட்ட்ாயம் வரவேண்டும்.'' ரத்னா கிளம்பும் முன் சொன்னாள்.

இந்திரா தலையை அசைத்தாள.

''சாரி இந்து! உன் வீட்டுக் கிரகப்பிரவேசத்திற்கு வரமுடியவில்லை. நான் ஊரில் இல்லை. வீடு நன்றாக இருக்கிறது. வித்யாபதி வருகிறானா?'' என்று கேட்டாள் ரத்னா.

இந்திரா இல்லை என்பது போல் குறுக்காகத் தலையசைத்தாள்.

''இந்த ஆண்களே இப்படித்தான். கல்யாணம் ஆனதுமே அதற்கு முன்னால் இருந்த காதல் விவகாரங்களை எல்லாம் மறந்து விட்டாற்போல் நடந்து கொள்வார்கள். நாமும் அப்படிச் செய்ய

முடிந்தால் சுகமாக இருப்போம். ஆனால் இந்தப் பெண்மனம் இருக்கிறதே. அது லேசில் எதையும் மறக்காது. வித்யாபதி சீதாவுடன் நன்றாகத்தான் குடித்தனம் செய்து கொண்டிருக்கிறான்.''

இந்திராவின் முகம் சிவந்துவிட்டது. தலையைத் திருப்பிப் பார்த்தாள். பிரசாத் ஏற்கனவே அங்கிருந்து எழுந்து போய் தொலைவில் இருந்த புத்தக அலமாரியைப் பார்வையிட்டுக் கொண்டிருந்தான்.

ரத்னாவுக்கு அந்த அறையில் இன்னொரு நபர் இருந்த விஷயம் அப்பொழுதுதான் நினைவிற்கு வந்தது.

''ஐயாம் சாரி'' என்றவள் ''கண்டிப்பாக வரணும்'' என்று மீண்டும் எச்சரித்துவிட்டுப் போனாள்.

இந்திரா பிரசாத் பக்கம் பார்த்தாள். இவனுக்கு வித்யாபதியைப் பற்றித் தெரியுமா?

பிரசாத் புத்தகத்தை எடுத்துக் கொண்டு அருகில் வந்தான். ''உங்க சிநேகிதியைப் பார்த்தால் இரக்கமாக இருக்கிறது இந்திரா'' என்றான்.

''ஏன்?''

''வாழ்க்கையில் காதலைவிட பணம்தான் முக்கியம் என்று அவள் நினைத்துக் கொண்டு இருக்கிறாள். அந்தப் பணம் கிடைத்த பிறகு காதலுக்கு முன்னால் அது எவ்வளவு துச்சமானது என்று புரியும்.''

இந்திரா கொஞ்சம் யோசித்துவிட்டுச் சொன்னாள். ''நீங்க சொன்னது உண்மைதான். ஆனால் அது எல்லோருக்கும் பொருந்தாதுன்னு நினைக்கிறேன். காதலைப் பற்றித் தெரிந்தவர்களுக்குத்தான் அது புரியும்.''

''அதுவும் சரிதான்'' என்றான் அவன்.

பவானி வந்தாள். பிரசாத் அன்று ஆபீசுக்கு லீவு போட்டுவிட்டான். இந்திராவை வலுக்கட்டாயமாக ரவீந்திர பாரதியில் நிகழ்ச்சிக்கு அழைத்துச் சென்றான். இந்திரா மாட்டேன் என்ற போது பவானி சத்தம் போட்டாள். ''கொஞ்சம் வெளியில் போய்விட்டு வந்தால் மனதிற்கு அமைதியாக இருக்கும்'' என்று கட்டாயப்படுத்தி அனுப்பி வைத்தாள்.

பிரசாதும், இந்திராவும் டாக்ஸியில் ரவீந்திர பாரதிக்கு வந்தார்கள். பிரசாத் இறங்கிக் கொண்டு இந்திராவுக்காகக் கதவைப் பிடித்துக்

கொண்டு நின்றான். டாக்ஸியை விட்டு இறங்கிக் கொண்டிருந்த இந்திரா தொலைவில் படியேறிப் போய்க் கொண்டிருந்த நபரைப் பார்த்ததும் பேயறைந்தாற்போல் நின்றுவிட்டாள்.

வித்யாபதி போய்க் கொண்டிருந்தான். அவன் பக்கத்தில் சீதா இருந்தாள். மஞ்சள் நிறத்தில் சிவப்பு பார்டருடன் ஷிபான் புடவையை உடுத்தியிருந்தாள். தோளைச் சுற்றிலும் சால்வை இருந்தது. அது நழுவிக் கொண்டிருந்த போது வித்யாபதி சரிசெய்து திரும்பவும் போர்த்திவிட்டான். சீதா படியேறிக் கொண்டிருந்த போது அவன் தோளைச் சுற்றிலும் கையைப் போட்டுத் தாங்குவது போல் அழைத்துச் சென்றான். பிரசாத் டாக்ஸிக்காரனுக்குப் பணம் கொடுத்துவிட்டு மீதி சில்லரையை சட்டைப் பையில் வைத்துக் கொண்டு இந்தப் பக்கம் திரும்பியபோது இந்திரா கண்களைக் கைகளால் பொத்தியபடி முன்னால் குனிந்து உட்கார்ந்திருந்தாள்.

"என்னவாச்சு?" பிரசாத் பதற்றத்துடன் கேட்டான்.

"தலை சுற்றுகிறது. என்னால் நடக்க முடியாது. நீங்க புரோக்கிராம் பார்த்துவிட்டு வாங்க. நான் போய் விடுகிறேன். டிரைவர்! என்னை வீட்டில் இறக்கிவிடு" என்றாள்.

"என்னஇது? நான் உங்களுக்காக வந்தேனேதவிர நிகழ்ச்சியைப் பார்ப்பதற்காக இல்லை. உங்களுக்கு உடம்பு சரியாக இல்லை என்றால் போய்விடலாம். டிரைவர்! வீட்டுக்குப் போய்விடு." பிரசாத் ஏறி உட்கார்ந்து கொண்டு கதவைச் சாத்தினான்.

டாக்ஸி கிளம்பியது. இந்திரா நெற்றிப்பொட்டை அழுத்திக் கொண்டு கண்களை மூடியபடி சீட்டில் சாய்ந்துகொண்டாள்.

பிரசாத் ஒரு வினாடி தயங்கினான். பிறகு துணிந்து இந்திராவின் கையைத் தன் கையில் எடுத்துக் கொண்டான். இந்திராவின் உடல் தளிர் இலை போல் நடுங்கிக் கொண்டிருப்பதைக் கவனித்தான். என்னவாகிவிட்டது அவளுக்கு?

# 44

இந்திரா ரத்னாவின் திருமணத்திற்குப் போயிருந்தாள். பிரசாதும் வந்திருந்தான். ரத்னாவின் கழுத்தில் தாலியைக் கட்டிய பாலகிருஷ்ணனைப் பார்த்து வந்தவர்கள் எல்லோரும் உள்ளூரச் சிரித்துக் கொண்டார்கள். அவருக்கு வயது ஐம்பதுக்கு மேல் இருக்கும். கருமை நிறம். பானை வயிறு. ரத்னாவைத் தனியாகப் பார்க்கும் போது முதிர்ந்த மணமகளாகத் தென்பட்டாலும் அவருக்குப் பக்கத்தில் சிறியவளாகத் தோன்றினாள். சிலர் வெளிப்படையாகவே விமரிசனம் செய்தார்கள். ''இது பணத்திற்காக செய்து கொண்ட கல்யாணம். கலிகாலம்! பெண்கள் ரொம்பத்தான் துணிந்து விட்டார்கள்'' என்றார்கள் சிலர்.

ரத்னாவின் விருப்பம் மட்டும் நூற்றுக்கு நூறு சதவீதம் பலித்துவிட்டது. விலையுயர்ந்த ஜரிகைப் புடவை. உடல் முழுவதும் நகைகள். ரத்னாவின் கண்கள் காதல் திருமணம் நடந்தாற்போலவே மின்னிக் கொண்டிருந்தன. அடிக்கடி தன் புடவையை, நகைகளைப் பார்த்துக் கொண்டிருந்தாள். திருமணத்திற்கு அவருடைய பிள்ளைகளும் வந்திருந்தார்கள். மகள்கள் ரத்னாவைத் திட்டித் தீர்த்தார்கள். ஆகமொத்தம் அந்தத் திருமணம் கேலிக்கூத்துச் சடங்காக நடந்து முடிந்தது.

இந்திராவுக்கு ரொம்ப வருத்தமாக இருந்தது. ரத்னா இப்படிப் பைத்தியக்காரத்தனமாக நாலுபேர் எள்ளி நகையாடும்படி நடந்துகொண்டு விட்டாளே என்று நினைத்துக் கொண்டாள்.

பிரசாத் இந்திராவின் அபிப்பிராயத்தை மறுத்துச் சொன்னான். ''இந்திரா! நீங்க ரொம்பவும் தவறாகப் புரிந்து கொண்டு இருக்கீங்க. ரத்னா தனக்கு வேண்டியதை அடைந்துவிட்டாள். உலகம் என்ன

சொன்னாலும் பொருட்படுத்தவில்லை. அந்தத் துணிச்சல் இருப்பவர்களுக்கு வாழ்க்கை சந்தோஷமாகவே இருக்கும். எந்தத் துணிச்சலும் இல்லாத நம்மைப் போன்றவர்கள்தான் திரிசங்கு சுவர்க்கத்தில் ஊசலாடிக் கொண்டு இருப்போம்'' என்றான்.

இந்திராவுக்கு அதுவும் சரிதான் என்று தோன்றியது.

''அந்தப் பெண்ணின் முகத்தில் தெரியும் சந்தோஷத்தைப் பாருங்கள். தான் விரும்பியதை அடைந்து விட்டோம் என்ற சந்தோஷம் அது. சிலருக்கு வாழ்க்கையில் காதல் வேண்டும் என்று தோன்றும்.

சிலருக்கு, பணம், இன்னும் சிலருக்கு அதிகாரம், சிலருக்கு நல்ல குணம்... இப்படித் தங்களுக்கு வேண்டியவற்றுக்காக எல்லோரும் தவித்துக் கொண்டிருப்பார்கள். ஒருவரைப் பார்த்து அடுத்தவர் விமரிசிக்க வேண்டியதில்லை.''

பிரசாத் விலாவாரியாகவும், இரக்கத்தோடும் மனிதர்களைப் பற்றி யோசிப்பான் என்று தோன்றியது. இப்படிப்பட்டவர்களுடன் எந்தப் பிரச்னையும் இருக்காது. இவர்கள் எப்போதும் எதிராளியைப் புரிந்து கொண்டு சமாதானமாகப் போக வேண்டும் என்று நினைப்பார்கள்.

இந்திராவும், பிரசாதும் வீட்டுக்கு வந்த போது தூரத்துச் சொந்தம் ஆன முத்துசாமி உட்கார்ந்திருந்தார். இந்திராவுடன் உள்ளே வந்த பிரசாதை எடைபோடுவது போல் கூர்ந்து பார்த்தார். ''பவானி! இந்தப் பையன் யார்?'' என்றார்.

''இந்திராவுடன் வேலை பார்க்கிறான். நம்மவர்கள்தான். தூரத்துச்சொந்தம்'' என்றாள். பவானியின் சுபாவமே அப்படித்தான். உறவு இருந்தாலும் இல்லாவிட்டாலும் நம்மவர்கள் என்று உறவு கொண்டாடுவாள்.

''கல்யாணம் ஆகிவிட்டதா அவனுக்கு?''

''இல்லை.''

அவர் இந்திராவையும், பிரசாதையும் சந்தேகத்துடன் பார்த்தார். ''இந்திரா கல்யாணமே செய்து கொள்ளப் போவதில்லையா?'' என்றார்.

''செய்துகொள்ளணும் என்று நினைத்துவிட்டால் மட்டும் போதுமா தாத்தா. அந்த வேளை வர வேண்டாமா?'' என்றாள் பவானி காபியைக் கலந்து கொண்டே.

''மனம் இருந்தால் வேளை தானாகவே வந்துவிடும். அந்த வித்யாபதியைப் பண்ணிக்கொள்ளப் போகிறாள் என்றாய். அவனானால் பணக்கார வீட்டுப்பெண்ணைப் பண்ணிக் கொண்டு லட்சணமாகக் குடித்தனம் செய்து கொண்டிருக்கிறான். உன் தங்கைக்கும் ஏழைக்கேற்ற எள்ளுருண்டையாக எவனையாவது பார்த்து முடிக்க வேண்டாமா? வயது முதிர்ந்துவிட்டால் யாருக்காவது இரண்டாம் தாரமாகவாவது..''

இந்திரா வேகமாக மூச்சு வாங்கிக் கொண்டே விடுவிடென்று அவர் அருகில் சென்றாள். ''தாத்தா! என்னுடைய கல்யாணத்தைப் பற்றி உங்களுக்கு எதுக்கு?'' என்றாள்.

அவர் கொஞ்சமும் பயப்படவில்லை. ''என்னம்மா இது? என் தம்பியின் பேத்தி நீ. உன்னைப் பற்றி நான் இல்லாவிட்டால் யார் விசாரிக்கப் போகிறார்கள்? அப்போ அந்த வித்யாபதியுடன் சுற்றிக் கொண்டு இருந்தாய். இப்போ இந்தப் பையனுடன் சுற்றிக் கொண்டு இருக்கிறாய் என்று எல்லோரும் பேசிக் கொள்கிறார்கள்.

என் வாழ்க்கை என்னுடையது என்றால் எப்படி? நம் குடும்பகௌரவம்னு ஒன்று இருக்கே? கல்யாணம் பண்ணிக் கொள்ளவே போவதில்லை என்றால் வீட்டோடு கிடந்து தொலை. நீ வீட்டிலேயே இருந்து கொண்டு எப்படிப் போனாலும் யாருக்கும் அக்கறையில்லை. தெருவுக்கு வந்துவிட்டால் என்ன செய்வது?''

''தாத்தா!'' அதற்குள் பவானி அங்கே வந்துவிட்டாள். ''அவளைப் பற்றி உங்களுக்கு எதுக்கு? சும்மா இருங்கள்.''

''முதலில் அவரை இந்த வீட்டை விட்டுப் போகச் சொல். இனி ஒரு நாளும் இந்த வீட்டு வாசற்படியை மிதிக்க வேண்டாம் என்று சொல்லிவிடு.'' இந்திரா கத்தினாள்.

''இந்தாடி பெண்ணே ! வார்த்தைகளை அளந்து பேசு. இது உன் வீடா? உங்க அக்கா வீடு.''

பவானி சங்கடத்துடன் அவர்களைப் பார்த்தாள். எல்லோரும் அது பவானியின் வீடுதான் என்று நினைத்துக் கொண்டு இருந்தார்கள். பவானியும் அப்படித்தான் சொல்லிவந்தாள். பதற்றமடைந்த பவானி ''இது யாருடைய வீடு என்று இப்போ வாதாட வேண்டாம். முதலில் நீங்கள் கிளம்புங்க தாத்தா'' என்று அங்கவஸ்த்திரத்தை எடுத்துக்கொடுத்து அவரை வலுக்கட்டாயமாக கையைப் பிடித்து எழுப்பிவிட்டாள்.

"போகத்தான் போகிறேன். போகாமல் இங்கேயே இருந்து விட மாட்டேன். ஏதோ வேண்டப்பட்டவர்கள், நம்முடைய குழந்தைகள் என்றுதான் சொல்ல வந்தேன்" என்ற அவர் போய்விட்டார்.

"கண்டவர்களை எல்லாம் வீட்டில் சேர்க்கிறாய் நீ. யார் யாரோ வீட்டுக்கு வந்து வாய்க்கு வந்தபடி பேசிக் கொண்டிருந்தால் வாயை மூடிக் கொண்டு இருக்கச் சொல்கிறாய்." இந்திரா அக்காவிடம் எரிந்து விழுந்தாள்.

"ஏதோ பெரியவர். இருந்தாலும் உன்னால் என் வாயை மூட முடியுமே தவிர, உலகத்தின் வாயை மூடி விட முடியுமா? லட்சணமாக எந்தக் குறையும் இல்லாமல் இருக்கிறாய். ஏன் கல்யாணம் பண்ணிக்கொள்ள மாட்டேங்கிறாய்? அந்த வித்யாபதி வந்து உன்னைத் தலையில் வைத்துக் கொண்டு கொண்டாடப் போகிறானா?"

"அக்கா! அவன் பேச்சை எடுக்க வேண்டாம் என்று உனக்கு எத்தனை தடவை சொல்லியிருக்கிறேன்?" இந்திரா அங்கே நிற்க முடியாமல் சரேலென்று போய்க் கதவைச் சாத்திக் கொண்டாள்.

"சொன்னாய்" பவானியும் சேர்ந்து கத்தினாள். "உன் கூடப்பிறந்தவளாய் உன் கஷ்டசுகங்களில் பங்கெடுத்துக் கொள்ளும் என்னைவிட அவன்தான் உனக்கு அதிகம். அவன் இதுவரையில் உனக்காக அப்படி என்னதான் செய்துவிட்டான்?" பவானி பிரசாத் பக்கம் திரும்பினாள்.

"பிரசாத்! நீங்களே சொல்லுங்கள். அந்த வித்யாபதியை இவள் கல்யாணம் செய்து கொள்வதாக இருந்தாள். அவன் என்னவோ அந்தப் பணக்காரவீட்டுப் பெண் சீதாவைப் பண்ணிக் கொண்டான். இவளிடம் அவனுக்கு உண்மையிலேயே இஷ்டம் இருந்திருந்தால் அப்படி வேறு கல்யாணம் செய்து கொண்டிருப்பானா? அப்படியும் இவளுக்குப் புத்தி வரவில்லை. தன்னுடைய ஜோலியைத் தான் பார்த்துக் கொண்டு போகமாட்டாள். இன்னும் அவனைப் பிடித்துத் தொங்கிக் கொண்டு இருக்கிறாள். நாலுபேர் சிரிக்கும்படியாக நடந்து கொள்வதோடு எங்களையும் சந்தி சிரிக்கும்படி செய்து விட்டாள். எங்கேயாவது போகணும் என்றாலே எனக்குப் பயமாக இருக்கிறது. நமக்கு வேண்டுமானால் உலகம் தேவையில்லாமல் இருக்கலாம். ஆனால் உலகத்திற்கு நம்முடைய சமாசாரம் தேவையாக இருக்கிறதே? அந்த வித்யாபதியை மறந்துவிட்டு வேறு கல்யாணம் பண்ணிக்கொள். உனக்கு என்ன குறைச்சல்?

உன் வாழ்க்கையை ஏன் வீணடித்துக் கொள்கிறாய்? இதுதான் நான் சொல்லிக் கொண்டிருப்பது. நீங்களே நியாயம் சொல்லுங்கள்.''

பிரசாத் வாயடைத்துப் போனவனாகப் பார்த்துக் கொண்டிருந்தான்.

''வித்யாபதி.... இந்திரா. மை காட்!'' அவனுக்குத் தலை சுற்றுவது போல் இருந்தது. அவனுக்கு இது வரையில் தெரியவே இல்லையே? அவன் கண் முன்னால் ஏதேதோ காட்சிகள் நிழலாடிக் கொண்டிருந்தன.

புத்திசாலித்தனம் நிறைந்த இந்திரா, அழகும், ஆரோக்கியமும் நிறைந்த இந்திரா, நல்ல வேலை, வீடு எல்லா வசதிகள் நிறைந்திருந்தும் எதுவும் இல்லாதது போல் தீனமாகக் காட்சியளிக்கும் இந்திரா.

அவனுக்கு இப்பொழுதுதான் கொஞ்சம் கொஞ்சமாகப் புரியத் தொடங்கியது. சீதாவிடம் வித்யாபதி விட்டேற்றியாய் இருப்பது, சீதாவின் கண்களில் தென்படும் அதிருப்தி. மை காட்! அவன் தலையைப் பிடித்தபடி சோபாவில் உட்கார்ந்துவிட்டான்.

''ஏதாவது சொன்னால் குற்றமாகிவிடும். கண்கள் இருந்தும் குருடியாக இருக்கச் சொன்னால் எப்படி? நான் வாயை மூடிக் கொண்டுதான் இருக்கிறேன். உலகத்தையும் இருக்கச் சொன்னால் சும்மாயிருக்குமா?'' சமையலறைக்குள் பாத்திரங்களை ஒழித்துக் கொண்டிருந்த பவானி சத்தமாகவே முணுமுணுத்துக் கொண்டிருந்தாள்.

பிரசாத் ரொம்ப நேரம் அப்படியே உட்கார்ந்திருந்தான். அவன் தலையைத் திருப்பி சாத்தியிருந்த இந்திராவின் அறையின் பக்கம் பார்த்தான். ஒரு நிமிடம் போய் அந்தக் கதவுகளை உடைத்தெறிந்தாவது இந்திராவின் முன்னால் நின்று பேசிவிட வேண்டும் என்று தோன்றியது.

''முட்டாளே! நான் செய்த அதே தவறை நீயும் செய்து கொண்டிருக்கிறாய். பாடம் கற்றுக்கொள். என் அனுபவத்திலிருந்து கற்றுக்கொள். இந்த வாழ்க்கை நம்முடையது. யாருக்காகவும் இதை வீணடிக்கக் கூடாது. நீ பைத்தியக்காரத்தனமாக வேண்டாத ஆசைகளை வளர்த்துக் கொண்டு விலை மதிப்பற்ற காலத்தை வீணடிக்காதே'' என்று சொல்லத் தோன்றியது.

அந்த நிமிடத்தில் அவனுக்கு இந்திராவிடம் இரக்கமும், அதே சமயத்தில் கோபமும் ஏற்பட்டன. அவனுக்கு இந்திராவின்

நிலைமை புரிந்துவிட்டது. அவள் பயங்கரமான தனிமை என்ற சமாதியில் ஆழ்ந்து விட்டிருக்கிறாள். அதிலிருந்து அவளை மீட்க வேண்டும். அப்படி மீட்க வேண்டும் என்றால் அதற்கு இந்திராவுக்கும் அவளுக்கும் இடையே இருக்கும் நட்பு மட்டும் போதுமா? அதைவிடப் பொருத்தமான வேறு உணர்வு தேவைப்படும் இல்லையா? அதற்கு முதலில் தன் மனதில் என்ன இருக்கிறதென்று தனக்குப் புரியவேண்டும்.

இந்திரா! வித்யாபதி! கற்பனையிலும் நினைத்துப் பார்க்காத இயலாத இந்த உண்மையைக் கண்டு அவனுக்குத் தலையைச் சுற்றியது. இந்திராவை மேலும் நெருங்க வேண்டுமா? அல்லது அவளுடைய முகத்தைக்கூடத் திரும்பிப் பார்க்காமல் போய் விட வேண்டுமா? அவனுக்கு ரொம்பப் பொறாமையாகவும் இருந்தது. இந்திரா வேறு ஒருத்தனை விரும்புகிறாள் என்ற உண்மையை அவனால் ஜீரணித்துக் கொள்ள முடியவில்லை. மூடியிருந்த அந்த அறைக் கதவுகளிலிருந்து அவளை வெளியே கொண்டு வரவேண்டும். அவனால் அங்கே நிற்க முடியவில்லை.

''இந்தக் காலத்துக் குழந்தைகளுக்கு எதுவும் சொல்ல முடியாது. எல்லாமே தங்கள் இஷ்டம்தான் என்பார்கள். அவர்களுக்கு எதுவும் தெரியாது. தடுக்கி விழுந்து அடிபட்டுக் கொண்டால் தவிர வாழ்க்கை என்றால் என்னவென்றே அவர்களுக்குப் புரியாது.'' காபி டம்ளருடன் ஹாலுக்கு வந்தாள் பவானி. பிரசாத் அங்கே இல்லை. இந்திராவின் அறைக் கதவுகள் சாத்தியிருந்தன. பவானிக்குத் தெரியும். இந்திரா குறைந்தபட்சம் ஒரு நாள் முழுக்கச் சாப்பிடமாட்டாள். தண்ணிகூடக் குடிக்க மாட்டாள். வித்யாபதியை யாராவது ஏதாவது சொல்லிவிட்டால் அவளுக்குக் கோபம் வந்துவிடும்.

பவானி பெருமூச்சு விட்டபடி உள்ளே போய் விட்டாள்.

# 45

"அண்ணா! அண்ணா! பார்த்தாயா அண்ணி என்ன செய்தாள் என்று?'' வித்யாபதியின் தங்கை ஓடிவந்தாள்.

பேப்பரைப் படித்துக் கொண்டிருந்த வித்யாபதி பதற்றத்துடன் நிமிர்ந்து ''என்ன செய்தாள்?'' என்றான்.

''முயல்களை விட்டு விட்டாள். கூண்டைத் திறந்து கிளியை விட்டு விட்டாள். பிராணிகள் வளர்ப்பு சங்கம் இருக்கிறதாமே. நாய்களை அங்கே கொடுத்துவிட்டாள்.''

வித்யாபதி பேப்பரை மடித்துப் பக்கத்தில் வைத்தான். ''சரி, நீ போய்ப் படி'' என்றான்.

தங்கை போகவில்லை. அண்ணாவின் கையைப் பிடித்துக் கொண்டே தீனமாகச் சொன்னாள். ''அது மட்டுமே இல்லை. என்னைக் கூப்பிட்டு என்ன சொன்னாள் தெரியுமா?''

''என்ன சொன்னாள்?''

''நான், சின்ன அண்ணா மற்றும் தங்கை எல்லோரும் ஹாஸ்டலில் இருந்து படிக்கணுமாம்.''

''ஏனாம்?''

''இந்த வேலைகளை எல்லாம் பண்ண தனக்குப் பொறுமை இல்லையாம். தனக்கு ஓய்வு வேண்டுமாம்.''

''ஆகட்டும். அப்படியே செய்து விடுவோம்.''

''அண்ணா! நான் ஹாஸ்டலுக்குப் போக மாட்டேன். நீ அண்ணியிடம் சொல்லேன்.''

''சொல்கிறேன்.''

''அண்ணியை நாங்கள் கொஞ்சம் கூடத் தொந்தரவு செய்ய மாட்டோம். எதுவும் வேண்டும் என்று கேட்க மாட்டோம். முதல் வகுப்பு கிடைக்கும்படி படிக்கிறோம். ஹாஸ்டலுக்குப் போக மாட்டோம் அண்ணா.''

''ஆகட்டும் என்று சொன்னேன் இல்லையா.'' தங்கையை சமாதானப்படுத்தி அனுப்புவதற்குள் அவனுக்கு உயிரே போய்விட்டது.

கொஞ்ச நேரம் கழித்து வித்யாபதி சீதாவின் அறைக்கு வந்தான். சீதா அங்கே மேஜை அருகில் உட்கார்ந்துகொண்டு கடிதம் எழுதிக் கொண்டிருந்தாள்.

''சீதா'' அழைத்தான் அவன்.

சீதா அந்த அழைப்புக் கேட்டதும் திடுக்கிட்டு நிமிர்ந்து பார்த்தாள். அவனைப் பார்த்ததும் எழுதுவதை நிறுத்திவிட்டு பேனாவை பக்கத்தில் வைத்தாள். நாற்காலியில் உட்கார்ந்திருந்தவள் எழுந்து நின்றாள். வித்யாபதி உள்ளே வரவில்லை. வாசலுக்கு வெளியே நின்று கொண்டிருந்தான். சீதா அவனை உள்ளே வந்து உட்காரும்படி சொல்லவில்லை. அவன் கதவின்மீது கையை வைத்துக் கொண்டே சொன்னான்.

''முயல்களை விட்டு விட்டாயாம். நாய்களை பிராணிகள் வளர்ப்பு சங்கத்திற்கு அனுப்பி விட்டாயாம். ஏன்?''

சீதா பதில் சொல்லவில்லை. தலை குனிந்தபடி நின்றிருந்தாள்.

''நீ அவற்றின் மீது உயிரையே வைத்திருப்பது எல்லோருக்கும் தெரியும். அந்தப் பிராணிகளும் நீ போட்டால்தான் சாப்பிடும். எதற்காக அப்படிச் செய்தாய்? வாயில்லாத ஜீவன்கள், ஏன் இப்படி அவற்றுக்கு வேதனையைத் தருகிறாய்?''

சீதா விருட்டென்று தலையை உயர்த்தினாள். ''வேதனையா! அவை எதுக்கு வேதனையை அனுபவிக்கப் போகின்றன? நிம்மதியாக, சுதந்திரமாக இருக்கப் போகின்றன. நான்தான் தெரியாத்தனமாக இத்தனை நாளும் அவற்றை என் பாசத்தால் கட்டிப் போட்டிருந்தேன். மனிதன் எதையும் சிறைப்படுத்தக்

கூடாது. அதனால் எந்தப் பிரயோஜனமும் இல்லை. அந்த உண்மை எனக்கு இப்பொழுதுதான் தெரிந்தது.''

அவன் ஒரு நிமிடம் பேசவில்லை. சீதா மேலும் சொன்னாள். அந்தக் குரலில் ஒரு விதமான வைராக்கியமும், பற்றற்றத் தன்மையும் இருந்தன. ''ஒரு காலத்தில் என் மனம் முழுவதும் அன்பால் நிரம்பியிருந்தது. அப்பொழுது எனக்கு அப்பா இருந்தார். அப்பா தந்த அன்பு எனக்கு ரொம்பத் தெம்பைக் கொடுத்தது. அதனால் எனக்கு இந்த உலகத்தில் உள்ள எல்லாவற்றின் மீதும் அன்பு செலுத்த வேண்டும் என்றும், அவற்றை எல்லாம் எனக்குச் சொந்தமாக்கிக் கொள்ள வேண்டும் என்றும் தோன்றும். அப்பா போன பிறகு...'' சீதா தலையை உதறிக் கொண்டாள். ''என் மனநிலை மாறிவிட்டது. எனக்கு இப்பொழுது எதன்மீதும் ஆர்வம் இல்லை.'' அவன் அவன் சொல்வதையெல்லாம் அமைதியாகக் கேட்டுக் கொண்டிருந்தான். சீதா சற்றுப் பொறுத்துச் சொன்னாள்.

''குழந்தைகளையும் ஹாஸ்டலுக்குப் போகச் சொல்லி விட்டேன். இங்கே இருக்கும் வரையில் அவர்களுக்கு வாழ்க்கை என்றால் என்னவென்று புரியாது. தனித்தன்மை ஏற்படாது. ஒவ்வொன்றுக்கும் அண்ணிதான் இருக்கிறாளே என்று நினைத்துக் கொண்டிருக்கிறார்கள். இன்று அவர்கள் வயதில் சிறியவர்கள். இந்த பந்தங்கள் இப்போது நன்றாகத்தான் இருக்கும். நாளைக்கு இவர்கள் வளர்ந்து பெரியவர்களாகி விடுவார்கள். அவர்களுக்கு என்று ஒரு வாழ்க்கை ஏற்படும். அப்பொழுது அவர்கள் இங்கிருந்து பிரிந்து போகாமல் இருக்க முடியாது. அந்த வெறுமையை எதைக் கொண்டு நிரப்புவது? அப்பொழுது நான் இன்னும் தனியளாகி விடுவேனோ என்று பயமாக இருக்கிறது. ஏனோ தெரியவில்லை. இந்த வாழ்க்கை என்னை ரொம்பவும் பயமுறுத்துகிறது. அது அவர்களுக்குப் புரியாது. என்னால் அவர்களிடம் இதை விளக்கிச் சொல்லவும் முடியாது.''

அவன் சீதாவையே பார்த்துக் கொண்டிருந்தான். சீதா திடீரென்று பல ஆண்டுகள் அனுபவம் பெற்றிருப்பவள் போல் தோன்றினாள். அவள் என்னதான் யோசித்துக் கொண்டு இருக்கிறாள்? சீதாவின் மனதை அவனால் புரிந்து கொள்ள முடியவில்லை. இந்த விபத்து நடந்த பிறகு சீதா ரொம்பவும் மாறிப் போய்விட்டாள். வித்யாபதியிடம் சீதாவுக்கு ஏற்பட்டிருந்த இந்தப் புதிதான விரக்தியும் இடைவெளியும் தெளிவாகவே தெரிந்தன.

"என்னிடம் இன்னும் கேள்வி கேட்க வேண்டிய வேலை ஏதாவது இன்னும் பாக்கி இருக்கிறதா?" சீதா கேட்டாள்.

"ஒன்றும் இல்லை." தெளிவற்ற குரலில் சொல்லிவிட்டு அவன் திரும்பிப் போய்விட்டான்.

அன்று முழுவதும் எந்த வேலை செய்து கொண்டிருந்தாலும் அவன் காதில் சீதாவின் வார்த்தைகளே எதிரொலித்துக் கொண்டிருந்தன. சீதாவுக்கு அவ்வளவு விரக்தி ஏற்படுவது நியாயம் இல்லை. அவனுக்கு சீதாவை வாழ்க்கை அநியாயமாகத் தண்டிப்பது போல் இருந்தது.

மாலையாகிவிட்டது. வித்யாபதி அறைக்குள் வந்து விளக்கைப் போடப் போன பொழுது காலில் ஏதோ மெத்தென்று பட்டுவிட்டு மாயமாயிற்று. அவன் திடுக்கிட்டு உடனே விளக்கைப் போட்டான். விளக்கு வெளிச்சத்தில் கண்கள் சிவப்பு கோலிக்குண்டுகளைப் போல் மின்ன, வெள்ளை நிறத்தில் முயல் தென்பட்டது. வித்யாபதியை நோக்கி பாய்ந்து வந்த முயல் உடனே கட்டிலுக்கு அடியில் போய் மறைந்து கொண்டது. அவன் கட்டிலுக்கடியில் குனிந்து பார்த்தான். அங்கே மேலும் மூன்று முயல்கள் தென்பட்டன. இதற்கு முன்னால் அது சீதாவின் அறை. இங்கே வருவதும், கட்டிலுக்கு அடியில் படுத்துக் கொள்வதும் அந்த முயல்களுக்கு வழக்கம்தான். அவை சீதாவின் அழைப்புக்காகக் காதுகளைத் தீட்டிக் கொண்டு உட்கார்ந்திருப்பது போல் தோன்றியது. ஜன்னல் கம்பியின் மேல் கிளி பறந்து வந்து உட்கார்ந்து கொண்டது.

"சீதா.. சீதா... உன் புருஷன் வந்துவிட்டான்" என்று கத்தியது.

வித்யாபதி கூண்டை எடுத்து வந்து ஜன்னலுக்குப் பக்கத்தில் வைத்தான்.

கிளி சரேலென்று அதற்குள் நுழைந்து ஊஞ்சல் கழியின் மீது ஏறி உட்கார்ந்து கொண்டது. தன்னுடைய இடம் அதுதான் என்பது போல் ஊஞ்சலில் அது ஆடிக் கொண்டிருந்தது. வித்யாபதி மெதுவாகக் கூண்டின் கதவைத் தாழிட்டான். கட்டிலுக்கு அடியில் குனிந்து முயல்களைப் பிடித்து மரப்பெட்டியில் போட்டுவிட்டு பசும் புல்லையும் கேரட்டையும் போட்டான். பிராணி வளர்ப்பு சங்கத்திற்கு போன் செய்தான். நாய்கள் எதையும் சாப்பிடவில்லையாம். அவற்றை உடனே அனுப்பி வைக்கும்படி சொன்னான். அவற்றை அழைத்து வரச்சொல்லி வேலைக்காரனை அனுப்பினான்.

சீதா காலையில் எழுந்ததும் வராண்டாவில் அறைக்கு எதிரே கூண்டில் முன்னும் பின்னும் ஆடிக்கொண்டே கிளி "சீதா... சீதா.. புருஷன் வந்துவிட்டான். எழுந்திரு" என்றது.

முயல்கள் பசும்புல்லைத் தின்று கொண்டே திருப்தியுடன் அவளைப் பார்த்துக் கொண்டிருந்தன. சீதாவைப் பார்த்ததும் தொலைவில் கட்டிப் போட்டிருந்த நாய்கள் செல்லம் கொஞ்சுவது போல் குய் குய் என்று கத்தத் தொடங்கின. "யார் கொண்டு வந்தாங்க இதுகளை?" சீதா சமையல்காரனைக் கூப்பிட்டுச் சத்தம் போட்டாள்.

"ராத்திரி ஐயா அழைத்துவரச் சொல்லிச் சொன்னாரும்மா" என்றான்.

"ரொம்பப் பெரிய காரியம்தான் செய்திருக்கிறார்" என்றாள். அவள் முகத்தில் எரிச்சலும், கோபமும் வெளிப்படையாகத் தென்பட்டன. வித்யாபதி அங்கே வந்தான்.

"இதுங்களை எதற்காக அழைத்து வந்தீங்க?" என்றாள்.

"சீதா! இவை உன் மீது இருக்கும் பாசத்தால் பிரிந்து போக முடியாமல் தவிக்கின்றன. இத்தனை வருடங்களாக இவற்றை வளர்த்து வந்தவள், இன்று திடீரென்று இப்படி விட்டு விட்டால் எப்படி? அவற்றுக்கு வாயில்லை. இருந்தால் இது ரொம்ப அநியாயம் என்று ஓலமிட்டிருக்கும்."

"அவற்றுக்குத்தான் வாயில்லை. ஆனால் வாயுள்ள எனக்கு நடந்து கொண்டிருக்கும் அநியாயத்தைப் பற்றி என்ன சொல்லப் போறீங்க? வாய் இருந்தாலும் என்னால் யாரையும் எதுவும் கேட்க முடியவில்லையே." சீதா விருட்டென்று திரும்பி அங்கிருந்து போய்விட்டாள். வித்யாபதி அப்படியே நின்று கொண்டிருந்தான்.

# 46

இந்திரா ஆபீசுக்கு வந்தாள். பிரசாத் ஏற்கனவே வந்திருந்தான். இந்திரா அவனைப் பார்க்காதது போலவே இருந்தாள். அவனும் எப்பொழுதும் போல் ''ஹலோ! குட்மார்னிங்'' என்று சொல்லவில்லை. இந்திரா பைல்களைப் பார்வையிட்டுக் கொண்டிருந்தாள். இருவரும் முன்பின் தெரியாதவர்கள் போல் அன்றைக்கு இருந்தார்கள்.

மாலையாகிவிட்டது. இருவரும் பஸ்ஸ்டாப் அருகில் வந்து நின்று கொண்டார்கள். எவ்வளவு நேரம் காத்திருந்தும் பஸ் வரவேயில்லை. ஆட்டோ ஒன்று வந்தது. இந்திரா அதில் ஏறப்போன பொழுது பிரசாத் திடீரென்று கேட்டான்.

''என்னைக் கொஞ்சம் சென்ட்ரல் அருகில் இறக்கி விடறீங் களா?''

சரி என்பது போல் இந்திரா தலையை அசைத்தாள். பிரசாத் ஏறிக்கொண்டான். இருவரும் வழியில் ஒரு வார்த்தைகூடப் பேசிக்கொள்ளவில்லை. சென்ட்ரல் வந்துவிட்டது. இந்திரா ஆட்டோவை நிறுத்தச் சொன்னாள்.

பிரசாத் இறங்கிக் கொண்டே ''தாங்க் யு'' என்றான்.

''நோ மென்ஷன்'' என்றாள். அவன் இறங்கிக் கொண்டான். இந்திராவைப் பார்த்துக் கையை ஆட்டப்போனான். ஆனால் இந்திரா அவன் பக்கம் திரும்பாமல் வேறு எங்கேயோ பார்த்துக் கொண்டிருந்ததால் நிறுத்திக் கொண்டான். அவன் முகம் சிறுத்து விட்டது. வருத்தத்தை அடக்கிக் கொண்டிருந்தாற்போல் அவன் தென்பட்டான்.

இந்திரா வீட்டுக்கு வந்தாள். எவ்வளவுதான் வேண்டாம் என்று நினைத்தாலும் பிரசாத் தன்னைக் கண்டு கொள்ளாமல் இருந்தது திரும்பத் திரும்ப அவள் நினைவுக்கு வந்து கொண்டிருந்தது. சமீபகாலமாக பிரசாதின் வருகையால் தனக்குத் தெரியாமலேயே பொழுது போய்க் கொண்டிருந்தது. மூன்று நான்கு நாட்களாக பிரசாத் வராமல் இருந்துவிட்டதால் வீட்டில் சந்தடியே இல்லை. போனும் ஒலிக்கவில்லை. இருந்த ஒரு நட்பும் விலகிப் போய் விட்டாற்போல் இருந்தது இந்திராவுக்கு.

வீட்டுக்கு வந்ததும் இந்திரா கைகால் அலம்பிக் கொண்டு உடை மாற்றிக் கொண்டாள். பவானி உப்புமா செய்திருப்பதாகவும், சாப்பிடச் சொல்லியும் சொன்னபோது பசியில்லை என்று மறுத்துவிட்டாள். அலமாரியில் எப்போதோ பாதியில் விட்டுவிட்ட ஒயர் கூடையை எடுத்துப் பின்னத் தொடங்கினாள். வாழ்க்கை இவ்வளவு வெறுமையாக இருப்பானேன்? எதனிடமும் ஆர்வம் இல்லை. இதற்கு முன்னால் புது சினிமா ரிலீஸ் ஆனால் முதல் ஆட்டத்திற்கே போக வேண்டும் என்ற பிடிவாதம் இருந்தது. எப்போதும் ஜாலியாகக் கொட்டமடித்துக் கொண்டிருப்பாள். இந்திரா ஜன்னல் வழியாக வானத்தைப் பார்த்தாள். எல்லாம் வழக்கம் போல் தான் இருந்தது. அவளிடம்தான் ஏதோ மாறுதல் வந்துவிட்டது. இதற்கு முன்னால் மேகங்களைப் பார்த்தால் ரொம்ப சந்தோஷமாக இருக்கும். வானத்தில் ஓடும் மேகங்களைப் பார்த்துவிட்டு வித்யாபதியிடம் சுட்டிக் காட்டுவாள். அவன் சிரித்துக் கொண்டே ''அந்த மேகங்களில் எது நீ? எது நான்?'' என்பான்.

''அருகருகில் ஜோடியாய் மீன்களைப் போல் தென்படும் மேகங்கள் நாம்'' என்பாள்.

ஒன்று முன்னாடியும் இன்னொன்று பின்னாலும் இருக்கும் மேகங்களை அவள் ஏற்றுக் கொள்ளமாட்டாள். ஏன் என்றால் இருவரும் சமமாக அருகருகில் நடந்து சொல்ல வேண்டும். அதைச் சொன்னால் வித்யாபதி சிரித்து விடுவான். ''அசட்டுப் பெண்ணே!'' என்று மூக்கைப் பிடித்து ஆட்டுவான்.

''ஹலோ! குட் ஈவினிங்! நான் உள்ளே வரலாமா?'' வாசலில் குரல் கேட்டது. இந்திரா திடுக்கிட்டு நிமிர்ந்தாள். எதிரே பிரசாத் நின்றிருந்தான்.

''என்ன புதிதாகக் கேட்கிறீங்க? உள்ளே வாங்க'' என்றாள்.

''நீங்க இன்றைக்குப் புதிதாகத் தென்படுறீங்க, அதனால்'' என்றான் உள்ளே வந்து கொண்டே.

உண்மைதானா என்பது போல் பார்த்தாள் இந்திரா. அவனும் ஆமாம் என்று பார்வையாலேயே உணர்த்தினான்.

பிரசாத் உள்ளே வந்து இந்திராவுக்கு எதிரில் உட்கார்ந்து கொண்டான். இந்திராவுக்கு என்ன பேசுவது என்று புரியவில்லை. கவனம் முழுவதும் ஒயர் கூடை பின்னுவதிலேயே இருப்பது போல் வேகவேகமாகப் பின்னத் தொடங்கினாள். அவனும் அதையே பார்த்துக் கொண்டிருந்தான்.

இருவருக்கும் நடுவில் மௌனம் குறுக்குச் சுவராக நின்றது. அவன் அதைச் சிதறடிக்க முயன்றபடி சொன்னான். ''நீங்க என்னை மன்னிக்க வேண்டும்.''

''ஏன்?''

''நான் முட்டாள்தனமாக நடந்து கொண்டுவிட்டேன்.''

''எந்த விஷயத்தில்?''

''முந்தா நாள்... உங்களுக்கும் அக்காவுக்கு நடந்த சண்டையில் என் மூளையே சுற்றத் தொடங்கிவிட்டது. என் காலடியில் இருந்து பூமி நழுவிப் போய்க்கொண்டிருப்பது போல் இருந்தது எனக்கு. நேற்று உங்க அக்காவுடன் பேசிய பிறகுதான் என் மனதிற்கு சமாதானம் ஏற்பட்டது.''

இந்திரா நிமிர்ந்து பார்த்தாள். அக்காவும் இவனும் நேற்றுப் பேசிக் கொண்டார்களா? அது என்னவாக இருக்கும்? எதுவாக இருந்தால் தனக்கு என்னவாம்?

பிரசாத் சுறுசுறுப்பாக இயங்கிக் கொண்டிருந்த இந்திராவின் விரல்களைப் பார்த்துக் கொண்டே சொன்னான். ''மனிதனின் பெரிய பலவீனம் எது தெரியுமா? எதிராளியின் சம்மதம் இல்லாமல் தானாகவே அவன் தன் ஆசைகளை வளர்த்துக் கொள்வதுதான். பிறகு அவை நிறைவேறாவிட்டால் உலகமே தலைகீழாகிவிட்டது போல் வேதனைப்படுவான்.''

இந்திரா பேசாமல் கேட்டுக் கொண்டிருந்தாள். அவன் தொடர்ந்தான்.

''செய்த பாவம் சொன்னால் போகும் என்பார்கள். உங்களுடைய சம்மதம் இல்லாமலேயே நான் சில யோசனைகளை

செய்திருந்தேன். இதற்கு முன்பு உங்கள் வாழ்க்கையில் யாரும் இல்லை என்று நினைத்திருந்தேன். வித்யாபதியின் விஷயம் தெரிய வந்ததும் ...''

இந்திரா சரேலென்று தலையை உயர்த்தினாள். ''தயவு செய்து அவனுடைய பெயரை எடுக்காதீங்க. அந்த விஷயத்தை யாருடனும் பகிர்ந்து கொள்வது எனக்குப் பிடிக்காது. என் வாழ்க்கையில் அபூர்வமானது ஏதாவது இருந்தால் அது வித்யாபதியின் அறிமுகம்தான் என்பேன்.''

பிரசாதின் கண்ணிமைகள் படபடத்தன. ''ஓ.கே. ஓ.கே. நான் அவனைப் பற்றிப் பேசவில்லை. என்னைப் பற்றித்தான் நான் சொல்லப் போகிறேன். இதோ பாருங்கள். உங்கள்மீது எனக்குக் காரணம் தெரியாமலேயே ஒரு அபிமானம் ஏற்பட்டுவிட்டது. உங்கள் வாழ்க்கையில் யாருமே இருந்திருக்கக் கூடாது என்று நான் ஆசைப்பட்டேன்.''

''அதுபோன்ற ஆசை எதையும் நான் உங்களுக்கு ஏற்படுத்த வில்லையே?''

''அஃப்கோர்ஸ்! அது உண்மைதான். சொன்னேனே, மனிதன் எதிராளியின் மனநிலை பற்றித் தெரியாமலேயே பெரிய அளவில் ஆசைகளை ஏற்படுத்திக் கொள்வான் என்று. அதன் விளைவை அவன் என்றாவது ஒரு நாள் அனுபவித்தே தீரணும் என்பதைத் தெரிந்துகொண்டேன். முந்தா நாள் நான் இங்கிருந்து நேராக வீட்டிற்குப் போகவில்லை. பைத்தியம் போல் எங்கெங்கெல்லாமோ சுற்றிக் கொண்டிருந்தேன்.சாப்பிடவில்லை. தூங்கவில்லை. மனம் முழுவதும் கொந்தளித்துக் கொண்டிருந்தது.

என்மீதே எனக்கே கோபம் வந்தது. நான் ஒரு முட்டாள் என்று நினைக்கத் தோன்றியது. ரொம்பவும் களைத்துப் போனேன். வீட்டுக்குப் போனதும் பத்து நாள் பட்டினிக் கிடந்தவன் போல் கட்டிலில் போய் விழுந்தேன். என் சித்தியின் மகள் கலவர மடைந்தாள். அம்மாவுக்குக் கடிதம் எழுதட்டுமா என்று கேட்டாள். வேண்டாமென்றேன். இறுதியில் அந்தக் கொந்தளிப்பு அடங்கி விட்டது. வெள்ளம் வந்து வடிந்து விட்ட நிலம் போல் ஆகிவிட் டது என் மனம். நான் எதற்காக இவ்வளவு வருந்துகிறேன் என்று என்னையே கேட்டுக் கொண்டேன். சுஜாதாவின் விஷயத்தைச் சொன்னபோது நீங்கள் எவ்வளவு சிரத்தையோடும் இரக்கத்தோடும் கேட்டுக் கொண்டீங்க? உங்களிடம் அப்போது எந்தவிதமான

மாறுதலும் இல்லை. மேலும் அதற்குப் பிறகு நாம் இன்னும் நெருக்கமானவர்களாக ஆகிவிட்டோம். அப்படி இருக்கும் போது நான் மட்டும் வித்யாபதியின் விஷயம் கேள்விப்பட்டதும் ஏன் அதுபோல் நடந்துகொண்டேன்?''

அந்தப் பெயரைக் கேட்டதும் இந்திரா மறுபடியும் நிமிர்ந்து பார்த்தாள்.

பிரசாத் கைகளை நீட்டிக் கொண்டே சொன்னான். ''தயவு செய்து அப்படிப் பார்க்காதீங்க. உங்களுடைய நண்பன் என்ற முறையில் உங்கள் வாழ்க்கையில் இருக்கும் ஒவ்வொரு நபரைப் பற்றியும் பேச எனக்கு உரிமை இருக்கு என்று நினைக்கிறேன். நான் என்ன சொல்லிக் கொண்டிருந்தேன்? உங்களைப் பற்றித் தான் யோசித்தேன். உங்களுக்கு இருபத்தி மூணு அல்லது இருபத்திநாலு வயதாவது ஆகியிருக்கும். இதுவரை உங்கள் வாழ்க்கையில் காதல் சார்ந்த எந்த ஒரு சம்பவத்திற்கும் இடம் இருந்திருக்காது என்று நினைத்தது என்னுடைய பெரிய தவறு. என்னுடைய ஆணாதிக்க மனப்பான்மை என்னை அப்படி நினைக்க வைத்துவிட்டது! ஆனால் காலம் மாறிவிட்டது. ஆனால் ஆணின் மனம்தான் இன்னும் மாறவில்லை என்று நினைக்கிறேன். ஆணுக்குச் சமமாகப் பெண்ணும் வாழ்க்கையை எதிர் நோக்கி வருகிறாள். அதனால் வாழ்க்கையில் ஆணுக்கு எவ்வளவு அனுபவங்கள் எதிர்ப்படுமோ அதற்கிணையான அனுபவங்கள் பெண்களுக்கும் ஏற்படும். பெண்கள் திரை மறைவாக, கிணற்றுத் தவளையாக இருக்க வேண்டும் என்று நினைப்பவன் முட்டாள். நேர்மையாக யோசித்துப் பார்த்தால் காதல் விவகாரத்தில் நான் எப்படித் தோல்வி அடைந்தேனோ நீங்களும் அதேபோல் தோல்வியை அடைந்திருக்கீங்க. இருவரின் அனுபவமும் ஒன்றுதான். நியாயமாக யோசித்துப் பார்த்தால் நாமிருவரும் ஒருவரை ஒருவர் இன்னும் அதிகமாகப் புரிந்து கொண்டிருக்க வேண்டும். சுஜாதா விஷயத்தைக் கேட்டுவிட்டு உங்களிடம் எந்த மாறுதலும் வரவில்லை. நல்ல மனதுடன் என் வேதனையைப் புரிந்துகொண்டீர்கள்.

ஆனால் என்னால் அப்படி நடந்து கொள்ள முடியவில்லை. அதை நினைத்தால் எனக்கே வெட்கமாக இருக்கிறது. அதனால்தான் உங்களிடம் மன்னிப்புக் கேட்டுக் கொள்கிறேன். என்னுடைய கடந்த கால வாழ்க்கையை நீங்கள் எப்படிப் பெருந்தன்மையோடு ஏற்றுக் கொண்டீர்களோ அதுபோலவே

உங்களுடைய கடந்தகாலத்தையும் நான் ஏற்றுக் கொள்ள வேண்டும். இந்தத் தலைமுறையைச் சேர்ந்த இளைஞனாக நான் செய்ய வேண்டிய காரியம் அது. நாமிருவரும் நல்ல நண்பர்கள். எந்த மனிதனுக்குமே வாழ்க்கையில் பணத்தைவிட, புகழைவிட, இன்னும் சொல்லப் போனால் காதலையும்விட உயர்வானது நட்பு என்பது என் எண்ணம். இந்த நட்பைப் பெற முடிந்தது மிக அதிர்ஷ்டம். வாழ்க்கையில் நல்ல நட்பைவிட அபூர்வமானது வேறு இல்லை என்பது என் கருத்து.''

இந்திரா கூடை பின்னுவதை விட்டுவிட்டு அவனையே பார்த்துக் கொண்டிருந்தாள். சிரித்துக் கொண்டும், எதையும் லட்சியம் செய்யாமல் இருப்பவன் போலவும் தென்படும் பிரசாத் இன்று வேறு மனிதனாகக் காட்சியளித்தான்.

பிரசாத் சீரியசாகக் கேட்டான். ''என்ன சொல்றீங்க? நாமிருவரும் நண்பர்கள். இல்லையா?''

இந்திரா தலையை அசைத்தாள்.

''நட்பில் உரிமையும் இருக்கும். அதேசமயம் தவறு செய்தால் கூச்சப்படாமல், தயங்காமல் ஒருவருக்கொருவர் மன்னிப்புக் கேட்டுக் கொள்ளணும். நான் உங்களிடம் மனப்பூர்வமாக மன்னிப்புக் கேட்டுக்கொள்கிறேன்.''

''நீங்க இப்போ என்ன தவறு செய்தீங்க?''

''மூன்று நாட்களாக உங்கள் கண்ணில் படவில்லை. ஏறக்குறைய உங்களை விட்டு விலகிவிட்டாற் போலவே நடந்துகொண்டேன். அது என்னுடைய தவறுதான்.''

''பலே ஆள்தான் நீங்க.'' இந்திரா பக்கென்று சிரித்துவிட்டாள். அதற்குள் பவானி இரண்டு தட்டுகளில் பக்கோடா கொண்டு வந்தாள். இந்திரா இரண்டையும் தானே பெற்றுக் கொண்டு ஒன்றை பிரசாதிடம் கொடுத்தாள்.

''தாங்க் யூ. இப்போ என் மனம் ரொம்ப லேசாகிவிட்டது'' என்றான்.

''எனக்கும்'' என்றாள் இந்திரா சிரித்துக் கொண்டே.

# 47

அன்று வித்யாபதி எழுந்து கொள்ளும் போது யாருடைய குரலோ புதிதாகக் கேட்டது. ''சீதா! என்னவென்று சொல்லட்டும் என் கஷ்டங்களை? இவருக்கு இப்படி உடம்பு சரியில்லாமல் போய்விட்டதென்று மகன்களுக்குக் கடிதம் எழுதினேன். தந்தி கொடுத்தேன். அப்படியும் ஒருத்தனும் வந்து பார்க்கவில்லை. எதற்காக வரப்போகிறார்கள்? அவரவர்களின் குடித்தனம், சந்தோஷம், கஷ்டங்கள் அவரவர்களுக்கு. என் வருத்தம் என்னவென்றால் வராவிட்டாலும் போகட்டும். குறைந்த பட்சம் அப்பாவுக்கு எப்படி இருக்கிறது என்று ஒரு கடிதம் கூட எழுதவில்லை. அதுபோன்ற குழந்தைகளைப் பெற்றது என் துரதிர்ஷ்டம்தான். பெரியவன் இஞ்ஜினியர். அவனுடைய மாமனாருக்கு அதில் ஏகப்பட்ட பெருமை. ஆனால் வயிற்றைக் கட்டி வாயைக் கட்டிப் படிக்க வைத்தது நாங்கள். எங்கள் நிலைமை இப்படி ஆகும் என்று தெரிந்திருந்தால் குழந்தைகளை விட பணம்தான் முக்கியம் என்று இருந்திருப்போம். எனக்கு முழங்கால் வலி. அவரால் எழுந்து நடமாட முடியாது. எங்கள் வாழ்க்கை எப்படித்தான் முடியப் போகிறதோ தெரியவில்லை.''

''சும்மா இருங்கள் அத்தை. எல்லாவற்றுக்கும் அந்தக் கடவுள் இருக்கிறார்.'' சீதா சொல்லிக் கொண்டிருந்தாள்.

''உனக்கு சமீபத்தில் ஏதோ ஆக்சிடெண்ட் ஆகிவிட்டதாமே. உயிர் பிழைத்ததே பெரிய காரியம் என்று சுந்தரி சொன்னாள்.''

''ஆமாம் அத்தை. நீங்க போய்க் குளித்துவிட்டு வாங்க. மாமாவை ஆஸ்பத்திரியில் சேர்க்கும் பொறுப்பு என்னுடையது. போதுமா?'' என்றாள் சீதா.

வித்யாபதி வெளியில் வந்தான். ''நன்றாக இருக்கிறாயாப்பா?'' என்று அன்புடன் குசலம் விசாரித்தாள்.

வித்யாபதிக்கு அந்தம்மாள் யாரென்று நினைவுக்கு வரவில்லை. சீதாவின் பக்கத்து உறவு என்பது மட்டும் தெரிந்தது. நன்றாக இருப்பது போல் தலையை அசைத்துவிட்டு ''நீங்க செளக்கியம் தானே?'' என்று கேட்டான்.

''என்ன செளக்கியமோ என்னவோ. அவருக்கு...'' என்று புராணம் பாடத் தொடங்கினாள்.

''அத்தை! நீங்க போய்க் குளித்துவிட்டு வாங்களேன்'' என்றாள் சீதா.

வித்யாபதி ஹாலுக்கு வந்து உட்கார்ந்துகொண்டு ராஜாராமனை குசலம் விசாரித்தான். அவருக்கு உடம்பு முழுவதும் நீர் கண்டிருந்தது. பார்த்தாலே நோயாளி என்று தெரிகிறது. இரண்டு மகன்கள் இருக்கிறார்களாம். ஒருத்தனும் அவர்களைப் பொருட்படுத்துவதில்லை.

வித்யாபதி ஒன்பது மணிக்கு போன் செய்து டாக்டரை அழைக்கச் செய்தான். அவர் வந்து ராஜாராமனைப் பரிசோதித் துவிட்டு உடனே அவரை ஆஸ்பத்திரியில் சேர்க்கணும் என்று சொல்லிவிட்டார். சீதா சொன்னதற்கிணங்க வித்யாபதி அவரை ஆஸ்பத்திரியில் சேர்ப்பதற்கான ஏற்பாடுகளைக் கவனித்துக் கொண்டான். சீதாவின் அத்தை வித்யாபதியைப் பார்த்து பூரித்துப் போய்விட்டாள்.

''சுபத்ரா! நீங்க ரொம்ப கொடுத்து வைத்தவங்க. மணியான பையன். இந்தக் காலத்தில் குழந்தைகள் பெற்றோர்களை வசைபாடிக் கொண்டுதானே இருக்கிறார்கள். உங்களையும், குழந்தைகளையும் அவன் அனுசரணையுடன் கவனித்துக் கொள்வதைப் பார்க்கும் போது எனக்கு ரொம்ப சந்தோஷமாக இருக்கிறது. உண்மையைச் சொல்லப் போனால் இந்த அதிர்ஷ்டம் முழுவதும் எங்க சீதாவுடையதுதான். பூஜையைப் பொறுத்து புருஷன், தானத்தைப் பொறுத்துக் குழந்தைகள் என்று பெரியவர்கள் சொல்லியிருக்கிறார்கள். எங்க சீதா தங்கப் பூக்களால் பூஜை செய்திருக்கிறாள்'' என்று பாராட்டிக் கொண்டிருந்த போது சீதா முகத்தைத் திருப்பிக் கொண்டாள். வித்யாபதி வேறு எங்கேயோ பார்த்துக் கொண்டிருந்தான்.

அத்தை சீதாவைவிட்டு மகன்களுக்குக் கடிதம் எழுத வைத்தாள். ஆனாலும் பதில் வந்தபாடில்லை. ஆஸ்பத்திரியில் சேர்த்த நான்காவது நாள் ராஜாராமன் போய்ச் சேர்ந்தார். அத்தையின் சோகம் சொல்லி மாளாது. ''என்னைத் தனியாகத் தவிக்கவிட்டுவிட்டு இப்படிப் போய் விட்டீங்களே? இனி யார் என்னைப் பார்த்துக் கொள்ளப் போகிறார்கள்? நான் எங்கேயாவது குளத்தில் குட்டையில் விழுந்து சாக வேண்டியதுதான்'' என்று அழுது கொண்டிருந்த போது வித்யாபதியால் சகித்துக் கொள்ள முடியவில்லை. துக்கத்தை அடக்கிக் கொள்ள முடியாமல் சீதா அங்கிருந்து போய்விட்டாள. அத்தையின் மகன்கள் வந்து சேர்ந்தார்கள். தாயை அந்தப் பட்டிக்காட்டிலேயே இருக்கச் சொன்னார்கள்.

''இத்தனை நாளும் அவர் இருந்ததால் என்னால் அங்கே இருக்க முடிந்தது. இப்போ என்னால் ஒண்டியாக அங்கே இருக்க முடியாதுப்பா. அதற்கு எனக்குத் தைரியம் போறாது'' என்றாள் அத்தை அழுதுகொண்டே. அண்ணனிடம் இருக்கச் சொல்லித் தம்பியும், தம்பியிடம் இருக்கச் சொல்லி அண்ணாவும் முறைவாசல் கொண்டாடினார்கள். பேச்சுவார்த்தை முற்றி சண்டையாக மாறிய போது சீதா இடையில் புகுந்து சமரசம் செய்தாள்.

''உங்க அம்மாவுக்கு ஏதாவது வழி சொல்லுங்கள் முதலில்'' என்றாள்.

''உனக்குத் தெரியாது. என் மனைவி நோயாளி. எங்க வீடு சின்னது'' என்று சின்னவன் மறுத்தான்.

''நான் எப்போதும் வெளியூர்களுக்குப் போய்க் கொண்டிருப்பேன். என் மனைவி வேலைக்குப் போகிறாள்'' என்று பெரியவன் சாக்குச் சொன்னான்.

அவர்களிடையே நடந்த வாதங்களைக் கேட்டபோது இழுத்து அவர்கள் இருவரின் கன்னங்களிலும் ஆளுக்கு ஒரு அறை கொடுக்கலாமா என்ற அளவிற்கு அவளுக்கு ஆத்திரமாக வந்தது. பெற்ற தாய் கண்ணீர்க் கடலில் நின்று கொண்டிருக்கிறாள். அந்தக் கண்ணீர் அவர்களைக் கொஞ்சமும் பாதிக்கவில்லை. தாயைக் காப்பாற்ற வேண்டிய பொறுப்பு அவர்களுக்கு இல்லையா? ரொம்ப சுயநலம் பிடித்தவர்கள் போல் பேசுகிறார்கள். அவர்களுடைய சந்தோஷத்தைத்தான் பார்க்கிறார்களே தவிர தாயைப் பற்றி யோசிக்கவே இல்லை.

மகன்கள் இருவரும் கிளம்பிப் போய்விட்டார்கள். அத்தை அழுது கொண்டே படுத்திருந்தாள். கணவன் போன துக்கத்தை விட மிச்சம் இருக்கும் இந்த வாழ்க்கையை எப்படிக் கழிக்கப் போகிறோம் என்ற வேதனைதான் அவளிடம் அதிகமாக இருந்தது. சீதா அத்தையைத் தேற்றிக் கொண்டிருந்தாள். காபியாவது குடிக்கச் சொல்லிக் கெஞ்சிக் கொண்டிருந்தாள்.

"என்ன செய்யட்டும்? யாரும் இல்லாதவர்களுக்கு அந்தக் கடவுள்தான் துணை. அந்தப் பட்டிக்காட்டிலேயே போய் இருந்துகொள்கிறேன். எப்படியாவது என் பாட்டைப் பார்த்துக் கொள்கிறேன். இருந்தால் சாப்பிடுகிறேன்.

இல்லையா தண்ணியைக் குடித்துவிட்டுப் படுத்துக் கொள்கிறேன். ஆனால் அக்கம் பக்கத்தில் இருப்பவர்கள் சும்மா இருக்க மாட்டார்கள். வேலை மெனக்கெட்டு வந்து உன் மகன்கள் ஏன் பார்க்க மாட்டேங்கிறார்கள் என்று கேட்பார்கள். அதுதான் என் வருத்தம்."

"உங்க வேதனை எனக்குத் தெரியும் அத்தை. உலகம் அப்படித்தான் பேசும். உலகத்தைப் பற்றி நமக்குத் தேவையில்லாவிட்டாலும் நம் விஷயம் உலகத்திற்கு வேண்டும். என்ன செய்வது? யாராக இருந்தாலும் சகித்துக் கொண்டுதான் ஆக வேண்டும்."

"இதைவிடச் செத்துப் போவது மேல் என்று தோன்றுகிறது."

"அந்த நினைப்பு வரத்தான் செய்யும். யாரிடமும் எதுவும் சொல்ல முடியாத போது, யாருக்கும் நம்முடைய தேவை இல்லாதபோது அப்படித்தான் தோன்றும்."

"என் தங்கமே! இவ்வளவு ஐஸ்வரியத்தில் வசதியாக வாழ்ந்தாலும் எதிராளியின் வேதனையை எவ்வளவு நன்றாகப் புரிந்து கொள்கிறாய்? எவ்வளவு நல்ல மனம் உனக்கு?"

"எல்லாம் எனக்குப் புரியும்படி அந்தக் கடவுள்தான் செய்தார் அத்தை" என்றாள்.

வித்யாபதி படித்துக் கொண்டிருந்த புத்தகத்தை மூடிப் பக்கத்தில் வைத்தான். சீதாவின் வார்த்தைகள் அவனுக்குப் புதிய அர்த்தத்தைத் தோற்றுவித்தன. அத்தையின் மகன்கள் சுயநலமாக இருக்கிறார்கள் என்றும், தங்களுடைய சந்தோஷத்தை மட்டும்தான் அவர்கள்

பார்த்துக் கொள்கிறார்கள் என்றும் தான் எரிச்சல் அடைந்து கொண்டிருந்தான். தான் செய்து கொண்டிருக்கும் காரியம்தான் என்ன? சீதாவின் கணவனாகத் தன்னுடைய கடமையை அவன் நிறைவேற்றி வருகிறானா?

தாய் காலையில் காபி கொண்டு வந்த கொடுத்த போது அவன் தலைமீது கையை வைத்துக் கொண்டே சொன்னாள். ''வித்யா! ராஜாராமனையும், அவர் மனைவியையும் பார்த்த பிறகுதான் நான் எவ்வளவு கொடுத்த வைத்தவள் என்று புரியவந்தது. உண்மையிலேயே நான் அதிர்ஷ்டசாலி. என் பேச்சை மீறி அந்த இந்திராவைப் பண்ணிக் கொண்டு இருந்தால் நானும் குழந்தைகளும் எங்கே இருந்திருப்போம் சொல்லு. எனக்காகத் தான் சீதாவைப் பண்ணிக் கொண்டாய். எனக்கு சில சமயம் தோன்றும். சீதா ரொம்ப நல்ல பெண். இந்தத் திருமணத்தை முடித்துவைத்ததால் சீதாவுக்கு உன்னைவிட நான்தான் அநியாயம் செய்து விட்டேனோ என்று.

வித்யா! நான் உன்னிடம் வேறு எதையும் கேட்கவில்லை. சீதாவை மட்டும் கொஞ்சம் சந்தோஷமாக வைத்துக்கொள். நம்மால் சீதா கஷ்டப்பட்டால் அந்தக் கடவுள்கூட நம்மை மன்னிக்க மாட்டார். இன்று நாம் இவ்வளவு நிம்மதியாக, எந்தக் கவலையும் இல்லாமல் இருக்கிறோம் என்றால் அதற்குக் காரணம் நீ அவளைக் கல்யாணம் பண்ணிக் கொண்டதுதானே. தங்குவதற்கு, சாப்பாட்டுக்கு, துணிமணிக்கு, குழந்தைகளின் படிப்புக்கு என்று எதற்கும் குறையில்லாமல் நாம் இருக்கிறோம் என்றால் அதற்குக் காரணம் சீதாதானே? சீதா மட்டும் கர்வம் பிடித்தவளாக இருந்தால் நாம் எங்கே இருந்திருப்போம் நீயே சொல்லு. இன்று நானும், குழந்தைகளும் நிம்மதியாக இருக்கிறோம். நீயும், சீதாவும் சந்தோஷமாக இருந்தால்தானே இந்த நிம்மதி எனக்கு நிலைத்திருக்கும்? நீ என்னை நன்றாகத்தான் பார்த்துக் கொள்கிறாய். அதில் எனக்கு எந்தக் குறையும் இல்லை. ஆனால் சீதாவையும் நன்றாகப் பார்த்துக் கொள். சீதாவுக்கு வருத்தம் ஏற்படும் விதமாக நடந்து கொள்ளாதே.''

''இப்போ நான் என்ன செய்து விட்டேன் அம்மா?''

''சீதாவின் உறவினர்கள் உன்னைப் பற்றியும் இந்திராவைப் பற்றியும் ஏதேதோ கதைகள் பேசும் போது எனக்கு ரொம்ப ரோஷமாக இருக்கிறது. என் மகன் அப்படிப்பட்டவன் இல்லை

என்று சொல்லத் தோணும். ஆனால் இந்த உலகம் நம்முடைய செயல்களைத்தான் பார்க்குமே தவிர பேச்சை எங்கே மதித்துக் காதுகொடுத்துக் கேட்கப் போகிறது? இன்றைக்குக் கோவிலுக்குப் போயிருந்தேன். அங்கே என்ன நடந்தது தெரியுமா?''

''என்ன நடந்தது?''

''சீதாவின் தூரத்து உறவுக்காரி ஒருத்தி வந்திருந்தாள். என்னைப் பார்த்ததும் வேலை மெனக்கெட்டு குசலம் விசாரித்துவிட்டு அந்த இந்திராவும் உங்க வீட்டிலேயேதான் இருக்கிறாளா என்று கேட்டாள். எங்க வீட்டில் அவள் எதற்காக இருக்கப் போகிறாள் என்று நான் சொன்னதற்கு, உங்க மகன் அவளைக் கல்யணம் செய்து கொண்டு விட்டானாமே என்றாள். அவர்களுக்கு என்னால் என்ன பதில் சொல்ல முடியும்? கம்பெனி வேலையில் மூழ்கியிருக்கும் உனக்கு நாலு பேருக்கு முன்னால் வர நேரம் கிடையாது. அப்படி வந்தால் தெரியும் உனக்கு. ஒவ்வொருத்தரும் பேசுவதைக் கேட்டால் எனக்கு நாக்கைப் பிடுங்கிக் கொண்டு சாகணும் போல் இருக்கும். வித்யா! உனக்குத் தெரியாதது என்ன இருக்குப்பா? நான் உனக்கு இதைப் பற்றியெல்லாம் தனியாக எடுத்துச் சொல்ல வேண்டுமா என்ன? நம் குடும்ப கௌரவத்தை சந்தி சிரிக்கும்படி செய்வாயோ அல்லது உள்ளங்கையில் வைத்துத் தாங்குவாயோ எல்லாம் உன் கையில்தான் இருக்கிறது. என் வேதனையைக் கொஞ்சம் புரிந்து கொள்.'' சுபத்ராவின் கண்களிலிருந்து நீர் பொல பொலவென்று உதிர்ந்தது.

மகனும், மருமகளும் அந்நியோன்னியமாக இல்லை என்றும், அவர்கள் குடித்தனம் ஊராரின் வாயில் அவலாக, கேலிக்கூத்தாக மெல்லப்படுகிறது என்றும் அவளுக்குத் தெரியும். இது அவள் மனதில் ஆறாத காயமாக இருந்து வந்தது. அதனால் கொஞ்சம் சந்தர்ப்பம் கிடைத்தாலும் அவள் மகனுக்குப் புத்திமதிகள் சொல்லிக் கொண்டுதான் இருந்தாள். அதைவிட அவளால் வேறு ஒன்றும் செய்ய முடியவில்லை. இந்தக் கல்யாணத்தை முடித்து மகனையும் சீதாவையும் வேதனையில் ஆழ்த்திவிட்டோம். இதெல்லாம் தன்னால் வந்த வினைதான் என்று தன்னையே நொந்து கொள்ளவும் செய்தாள்.

ராஜாராமனின் மரணம் வித்யாபதிக்குப் புதிய பாடத்தைக் கற்றுக் கொடுத்தது. அவருடைய மகன்கள் தங்கள் தாய்க்கு நிறைவேற்ற வேண்டிய கடமைகளைச் சரிவர செய்யவில்லை என்றும், சுயநலத்துடன் இருக்கிறார்கள் என்று அவர்களைப்

பழித்தான். ஆனால் அவன் செய்து கொண்டிருக்கும் காரியம்தான் என்ன? சீதாவின்பாற்பட்ட தன்னுடைய நடத்தைகள் சுயநலம் நிறைந்தவை இல்லாமல் வேறு என்ன? தான் மட்டும் தன் பொறுப்பை மறந்து விட்டு சொந்த சுகத்தைத் தேடவில்லையா?

# 48

வித்யாபதி ஆபீசுக்கு வந்தான். அவன் இங்கே வந்து சுமார் இருபது நாட்களாகிவிட்டது. அன்று சீதாவுக்கு ஆக்சிடெண்ட் ஆனது தெரிந்து ஆஸ்பத்திரிக்குப் போன நிமிஷத்திலிருந்து, முந்தா நாள் சீதா எழுந்து சாதாரணமாக நடமாடும் வரையிலும் வீட்டிலேயே இருந்துவிட்டான். காலமானது அவன் எண்ணங்களின் மீதும், நம்பிக்கையின் மீதும் அலையாய்ப் பொங்கி அவற்றை மூழ்கடித்து விட்டது. இந்த இருபத்தி இரண்டு நாட்களும் அவன் வாழ்க்கையில் அழிக்க முடியாத கல்வெட்டுகளாக நிலைத்துவிட்டன. அவன் கண் முன்னால் இருந்த பிரமைகள் எல்லாம் விலகிவிட்டன. அவனுக்கு அவனே புது மனிதனாகத் தோன்றினான்.

அவன் பைல்களை எடுத்துக் கொண்டிருந்த போது அதன் மீது கடிதம் ஒன்று வைக்கப் பட்டிருந்தது. எடுத்துப் பார்த்தான். அது இந்திரா எழுதிய கடிதம். அதில் இவ்வாறு இருந்தது.

''வித்யா,

நீ என் கண்ணில் பட்டு இருபது நாட்களுக்கு மேல் ஆகிறது. நீ நலமாகத்தான் இருக்கிறாய் என்று அவ்வப்பொழுது பிரசாத் மூலமாகத் தெரிந்து கொண்டுதான் இருக்கிறேன். நீ என்னைப் பற்றி யோசிக்கவும் நேரம் இல்லாதபடி

பிசியாக இருந்திருப்பாய் என்றும் எனக்குத் தெரியும். நான் உன்னைக் கொஞ்சம்கூடக் குறை சொல்ல வில்லை.

வேலை அழுத்தத்தில் இருப்பவர்களுக்குக் காலம் எவ்வளவு வேகமாக ஓடிக் கொண்டிருக்கிறது என்ற நினைப்பே இருக்காது. ஆனால் எந்த வேலையும் செய்யாமல், ஒரு நபரைப் பற்றி யோசித்துக் கொண்டு அவன் வருகைக்காகவும், அவனிடமிருந்து போனுக்காகவும் காத்துக் கொண்டிருப்பவர்களுக்கு நேரமே ஓடாது. இந்த இருபது நாட்களும் இரவும் பகலும் நான் எவ்வளவு வேதனையை அனுபவித்தேன் என்று அந்தக் கடவுளுக்குத்தான் தெரியும். ஆபீசுக்குப் போன் செய்தால் நீ வரவில்லை என்று சொல்லிவிட்டார்கள். ஒரு முறை உங்கள் வீட்டுக்குச் செய்தபோது உன் தங்கை ரொம்பக் கடுமையாகப் பேசினாள். உனக்குப் போன் பண்ண முடியவில்லையே என்ற வருத்தத்தையாவது என்னால் தாங்கிக் கொள்ள முடியுமோ என்னவோ. ஆனால் திரும்பவும் போன் செய்து அந்தக் கடுமையை மட்டும் சகித்துக் கொள்ள முடியாது என்று தோன்றியது.

இந்த மாதிரி எத்தனை நாட்கள்? எத்தனை வருடங்கள்? நம்இருவரின்வாழ்க்கைக்குமுடிவு, இப்படி ஒருவருக்காக ஒருவர் காத்துக் கொண்டே கழிப்பதுதானோ என்று தோன்றுகிறது. சிலசமயம் சீதாவுடன் சேர்ந்திருக்கும் உன்னைப் பார்த்தால், நான்தான் பிரமையில் இருப்பது போலவும், சீதாவை உன் வாழ்க்கையிலிருந்து நீக்கும் சக்தி உன்னிடமே இல்லையோ என்றும் தோன்றுகிறது.

இந்த இருபது நாட்களும் என் இந்த பயத்தை மேலும் அதிகரிக்கச் செய்து விட்டன. வித்யா! இது என்னுடைய தவறுதானோ? ஒருவேளை இது உன்னைப் பார்க்க முடியவில்லையே என்ற ஆவேசத்தால் உதித்த எண்ணமா? என் மனதை என்னாலேயே புரிந்து கொள்ள முடியவில்லை. சில சமயம் உன்னை ஆழமாக அது நம்புகிறது. இன்னொரு சமயம் உன்னைச் சந்தேகத் துடன் பார்க்கிறது. இந்தப் போராட்டத்தை என்னால் தாங்கிக் கொள்ள முடியவில்லை. எந்த வேலையிலும் என் மனம் லயிக்கவில்லை. எனக்குத் தெரியும் வித்யா.

இதற்கெல்லாம் காரணம் நானேதான். அறியாமையால் என்சுயநலத்தைப் பொருட்படுத்தாமல் உங்க அம்மாவின் சார்பில் யோசித்தேன். அவளுடைய சம்மதத்துடன் தான் உன்னைக் கல்யாணம் செய்து கொள்ளணும் என்று நினைத்தேன். நான் அப்படி முட்டாள்தனமாக யோசித்த தனால், என் அந்த அறியாமையால் வாழ்க்கையில் எவ்வளவு விலைமதிப்பற்றதை நான் இழந்துவிட்டேன் என்பது எனக்கு இப்போது புரிகிறது. உங்க அம்மாவுக்கு என் மனநிலை புரியுமா? ஒருக்கால் என்றைக்குமே புரியாதோ என்னவோ. இந்த உலகதில் யாருமே தம் சுயநலத்தைத் தவிர எதிராளியைப் பற்றி யோசிக்கவே மாட்டார்கள். அப்படி யோசிக்கவும் கூடாதுதான். ஏன் என்றால் மற்றவர்களைப் பற்றி யோசிக்க ஆரம்பித்தால் நம்மால் எதுவுமே செய்ய முடியாது. இந்த விஷயம் இப்போது எனக்கு நன்றாகப் புரிந்து விட்டது.

வித்யா! அதற்காகத்தான் கேட்கிறேன். நான் இப்பொழுது யாரைப் பற்றியும் யோசிக்கவில்லை. நம் இருவரின் வாழ்க்கையின் கரை எந்தப் பக்கம்? இப்பொழுது துணிந்து நாம் ஒரு முடிவை எடுக்கவில்லை என்றால் வாழ்க்கை முழுவதும் இப்படியே கழிந்து விடும் போல் இருக்கிறது. திருமணம் ஆன நீயும், கல்யாணம் ஆகாத நானும் இருவரின் வாழ்க்கையும் எப்போதும் சூனியமாகவே நிலைத்து விடும் போலிருக்கிறது.

வித்யா! இன்று நான் கோதாவரி எக்ஸ்பிரஸ் வண்டியில் விசாகப்பட்டிணம் போய்க் கொண்டிருக்கிறேன். இனித் திரும்பி வரமாட்டேன். அங்கே ஷிப்யார்ட்டில் வேலை ஒன்று இருக்கிறதாம். சித்தப்பா எனக்கு அந்த வேலையை வாங்கித் தருவதாக எழுதியிருக்கிறார். நான் போகிறேன். நான் உண்மையிலேயே உனக்கு வேண்டும் என்று இருந்தால் நீ சீதாவுடன் உறவை அறுத்துக் கொண்டு வந்துவிடு. நாம் இங்கே இனித் திரும்பி வரவேண்டாம். நான் நன்றாக யோசித்துவிட்டுத்தான் இந்த முடிவுக்கு வந்திருக்கிறேன். சித்தப்பாவின் முகவரியைக் கீழே எழுதியிருக்கிறேன். நான் உனக்கு வேண்டும் என்றால் நேராக அங்கே வந்து விடு. நாமிருவரும் சாசுவதமாக சேர்ந்திருக்கப் போகிறோமா இல்லையா என்று முடிவு செய்து கொள்வதற்கு இதைக் கடைசித் தருணமாக

நான் நினைக்கிறேன். உன் வருகைக்காக வழிமேல் விழிவைத்துக் காத்திருப்பேன்.

இப்படிக்கு,
இந்திரா

வித்யாபதி அந்தக் கடிதத்தைப் படித்ததும் திகைத்துவிட்டான். ஒரு தடவைக்குப் பத்து தடவை திரும்பத் திரும்பப் படித்தான். அவன் இந்திராவுக்கு போன் செய்யப் போன பொழுது மேனேஜர் வந்தார். ''சார்! பெங்களூரிலிருந்து வெங்கட்ராமன் வந்திருக்கிறார்'' என்றார். அவர் சொல்லி முடிப்பதற்குள் ''ஹலோ! குட் மார்னிங்க'' என்றபடி கையை நீட்டிக் கொண்டே வழுக்கை தலை ஆசாமி ஒருவர் உள்ளே வந்தார். வித்யாபதி எழுந்து அவருடன் கை குலுக்கினான்.

பன்னிரெண்டு மணியாகிவிட்டது. வெங்கட்ராமன் லஞ்ச் முடிந்ததும்தான் கிளம்பிப் போனார். வித்யாபதி மேஜை முன்னால் வந்து உட்கார்ந்து கொண்டான். அதற்குள் கதவைத் திறந்துகொண்டு ''சார்'' என்று தயங்கிக் கொண்டே வந்தான் ரமணன்.

கம்பெனியில் அக்கவுண்டெண்ட். பல வருடங்களாக வேலை செய்து வருகிறான். அவனுடைய மருமகனும் இங்கே வேலை பார்த்துக் கொண்டிருந்தான்.

''என்ன விஷயம்?'' கேட்டான் வித்யாபதி.

''நீங்க ஒரு சின்ன உதவி செய்யணும் சார்.''

''சொல்லுங்கள்.''

''என் மருமகன் இருக்கிறானே. அவன் நடத்தை கொஞ்ச நாளாகச் சரியாக இல்லை. நீங்கதான் அவனைக் கொஞ்சம் கண்டித்து வைக்கணும்.''

''என்ன செய்தான்?''

''என் மகளைக் கட்டிக் கொடுத்து ஆறு வருடங்கள் ஆகிறது. இரண்டு குழந்தைகள். வேலை வெட்டி இல்லாமல் ஊர் சுற்றிக் கொண்டிருந்த போது நான்தான் அய்யாவிடம் சொல்லி இங்கே அவனுக்கு வேலை வாங்கிக் கொடுத்தேன். பைல்களைப் பார்க்கத் தெரியாத போது நான்தான் அவனுக்கு வேலையையும் கற்றுக் கொடுத்தேன். இப்போ என்ன செய்தான் தெரியுமா?''

''என்ன செய்தான்?''

''யாரோ நர்ஸைக் காதலிக்கிறானாம். என் மகளை விட்டு விடுவானாம். வீட்டிற்கு வந்து என் மகள் அழுதுகொண்டிருக்கிறாள்.''

வித்யாபதி நிமிர்ந்து உட்கார்ந்தான். தன் முகத்தில் வேகமாகப் படரத் தொடங்கிய செம்மை அவன் கண்ணில் படாதவாறு தலை குனிந்தபடி பைல்களைப் பார்க்கத் தொடங்கினான்.

''அவனுக்கு அந்த நர்ஸ் மீது இருக்கும் மோகத்தில் கட்டிய மனைவியின் புலம்பல் காதில் விழவில்லை. நீங்கதான் அவனுக்குக் கொஞ்சம் புத்தி சொல்லணும்.''

''என்னால் அவனுக்கு என்ன புத்தி சொல்ல முடியும்?''

ரமணனின் முகம் கோபமாக மாறியது. ''இந்த மாதிரியெல்லாம் நடந்து கொண்டால் வேலையை விட்டு நீக்கி விடுவேன் என்று சொல்லுங்கள்.''

''அதற்கெல்லாம் அவன் பயந்து விடுவானா? வேறு வேலை தேடிக் கொள்வான்.''

''கிழித்தான். அவன் என்ன பெரிய படிப்புப் படித்து விட்டான்? இங்கே என்றால் பெரிய அய்யா என் முகத்தைப் பார்த்து அவனுக்கு இந்த வேலையைப் போட்டுக் கொடுத்தார். நீங்க சும்மா கொஞ்சம் மிரட்டுங்கள். வேலையை விட்டு நீக்கி விடுவதாகச் சொல்லுங்கள். அதற்குமேல் நான் பார்த்துக் கொள் கிறேன்.''

ரமணன் வித்யாபதியின் சம்மதத்திற்காகக்கூடக் காத்திருக்க வில்லை. ''டேய் மது! இங்கே வா. அய்யா கூப்பிடுகிறார்'' என்று குரல் கொடுத்தான்.

அவன் வந்தான். ரமணன் எதற்காகக் கூப்பிட்டான் என்று அவனுக்குப் புரிந்துவிட்டது போலும். தலை குனிந்தபடி நின்று கொண்டான்.

''உன் மாமனார் உன்மேல் ஏதோ புகார் சொல்லுகிறாரே. என்ன விஷயம்?'' என்று கேட்டான். மது பதில் சொல்லவில்லை.

''மனைவி, குழந்தைகள் இருக்கும் போது இது போல் போக்கிரித்தனமாக நடந்து கொள்ளலாமான்னு கண்டித்து வைய் யுங்க. அந்தச் சிறுக்கி இவனுடைய சம்பளத்தைப் பார்த்துதான் இவன் பின்னால் சுற்றுகிறாள்.

அதைச் சொன்னாலும் புரிய மாட்டேங்கிறது. சின்னய்யா உன்னை வேலையை விட்டு நீக்கி விடுவாராம். இந்த மாதிரி பைத்தி யக்காரத்தனமாக நடந்து கொள்ளாதே என்கிறார் சின்னையா.'' சொல்ல நினைத்ததை தானே சொல்லிவிட்டான் ரமணன். மது பதில் பேசவில்லை.

‘‘இந்த வேலை போய்விட்டால் அவள் உன் முகத்தைக் கூடப் பார்க்கமாட்டாள்.

முதலில் வேலை பறி போகாமல் பார்த்துக்கொள்’’ என்று அதட்டினான் ரமணன்.

மது தலையை அசைத்தான். இருவரும் போய்விட்டார்கள்.

வித்யாபதி நாற்காலியில் பின்னால் சாய்ந்து உட்கார்ந்து கொண்டான். தான் என்ன யோக்கியமான காரியத்தைச் செய்து விட்டோம் என்று தான் மதுவுக்கு நியாயத்தை எடுத்துச் சொல்ல முடியும் என்று அவனுக்குத் தோன்றியது.

# 49

மாலை சீக்கிரமாக வந்து விட்டது. வித்யாபதி வந்தவர்களை எல்லாம் பார்த்து அனுப்பிவிட்டுக் களைத்துப் போனவனாக நாற்காலியில் சாய்ந்து கொண்டான். இவ்வளவு நாட்களாக ஆபீசுக்கு வராததால் வேலை பளு சேர்ந்து விட்டிருந்தது. அவசரமாகக் கவனிக்க வேண்டிய பைல்கள் நிறைய இருந்தன. அதற்குள் டிரைவர் வந்தான். ‘‘அம்மா இதை உங்களிடம் தரச் சொன்னாங்க சார்’’ என்று ஒரு கவரைத் தந்து விட்டு சல்யூட் செய்துவிட்டுப் போய்விட்டான்.

பைலில் கையெழுத்திடப் போன வித்யாபதி அதை நிறுத்திவிட்டுக் கவரைத் திறந்து பார்த்தான். சீதா எழுதிய கடிதம் அது. அதில் இவ்வாறு இருந்தது.

உங்களுக்கு,

சீதா வணக்கத்துடன் எழுதிக் கொள்வது.

நான் இப்பொழுது மினார் எக்ஸ்பிரஸில் பாம்பேக்கு, எங்கள் அத்தையிடம் போகிறேன். நான் வேண்டுமென்றே இந்தப் பயண விஷயத்தை உங்களிடம் சொல்லாமல் ரகசியமாக வைத்திருந்தேன். நான் இந்த இருபது நாளாக உங்களுக்குள் வேறு மனிதனைக் கண்டேன். அவன் என்னைச் சீராட்டினான். அன்பு செலுத்தினான். எனக்குத் துணையாகவும் நிழலாகவும் இருந்தான். ஒரே வார்த்தையில் சொல்ல வேண்டும் என்றால் எப்படிப் பட்ட நபர் எனக்குக் கணவனாக வரவேண்டும் என்று எண்ணியிருந்தேனோ சாட்சாத் அதே போன்ற நபர் என் கண்முன்னால் நின்றிருந்தான். எனக்கு ஜுரம் குறைந்து விட்டது. காயங்கள் ஆறிக் கொண்டு வருகின்றன.

நீங்க ஆபீசுக்குப் போய் விட்டீர்கள். எனக்குத் தெரியும். இந்த இருபது நாளாக என்னைத் தேற்றி, ஆதரவு காட்டிய நபர் இனி எப்போதும் என் வாழ்க்கையில் என் கண்ணில் படவே மாட்டான் என்று. நீங்க ஆபீசிலிருந்து திரும்பி வந்ததும் பழைய ஆளாக மாறி விடுவீர்கள். உங்களுடைய அலட்சியத்தையோ, அனாதரவையோ என்னால் தாங்கிக் கொள்ள முடியாது. இதற்கு முன்பாக இருந்தால் எனக்கு உங்களுடைய அன்பு தெரியாது. எங்கள் நெருக்கத்தில் இருக்கும் சந்தோஷமும் தெரியாது. ஒரு முறை ஒருவனிடத்தில் அன்பைப் பெற்றுவிட்டு அதே நபரிடமிருந்து மறுபடியும் வெறுப்பைச் சம்பாதித்துக் கொள்வதை நான் மட்டுமே இல்லை, யாருமே விரும்ப மாட்டார்கள். அதனால்தான் நான் தொலை தூரத்திற்குப் போய்க் கொண்டிருக்கிறேன்.

போகும் முன்னால் தயக்கம் இல்லாமல், எந்த பயமும் இல்லாமல் என் மனதில் இருப்பதைச் சொல்லி விட்டுப் போக விரும்புகிறேன். இதை நானாகச் சொல்லவில்லை என்றால் உங்களுக்கு என்றுமே தெரிய வாய்ப்பு இல்லை. ஏன் என்றால் என் மனம் உங்களுக்குப் புரியாது. அதைப் புரிந்துகொள்ள வேண்டிய தேவையும் உங்களுக்கு இல்லை.

நான் உங்களைக் கல்யாணம் செய்துகொண்டு இரண்டு வருடங்கள் ஆகிவிட்ட போதிலும் உங்கள் வாழ்க்கையைப் பொருத்தவரையில் நான் உங்களுக்கு முன்பின் தெரியாதவளைப் போல் ஒரு மூன்றாம்

மனுஷியைப்போலவே இதுவரையிலும் இருந்துவந்தி ருக்கிறேன். உங்கள் மனம் எங்கே இருக்கிறது என்று எனக்குத் தெரியும். உங்களுடன் நடந்த இந்தத் திருமணம் நம் இருவர் வாழ்க்கையிலும் நடந்துவிட்ட மிகப்பெரிய தவறு என்பதை நான் இப்போது உணர்ந்து கொண்டுவிட்டேன்.

இது நான் செய்த தவறு இல்லை. எங்க அப்பா செய்த தவறு. திருமணம் ஆன முதல்நாளன்றே உங்கள் மனதில் எனக்கிருக்கும் இடம் எது என்று எனக்குத் தெரிந்துவிட்டது. அப்போது நான் ரொம்ப ரோஷமடைந்தேன். உங்களுடன் குடித்தனம் செய்ய முடியாது என்று அழுதேன். ஆனால் அப்பா எனக்கு குடும்ப கௌரவத்தைப் பற்றி நினைவூட்டினார். என் சுகத்தைவிட அதுதான் முக்கியம் என்றார். உங்களை வெற்றிகொண்டு என் வழிக்கு உங்களைக் கொண்டு வரச்சொல்லி எனக்கு அறிவுரை வழங்கினார்.

என்னால் உங்களை வெற்றிக் கொள்ள என்னால் முடியாத என்ன என்று இறுமாப்புடன் நினைத்தேன். தொடக்கத்தில் பிடிவாதத்தால் உங்களை நெருங்க முயன்றேன். அது பயன்படாத போது அன்பால் உங்களைக் கட்டிப் போட வேண்டும் என்று நினைத்தேன். அதனால்தான் உங்க அம்மாவையும் கூடப் பிறந்தவர்களையும் ஆதரவுடன் கவனித்துக் கொண்டேன். அதிலும் எந்த லாபமுமில்லை என்று நாளடைவில் தோன்றிவிட்டது. லஞ்சம் கொடுத்து யார் மனதிலும் இடம் பிடிக்க முடியாது என்று பாடத்தை அப்போதுதான் கற்றுக் கொண்டேன்.

ஆண் பெண் இருவருக்கும் நடுவில் நெருக்கம் ஏற்பட வேண்டும் என்றால், அது அன்பு என்ற கயிற்றால் பிணைக்கப்பட வேண்டும். அது பரஸ்பரம் ஏற்பட வேண்டிய வார்த்தைகளுக்கு அப்பாற்பட்ட உணர்வு. அப்பொழுதுதான் அந்த ஆண் பெண்ணின் சேர்க்கை மகோன்னதமாக இருக்கும்.

இந்த இரண்டு வருடங்களில் நான் இருபதாண்டு அனுபவத்தைப் பெற்றுவிட்டேன். அப்பாவின் இறப்பு, உங்களுடைய பாராமுகம். உறவினர்களின் ஏளனம்... எல்லாம் சேர்ந்து என்னை மேலும் வருத்தத்தில் ஆழ்த் திவிட்டதா அல்லது பிடிவாதக்காரியாக மாற்றிவிட்டதா என்பதுபற்றி எனக்கே தெரியவில்லை. நான் உங்களிடம் திரும்பத் திரும்பச் சொல்கிறேன். இந்தத் திருமணம் நடந்ததில் என்னுடைய தவறு எதுவும் இல்லை.

உங்களை நான் ரொம்பவும் கஷ்டப்படுத்தி விட்டேன் என்று எனக்குத் தெரியும். தொடக்கத்தில் பழிவாங்கும் தோரணையில் உங்களுக்குப் பிடிக்காத காரியங்களைச் செய்து உங்களை மேலும் துன்புறுத்த வேண்டும் என்று தோன்றியதுண்டு. ஆனால் அதனால் எந்தப் பிரயோஜனமும் இல்லை என்று தெரிந்து கொண்ட பிறகு அவற்றை நிறுத்திக் கொண்டேன்.

உங்களுடைய மனம் எங்கே இருக்கிறதென்று எனக்குத் தெரியும். நீங்கள் இந்திராவைச் சொந்தமாக்கிக் கொள்வதற்கு நான் குறுக்கே இருக்க மாட்டேன்.

ஏன் என்றால் ஒரு மனிதனை வலுக்கட்டாயமாக நம் வாழ்க்கையுடன் பிணைத்து வைத்துக் கொண்டால் அமைதியின்மையையும் போராட்டத்தையும் தவிர வேறு எதையும் ஒருவரால் அடைய முடியாது என்று என் அனுபவத்தில் தெரிந்து கொண்டேன். நான் போகிறேன். தயவு செய்து என்மீது இரக்கம் காட்ட வேண்டாம். எனக்கு யாருடைய இரக்கமும் தேவையில்லை. எனக்கு உங்களிடமிருந்து வேண்டியது என்னவென்று உங்களுக்கு நன்றாகவே தெரியும். அதைக் கொடுக்க உங்களால் முடியாத போது நான் உங்கள் வாழ்க்கையில் ஒரு திருஷ்டிப் பொம்மையாக இருப்பதில் எனக்கு விருப்பம் இல்லை.

நீங்க விவாகரத்து பேப்பர்களை அனுப்பி வையுங்கள். கையெழுத்துப் போட்டு அனுப்பி வைக்கிறேன். ஒரு நிமிடம்கூடத் தாமதம் செய்ய மாட்டேன். கடவுள் எனக்கு எல்லாம் வழங்கியிருக்கிறார் என்று எல்லோரும் சொல்லுவார்கள். நானும் அப்படித்தான் நினைத்துக் கொண்டிருந்தேன். அவர் எனக்கு எதுவும் கொடுக்கவில்லை என்று இப்பொழுது புரிகிறது. என்னுடைய அதிர்ஷ்டம் என்னைப் பழிக்கிறது. எல்லோரின் கண்களுக்கும் அதிர்ஷ்டசாலியாகத் தென்படும் துரதிர்ஷ்டசாலி நான். இந்த உண்மையை நேர்மையாக ஒப்புக்கொண்டு விலகிப் போகிறேன்.

**சீதா.**

வித்யாபதி சிலையாய் அப்படியே உட்கார்ந்துவிட்டான்.

இரவு எட்டு மணியாகிவிட்டது. அவன் இன்னும் அப்படியே சலனமில்லாமல் உட்கார்ந்திருந்தான். அவனுக்கு எதிரே இந்திரா மற்றும் சீதா எழுதிய கடிதங்கள் இருந்தன.

வித்யாபதிக்கு அவை தன் முன்னே இருக்கும் இரண்டு வெவ்வேறு வழிகளாகத் தோன்றின. அவை கேள்விக்குறியுடன் அவனைப்பார்த்துக்கொண்டிருந்தன. அவன்தன்இருகரங்களையும் கேசங்களுக்குள் நுழைத்துக் கொண்டு மேஜைமீது சரிந்தபடி உட்கார்ந்திருந்தான். அவன் முகத்தில் வியர்வை படிந்திருந்தது. உள்ளம் தீவிரமான போராட்டத்திற்கு உள்ளாகியிருந்தது.

## 50

ஒரு வாரத்திற்குப் பிறகு...

வித்யாபதி ஆபீசில் உட்கார்ந்து கொண்டு பைல்களைப் பார்த்துக் கொண்டிருந்தான். அவன் மிகவும் இளைத்து விட்டிருந்தான். தாடி வளர்ந்திருந்தது. களைப்பு, தூக்கமின்மை, வேதனை எல்லாமே அவன் கண்களில் தெளிவாகத் தென்பட்டுக் கொண்டிருந்தது.

அதற்குள் தடாரென்று கதவைத் திறந்து கொண்டு உள்ளே நுழைந்தான் பிரசாத். அவன் சூறாவளிக் காற்றுப் போல் காட்சியளித்தான். ''வித்யாபதி! இந்திரா ஆபீசுக்கு லாங் லீவ் போட்டிருக்கிறாளாம். ஊருக்குப் போயிருக்கிறாளாம். எந்த ஊருன்னு அவள் அக்காவிடம் எவ்வளவு கேட்டாலும் சொல்ல மாட்டேங்கிறாள். உங்களுக்கு ஏதாவது தெரியுமா?'' அவன் முகத்தில் பதற்றம் தெரிந்தது.

வித்யாபதி அவனை உட்காரச் சொல்லி சைகை செய்தான். ஆனால் அவன் உட்காரவில்லை. இருப்புக் கொள்ளாதவன் போல் கைகளை அசைத்துக் கொண்டே சொன்னான். ''நான் ஊரில் இல்லை. இன்றைக்குத்தான் வந்தேன். இந்திரா அப்படிப்

போய் விட்டாள் என்றால் அதற்குப் பின்னால் ஏதோ ஒரு பெரிய காரணம் இருந்திருக்கும். ஏதோ வேதனை ஏற்பட்டிருந்தால் தவிர அவள் அப்படிச் செய்ய மாட்டாள்.''

வித்யாபதி அவன் பதற்றத்தைப் பார்த்துவிட்டு ''அதைத் தெரிந்து கொண்டு நீங்க என்ன செய்யப் போறீங்க?'' என்றான்.

''என்ன செய்வேனா? என்னால் முடிந்தால் அந்த வேதனையைத் தீர்த்து வைப்பேன். முடியாது போனால் ஆறுதலாவது சொல்லு வேன். அவளை எனக்குப் பிடிக்கும்.

அவளை நான் ரொம்பவும் நேசிக்கிறேன். அவளுடைய நண்பன் நான். நான் மட்டும் ஊரில் இருந்திருந்தால் அப்படிப் போயிருப்பாளா? அவளைத்தான் போக விட்டிருப்பேனா?''

''ஒரு நிமிஷம் உட்காருங்கள் ப்ளீஸ்'' என்றான் வித்யாபதி. பிரசாத் உட்காரவில்லை. நாற்காலியைப் பிடித்துக் கொண்டு அமைதியற்று நின்றிருந்தான்.

வித்யாபதி டிராயரைத் திறந்து இந்திராவின் கடிதத்திலிருந்த விலாசத்தைக் குறித்துக் கொடுத்தான். பிரசாத் அதைப் பார்த்துவிட்டு ''மைகாட்! விசாகப்பட்டிணமா?'' என்றான். உடனே மணியைப் பார்த்துக் கொண்டு ''கோதாவரி எக்ஸ்பிரஸுக்கு இன்னும் நேரமிருக்கிறது.

இப்பொழுது கிளம்பினால் பிடித்துவிட முடியும். இந்திராவைப் பார்த்தால்தான் என்னால் திரும்பவும் பழையபடி ஆகமுடியும். வருகிறேன்'' என்றான்.

''ஒரு நிமிஷம் இருங்கள். நானும் வருகிறேன். உங்களை ஸ்டேஷனில் இறக்கி விடுகிறேன்'' என்றான் வித்யாபதி. பிரசாத் வியப்புடன் பார்த்தான். வித்யாபதி அதைக் கவனிக்காதது போல் கார் சாவியை எடுத்துக் கொண்டான்.

இருவரும் ஸ்டேஷனுக்கு வந்தார்கள். வழியில் பிரசாதும் சரி, வித்யாபதியும் சரி ஒரு வார்த்தைகூடப் பேசிக் கொள்ளவில்லை.

வித்யாபதி பிரசாதை ஸ்டேஷன் அருகில் இறக்கி விட்டான். ''தாங்க்யூ. உங்களுக்கு ரொம்ப சிரமம் கொடுத்துவிட்டேன்'' என்றான் பிரசாத்.

''பரவாயில்லை. இந்தக் கடிதத்தை நான் கொடுத்ததாக இந்திராவிடம் கொடுத்து விடுங்கள்.'' சட்டைப் பையிலிருந்து கவரை எடுத்துக் கொடுத்தான்.

''கண்டிப்பாக'' என்றான் பிரசாத்.

பிரசாத் ஏறிய ரயில் புறப்பட்டது.

வித்யாபதி வீட்டிற்குத் திரும்பினான். கார் டிரைவ் செய்து கொண்டிருந்த போது அவன் மனதில் ''நான் எடுத்த முடிவு சரியானதுதான்'' என்று திரும்பத் திரும்பத் தோன்றிக் கொண்டே இருந்தது.

# 51

பம்பாயில்...

சீதா தலைக்குக் குளித்துவிட்டு சோபாவில் உட்கார்ந்தபடி சிடுக்கை எடுத்துக் கொண்டிருந்தாள். அத்தை, மாமா வீட்டில் இல்லை. கல்யாணத்திற்குப் போயிருந்தார்கள். சீதாவையும் வரச்சொல்லி ரொம்ப வற்புறுத்தினார்கள். ஆனால் சீதா வரமாட்டேன் என்று சொல்லிவிட்டாள்.

''என்னடி பெண்ணே? எப்போ பார்த்தாலும் இப்படி இரை தின்ன பாம்புபோல் ஒரே இடத்தில் கிடக்கிறாய்? உடம்பு சரியாக இல்லையா? ஏதாவது விசேஷமா?'' என்று கேட்டாள் அத்தை.

''அப்படி எதுவும் இல்லை அத்தை'' என்றாள் சீதா.

''அது சரி. உன் கல்யாணம் முடிந்து இரண்டு வருடங்கள் ஆகிறதே. இன்னும் பேச்சு மூச்சு எதுவும் காணுமே? குடும்பக்கட்டுபாடா?''

''இல்லை அத்தை.''

"போகட்டும். டாக்டரிடம் காட்டிக்கொள்."

"தேவையில்லை அத்தை."

"உன் கணவனும் வந்திருந்தால் எவ்வளவு நன்றாக இருந்திருக்கும்? ஜாலியாகப் பொழுது போயிருக்கும். அவனையும் வரச்சொல்லிக் கடிதம் எழுது."

"அவர் வரமாட்டார். அவருக்கு அங்கே வேலை அதிகமாக இருக்கும்."

"மனைவிக்குப் பிறகுதான் எந்த வேலையும். உங்க மாமா என்ன செய்வார் தெரியுமா? டூர் என்று கிளம்பிவிடுவார். நான் பிறந்தவீட்டுக்குப் போவதாகச் சொல்லிவிட்டுக் கிளம்புவேன். இரண்டு பேரும் வெளியூரில் சந்தித்துக் கொள்வோம். எங்க மாமியார் இருக்காளே, பெரிய ராட்சசி. அவருடன் ஒரு வார்த்தை பேச விடமாட்டாள். எங்களுடைய கஷ்டங்கள் எல்லாம் இந்தக் காலத்துப் பசங்களுக்கு ஏது? கல்யாணம் ஆனதிலிருந்து கைகோர்த்துக் கொண்டு ஊர் சுற்றுவதுதானே வேலை?"

அந்தம்மாளுக்குக் கொஞ்சம் நேரம் கிடைத்து விட்டாலும் போதும். தன் கணவரைப் பற்றிய விஷயங்களைத்தான் பேசுவாள். இந்த வயதிலும் அவர்களுக்குள் பாசப் பிணைப்பு குறையவே இல்லை. அதைப் பார்த்தால் சீதாவுக்கு வியப்பாக இருந்தது. அவர்களுக்குக் குழந்தைகள் இல்லை. அந்தக் குறையைப் பரஸ்பரம் துணையாக இருந்து கொண்டு தீர்த்துக் கொள்ளப் பார்ப்பார்கள். சீதாவுக்கு அவர்களைப் பார்க்கும் போது ரொம்ப சந்தோஷமாக இருந்தது.

திடீரென்று காலிங் பெல் ஒலித்தது. சீதா போய்க் கதவைத் திறந்தாள். அத்தை உள்ளே வந்து கொண்டே "என் மறதியைப் பார்த்தாயா? கல்யாணத்திற்குக் கிளம்பியவள் பிரசன்டேஷனை வீட்டிலேயே வைத்துவிட்டேன். உங்க மாமாவும் நினைவுபடுத்தவில்லை" என்று உள்ளே வந்து பரிசுப் பொருளை எடுத்துக் கொண்டு போனாள்.

சீதா அத்தையை அனுப்பிவிட்டு உள்ளே வந்தாள். எதிரே காலண்டர் கண்ணில் பட்டது. சீதா தேதியைப் பார்த்தாள். தான் வந்து ஒரு வாரமாகிவிட்டது. வித்யாபதியிடமிருந்து கடிதமோ, டெலிகிராமோ, போனோ எதுவுமே வரவில்லை. சீதா பெருமூச்சு விட்டுக் கொண்டாள். அவன் பாராமுகமும், அலட்சியமும்

அவளுக்குப் புதிது இல்லை. ஆனால் அந்த வருத்தம் மட்டும் அவளை விட்டு நீங்கவே இல்லை. இதற்கு முடிவே இல்லை. அவன் ஒருக்கால் வக்கீலைப் பார்க்கும் பரபரப்பில் இருக்கிறானோ என்னவோ? இந்திராவும் வித்யாபதியும் சந்தோஷமாக இருப்பது போன்ற காட்சி அவள் கண் முன்னால் வந்து நின்றது.

இந்திரா உண்மையிலேயே அதிர்ஷ்டசாலி. தன்னை மனப்பூர்வமாகக் காதலிக்கும் நபருக்கு முன்னால் இந்தச் சமுதாயம் ஏற்படுத்திய திருமணம் என்ற சடங்கு முற்றிலும் தோல்வி யடைந்துவிட்டது. இந்திராவின் அதிர்ஷ்டத்தைப் பார்த்து அவள் பொறாமைப்படக் கூடாது.

ஆனால்... ஆனால் அவளால் அது முடியவில்லையே? அவள் கண்களிலிருந்து பொல பொலவென்று நீர் வழிந்தது.

திரும்பவும் காலிங் பெல் ஒலித்தது. அத்தை மறுபடியும் எதையாவது மறந்துவிட்டாள் போலும். திரும்பவும் வந்திருக்கிறாள்.

சீதா கண்களைத் துடைத்துக் கொண்டு போய்க் கதவைத் திறந்தாள். அத்தையின் பக்கம் முழுவதுமாகத் திரும்பாமலேயே அவள் உள்ளே திரும்பப் போனாள். ஆனால் அத்தை போட்டுக் கொண்டிருந்த செண்டின் நறுமணம் மூக்கைத் துளைக்கவில்லை. பட்டுப்புடவையின் சலசலப்பு சத்தம் கேட்கவில்லை.

வெள்ளை நிற உடைகளுடன் காலில் செருப்பு அணிந்திருந்த ஒரு நபர் வாசற்படிக்கு அந்தப் பக்கம் நின்றிருந்தான். சீதா நிமிர்ந்து பார்த்தாள். மறுநிமிடம் தலையைச் சுற்றிக் கொண்டு வந்தது. வாசலில் வித்யாபதி நின்றிருந்தான்.

ஒரு வினாடி இருவரும் ஒருவரை ஒருவர் பார்த்துக் கொண்டு அப்படியே நின்றிருந்தார்கள். "உள்ளே வரலாமா?" கேட்டான் அவன்.

சீதா சுயநினைவு பெற்றவளாக வழிவிட்டாள். அவன் உள்ளே வந்தான்.

சீதா உள்ளே போனாள். அவன் சோபாவில் சரிந்தபடி உட்கார்ந்தான். பத்து நிமிடங்கள் கழித்து சீதா காபி டம்ளருடன் வந்தாள். அந்த முகத்தில் வலிய வரவழைத்துக் கொண்ட சுய அபிமானமும், துணிச்சலும் தென்பட்டன. "டைவோர்ஸ் காகிதங்களை நீங்களே நேரில் கொண்டு வந்தீங்களா?"

அந்த வார்த்தைகள் கூரிய கத்தியைப் போல் இருந்தன. அவன் திகைத்துப் போனாற்போல் அவளைப் பார்த்தான். அவன் முகத்தில் வேதனையும், வருத்தமும் தெளிவாகத் தென்பட்டன. அந்தக் கத்தியால் ஏற்பட்ட காயத்தை நிசப்தமாகத் தாங்கிக் கொண்டான். பிறகு வலிந்த சிரிப்புடன் சொன்னான். ''காகிதத்தால் முடியும் வேலை என்றால் தபாலிலேயே வந்திருக்கும். நான் நேராகவே ஏன் வரப் போகிறேன்?''

சீதா அவனையே பார்த்துக் கொண்டிருந்தாள். அவள் முகத்தில் பயமும், ரோஷமும் மறைந்து போய் லேசாக மகிழ்ச்சியும், எதிர்பார்ப்பும் வந்து சேர்ந்தன. அவன் பேச்சு புரியாதது போல் குழப்பத்துடன் பார்த்தாள்.

''சீதா! நான் உன்னை அழைத்துப் போவதற்காக வந்திருக் கிறேன்.'' தெளிவற்ற குரலில் சொன்னான் அவன்.

அவன் அந்த வார்த்தைகளைச் சொன்ன தோரணையில் என்ன இருந்ததோ தெரியவில்லை. மறுநிமிடம் சீதா அழுதுவிட்டாள். அவன் காபி டம்ளரைப் பக்கத்தில் வைத்துவிட்டு சீதாவின் கையைப் பிடித்துக் கொண்டான். கைகளால் முகத்தைப் பொத்திக் கொண்டு அழுது கொண்டிருந்த சீதா, முழங்காலில் சரிந்து சோபாவின் விளிம்பில் சரிந்தாள். அந்த அழுகை இதயத்தைக் கசக்கிப் பிழியும்படியாக இருந்தது. வித்யாபதியின் தாடை எலும்பு இறுகியது. அவன் எதுவும் சொல்லவில்லை. நகர்ந்து வந்து சீதாவின் தலையை மடியில் சாய்த்துக் கொண்டான். அவள் அழுகை மேலும் கூடியது. சீதாவை மேலும் அருகில் இழுத்துக் கொண்டு அவள் கன்னத்தை, தலை முடியைத் தடவிக் கொடுத்தபடி இருந்தான். அன்பு நிறைந்த அந்தத் தொடுகையில் சீதாவின் எத்தனையோ கேள்விகளுக்குப் பதில் கிடைத்து விட்டது.

# 52

விசாகப்பட்டிணத்தில்...

இந்திரா அறையில் குறுக்கும் நெடுக்குமாக நடை பயின்று கொண்டிருந்தாள். அன்றைக்கும் வித்யாபதி வரவில்லை. அவன் வருவான் என்றும், மாட்டான் என்றும் அவள் மனம் மாறி மாறிச் சொல்லிக் கொண்டிருந்தது. அவள் வந்து இவ்வளவு நாட்கள் ஆகியும் வித்யாபதி வராதது இந்திராவுக்கு வியப்பாக இருந்தது. இந்தத் தனிமை பயங்கரமனதாக, அவளைப் பைத்தியமாக்குவதைப் போல் இருந்தது.

அதற்குள் யாரோ கதவைத் தட்டினார்கள். இந்திராவின் இதயம் படபடத்தது. கதவைத் தட்டிய விதத்திலேயே அதற்கும் தனக்கும் ஏதோ நெருக்கம் இருப்பதுபோல் தெரிந்தது. ஒரே எட்டில் போய்த் தடாலென்று கதவைத் திறந்தாள்.

எதிரே பிரசாத் நின்று கொண்டிருந்தான். அவனைப் பார்த்ததும் இந்திரா திகைத்துப் போனாள். தான் எந்த ஊருக்குப் போகிறாள் என்று யாரிடமும் சொல்லக் கூடாது என்று அக்காவிடம் சத்தியம் வாங்கியிருந்தாள்.

''நீங்களா?'' வியப்புடன் கேட்டாள்.

''ஆமாம். நானேதான்'' என்றான் தன்னையே விரலால் சுட்டிக் காட்டிக் கொண்டு பெருமையாக. ''என்னிடம் சொல்லாமல் ஓடி வந்துவிட்டால் கண்டுபிடித்து விட முடியாது என்றுதானே நினைத்தீங்க? இந்தப் பூமியில் நீங்க எங்கே ஒளிந்து கொண்டிருந்தாலும் என்னால் கண்டுபிடித்து விட முடியும்'' என்றான் முறுவலுடன்.

இந்திராவுக்கு அவன் பேச்சையும் சிரிப்பையும் பார்க்கும் போது நிம்மதியாக இருந்தது. இருட்டுக் குகையில் திடீரென்று

வெளிச்சம் தோன்றியது போல் காணப்பட்டான் அவன். ''வாங்க'' என்றாள். அவன் உள்ளே வந்தான்.

இந்திரா அவனுக்குக் காபியைக் கொடுத்துவிட்டுக் குளிக்கச் சொன்னாள். அவன் காபியைக் குடித்துக் கொண்டே இந்திராவைக் காணாமல் தான் தவித்த தவிப்பை விலாவாரியாகச் சொன்னான்.

''என் முகவரியை உங்களுக்கு யார் கொடுத்தார்கள்?'' என்று கேட்டாள்.

''அம்மாடியோவ்! சொல்ல மாட்டேன். அது ரகசியம்'' என்றான். அவன் குளிக்கப் போகும் முன் ''மறந்தே போய்விட்டேன். உங்களுக்கு வித்யாபதி கடிதம் கொடுத்தனுப்பி இருக்கிறார்'' என்று ஜேபியிலிருந்து கவரை எடுத்து அவளிடம் கொடுத்து விட்டுக் குளிக்கப் போய்விட்டான்.

இந்திராவின் புருவங்கள் முடிச்சேறின. உறையைக் கிழித்துக் கடிதத்தை எடுத்துப் படிக்கத் தொடங்கினாள்.

''இந்தூ,

நான் வராமல் இப்படிக் கடிதம் எழுதுவதற்குக் கோபித்துக் கொள்ளாதே. உன் கடிதத்தை ஒரு முறைக்கு இரண்டு முறை படித்து விட்டேன். என்னுடைய விருப்பம் போல் முடிவு செய்வதற்கு நான் இப்பொழுது சுதந்திரமானவன் இல்லை. என் வாழ்க்கை என் ஒருத்தனுக்கு மட்டுமே இப்போது சொந்தமானது இல்லை. ஒரு காலத்தில் எனக்கு முழு சுதந்திரம் இருந்தது. என் வாழ்க்கையின் மீது எனக்குப் பரிபூர்ணமான அதிகாரம் இருந்தது. அதனால்தான் அன்றைக்கு உன்னை எங்கேயாவது போய் கல்யாணம் செய்து கொண்டு விடலாம் வா என்று என்னால் கூப்பிட முடிந்தது.

நீ அப்போது வரவில்லை. அம்மாவுக்கு விருப்பம் இல்லாமல் உன்னைப் பண்ணிக் கொண்டால் என்னால் சந்தோஷமாக இருக்க முடியாது என்று மறுத்துவிட்டாய். அது எவ்வளவு பெரிய உண்மை? அன்றைக்கு என்னை நான் சரியாகப் புரிந்து கொள்ளாவிட்டாலும் நீ மட்டும் சரியாக என்னைப் புரிந்து கொண்டு இருக்கிறாய். அதற்கும் பிறகும்கூட சீதாவுடன் நடந்த திருமணத்தை ஒரு தவறு என்றுதான் நான் எண்ணிக்கொண்டிருந்தேன். சீதாவை விட்டுவிட்டு உன்னைப் பண்ணிக் கொண்டால் அந்தத் தவறைத் திருத்திக் கொண்டதாக ஆகிவிடும் என்று நினைத்தேன். ஆனால் அது எவ்வளவு தவறு என்று இப்பொழுது எனக்குப் புரிகிறது.

இந்தூ! இப்பொழுது உன்னைத் திருமணம் செய்து கொள்

கிறேன் என்று வைத்துக்கொள். என்ன நடக்கும் தெரியுமா? இந்திராவைக் காதலித்த வித்யாபதியை சீதா கல்யாணம் பண்ணிக் கொண்டாள் என்று உலகத்திற்குத் தெரியாது. சீதாவின் கணவனை இந்திரா மயக்கிக் கைப்பற்றிக் கொண்டு விட்டாள் என்ற பழியை உன்மீது சுமத்தும். இந்தத் திருமணத்தால் வேண்டாத பழியும், நிம்மதியின்மையும் தவிர வேறு எதுவும் உனக்குக் கிடைக்காது. நான் வாழ்க்கையில் உனக்குத் தர நினைத்தது இது இல்லை. இது நான் உனக்குச் செய்யும் அநியாயமே தவிர நியாயம் இல்லவே இல்லை.

அந்தப் பக்கம் சீதாவின் விஷயத்தைப் பற்றி யோசித்துப் பார்த்தால் என்னைக் கல்யாணம் செய்து கொண்டது சீதாவின் தவறு இல்லை. இப்போ நான் என் வழியைப் பார்த்துக்கொண்டு போனால் சீதாவின் கதி என்னவாகும்? ஆண் என்பதால் நான் இந்தக் கல்யாணத்திலிருந்து விடுபட்டு, உன்னைப் பண்ணிக் கொண்டு சந்தோஷமாக இருக்கலாம். ஆனால் சீதா அப்படிச் செய்ய முடியுமா?

கணவனால் கைவிடப்பட்ட பெண்ணை ஆதரித்து, இரக்கம் காட்டக் கூடிய சமுதாயமா நம்முடையது? இல்லை, இல்லவே இல்லை. அதாவது நான் செய்த தவறுக்கு சீதாவின் வாழ்க்கையைப நான் பலி கொடுக்கிறேன் என்றுதான் இதற்கு அர்த்தம். இந்த இரண்டு வருடங்களும் எனக்குத் தெரியாமலேயே சீதாவைத் துன்புறுத்தி வந்திருக்கிறேன்.

இந்து! உனக்குத் தெரியாது. அன்றைக்கு உன் வீட்டுக் கிரகப்பிரவேசம் நடந்த அன்று நாம் இருவரும் நெருக்கமாக இருந்ததைப் பார்த்துவிட்ட சீதா, வாழ்க்கையை முடித்துக் கொள்ளும் எண்ணத்துடன் காரை வேண்டுமென்றே விபத்திற்குள்ளாக்கினாள். ஆனால் கடவுள் கிருபையால் சீதாவுக்கு எதுவும் ஆகவில்லை.

நான் என்ன செய்தேன்? சீதாவை சாவை நோக்கித் துரத்திக் கொண்டிருந்தேன். மை காட்! இந்த விஷயம் தெரிந்த பிறகு மனிதநேயம் இருக்கும் ஒருத்தனால் திரும்பவும் அந்தக் காரியத்தைப் பண்ண முடியுமா? முடியாது. நான் அப்படிப் பண்ணவும் மாட்டேன்.

சீதா அடிபட்ட பொழுது, ஜன்னி கண்ட நிலையில் என்னைப் பிடித்துக் கொண்டு ‘‘நான் என்ன தவறு செய்தேன் என்று எனக்கு இந்தத் தண்டனை கொடுத்தீங்க?’’ என்று உலுக்கி எடுத்த பொழுதுதான் என் கண்கள் திறந்து கொண்டன.

இத்தனை நாளும் நான் பிரமையில் இருந்தேன். என்னுடைய சுயநலத்தைப் பார்த்துக் கொண்டேனே தவிர சீதாவைப் பற்றி யோசித்துப் பார்க்கவில்லை.

இந்தூ! இளமையின் ஆரம்பக் கட்டத்தில் மனிதனுக்குக் காதல்தான் முக்கியம் என்று தோன்றும். பிறகு நாளடைவில் அனுபவம் ஏற்பட ஏற்பட வேதனை, சந்தோஷம், ஏமாற்றம் இவற்றையெல்லாம் விட வாழ்க்கைதான் முக்கியம் என்று தோன்றும். வாழ்க்கை என்றால் தன் சுகத்தை மட்டுமே தேடிக் கொள்வது இல்லை.

கடமையை நிறைவேற்றுவதுதான் வாழ்க்கை என்பது புரியும். இதைத் தெரிந்து கொள்ளாதவன் மனதளவில் இன்னும் வளர்ச்சி அடையாதவனாகத்தான் இருப்பான்.

உன் பக்கத்திலிருந்து யோசித்துப் பார்த்தால், சீதாவைக் கல்யாணம் செய்து கொண்டதும் உன்னை விட்டு நான் விலகிப் போகாமல் இருந்ததுதான் நான் உனக் குச் செய்த அநியாயம் என்று தோன்றுகிறது. நான் இவ்வளவு நாளாக என்ன செய்து கொண்டிருந்தேன்? உன்னைக் கனவுக் கூண்டில் அடைத்து வைத்திருந்தேன். உன்னை விட்டு தொலைவிற்குப் போன பிறகும் உனக்கு அண்மையிலேயே நான் இருப்பது போன்ற ஒரு பிரமையை உனக்குள் தவறாக ஏற்படுத்திக் கொண்டிருந்தேன். நீ என்னைக் காதலித்ததன் விளைவாக உனக்கு ஏராளமான பழிச்சொற்கள் வந்து சேர்ந்தன. உலகம் என்ன சொல் கிறது தெரியுமா? நீ குடியிருக்கும் அந்த வீட்டை நான் சீதாவின் பணத்தில் வாங்கி, உனக்கு அன்பளிப்பாகக் கொடுத்திருக்கிறேனாம். இப்படிப்பட்டவை எத்த னையோ? இந்தூ! நாம் யாரையாவது காதலித்தால், நம்மால் அவர்களுக்கு சுகம், சந்தோஷம், நிம்மதி கிடைக்க வேண்டும். அதைவிடுத்து அமைதியின்மை, வேதனை, வேண்டாத பழிச்சொற்கள் இவைகளை அவர் களுக்கு நாமே தேடித் தருவது துரதிஷ்டம் இல்லையா. என்னால் உனக்கு இவைதானே கிடைத்தன, இதெல்லாம் என்னுடைய தவறுதான் என்று தோன்றுகிறது.

இந்தூ! வாழ்க்கை ரொம்பவும் வேடிக்கையானது. அது யாரையோ கொண்டு வந்து நம்முடன் சேர்க்கும். நம்ம வர்கள் என்று நினைத்துக் கொண்டிருப்பவர்களை நம்மிடமிருந்து வெகு தொலை தூரத்திற்கு அது தள்ளி விட்டு விடுகிறது. நினைத்தும் பார்த்திராத கரைக்கு நம் வாழ்க்கையின் படகை கொண்டு போய் அது சேர்த்து விடுகிறது. காதல் என்ற அனுபவத்தைப் பெற்ற ஒவ்வொரு மனிதனும் ஏதோ ஒரு விதத்தில் இந்தப் போராட்டத்தைச் சந்திக்காமல் இருக்க

முடியாது. பிரசாதுக்கு உன் முகவரியை நான்தான் கொடுத்தேன். நான் சரியான காரியத்தைத்தான் செய்துக் கொண்டிருக்கிறேன் என்ற நம்பிக்கையுடன்தான் அதை அவனிடம் கொடுத்தேன். இந்து! வாழ்க்கையில் என்றுமே நீ தனிமையை உணரக் கூடாது என்பது என் விருப்பம். நீ என்னைப் புரிந்து கொள்ளவில்லை என்றால் அந்த ஆண்டவனாலும் என்னைப் புரிந்து கொள்ள முடியாது என்று நினைக்கிறேன். சீதா பம்பாய்க்குப் போயிருக்கிறாள். அவளை அழைத்து வருவதற்காகக் கிளம்பிக் கொண்டிருக்கிறேன். இத்தனை நாளாக நான் வித்யாபதி என்றுதான் எண்ணிக் கொண்டிருந்தேன். இனி அப்படி இல்லை,

நான் சீதாவின் பதி, சீதாபதிதான்.''

பிரசாத் குளித்து விட்டுத் திரும்பி வந்தபோது இந்திரா அழுது கொண்டிருந்தாள். அவன் பதற்றமடைந்து அவள் அருகில் வந்தான். இந்திராவைப் பிடித்துக் கொண்டு ''என்னவாச்சு?'' என்று கேட்டான்.

இந்திரா கண்களைத் துடைத்துக் கொண்டு நிமிர்ந்தாள். ''எனக்கு இங்கே மூச்சு முட்டுகிறது. காற்றோட்டம் இல்லாதது போல் இருக்கு. என்னை எங்கேயாவது வெளியே அழைத்துக் கொண்டு போக முடியுமா?'' என்று கேட்டாள்.

''ஓ.கே. ஓ.கே. வித் பிளெஷர்'' என்றான் அவன் வியப்புடன் அவளைப் பார்த்துக்கொண்டே. உடை மாற்றிக் கொள்வதற்காக உள்ளே போனான்.

இந்திரா வித்யாபதி எழுதிய கடிதத்தைக் கிழித்துப் போடவில்லை. பேக்கில் வைத்துக் கொண்டாள். ''வித்யா! நான் ஆவேசத்தில் படித்தேன். எனக்குச் சரியாக புரியவில்லையோ என்னவோ? திரும்பவும் படிக்க வேண்டும். அது எனக்குப் புரிந்த அன்று, அதிலிருக்கும் ஒவ்வொரு எழுத்தும் உண்மைதான் என்று உணர்ந்த அன்று, அதைக் கிழித்துப் போட்டு விடுவேன். அந்த நாள் என் வாழ்க்கையில் வருமோ வராதோ அந்தக் கடவுளுக்குத் தான் அது தெரிய வேண்டும்.'' கண்களைத் துடைத்தபடி அவள் நினைத்துக் கொண்டாள்.

**நிறைவடைந்தது**